விட்டு விடுதலையாகி...

முதற்பதிப்பு: 2023

First Edition: 2023

Vittu Viduthalaiyagi...

விட்டு விடுதலையாகி...

Vaasanthi

வாஸந்தி

ISBN: 978-93-95416-59-7

Pustaka
EBooks | Audiobooks | Paperback

Pustaka Digital Media Pvt. Ltd.
#7-002, Mantri Residency,
Bannerghatta Main Road, Bengaluru - 560 076
Karnataka, India
+91 7418555884

விட்டு
விடுதலையாகி...

வாஸந்தி

Pustaka
EBooks | Audiobooks | Paperback

முன்னுரை

எழுதப்படும் புதினத்துக்கெல்லாம் முன்னுரை எழுதவேண்டிய அவசியம் இல்லை. மிக அவசியமானால் ஒழிய ஒரு சமூக நாவலுக்கு விளக்கமோ ஆசிரியரை அதை எழுதத்தூண்டிய காரணமோ அளிக்க வேண்டியதில்லை. ‘விட்டு விடுதலையாகி’ என்ற இந்த புத்தகத்திற்கு அதற்கான தேவை இருப்பதாக உணர்கிறேன்.

இது முழுமையாக ஒரு புனை கதை என்றாலும் வரலாறு சம்பந்தப்பட்டது. உண்மையில் நிகழ்ந்த சில சரித்திர நிகழ்வுகளை ஊடாக வைத்துப் பின்னப்பட்டது. மேல் ஜாதி ஆதிக்க சமூக மத அமைப்பில் இருந்த சட்ட திட்டங்களுக்கு முன்னவர்களுக்கு சௌகரியமான நியம நிஷ்டைகளும் பெண்களுக்கு அநீதி இழைப்பதாகவே, அநீதி என்றுகூட உணரப்படாமல், இருந்தன, இப்பவும் பலவித ரூபத்தில் இருக்கின்றன என்பதைப் பற்றி இருவேறு கருத்து இருக்கமுடியாது. ஆனால் சமூகத்தில் இருந்த பல்வேறு இழிவான வழிமுறைகளை, சடங்குகளைப் பற்றிப் பேசவோ விவாதிக்கவோ யாருக்கும் இல்லாத தயக்கம் ஒரு விசயத்தைப் பற்றி மட்டும் பேசுவதில் இருப்பது, முக்கியமாக அந்த சமூகத்தைச் சேர்ந்தவர்கள் அதை முற்றிலும் நினைவிலிருந்து அகற்றுவதில் தீவிரமாக இருப்பது எனக்கு எதேச்சையாகத்தான் தெரிய வந்தது. பல தலைமுறைகளுக்கு அவர்கள் அனுபவித்த காயமும் வேதனையும் அவமானமும் அவர்களது இன்றைய சந்ததியினரையும் ஆழமாக பாதிப்பதும் பழைய வாழ்வின் சின்னங்களை அவர்கள் மூர்க்கமாக நிராகரிப்பதும் அப்போது தெரிந்தது. குட்டையில் விழுந்த கல்லைப்போல அந்தப் புரிதல் என்னுள் பல ஆண்டுகளாக ஏற்படுத்தி வந்த அதிர்வும் தாக்கமும் நான் ஒரு ஆய்வுக்காக சேகரித்த விவரங்களுமே இந்த நாவல் எழுதுவதற்கான முக்கிய உந்துதல். இதில் வரும் கதை மாந்தர்கள் அனைவரும் கற்பனைப் பாத்திரங்கள்.

சில நிஜ நிகழ்வுகள் அவர்களுடன் சம்பந்தப்பட்டிருந்தாலும், நிஜமாக வாழ்ந்தவர்களின் வாழ்வுக்கும் கதாபாத்திரங்களுக்கும் சம்பந்தமில்லை என்பதை நான் உறுதிபடுத்த வேண்டும்.

பல ஆண்டுகளுக்கு முன் இந்தியா டுடே தமிழ் பதிப்பின் ஆசிரியையாகப் பணி ஆற்றியபோது ஒரு முறை ஓய்வு பெற்ற ஐ.ஏ.எஸ். அதிகாரியும் கலைகளில் ஆர்வமுள்ளவருமாகவும் இருந்த திரு. குகனுடன் பேசிக்கொண்டிருந்தபோது அவர் எதேச்சையாகச் சொன்ன ஒரு வாக்கியம் என்னை ஆழமாகப் பாதித்தது. அதைப் பற்றி மேலும் ஆராயும் ஆவலைத்தூண்டிற்று. "நாட்டியத்தை அத்தனை உன்னத நிலைக்குக் கொண்டு போன பாலாவைப் பற்றி இப்பொழுது யாரும் பேசுவதில்லை" என்றார். 'கலைச் சேவையை வேள்வியாக நினைத்த அந்த காலத்து தேவதாசிகளின் சேவையையும் பங்கையும் மறந்து போனதைவிட வேதனை தரும் ஒரு முக்கிய விஷயம் அவர்களுடைய ஆட்டம் ஆபாசம் என்று பிற்கால உயர் ஜாதி நாட்டிய மணிகள் சொல்வது' என்றார். 'கலை என்பது தினசரி வாழ்வோடு சம்பந்தப்பட்ட அந்தக் குடும்பங்களில் எல்லாம் கலைக்கு இருந்த அர்ப்பணிப்பும் லயிப்பும் ஞானமும் மற்ற குடும்பங்களில் நிச்சயம் இருக்க முடியாது' என்று அழுத்தமாகச் சொன்னார் திரு. குகன் அவர்கள். ஒரு காலத்தில் கொடிகட்டிப் பறந்த, இன்று கலைச் சமூகம் மறந்துபோன சில எஞ்சியவர்களை நேரில் காணவேண்டும் அவர்களைப் பற்றி எழுதவேண்டும் என்கிற ஆவல் மட்டும் எனக்கு முதலில் இருந்தது. தமிழ்ச் சூழலுக்கு அப்போது நான் ஆழமான பரிச்சயம் இல்லாதவள். கர்நாடகத்தில் வளர்ந்து பிறகு வடக்கே வாழ்ந்தவள். ஆனால் தமிழ்நாட்டுக் கலைகளில் மிகுந்த ஈடுபாடு கொண்டவள். கட்டுரை எழுதும் சாக்கில் சில மிக உன்னத கலைஞர்களைக் கண்டு பேசும் வாய்ப்பு எனக்குக் கிடைத்தது. தஞ்சாவூரில் பிரபல பாடகி சாத்தியக்குடி மீனாட்சி சுந்தரத்தம்மாள், திருவிடை மருதூரில் வசித்த நாட்டிய மேதை ஜெயலக்ஷ்மி - இவருடைய குற்றாலக் குறவஞ்சி மிகப் பிரசித்தம், புதுக்கோட்டையில் தபஸ்வியைப் போல வாழ்ந்த திருக்கோக்கர்ணம்

ரங்கநாயகி, (மிருதங்க வித்துவான்), சிதம்பரத்தில் வசித்த திருவாரூர் கமலாம்பாள் எல்லோரையும் சென்று பார்த்து அவர்களுடன் அளவளாவியது மறக்கமுடியாத அனுபவம். கலையைப் பற்றிப் பேச்செடுத்ததும் அவர்கள் முகத்தில் தோன்றிய அசாதாரண ஒளியும், ஆர்வத்துடன் எனது வேண்டுகோளுக்கு உடனடியாகப் பாடியும் உட்கார்ந்தபடியே அபிநயித்தும் காட்டியபோது எனக்கு தெய்வதரிசனம் ஆனதுபோல சிலிர்ப்பு ஏற்பட்டது. எல்லாரும் அப்போது எழுபது, எண்பது வயது கடந்தவர்கள்.

ஆனால் இவர்கள் ஆற்றிய கலைத்தொண்டைப் பற்றி இன்று யாரும் பேசுவதில்லை. அவர்களது சந்ததிகளுக்கே பேசப் பிடிப்பதில்லை. சின்னமேளம், தேவதாசி என்று பெயர் மாறி இசைவேளாளர் என்று கௌரவம் கிடைத்தபிறகும், தேவதாசி தடுப்புச் சட்டம் வந்து பல ஆண்டுகள் ஆகியும் அந்தக் குலத்தில் பிறந்த எவருக்கும் பழைய சரித்திரத்தைப் புரட்ட விருப்பமில்லை. விருப்பப்படாததற்கு சமூகத்திடமிருந்து பட்ட அடி காரணம். அடியின் வலு இன்னமும் ரணமாக இருப்பதன் அடையாளத்தை நான் கண்கூடாகக் கண்டேன். அவர்களின் இளைய தலைமுறையினர் அதிகபட்சம் இசை நாட்டியம் பக்கமே இன்று செல்ல மறுப்பதில் அது துல்லியமாகத் தெரிகிறது. கலை வளர்ப்பதே பாரம்பர்யமாகக் கொண்ட ரத்தம் இன்று உறைந்து இறுகி இயந்திர வாழ்வோடு ஐக்கியமாகிப் போனதில் தெரிகிறது.

நான் எழுதிய கட்டுரைக்கு மிகப்பெரிய எதிர்ப்பு கிளம்பிற்று. அந்த எதிர்ப்பு முதலில் எனக்கு அதிர்ச்சியை அளித்தது. பிறகுதான் எழுதிய விதம் ஏன் ஏற்புடையதாக இருக்கவில்லை என்று யோசிக்க ஆரம்பித்தேன். (அவர்களது கலை அழிந்துபோயிற்றே என்கிற அங்கலாய்ப்பே கட்டுரையில் முக்கியத்துவம் பெற்றிருந்தது.) அந்த எதிர்ப்பிலேயே ஒரு வெறுப்பு தொனித்தது. வெறுப்பு என்மீது என்று பேதமையுடன் முதலில் நினைத்தேன். ஆனால் அது அவர்கள் மறக்க நினைத்த அமைப்பின் மேல் என்று மெல்லத்தான் புரிந்தது. இந்த வெறுப்பின் ஆழம் என்னை திகைக்க வைத்தது. அந்த

முழுமையான நிராகரிப்புக்குப் பின் பல சோகக் கதைகள் புதைந்திருக்கும் என்று தோன்றிற்று. அந்தக் கதைகளைத்தேடிச் சென்ற எனது பயணமே இந்த நாவலின் வித்து.

நான் இங்கு ஒரு சமூக வரலாற்றை எழுதவில்லை. அதன் தாக்கத்தின் விளைவை எனது கற்பனைப் பாத்திரங்களின் மூலம் கண்டுகொள்ள முனைந்தேன். நான் சேகரித்திருந்த பல விவரங்கள் அவற்றுள் நுழைந்தன. மூன்று தலைமுறை பெண்களின் வாழ்க்கைப் போராட்டக் கதையாக விரிந்தது. இதன் கதாநாயகி முதல் தலைமுறையைச் சேர்ந்த கஸ்தூரி. அவளது காலகட்டம் கொந்தளிப்பு மிகுந்த காலம். பல கேள்விகள் எழுந்த காலம். காற்றில் புரட்சி இருந்தது. சுதந்திர வேட்கை இருந்தது. அரசியல் உணர்வு எல்லாரையும் தாக்கிற்று. இவற்றிலிருந்து ஒட்டாமல், தனது கலை மட்டுமே தனக்குப் பிரதானம் என்று வாழ்ந்தவள் கஸ்தூரி. அவளது கலை அவளுக்கு ஏற்படுத்திய பரவசத்தையும், அவளது நம்பிக்கைகள் சிதறுண்டு போனதும் அவளுக்கு ஏற்பட்ட அதிர்ச்சியையும் நானும் அனுபவித்தேன். புரட்சியை ஏற்படுத்தும் கலகக்குரலை எழுப்பும் லக்ஷ்மி பெண்ணிய சரித்திரத்தில் தனி இடம் பெற்றிருக்கும் டாக்டர் முத்துலக்ஷ்மியின் வார்ப்பில் அமைந்த பாத்திரம். ஆனால் சரித்திர குறிப்புகள் மட்டுமே அந்தப் பாத்திரத்துடன் சேர்ந்தவை. முத்துலக்ஷ்மியின் நிஜ வாழ்வுக்கும் எனது கதாபாத்திரம் லக்ஷ்மிக்கும் துளியும் சம்பந்தமில்லை. புனைகதை எழுதுபவரின் எழுத்துச் சுதந்திரத்தை நான் பயன்படுத்திக்கொண்டேன், அவ்வளவே.

இந்த எனது முயற்சிக்குப் புத்தக வடிவம் கொடுத்து உற்சாகப்படுத்த முன்வரும் இனிய நண்பர் திரு. சேது சொக்கலிங்கத்துக்கு எனது மனமார்ந்த நன்றியைத் தெரிவித்துக் கொள்கிறேன். அவரது அசாதாரண உற்சாகமும், நட்பும், அக்கறையும் எனக்குத் தொடர்ந்து எழுதும் உந்து சக்தியாக இருந்துவருகிறது.

– வாஸந்தி

— 1 —

எங்கோ பலத்த சிரிப்பொலி கேட்டது. ஒற்றை ஒலி இல்லை. ஒரு பெரிய பட்டாளமே சிரிப்பது போல் நிற்காமல் ஒலித்தது. சரவெடி வெடிப்பது போல. நான் திடுக்கிட்டுப் படித்துக் கொண்டிருந்த புத்தகத்திலிருந்து தலை நிமிர்ந்தேன். சற்று தொலைவில், ஏரியை ஒட்டி சிறிய திட்டாக இருந்த புல்வெளியின் நிழற்குடையின் கீழ் பெஞ்சில் ஆண்களும் பெண்களுமாக அமர்ந்தும் அருகில் நின்றும் பேசிக்கொண்டிருந்தார்கள். கையில் பெப்ஸியோ கோக்கோ இருந்தது. சுற்றுலாப் பயணிகள். இளைஞர்கள் ஒரே இடத்தில் வேலை செய்பவர்களாக இருக்கலாம். அடங்காத சிரிப்புக்குக் காரணமான எதையோ திரும்பச் சொல்லிச் சிரித்தார்கள். மடை திறந்தாற்போல் மனக்கூச்சமற்ற ஆனந்த வெடிச் சிரிப்பு.

இத்தனைச் சிரிப்புக்கு என்ன காரணம் இருக்கும் என்று எனக்குக் குறுகுறுத்தது. இப்படிச் சிரிப்பவர்களைக் கண்டு எனக்கு வியப்பு ஏற்படுகிறது. எப்படி இப்படிச் சிரிக்க முடிகிறது? மனசில் இந்தத் தருணத்தைத் தவிர வேறு எந்தத் தருணத்தின் நிழல்கூட இல்லை என்பதுபோல? பார் இங்கே என்று அனுமார் போல் மார்பைக் கிழித்துக் காண்பித்தால் இதயத்தில் கனம் எதுவும் இல்லை என்று நிரூபிப்பார்கள் என்று தோன்றிற்று. சின்ன வயசில் சினேகிதி ரமா வீட்டிற்குச் சென்றபோது அவர்களது பூஜை அறையில் ஒரு பெரிய அனுமார் படம் இருந்தது எனக்கு நினைவிருக்கிறது. ரோஜா வண்ண உப்பிய கன்னங்கள் கொண்ட குரங்கு உருவம். உயர்ந்து நின்ற நிலையில் ரோமம் அடர்ந்த

இரு கைகளால் மார்பைக் கிழித்துக் கொண்டு அனுமார் நிற்பார். கிழிந்த மார்புக்குள் ராமர் சீதை உருவம் தெரியும்.

"நம்ம வீட்டிலேயும் அந்த மாதிரி ஒரு படம் வைக்கலாம்மா!" என்றேன் நான்.

அம்மா புன்னகையுடனேயே சொன்னாள்.

"வேண்டாம்."

"ஏன்?"

"ஏன்னா, அதையெல்லாம் வைக்கவேண்டிய அவசியமில்லே. நம்ம மனசிலே நல்ல நினைப்பு இருந்தா போதும்."

"அது சாமி இல்லையே?"

அம்மா என்னை அணைத்துக் கொண்டது இன்னமும் நினைவில் இருக்கிறது. அம்மாவின் வாசனைக்கூட உணர முடிகிறது.

"நமக்கு அதுதான் சாமி."

நல்ல நினைப்பு என்பதற்கு என்ன உருவம் இருக்கும் என்று நான் குழம்பினேன். மறுநாள் அலுவலகத்திலிருந்து திரும்பும் போது அம்மா அதற்கு விளக்கம் சொல்வது போல அந்த பொம்மை வாங்கி வந்தாள். மூன்று குரங்குகள் கொண்ட பொம்மை. ஒன்று காதைப் பொத்தியிருந்தது. ஒன்று வாயை மூடிக்கொண்டு அமர்ந்திருந்தது. ஒன்று கண்ணை மூடிக்கொண்டது. அதுதான் சாமி என்று அம்மா நல்லவேளை சொல்லவில்லை.

"நல்லது இல்லாததைப் பேசாதே. நல்லது இல்லாததைக் கேட்காதே. நல்லது இல்லாததைப் பார்க்காதே அப்படீன்னு இதுக்கு அர்த்தம்" என்றாள். "அதை நீ செஞ்சேன்னா நீ எப்பவும் சந்தோஷமா இருப்பே!"

அவள் அப்படித்தான் இருந்தாளா என்று எனக்குத் தெரியாது. முயன்று தோற்றுப் போயிருப்பாள்.

எங்கள் வீடு வித்தியாசமானது என்று எனக்கு ஐந்து வயதிலேயே தெரிந்துபோனது. நான் ரமாவிடம் எங்கள் வீட்டில்

சாமி இல்லை என்று சொன்னபோது அவள் கண்கள் விரிய பார்த்தாள், 'ஐயோ பாவம் நீ அனாதை' என்பதுபோல.

"அப்ப பரீட்சை சமயத்திலே உனக்கும் சேர்த்து நா வேண்டிக்கிறேன், கவலைப்படாதே" என்றாள்.

நான் 12-ஆம் வகுப்பு வரைத் தேறியதெல்லாம் அவளுடைய வேண்டுதலினால்தான் என்ற பிரமையை ஏற்படுத்தினாள். ரமாவின் தொடர்பு அதற்குப் பிறகு விட்டுப் போனது. கல்லூரியில் முதலாம் ஆண்டுத் தேர்வின்போது உண்மையிலேயே நான் அனாதையாகிப் போனது போல பயம் ஏற்பட்டது.

ஹாஸ்டலில் சில சகமாணவிகளுக்கு அவர்கள் வீட்டிலிருந்து தைர்யம் சொல்ல கோயில் பிரசாதம் வரும். பாழ் நெற்றியுடன் திரிபவர்கள் பரீட்சை. அன்று குங்குமம், சந்தனம், திருநீறு என்று அப்பிக்கொண்டு அடையாளமே மாறி வருவார்கள். படுக்கைக்கருகில் சின்ன சாமி படம் வைத்திருப்பார்கள். கிறித்துவர்களிடம் கழுத்தோடு கூடப்பிறந்தது போல சிலுவை இருக்கும். அதை அடிக்கடி முத்தமிடுவார்கள். எனக்கு எதுவும் இல்லாமல் பதற்றமேற்படும். தொழவே தெரியாத என்னை சாமி நிச்சயம் புறக்கணித்திடுவார் என்ற பயம் ஏற்படும். அம்மா மற்ற அம்மாக்களைப் போல ஏன் இல்லை என்று எனக்கு எரிச்சல் வரும். உனக்காகப் பிரார்த்தனை பண்ணறேன் கவலைப்படாதே என்று சொல்லும் சராசரி அம்மாவாக தெம்புக்காக சவனப்ராசமும் காம்ப்ளான் பாட்டிலும் அனுப்பி அன்பை வெளிப்படுத்தும் அம்மாவாக.

ஆனால் பரீட்சைக்கு முன் அம்மா தவறாமல் ஃபோன் செய்வாள். "நல்லா தயார் பண்ணியிருக்கியா?" என்பாள் வகுப்பு ஆசிரியை கேட்கிற மாதிரி.

எனக்குக் காரணம் புரியாமல் தொண்டையை அடைக்கும். "எத்தனைப் படிச்சாலும் போறல்லேன்னு தோணுது. எல்லாம் மறந்து போயிடும்னு பயமாயிருக்கு."

மறுபக்கம் அம்மா புன்னகைப்பதாக எனக்குத் தோன்றும்.

“அப்படித்தான் இருக்கும். பரீட்சை எழுத ஆரம்பிச்சதும் எல்லாம் ஞாபகத்துக்கு வந்துடும்.”

“எனக்கு பயமாயிருக்கும்மா.”

“பரீட்சை என்ன பேயா, பிசாசா?”

“அப்படித்தான் இருக்கு, ஏதோ பிசாசு என் கழுத்தை நெறுக்க வர்ற மாதிரி.” நான் தொடர்ந்து ஆற்றாமையுடன் ஒரு முறை வெடித்தது இப்பவும் நினைவு இருக்கிறது. “மத்தவங்க தைர்யமாயிருக்காங்க. அவங்க அம்மாக்கள்ளாம் அவங்களுக்காக பிரார்த்தனை செய்யறாங்க. பிரசாதம் அனுப்பறாங்க.”

அம்மாவின் முகம் மாறிற்றா என்று எனக்குத் தெரியாது. சில விநாடிகளுக்குப் பிறகு நிதானமாகச் சொன்னாள். “மத்தவங்க என்ன செய்யறாங்கங்கற விவாதம் நமக்குத் தேவை இல்லே. உழைப்பும் தன்னம்பிக்கையும் மனுஷனுக்கு இல்லேன்னா எந்த தெய்வமும் காப்பாத்தாது. இதுவரை நீ வகுப்பிலே நல்லாத்தானே பண்ணிட்டு வரே? இப்ப திடீர்னு ஏன் பயப்படறே? உன் தகுதியிலே உனக்கு நம்பிக்கை இருக்கணும். அப்ப எல்லா பிசாசும் ஓடிப் போயிடும், உங்கிட்டேயே வராது. பெஸ்ட் ஆஃப் லக்!”

அன்று அம்மாவின் மேல் எனக்கு மகாக் கோபம் வந்தது நினைவு இருக்கிறது. அம்மா இரக்கமற்றவள் என்று ஆத்திரம் வந்தது. அதற்கு அடுத்து வந்த பரீட்சைகளுக்கு முன் அம்மாவிடம் அதை பற்றிப் பேசவில்லை. சாமியும் வேண்டாம் அம்மாவின் கருணையும் வேண்டாம் என்கிற வீம்புடன் படிப்பில் கவனம் செலுத்தினேன். சில வருஷங்கள் கழித்து நான் அம்மாவிடம் அன்றைய எனது உணர்வுகளைச் சொன்னபோது சிரித்தாள். “நா அப்படி இருந்திருக்கல்லேன்னா, நீ ஒரு சுதந்திரமான பெண்ணா வளர்ந்திருக்க மாட்டே! இன்னிக்கும் ஊன்றுகோலைத் தேடிக்கிட்டிருப்பே.”

திடீரென்று வீசிய காற்று குளிரைச் சுமந்து வந்தது. எலும்புக்குள் ஊடுருவி நடுக்கிற்று. நழுவியிருந்த கம்பிளிச் சால்வையை இழுத்து மூடிக்கொண்டேன். கன்னங்களில்

வழிந்திருந்த நீரை அப்போதுதான் கவனித்தேன். அம்மாவின் நினைவு வரும்போதெல்லாம் தன்னிச்சையாகக் கண்கள் நீரைச் சொரிந்தன. எண்ணத்துக்கும் கண்ணீர் சுரப்பிகளுக்கும் நேரிடையான பந்தம் இருக்கவேண்டும். அதை நிறுத்துவது எனது கட்டுப்பாட்டுக்குள் இல்லை என்று நான் உணர்வேன். மேலே தொலைவில் கரிய மேகங்கள் உருவாகிக் கொண்டிருந்தன. அதற்கு பயந்து வெண்ணிற பஞ்சுப் பொதியாய் ஒரு மேகக் கூட்டம் வெகு வேகமாக நகர்ந்தது. வெண் மேகத்திலிருந்து அம்மா கையசைத்துச் சிரித்தாள்.

அம்மா வித்தியாசமானவள். அவளின் வித்தியாசமே என்னை ஏதோ ஒரு வகையில் சராசரி மனிதர்களிடமிருந்து அந்நியப்படுத்தியதாக எனக்குத் தோன்றுகிறது. உரத்து, பகபகவென்று என்னால் சிரிக்க முடியாது. அம்மாவும் அப்படிச் சிரித்து நான் பார்த்ததில்லை. அவளுடைய புன்னகை மட்டுமே நிரந்தரமான அம்சம். அதுகூட என் நினைவிலிருந்து மறையத் துவங்கிவிட்டதாக என்னுள் குற்ற உணர்வு ஏற்படுகிறது.

கும்மாளமிட்ட கும்பலைக் காணோம். வேறு எங்காவது சிரித்துக் கொண்டிருப்பார்கள். வாழ்வே ஒரு கொண்டாட்டம் என்று நம்பும் ஜீவன்கள். அவர்களுடைய அம்மாக்கள் சராசரி ஜீவன்களாக இருக்கவேண்டும். அம்மா சராசரி இல்லை. அவள் ஒரு சிக்கலான ஆளுமை கொண்டவள் என்பது இப்போதுதான் விளங்குகிறது. நான் அமர்ந்திருக்கும் இதே சாய்வு நாற்காலியில் அம்மாவும் அமர்ந்திருப்பாள். மேலே செல்லும் கரிய, வெண் மேகங்களை ஆராய்ந்திருப்பாள். அவள் மனத்தில் எத்தகைய எண்ண ஓட்டங்கள் இருந்திருக்கும் என்று யார் கண்டது?

தன்னம்பிக்கை இருந்தா பிசாசுகள் துரத்தாது.

அம்மா தன்னம்பிக்கையின் உருவமாக இருந்தவள். ஆனால் அம்மாவையும் ஏதோ பிசாசுகள் துரத்தி வந்தன என்று இப்போது தோன்றுகிறது. அவற்றை அவளால் துரத்த இயலவில்லை என்று புரிகிறது. அந்த நினைப்பே நம்பமுடியாத ஒன்றாக இருக்கிறது.

நான் சோர்வுடன் எழுந்து இலக்கில்லாமல் தோட்டத்தில் நடந்தேன். அம்மாவை அக்குவேறு ஆணிவேறாக அலசுவதே இப்போது வேலையாகிவிட்டது. எனக்கு வேறு வழியில்லை. எனது கேள்விகளுக்கு விடை கிடைக்கும் வழி அது என்று அறிவு சொல்கிறது. ஆனால் அதனுடன் உணர்வுகள் பின்னிக்கொள்கின்றன. தன்னிச்சையாகக் கண்கள் நீரைக் கக்குகின்றன. அம்மாவுக்கு நிச்சயம் இது பிடிக்காது. இதிலிருந்து எப்படித் தப்புவது என்று எனக்குத் தெரியவில்லை. அறிவியல் ரீதியான திட்டமிடல் இதில் சாத்தியமில்லை.

அம்மா தனது வாழ்வைத் தேவைக்கு அதிகமாக திட்டமிட்டாள். அவள் படித்தது, பட்டம் பெற்றது, வேலை பார்த்தது, அப்பாவைத் திருமணம் செய்துகொண்டது, என்னை ஹாஸ்டலில் சேர்த்தது எல்லாமே அவளாக நிர்ணயித்தது என்று தோன்றுகிறது. அவளது கச்சிதமான திட்டமிட்ட வாழ்வு ஒரு கண்ணாடிக் கூடாக இருந்திருக்க வேண்டும், தொட்டால் நொறுங்கிவிடும் கூடாக. தனது வாழ்வை மட்டுமல்ல, மற்றவர்களின் வாழ்வையும் தனது கட்டுக்குள் அவள் வைக்க விரும்புவதாக நான் நினைத்ததுண்டு. அப்பாவுக்கும் அவளுக்கும் நடக்கும் வாக்குவாதங்களுக்கு அதுதான் காரணமாக இருந்திருக்க வேண்டும் என்று நான் வெறுத்துப் போயிருக்கிறேன். ஆனால் கண்ணில் படும் காட்சிகளுக்குப் பின் திரைமறைவில் இருக்கும் உண்மைகளுக்கும் சம்பந்தமே இல்லை என்று புரியும் போது அதிர்ச்சி ஏற்படுகிறது. தன்னம்பிக்கை உள்ளவளாக, தனது வாழ்வு தனது வீட்டுக்குள் இருப்பதான பாவனையில் வளைய வந்தவள் உண்மையில் பலவீனமானவள். தன்னைத் தொடரும் பிசாசுகளை விரட்டும் முயற்சி அந்த பாவனை. அவள் அதில் தோற்றுப் போயிருக்கவேண்டும்.

நான் காம்பவுண்டு கேட்டை நோக்கி நடந்தேன். கேட்டைத் திறந்து மூடுகையில் அப்பாவின் அறை ஜன்னல் திரைச் சீலை இன்னும் மூடியபடியே இருந்தது. இங்கு வந்துவிட்டால் அப்பா ஒன்பது மணிக்குதான் எழுந்திருப்பார். ஒன்பதுக்கு இன்னும் பதினைந்து நிமிஷங்கள் இருந்தன. ஏரிக்கும்

வீட்டுக்கும் இடையே ஓடிய சாலையைக் கடந்து ஏரியைச் சுற்றி ஓடிய நடைபாதையில் ஏறி நின்றேன். தடுப்புக் கம்பி வலை வேலியைப் பிடித்தபடி நீரைப் பார்ப்பது எப்பவும் சுவாரஸ்யமான விஷயம். சஞ்சலப்படுத்துவதும் கூட. பளிச்சென்று அடிக்க ஆரம்பித்திருந்த வெயில் ஏரி முழுவதும் வைரங்களை வாரி இறைத்திருந்தது. உல்லாசப் படகுகள் ஒன்றிரண்டு கிளம்பியிருந்தன. நடைபாதையில் நடைபயில வந்தவர்களின் எண்ணிக்கை அதிகரித்துவிட்டது. ஏரியைச் சுற்றி ஓடிய ஆறரை கிலோ மீட்டர் பாதையை சைக்கிளில் கடக்கும் உற்சாகத்தில் சிறுவர் சிறுமியர், அவர்களைக் கண்காணிக்கும் பெற்றோர்கள், ஓரமா போடா பாத்து, பாத்து என்று எச்சரித்தபடி.

வேலியில் ஒரு இடத்தில் சின்ன இடைவெளி இருந்தது. நடப்பவர்கள் இளைப்பாற ஏரியின் கரையில் இருந்த சின்னத் திட்டில் இரண்டு பெஞ்சுகள் இருந்தன. நான் அதை நோக்கிச் சென்று பெஞ்சில் அமர்ந்தேன். வெயில் பட்டு பெஞ்சு கதகதப்பாக இருந்தது. கரை விளிம்பில் அல்லி மலர்கள் விரிந்து சிரித்தன. இளம் ஊதா, ரோஸ் நிற அல்லி மலர்கள். தாமரைப் பூ பாரு என்று ஒரு சிறுமி கத்திக்கொண்டு ஓடிற்று.

அம்மா இங்கு வந்து அமரும் வழக்கம் உண்டா என்று தெரியாது. அப்பாவைக் கேட்க வேண்டும். தனியாகத்தான் அவள் வந்திருக்க வேண்டும். தனது தனி உலகத்தில் சஞ்சரித்தவள் அவள். அதில் நுழைய அப்பாவுக்கும் எனக்கும் அனுமதி இல்லை. படகில் ஒரு குடும்பம் கலகலவென்று சிரித்தபடி சென்றது. இவர்கள் எளிமையானவர்கள். இப்படி ஒரு நாளும் நாங்கள் மூவரும் பயணித்ததும் இல்லை, சிரித்ததுமில்லை. இவர்களது வாழ்வு திறந்த புத்தகமாக இருக்கும். அதனால்தான் இப்படி சிரிக்க முடிகிறது. இருண்ட குகைகளில் தனிமையில் சஞ்சரிக்க வேண்டிய தேவை அவர்களுக்கு இராது.

அம்மாவுக்கு அப்படிப்பட்ட தேவை இருந்திருக்கலாம் என்று இப்போது தோன்றுகிறது. அப்பாவோ நானோ அவளைப் புரிந்துகொள்ள முயற்சியே எடுக்கவில்லை என்கிற குற்ற

உணர்விலிருந்து என்னால் விடுபடமுடியவில்லை. அப்பாவுக்கு எந்த அளவுக்குத் தெரியும்? அம்மாவைப் பற்றிப் பேசுவதையே அவர் கிட்டத்தட்ட நிறுத்திக் கொண்டுவிட்டார். அம்மா முகமூடி அணிந்ததும் அதுவே உண்மை என்று நம்பவைத்ததும் அவளுடைய சாமர்த்தியமா, தோல்வியா என்று எனக்குக் குழப்பம் ஏற்படுகிறது.

திடீரென்று சூழலில் ஒரு அமைதி அமர்ந்திருந்தது. ஏரியின் நீர் கண்ணாடிபோலத் தெளிவாகியிருந்தது. நீல ஆகாயம் அதில் இறங்கியிருந்தது. ஸ்படிகம் போன்ற நீரின் ஆழம் கடலின் ஆழம் போல வெகு தொலைவு இருக்கும் என்ற பிரமிப்பை ஏற்படுத்திற்று. நான் பித்துப் பிடித்ததைப் போல அந்த ஆழத்தை ஊடுருவினேன். அம்மாவின் நெளிநெளியான கூந்தல் நீரில் ஜாலம் காட்டிற்று. அம்மாவின் புன்னகை தவழும் முகம் சலனமில்லாமல் தெரிந்தது. உண்மையிலேயே சிவந்த அதரங்கள் இன்னும் அகன்று விரிந்தன என்னைக் கண்டு. 'தாமரைப் பூ பார்த்தியா' என்று சிரித்தாள். எத்தனை பூ வேணும் உனக்கு, கை நிறைய அள்ளி வரேன் பாரு, என்று நீருக்குள் சென்றாள்.

அம்மா வேண்டாம், போகாதே, போகாதே, தண்ணி ஆழம், ரொம்ப ஆழம்... மார்பு படபடத்தது. கண்களில் பெருக ஆரம்பித்த நீரைத் துடைத்துக் கொண்டு நான் எழுந்தேன். இன்னும் படபடப்பு அடங்கவில்லை. நான் ஏன் ஓடுகிறேன் என்று புரியவில்லை. காலில் ஏதோ தடுக்கிற்று. நிலைத்தடுமாறி நான் கீழே விழுந்தேன். ஏரியைச் சுற்றி வேயப்பட்டிருந்த கம்பிக் கிராதியைப் பிடித்த வேகத்தில் உள்ளங்கையில் சிராய்ப்பு ஏற்பட்டு சுரீரென்று வலித்தது. நான் எழுந்திருக்க முயன்றபோது எதிரில் ஒரு சிறுவன் நிற்பது தெரிந்தது. அவன் என்னைக் கூர்ந்து பார்த்து, "அடிபட்டிடுச்சா?" என்றான் கனிவுடன். "ஏன் அப்பிடி ஓடினீங்க?"

அவனது வார்த்தைகளில் வினோதமாக மனத்திலிருந்த படபடப்பு மெல்ல அடங்கிற்று. அவனுக்குப் பதில் சொல்லாமல், 'கொஞ்சம் கையைப்பிடி' என்றேன் மெலிதாகப் புன்னகைத்து.

அவன் உற்சாகத்துடன் கையை நீட்டினான். நான் மெல்ல எழுந்து 'தாங்க்ஸ்' என்றேன்.

"நடக்க முடியுதா?" என்றான் அவன் கூச்சத்துடன்.

"ஓ, முடியுது. அதுதான் என் வீடு. போயிடுவேன்."

அவன் நான் காட்டிய திசையைப் பார்த்தான். பிறகு என்னைக் கூர்ந்து பார்த்தான். 'அந்த வூடா?' என்றான்.

நான் தலையை அசைத்து வீட்டை நோக்கி நடந்தேன். சிறுவனின் பார்வை என் முதுகில் பதிந்திருந்தது போல பிரமை ஏற்பட்டது. நான் திரும்பிப் பார்த்தேன். அவன் நின்ற இடத்திலேயே நின்றிருந்தான் என்னைப் பார்த்தபடி. நான் புன்னகையுடன் அவனுக்குக் கையசைத்துத் திரும்பி நடக்க ஆரம்பித்தேன்.

சிறுவன் நினைவிலிருந்து மறைந்து மீண்டும் அம்மாவின் நினைவு என்னை ஆக்கிரமித்துக் கொண்டது. நீரில் தெரிந்த அம்மாவின் முகம் நகர மறுத்தது. இறந்துபோன தன் அம்மா அடிக்கடி தன் கனவில் வருவதாக என் சிநேகிதி ஜோன் சொல்வாள். அம்மா ஒரு முறைகூட எனது கனவில் வரவில்லை. என்னை அவள் அறவே புறக்கணிக்கிறாள் என்று துக்கம் ஏற்பட்டது.

வீட்டுக் காம்பவுண்டு கேட்டை அடைந்தபோது, நான் சற்றுமுன் அமர்ந்திருந்த நாற்காலியில் அப்பா அமர்ந்திருந்தார். அதிகம் தளர்ந்து காணப்பட்டார். என்னைப் பார்த்து லேசாகப் புன்னகைத்தார். திடீரென்று என்னுள் ஒரு வேகம் புகுந்தது. பதிலுக்குப் புன்னகைக்க முடியவில்லை. மாறாக இனம்புரியாத ஆத்திரம் வெடிக்கக் கிளம்பியது. அழுத்தி மூடப்பட்ட சம்புடம் மைக்ரோ வேவ் அடுப்பில் வெடித்துத் திறந்து கொண்டதுபோல, நான் அவரிடம் விரைந்து அவருடைய கைகளைப் பற்றிக் கொண்டேன்.

"அம்மா ஏம்பா தற்கொலை பண்ணிண்டாங்க?"

அப்பா அரண்டவர் போல என்னைப் பார்த்தார்.

"தெரியல்லேம்மா!" பிறகு லேசான எரிச்சலுடன் சொன்னார். "இந்தக் கேள்வியை எத்தனை தடவை கேட்பே? இங்கேயிருந்து போயிடலாம். எனக்குப் பிடிக்கல்லே இங்கே."

நான் சற்று நேரம் அவரை தீர்க்கமாகப் பார்த்தேன். பிறகு எனக்கே விளங்காத பிடிவாதத்துடன் சொன்னேன். "போகலாம். ஆனா எங்கே போறது? மறுபடி தில்லிக்கா? அங்கே போய் என்ன செய்ய முடியும்? இங்கேதான் விடை கிடைக்கணும்."

அப்பா இரு கைகளாலும் முகத்தை மூடிக் கொண்டார். "நா கிளம்பறேன். என்னாலெ இங்கே இருக்க முடியாது."

அவர் முதுகு குலுங்கியதிலிருந்து அவர் அழுவது தெரிந்தது. அவரை சமாதானப்படுத்த நான் விரையவில்லை. என் ஆர்வம் அவருக்கு இல்லாதது எரிச்சலை ஏற்படுத்தியது. உண்மையில் எனக்கு இவரைப் பற்றியும் தெரியாது என்று தோன்றிற்று.

2

சுப்பிரமண்ய குருக்களுக்குத் தட்டியெழுப்பியது போல விழிப்பு ஏற்பட்டது. விருக்கென்று எழுந்து அமர்ந்து தலைமாட்டில் இருந்த டைம்பீஸைத் தட்டிப் பார்த்தார். நான்கு மணி அடிக்க இன்னும் ஐந்து நிமிடம் இருந்தன. குளிச்சு கோயிலுக்குக் கிளம்ப நாலரை ஆயிடும் என்று கணக்கு போட்டு மெல்ல எழுந்தார். சுவாமி மாடத்தின் தூங்கா விளக்கு மெல்லிய வெளிச்சம் பரப்பிற்று. எண்பத்து ஏழு வயசுக்கு இன்னும் கண்மங்காதது அந்தப் பரமேஸ்வரனின் அருள்தான். மூட்டுவலி அவ்வப்போது படுத்தினாலும் இதுவரை வியாதி என்று வைத்தியம் பார்க்கப் போனதில்லை. ஈசுவரனுக்கு வேளாவேளை பூஜை செய்யும் மந்திரமும் இதுவரை மறக்கல்லே. நாக்குத் தடுமாறல்லே. மூச்சு நிக்கறவரைக்கும் இப்படியே வண்டி ஓடினா சரி.

கொல்லைக் கதவைத் திறந்ததும் இருள் பிரியாத போதின் ஊதல் காற்று சில்லென்று முகத்தில் பட்டு மேனி சிலிர்த்தது. கிணற்றடிக்குச் சென்று ஒரு குடம் சேந்துவதற்குள் உடம்பு நடுங்கிற்று. பூணூலைத் திருப்பிப் போட்டு சிவ சிவ என்று ஜபித்தபடி குடத்து நீரை செம்பில் எடுத்துத் தலையில் ஊற்றிக் கொள்ளும்போது நீரின் ஜில்லிப்பில் உடம்பு விறைத்துவிடும் போல் இருந்தது. நான்கைந்து செம்புகள்விட்டுக் குளித்து முடித்துத் தலையைத் துண்டினால் துவட்டி உடம்பைத் துடைத்துக் கொண்டு மாடத்திலிருந்த விபூதியைத் தொட்டு 'நமச்சிவாய நமச்சிவாய' என்று முணுமுணுத்தபடி கைகளிலும் புஜங்களிலும் மார்பிலும் பளீர் பளீரென்று பூசி நெற்றியிலும்

மூன்று விரல்கிடை பூசினார். வீட்டினுள் இருந்த மெல்லிய வெளிச்சத்தில் கொடியில் இருந்த துவைத்த மடி உடுப்புகளை எடுத்து இடுப்பில் இருந்த ஈரத்தை அவிழ்த்து வாளியில் போட்டு உலர்ந்த வேஷ்டியைப் பஞ்சகச்சம் வைத்து உடுத்திய பிறகு உடம்பு நடுக்கத்திலிருந்து சுதாரித்துக் கொண்டது. அங்கவஸ்திரத்தால் மார்பைப் போர்த்திக் கொண்டதும் இதமாக இருந்தது. இந்த சொகுசெல்லாம் சில வருஷங்களாகத்தான். ஐந்து வருஷங்கள் முன்வரை ஈரவேஷ்டியும் வெற்று மார்புமாகத்தான் கோயிலுக்குள் நுழைவார்.

நடுக்கூடத்தில் காமாட்சி தூணில் சாய்ந்து அமர்ந்திருப்பது போல் பிரமையேற்பட்டது. ஒரு கணம் திடுக்கிட்டது. அவ போய் பத்து வருஷம் ஆறது. சிவ சிவ, இன்னிக்கு என்ன திடீர்னு இந்த பிரமை? பிரமையா இல்லை அவதானா? அலமாரியில் இருந்த டார்ச்சை எடுத்துக்கொண்டு வெளியே வந்ததும் 'தாழ்ப்பாள் போட்டுக்கோ' என்று தூணில் சாய்ந்து அமர்ந்திருந்த காமுவிடம் சொன்னார். பிறகு 'கூறுகெட்டுத்தான் போச்சு' என்று முணுமுணுத்தபடி கதவைத் தாழிட்டு இடுப்பில் இருந்த சாவியால் தாழ்ப்பாளில் இருந்த பூட்டைப் பூட்டினார். டார்ச் ஒளி வட்டமாகப் படர்ந்து அவரது நடைக்கு ஏற்ப முன்னால் துள்ளிக் கொண்டு நகர்ந்தது. தொலைவில் கோயில் கோபுரம் கரிய நிழலாகத் தெரிந்தது. நடை பழகிய பருவத்திலிருந்து பாதம் பதித்த பாதை. இடுப்பில் அரைஞாண் மட்டும் இருக்க அப்பாவின் பின்னால் ஓடியது நினைவில் இருக்கிறது. கோயிலின் மகா பெரிய வாசலை சுலோகம் உச்சரித்தபடி அப்பா திறக்கும்போது உள்ளேயிருந்து படபடவென்று இறக்கைகள் பின்ன பெரும் ஓசையுடன் வௌவால்கள் பறந்து வெளியேறும், அச்சத்துடன் அப்பாவின் கால்களைக் கட்டிக்கொண்டதும் அப்பா வாஞ்சையுடன் அணைத்ததும் நினைவில் இருக்கிறது. கோயிலுக்குள் நுழைந்ததும் இருபுறமும் தூண்களிலிருந்து யாளிகள் எழுந்து நிற்கும். அப்பாவுக்குக் கை கூப்பி நமஸ்கரிப்பதுபோல் இருக்கும். இந்த சாம்ராஜ்யத்துக்கு அப்பாவே தளபதி என்று அப்போதே

தோன்றிவிட்டது. அவரது ஞானத்தைக் கண்டு பிரமிப்பும் பூரிப்பும் பதின் வயதில் ஏற்பட்டது. அவர் கண்மூடும்வரை அவரிடம் இருந்த மரியாதையும் வாத்சல்யமும் குறையவில்லை.

கோயில் கோபுரத்தின் கரிய பிம்பத்தைப் பார்க்கும்போது என்றுமில்லாமல் இன்று அப்பாவின் நினைவு வந்தது. கோபுரம் அதிக உயரமில்லை. ஆனால் அதன் கம்பீரத்தின் அழகு உள்ளத்தை நிமிர வைக்கும். அப்பாவுக்கு சிறிய உருவம். ஆனால் அந்த முகத்தில் இருந்த தேஜஸ் பார்ப்பவரை கைகூப்ப வைக்கும். கோயிலுக்கு வருபவர் எல்லாருக்குமே அப்பாவின் கருத்துக்கும் சொல்லுக்கும் மறுபேச்சு இருக்காது. 'இப்பக் காலம் மாறிப்போச்சு' என்றார் குருக்கள் அருவமாகிவிட்ட தந்தைக்கு விளக்குவதுபோல. 'மாறவேண்டியது தானே நியாயம்? ஆனா என் உசிரு இருக்கற வரை நீங்க சொல்லிவெச்ச நியம நிஷ்டைகளுக்குக் குறை வைக்கமாட்டேன்' என்று சொல்லிக் கொண்டார். 'எனக்கப்புறம் என்னவேணா நடக்கட்டும், நா ஏன் கவலைப்படணும்?'

நடைபாதையைக் கடந்து கோயிலின் படிக்கட்டுகளில் ஏறும்போது லேசாக மூச்சு வாங்கியது. கோபுரத்தின் பிருமாண்ட கதவுகளுக்கு எதிரில் நின்று நெகிழ்ச்சியுடன் ஈசுவரா என்று சொன்னபடி கையிலிருந்த நீர் செம்பைக் கீழே வைத்து ஒரு கையால் டார்ச் விளக்கொளியை பூட்டின் வாயில் மையப்படுத்தி அதன் துவாரத்தில் சாவியை மாட்டுவதற்குள் கை விரல்கள் சோர்ந்து போயின. திறக்கமுடியுமா என்ற ஆற்றாமையுடன் 'ஈசுவரா, என்ன சோதனை?' என்று முணுமுணுத்தபடி மீண்டும் சாவி துவாரத்தைத் தேடினார்.

"யாரு? யாரது?" என்று அதட்டலான குரலில் காவல் காக்கும் சண்முகம் படியேறி வருவது கண்டதும் சமாதானமாயிற்று.

"நாதாண்டா சண்முகம். பூட்டைத் தொறக்க வரல்லே" என்றார்.

"குருக்கள் ஐயாவா? என்னங்க இத்தனை கருக்கல்லே? நான் தொறக்கறேன் இப்படி வாங்க. டார்ச்சைப் புடிங்க!"

என்று முன்னால் வந்தான் சண்முகம். மடி உடுத்திய அவர் நகர்ந்துகொள்ள இடம்விட்டு நின்றான். அவர் வெளிச்சம் காட்ட அவன் பூட்டை விடுவித்து இரண்டு வாயில்களையும் அகலத் திறந்து வெளிப் பிராகாரத்தின் மின் விளக்கைப் போட்டதும் அது பரப்பிய மிதமான வெளிச்சத்தில் யாளிகள் உயிர்பெற்றன. வௌவால்கள் பதற்றத்துடன் உத்தரத்தில் சுழன்றன.

செம்பு நீரை ஏந்தியபடி சந்நிதியை நோக்கி நடக்கையில் சண்முகம் மீண்டும் கேட்டான்.

“எதுக்கு இந்தக் கருக்கல்லேன்னு கேட்டேனே ஐயா?”

“என்னவோ படுக்கை கொள்ளல்லே போயேன்!” என்றார் குருக்கள் நடந்தபடி. “கஸ்தூரி வீட்டிலேந்து எப்ப என்ன சேதி வருமோ! வந்துடுத்துன்னா சாமிக்கு விளக்கேத்தக்கூட முடியாது. எனக்கு மனசு கேக்கல்லே. விளக்கேத்தி ரெண்டு பழமாவது நைவேத்தியம் பண்ணலாம்னு வந்தேன்.”

சற்று எட்டி கூடவே நடந்த சண்முகம் “ஓ, எனக்கு மறந்தே போச்சு அந்த விஷயம்” என்று முணுமுணுத்தான். சற்று பொறுத்து, “அந்தப் பழக்கமெல்லாம் இப்ப இல்லேன்னு நினைச்சேன் ஐயா.” என்றான் மெல்ல.

“சட்டப்படி இல்லேதான். ஆனா கோயில் விதிமுறைன்னு ஒண்ணு இருக்கே?”

“அவங்க இறந்துட்டாங்கன்னா சாமி தீட்டு காக்கணும்ங்கிறீங்களா?”

“ஆமாம். பெண்டாட்டி செத்தா தீட்டு காக்கற மாதிரி.”

மூலவரின் சந்நிதியை நோக்கி மௌனமாக நடந்து குருக்கள் சந்நிதிக் கதவைத் திறக்க சௌகர்யமாய் சண்முகம் வழியில் இருந்த விளக்குகளைப் போட்டபடி வந்து சேர்ந்து கொண்டான். நேற்று மாலை ஏற்றிய எண்ணை தீபம் இன்னும் மூலவரின் கர்ப்பக்கிரகத்தில் எரிந்து கொண்டிருந்தது. லிங்கத்தின் உருவம் வாடிய அரளி மாலையுடன் காட்சி அளித்தது.

“அந்தச் சடங்கெல்லாம் எதுக்குன்னு கஸ்தூரி அம்மாவுடைய தம்பி சபாபதி கேட்பாரு. அவருடைய மகன் செந்தில் இருக்கானே, மகாக் கோபக்காரன்.” குருக்கள் பதில் சொல்லாமல் பழைய பூக்களை எடுத்துக் கையுடன் கொண்டுவந்திருந்த செம்பு நீரால் குழந்தையை நீராட்டுவது போல லிங்கத்தைக் கழுவினார். லிங்கத்திடம் சொல்வதுபோல மெல்லச் சொன்னார் “கஸ்தூரிக்கும் இந்தக் கோயிலுக்கும் இருக்கற பந்தத்தைப் பத்தி யாருக்கு மறந்தாலும் இந்த ஈசுவரனுக்கு மறக்காது. கஸ்தூரிக்கு செய்யவேண்டிய மரியாதையை இந்தக் கோயில் செய்யும். நா உசிரோட இருக்கறது அதுக்காகத்தான்னு நினைக்கறேன்.”

“எனக்குத் தோணினதை சொன்னேன் ஐயா.”

குருக்கள் பதில் சொல்லாமல் பூஜையை ஆரம்பித்தார். ராகத்துடன் வெளிப்பட்ட தோத்திரத்தின் தொனியில் சண்முகத்துக்குக் கண்களை சுழற்றிக்கொண்டு வந்தது. எண்பது தாண்டிய அந்தக் கிழவருக்கு இருந்த சிரத்தையை நினைத்து ஆச்சரியமாக இருந்தது. குருக்கள் மணியடித்து தீபாராதனை காட்டி படிக்கட்டில் கற்பூரத் தட்டை வைத்தார். சண்முகம் குனிந்து அதைக் கண்களில் ஒற்றிக்கொண்டு வெளியில் இருந்த சம்புடத்திலிருந்து திருநீறு எடுத்துப் பூசிக்கொண்டான்.

“நீ போ சண்முகம்” என்றார் குருக்கள். “தூங்கணும்னா தூங்கு. நா இங்க உக்காந்து கொஞ்ச நேரம் தியானம் பண்ணுவேன்.”

“சரிங்க” என்றபடி சண்முகம் கிளம்பினான். குருக்கள் கர்ப்பகிரகத்துக் கதவை மூடிவிட்டு வெளிப்பிராகாரத்துக்கு வந்து தூண் ஒன்றில் சாய்ந்து சப்பணம் போட்டு அமர்ந்து கண்களை மூடிக் கொண்டார்.

மூடிய இமைகளுள் கஸ்தூரி வந்து நின்றாள்.

தன்னுள் இறங்கியதுபோல குருக்களின் மேனியெங்கும் பரவசம் படர்ந்தது. அதரங்களில் புன்னகை அமர்ந்தது. எத்தனை அழகு, எத்தனை லாவண்யம், எத்தனை செருக்கு... அவளது பாவாடை

பருவத்திலிருந்து பார்த்துப் பழகிய கண்களுக்கு அந்த இளமைக் கோலம் மறக்கவே இல்லை. 15 வயது கஸ்தூரி பால் மணம் மாறாத முகம். வண்டு போல கண்கள். வாழைத்தண்டின் உள் நிறம் பளபளவென்று. 20 வயது ஒய்யார கஸ்தூரி. நாட்டியத்தின் பேரரசி. 25 வயது கம்பீர கஸ்தூரி. தீர்க்கமான பார்வையும் ரோசமான திமிரும். அடிபட்ட பரிதவிப்புடன் கண்ணீருடன் வந்த கஸ்தூரி. இப்பவும் அந்தக் குரல் ஸ்பஷ்டமாக ஒலித்தது. "சுப்புணி, தயவு செய்து, ஒரே ஒரு தடவை, ஐயன் முன்னாலே சந்நிதியிலே என் காணிக்கையை செலுத்தவிடுங்க. கடைசியா ஒரு முறை... தாங்கலை சுப்புணி. நெஞ்சு வெடிச்சுடும்போல இருக்கு... எங்கேயும் எனக்கு இடமில்லாம போச்சு சுப்புணி..." அவளை வாரி அணைக்க வேண்டும் போல் இருக்கிறது. அந்தக் கண்ணீரை துடைக்க வேண்டும் போல் இருக்கிறது...

சுப்பிரமண்ய குருக்களின் நலிந்த உடல் லேசாக நடுங்கிற்று. கண்களில் நீர் நிறைந்தது. மனசு தட்டா மாலையாய் சுற்றிற்று. அவருடைய கைகளைப் பற்றிக் கொண்டு கஸ்தூரியும் சுழல்கிறாள். அது கையா பூச்சரமா? சிரித்தால் கிண்கிணிச் சிரிப்பு தெறிக்கும். சின்ன வெண்கலமணியை அசைத்தாற்போல. சிரிக்கமாட்டாளா? சுகந்தமாய் அவளைச் சுற்றி மணம் சந்தனமோ ரோஜாவோ. அல்லது அவளது மேனியின் வாசனையோ? பாதங்களில் அணிந்த வெள்ளி கொலுசு அதிராமல் சுகமாக ஜலஜலக்கிறது. மருதாணி இட்டு சிவந்த பாதங்கள் சக்கரவட்டமாய் சுழல்கின்றன. அந்தச் சித்திரக் கோலத்தில் சுப்புணியும் சுழன்றான்.

அழாதே கஸ்தூரி, நீ ஆடற இடத்திலே ஈசன் இருப்பான் கஸ்தூரி...

கஸ்தூரி குலுங்க அழுகிறாள். என்னை ஆடக்கூட விட மாட்டேங்கறாங்க சுப்புணி. சாமியே என்னை ஒதுக்கித் தள்ளிடுச்சு.

சுப்புணிக்கு மேனி பதறுகிறது. இந்த சொர்ண விக்ரகம் கலங்கலாமா? எப்படி ஆறுதல் சொல்வது? நீ கவலைப்படாதே நா இருக்கேன் என்று சொல்ல யோக்கிதையும் இல்லே அதுக்கு

அனுமதியும் இல்லை. மனசும் உடம்பும் வேட்கையுடன் பரபரத்து அவளைத் தூக்கி நிறுத்தக்கூட இயலவில்லை... அப்பாவின் கனைப்பு சத்தம் கேட்கிறது தெளிவாக...

குருக்களின் உடல் விதிர்த்தது. கண்களைத் திறந்து நிகழ்காலத்தை நினைவு கூர்ந்து மீண்டும் கண்களை மூடிக்கொண்டார். நீ வணங்கற சாமி ஒரு பார்வையாளன் மட்டுமே என்று அன்று அவளுக்கு விளங்கியிருக்க வேண்டும். அப்படி சொல்ல அன்னிக்கு எனக்குப் பக்குவம் இருக்கல்லே. என் பலவீனத்தை மறைக்க முடியல்லே. அவவிட்ட கண்ணீருலே நிலைகுலைஞ்சு போச்சு. உதவக்கூடிய பவிசு வேற இல்லே. தரித்திரம் பிடிச்ச மனசு அவளைத் தொடமாட்டமா, மடியிலே வெச்சு ஆசுவாசப்படுத்தமாட்டமான்னு இருந்தது. அப்பா வரல்லேன்னா வெக்கம் கெட்டு என்னவேணா நடந்திருக்கும். கஸ்தூரி ஆயுசுக்கும் மன்னிச்சிருக்கமாட்டா.

“வீட்டிலே உன்னை நம்பி ஒருத்தி இருக்கறது நினைவிருக்கட்டும்!”

அப்பா இப்பொழுது எதிரில் நின்று கொண்டிப்பதுபோல இருந்தது. குருக்கள் சரேலென்று எழுந்தார். சந்நிதியை நோக்கி சாஷ்டாங்கமாக நமஸ்கரித்தார்.

என்னை மன்னிச்சுக்குங்கோ. மன்னிச்சுடுங்கோ. இந்த சரீரத்தாலே காமாட்சிக்கு துரோகம் பண்ணல்லே.

எழுந்த போது இதுவரை இல்லாத ஆயாசம் அவரை ஆட்கொண்டது. குருக்கள் மீண்டும் தூணில் சாய்ந்து சப்பணமிட்டு அமர்ந்து கண்களை மூடிக்கொண்டார்.

“ஓம் நமச்சிவாய!”

ஈசுவரா அவளுக்கு முக்தி குடு. அவ பட்டது போறும். யாருக்காக அவ உசிரு இழுத்திண்டிருக்கு?

இன்று அவரை ஏதோ ஆட்டிப்படைத்தது. மனத்தை ஒருநிலைபடுத்த முடியவில்லை. மனசுக்குத் தன்னிச்சையாக

சிறகு முளைத்தது. இரண்டு பெரிய சிறகுகள். பிரபஞ்சத்தை சுற்றி வரும் ஆக்ருதியோடு. இறைவனுக்கு வீசும் சாமரம் போல வீசி வீசி பறந்தன. ஒவ்வொரு வீச்சிலும் நினைவின் அந்தகார குகையில் புதைந்து போன கணங்களையும் நிமிஷங்களையும் தேதித்தாள்களைக் கிழித்தெறிவது போல சிதறடித்தன. அவர் பார்த்ததும் கேட்டதும், பார்க்காததும் கேட்காததும், புரிந்ததும் புரியாததும், மர்மங்களும் ரகசியங்களும் சத்ய ரூபமாய் விஸ்வரூபமெடுத்து படம் விரித்து ஆடின. பாரதப் போரைக் கண்டுணர்ந்த சஞ்சயனைப் போல. அவருக்கு மூச்சு முட்டிற்று. பல ஜென்மங்களின் சரித்திரத்தைத் தனது புஜங்களில் தாங்கி ஆகாசத்துக்கும் பூமிக்குமாகத் தான் வளர்ந்து நிற்பது போல மார்பு விரிந்து தலை நிமிர்ந்தது. குருட்டு திருதராட்டினனும் சஞ்சயனும் தானே என்று பட்டது...

“வாசலிது, வாசலிது, சைவ நெறி ஆகமங்கள் தழைத்தோங்கும் வாசலிது...”

கஸ்தூரி தெய்வ சன்னிதானத்தின் முன் ஆடிக்கொண்டிருக்கிறாள். அப்பாவுக்கு பதிலாக ராப்பூஜை செய்வதற்கு வந்த சின்ன குருக்கள் சுப்புணி பரவசத்துடன் பார்க்கிறான். இவ மனுஷப் பிறவிதானா? தேவலோகக் கன்னியா? இத்தனை அழகும் கலை ஞானமும் மனுஷப் பிறவிக்கு இருக்குமா?

“சின்ன குருக்களே!”

சுப்புணி திடுக்கிட்டு நிமிர்ந்தான் வீணையின் நாதம்போல இழைந்த குரலைக் கேட்டு.

“என்னை சுப்புணின்னே கூப்பிடு. உன் வயசுதான் எனக்கும்!”

அவள் சிரிப்புடன் குறும்பு தெறிக்கச் சொன்னாள்.

“சரி, ஐயா, சுப்புணி, தீபாராதனைக் காட்டவேண்டாமா?”

“ஆடி முடிச்சாச்சா என்ன?” என்றான் சுப்புணி சமாளித்துக் கொண்டு. “ஒரு சரணத்தை விட்டுட்டே போலிருக்கே?”

கஸ்தூரி கைக்கொட்டிச் சிரித்தாள். "நீங்கதான் கோட்டைவிட்டுட்டீங்க, தூக்கக் கலக்கத்திலே. தீபாரதனை எடுங்க, சாமிக்கே தூக்கம் வந்திருக்கும்."

சுப்புணியின் உடலுக்குள் உல்லாசம் புகுந்திருந்தது. "அவர் எங்கே தூங்கப் போகிறார்? உன் ஆட்டத்தைக் கண்டு கிறங்கிப் போயிருக்கார்."

அவள் மீண்டும் சிரித்தாள். கிண்கிணிச் சிரிப்பு. கன்னங்களில் குழி விழுந்து மறைந்தது.

"ஆமாம், நீங்கதான் கண்டீங்க! எனக்குத் தூக்கம் வருது. சீக்கிரம் படுக்கப் போகணும் போல இருக்கு."

தட்டில் கற்பூரத்தைக் கொளுத்தி விக்கிரகத்திற்குக் காண்பித்துவிட்டு அவளுக்குக் கொடுக்கத் திரும்பிய சுப்புணியின் பார்வை வாசலில் பதிந்து முகம் கறுத்துப்போயிற்று. கற்பூரத்தை ஒற்றிக் கொண்டு கஸ்தூரி அவன் பார்வை சென்ற திசையைத் திரும்பிப் பார்த்தாள். அரண்மனை சேவகன் நின்றிருந்தான். சுப்புணி அவள் முகத்தை ஆர்வத்துடன் கவனித்தான். அதில் மிக லேசாக வாட்டம் தெரிந்தது. மெல்லிய திருப்தியுடன் கர்ப்பக்ரகத்துக்குச் சென்று பிரசாதத் தட்டை அவளிடம் கொண்டுவந்து கொடுக்கும் போது அவளது முகம் எப்போதும் போல பிரசன்னமாகப் புன்சிரிப்புடன் தெரிந்தது. அவன் கொடுத்த தட்டைக் கண்ணில் ஒற்றிக்கொண்டு அவள் மௌனமாக அரண்மனை சேவகனைப் பின்தொடர்ந்து செல்வதைப் பார்க்கும்போது சுப்புணிக்கு அடிவயிற்றில் ஒரு ஜ்வாலைப் பற்றியது. அவசரம் அவசரமாக கர்ப்பக்ரகத்தைப் பூட்டி ஓட்டமும் நடையுமாக வாசலுக்குச் சென்றான். குதிரை பூட்டிய சாரட்டு வண்டி ஜலக் ஜலக் என்று ஓசையெழுப்பிக் கிளம்பிவிட்டது. வண்டிக்குத் திரை போட்டிருந்தது. திரைக்குப் பின்னால் அமர்ந்திருந்த கஸ்தூரியின் முகத்தில் புன்னகை இருக்குமா என்ற யோசனையுடன் சுப்புணி கோயில் வாசலைப் பூட்டிவிட்டு வீட்டிற்கு நடந்தான்.

— 3 —

இரவா பகலா என்று தெரியவில்லை. எங்கே இருக்கிறோம் என்று கஸ்தூரி குழம்பினாள். உசிரு இருக்கோ? மேகங்களில் மிதப்பது போல இருந்தது ஒரு சமயம். மறுவிநாடி ஆழ்கடலில் மூழ்கி அதன் பொக்கிஷங்களைத் தேடுவது போல இருந்தது. மிதப்பதும், மூழ்குவதுமாக ஊஞ்சலாடுவதுபோல.

முங்கித் தலை நிமிர்ந்தபோது சந்நிதி வாசல்கள் திறந்திருந்தன. பட்டு வஸ்திரம் தரித்து வெள்ளித் திருநீரின் நடுவில் குங்குமமும் சந்தனமும் பளீரிட சிரசிலிருந்து மார்புக்குக் கீழ் மல்லிகைச் சரங்கள் தொங்க ஈசுவரன் காட்சியளித்தான். சுப்புணி குருக்கள் கம்பீரமாக ஓம் நமச்சிவாய என்று லிங்க புஷ்பங்களையும் அரளியையும் சொரிந்தபடி அர்ச்சனையை ஆரம்பித்ததும் அவள் சொர்க்க வாசலுக்குமுன் நிற்பதை உணர்ந்தாள். அவளால் மட்டுமே அனுபவிக்க முடிந்த ஆனந்த தரிசனம் என்று பட்டது. நாபியிலிருந்து பாட்டு பீறிட்டுக்கொண்டு வந்தது.

“வருகலாமோ ஐய்ய... உன் சந்நிதியில் நின்றாடவும் பாடவும்...” ஒரு கை இடுப்பில் அமர்ந்து மற்றது ‘வருகலாமோ’ என்று அபிநயித்தது.

‘வருகலாமோ, ஐய்ய...’

பாடறது யாரு? நானா, திலகமா?

கஸ்தூரியின் உடம்பில் பதற்றம் ஏற்பட்டது. திலகமா நிக்கறது? என்னது இப்பிடி இளைச்சு கருத்து, என்ன ஆச்சுடீ உனக்கு? கஸ்தூரிக்குக் கண்ணில் நீர் தளும்பிற்று. துக்கம் தொண்டையை

அடைத்தது. எத்தனை நாளாச்சு உன் பாட்டைக் கேட்டு. சாதாரணப் பாட்டா அது? என்ன சாரீரம், என்ன வளம், என்ன அருள்! அருள்டீ அது. நீ அதைப் புரிஞ்சுக்கல்லே. நீ எதுக்குப் பிறவி எடுத்தேன்னு நீ தெரிஞ்சுக்கல்லே. போயிட்டுப் போறது. இப்பவாவது வந்தியே ஒரு வழியா. நா அப்பவே சொன்னேன். நீ கேக்கல்லே. எங்கூடவே இருந்திருந்தா நம்ம ராஜ்யத்துக்கு நாமதான் ராணிகளா இருந்திருப்போம். நீ கேட்கல்லே. இப்ப வந்திருக்கே. காலும் போயி, குரலும் போயி அனாதியா வெறும் கூடாக் கிடக்கற சமயத்திலே. இப்பவாச்சும் வந்தியே பாடு... கஸ்தூரி கண்களை மூடிக்கொண்டு முனகினாள்...

'உன் சந்நிதியில் நின்றாடவும் பாடவும்... வருகலாமோ?'

'என்ன திலகம், குரல்லே பிசிரடிக்குது? சாதகம் குறைஞ்சு போச்சா?'

"மஞ்சுளா!"

இடியோசை போன்ற அந்தக் குரலைக் கேட்டு கஸ்தூரிக்கு நடுக்கம் ஏற்பட்டது. யாரது மஞ்சுளா? கஸ்தூரிக்கு நினைவில்லை. "சொன்னா கேட்கமாட்டே?"

அந்தக் குரல் அடிவயிற்றில் பீதியை எழுப்பியது ஆதார வேர்களை உசுப்பி விட்டது போல. பாட்டு நின்னு போச்சு.

"மஞ்சுளா எத்தனை தடவை சொல்றது உனக்கு இந்தப் பாட்டும் கூத்தும் வேணாம்னு!"

"உனக்கென்ன வந்தது நா பாடினா? எப்பப் பாடினாலும் கூடாதுங்கறே. விடியற்காலையிலே பாடினா குரலுக்கு நல்லதும்பாங்க கஸ்தூரி அத்தை."

"அத்தையோடு போகட்டும்டீ இந்தப் பாட்டும் கூத்தும்!"

"எனக்குப் பாடணும்போல இருக்கு பாடுவேன். உனக்கென்னடா!"

"கொன்னுடுவேன்!"

"ஐயோ அம்மா, செந்தில் என்னை அடிக்கிறான்."

“நிஜம்மாவே கொன்னுடுவேன்.”

கஸ்தூரிக்கு உடம்பு விதிர்த்தது. ஏற்கனவே கொன்னாச்சே? மனசை ஒடிச்சப்புறம் உசிர் எங்கே இருக்கும்? இப்ப கண்ணைக்கூட நினைச்ச மாத்திரத்திலே தொறக்க முடியல்லே. ஓட முடிஞ்சா ஓடலாம். ஓடி எனக்குப் பழக்கம். அன்னிக்குப் பித்துப்பிடிச்சு சந்நிதிக்கு ஓடின மாதிரி.

‘என்னைக் கொன்னுட்டாங்க சுப்புணி. திலகத்தைக் கொன்னுட்டாங்க. அவ மட்டும் சாகல்லே. நானும் செத்துப் போனேன். இனிமே கொல்ல என்ன இருக்கு? எத்தனை தடவை சாவு வரும்?’

அடி வயிற்றைக் குமுறிக்கொண்டு துக்கம் வந்தது. ‘என்ன தப்பு செஞ்சேன்?’

பிறவி எடுத்ததே சன்னிதியில் நின்றாடவும் பாடவும்னு சொல்லித்தான் என்னை வளர்த்தாங்க. வேறவிதமான வாழ்வு ஒண்ணு இருக்குன்னு தெரியவும் தெரியாது, ஆசைப்படவும் இல்லே. அது தப்பா சரியான்னு தெரியாது. மிரண்டு திமிறிகிட்டுப் போனவங்க கதி நல்லா இருந்ததான்னு அவங்களைத்தான் கேட்கணும். திலகம் ஒருத்தி போறும் அதைச் சொல்ல. எதிர்நீச்சல் போடறது அவங்கவங்க சாமர்த்தியத்தைப் பொறுத்தது. தைர்யத்தைப் பொறுத்தது. எனக்கு ரெண்டுமில்லே. அதான் திரும்பத் திரும்ப கொல்லப்பட்டேன், கொல்லப்படறது தெரியாம. நிஜந்தான் சுப்புணி என்னவோ சொல்வாளே? இது திட்டமிட்ட அரசியல்ம்பா. எனக்கு என்ன தெரியும் அரசியலும் புண்ணாக்கும்? வந்தே மாதரம்னு கத்தறதுதான் அரசியல்னு நினைச்சேன்.

ஆயிரமாயிரம் குரல்கள் கேட்டன. ‘வந்தே மாதரம்! வந்தே மாதரம்!’ அவள் கையில் மூவர்ணக்கொடி; கொடியைப் பிடித்தபடி அவளருகில் நிற்பவர்களுடன் அவளும் கத்துகிறாள். ‘வந்தே மாதரம்!’ ரத்த நாளங்களெல்லாம் உத்வேகத்துடன் புடைக்கின்றன. புனித நீராட்டலில் நிற்பது போல இருக்கிறது. எங்கும் சுதந்திரம்

என்பதே பேச்சு... அவள் சுழன்று சுழன்று ஆடும்போது **'இனி போயின போயின துன்பங்கள்'** என்று அவன் பாடுகிறான்... லக்ஷ்மியும் அதைத்தான் சொன்னாள்.

முன்னும் பின்னும் முன்னும் பின்னும் ஊஞ்சல் ஆடிற்று. எத்தனை முகங்கள் குரல்கள்! எல்லாவற்றையும் புரம் தள்ளிக் கொண்டு ஆடிற்று. அதன் ஆட்டத்தில் பொம்மைகளாக பொம்மைக் குரல்களாகப்பட்டன. நினைவுப் பின்னல் அதன் கைப்பிடியில் சுழன்று சுற்றிக்கொண்டது. மேலும் கீழுமாக ஏறி இறங்கிற்று. மெத்தென்று மயிலிறகாய் அவளை வருடிக் கொடுத்தது. ஆறு வயதுச் சிறுமியாக அவள். அவள் பிறந்த தெரு. ஓடி ஆடிப் பாடிய தெரு. இருள் பிரியும் நேரத்துக்கு முன்பே வாசல் தெளிக்கும் ஓசைகள். சாணம் கலந்த நீர் சதக் சதக் என்ற ஓசையுடன் மண் தரையில் விழுகிறது. சரக் சரக் என்று பெருக்கும் சத்தம். ஈரத்தரையில் குளிர்ந்த பூமியில் பொட்டு பொட்டாக விழும் கோலமாவு, மங்கிய வெளிச்சத்திலும் பளிச்சென்று பொட்டுக்களை நிமிஷமாய் கோடாய் இணைக்கும் கரங்களின் வளையல் ஓசை மெல்லிய சலங்கை ஒலிபோல. மெல்ல விடியும் நேரத்தில், வாசலில் மலர்கள் பூத்திருக்கின்றன. கிளிகள் அமர்ந்திருக்கின்றன கோயில் மணி ஓசைக்குக் காத்திருப்பது போல. மணி அடிக்கிறது. சுந்தரமூர்த்தி மாமாவின் நாதஸ்வர இசை ஒலிக்கிறது. சரகுண பாலிம்பவில் சொக்கி கோலம் போடும் கைகள் ஈரத்தரையில் தாளம் போடுகின்றன... காற்றில் ரசனை நிரம்பியிருக்கிறது. அதன் அசைவில் தம்பூராவின் சுருதி இருக்கிறது.

"எத்தனை நேரம் கோலம் போடுவேடி செங்கமலம்? கஸ்தூரியை எழுப்பித் தயார் பண்ண வேணாம்?" என்ற கனகு பாட்டியின் குரல் கேட்டு கோலத்தை ஒரு முறை நின்று அழகு பார்த்து உள்ளே சென்றாள் செங்கமலம்.

"கஸ்தூரி, எந்திரி நேரமாச்சி. பிறகு வாத்தியார் ஐயா முட்டியிலே அடிச்சாருன்னு வந்து அழப்படாது."

திறந்த முற்றத்தை ஒட்டிய ரேழியில் சுருண்டு ஆழ்ந்த நித்திரையில் இருந்த கஸ்தூரி உலுக்கப்பட்டதில் விருட்டென்று எழுந்து அமர்ந்தாள். கண்ணைக் கசக்கியபடி எழுந்து முற்றத்துக்கு நடந்த மகளை செங்கமலம் ஒரு விநாடி பூரிப்புடன் பார்த்தாள்.

சொர்ண விக்கிரகம். இவளுக்காவது நல்ல கதி கிடைக்கணும், 'நல்லா வருவ!' என்று முத்து உதிர்த்தாப்போல நட்டுவனார் சிலாகிப்பதே தெய்வம் சொன்னதுபோல. யார் கண்ணும் படாம இருக்கணும் பிருகதீசுவரா! இதுக்கு அதிர்ஷ்டம் வேணும். உலகத்தைக் காலடியில் கிடத்த அழகு மட்டும் போறாது. சாமர்த்தியம் இருக்கணும். இதுக்கு வெளுத்ததெல்லாம் பால்.

வாய் கொப்புளித்து முகம் கழுவி வந்த கஸ்தூரிக்குக் குடிக்க சாத்தூத்தம் கொடுத்து அவள் குடித்து முடிப்பதற்குள் சுருண்டு அடர்ந்த கூந்தலை வாரி ஜடை பின்னி, வேறு பாவாடை அணிவித்தாள். 'போதும்மா, கிளம்பறேன்' என்று கஸ்தூரி சிட்டாய் பறந்தபோது "ஆலவாயப்பா, இந்தப் பொண்ணால் இந்த வீட்டுக்கு விடியல் வரட்டும்!" என்றாள் செங்கமலம் வாய்விட்டு.

"இன்னும் அது வயசுக்கே வரல்லே. இப்பவே கோட்டை கட்டறே நீ" என்றாள் கனகு பாட்டி.

"என்ன மாதிரி துக்கிரியா அவ இருந்துடக் கூடாதேன்னுதான் கவலையாயிருக்கு."

"அடப்போடி நீ ஒரு வேலையத்தவ. கஸ்தூரி எல்லாம் அதிர்ஷ்டசாலியா இருப்பா. நீ தெனமும் புலம்பினா சாமிக்கே அலுத்துப் போகும். எரிச்சல்பட்டு எதிர்த்த தெரு துளசியோட பொண்ணு லக்ஷ்மியைத் தேடிப் போயிரும்! இன்னிக்கு பாட்டு சாதகம் இருக்கா இல்லையா?"

செங்கமலம் சிரித்தபடி, 'சரி வா. அந்த ஜாவளியை இன்னிக்குப் பாடிப் பாக்கணும்' என்று தம்பூராவை எடுத்து அமர்ந்தாள்.

கஸ்தூரி வாசல் கோலத்தை மிதிக்காமல் தெருவில் இறங்கி, பாட்டி சொல்லியிருந்தது போல கோயில் கோபுரத்தைப் பார்த்து

கன்னத்தில் போட்டுக் கொண்டாள். நட்டுவனார் வீட்டை நோக்கி ஓடும்போது அவள் தெருவில் இருந்த தனம், மீனாட்சி, லக்ஷ்மி அனைவரும் அவளுடன் சேர்ந்து ஓடினார்கள். நட்டுவனார் முத்துலிங்கம் குளித்திருந்தவர் போல் பளிச்சென்று நெற்றியிலும் மார்பிலும் திருநீறு பூசி வெற்று மார்பில் தங்கச் சங்கிலி பளபளக்க கட்டையுடன் தரையில் பாய் விரித்து அமர்ந்திருந்தார்.

கண்மூடி பிரார்த்தித்துவிட்டு 'உம்' என்று அவர் சொல்ல எல்லாரும் அரை மண்டியிட்டு நிலத்தைத் தொட்டு வணங்கினார்கள். அதற்குப்பின் அவர் அரை விநாடி விரயமாக்க மாட்டார் என்று சிறுமிகளுக்குத் தெரியும். அவசரமாக வரிசைப்படுத்தி அவர்கள் நின்றதும் 'தைய்யா தைய்யா' என்று அவரது குரலுடன் ஒன்றி கட்டை ஒலித்தது. உசுப்பிவிட்டதுபோல கஸ்தூரியின் தூக்கம் முழுமையாக விலகி தாளத்தில் லயித்தது. அடவுகளின் பயிற்சி மிக முக்கியமானது. கவனம் தப்பும் மாணவியின் கணுக்காலில் வாத்தியாரின் கட்டை குறிதப்பாமல் வீசப்படும். அப்போது ஏற்படும் வலியை வர்ணிக்க வார்த்தைகள் கிடையாது. கண்ணீரால் மட்டுமே அதை வெளிப்படுத்தமுடியும்.

"லக்ஷ்மி!" வாத்தியார் ஐயாவின் குரல் கிடுகிடுத்தது. அடுத்த விநாடி சுளீர் என்று கட்டை லக்ஷ்மியின் கணுக்காலைப் பதம் பார்த்தது. வலியில் அவள் துடித்தது தெரிந்தது. "உடனொடுத்த கஸ்தூரியைப் பார்த்தாவது ஆடித் தொலை. அங்கே உட்காந்து அவ ஆடறதைக் கவனி!"

கஸ்தூரிக்கு தன்னை அவர் அடித்தது போல் இருந்தது. சொல்லத்தெரியாத கூச்சமும் துக்கமும் ஏற்பட்டன. வாத்தியார் ஜதியை ஆரம்பித்ததும் ஆடத் துவங்கினாள். வேறு சில பெண்கள் தப்பு செய்யும்போதெல்லாம் கட்டை சுளீர் சுளீரென்று பாய்ந்த வண்ணம் இருந்தது. "எதுக்குப் பாட்டி வாத்தியாருக்கு அத்தனைக் கோபம் வருது?" என்று ஒருமுறை அவள் கனகு பாட்டியை கேட்டிருக்கிறாள். 'யாரு கண்டா?' என்றாள் பாட்டி லேசான எரிச்சலுடன். 'மனுஷனுக்கு ஏமாத்தம்னு இருந்தா இப்படித்தான் எல்லார் மேலயும் எரிஞ்சு விழத்தோணும்.'

'என்ன ஏமாத்தம்?'

கனகு பாட்டிக்குப் பொறுமை போயிற்று. 'அடீ, மனுசனா பிறந்தவனுக்கு ஏதாவது ஏமாத்தம் இருக்கும். அதை வெளியிலே சொல்ல முடியல்லேன்னா இப்படித்தான் யார் மேலப் பாயலாம்னு வரும்.'

'என்னம்மா அந்தச் சின்ன புள்ளைகிட்ட சொல்லிகிட்டிருக்கே?' என்று செங்கமலம் அதட்டியதோடு வாத்தியாரின் கோபத்துக்குக் காரணம் விளங்காமல் போயிற்று.

முற்றத்தை ஒட்டிய தாழ்வாரத்தில் அமர்ந்து காய் நறுக்கிக் கொண்டிருந்த வாத்தியாரின் மனைவி கற்பகம் மாமியை கஸ்தூரி பார்த்தாள். அவள்மேல் வாத்தியார் என்னிக்காவது கட்டையை வீசியிருப்பாரா என்று யோசனை வந்தது. லக்ஷ்மியைப் போல் வாய்மூடி கண்ணீர் பெருக அமர்வாளா? ஆனால் வாத்தியார் மாணவிகள் மீது கட்டையை வீசும்போது அதை ரசிப்பது போலத்தான் கற்பகம் அமர்ந்திருப்பாள். சில சமயம் புன்னகை கூட இருக்கும். நல்லா வாங்கிக்கங்கடீ.

வாத்தியார் திடீரென்று அலுத்துப்போனவர் போல கட்டையைப் படுக்கவைத்தார். 'போதும் கிளம்புங்க எல்லாரும்' என்றார்.

எல்லாரும் இந்த நம்பமுடியாத விடுதலையை உள்வாங்கிக் கொண்டு சட்டென்று குனிந்து நிலத்தைத் தொட்டு வணங்கினார்கள்.

"இந்தாங்கடி, நாளைக்கும் தப்பு பண்ணீங்க, உண்டு இல்லேன்னு பண்ணிடுவேன் ஜாக்கிரதை. ஆட்டு மந்தை மாதிரி வர்றீங்க. இதிலே தேறப்போறது கஸ்தூரி மட்டும்தான்."

அவரது பாராட்டு கஸ்தூரிக்குக் கூச்சத்தை ஏற்படுத்திற்று. மற்ற பெண்களுக்கு இது நிச்சயம் பிடிக்காது. பின்னால் தங்கள் கோபத்தைக் காண்பிப்பார்கள். வாத்தியார் ஐயாவின் மேல் எரிச்சல் வந்தது. இதைச் சொல்லாட்டி என்ன?

வாத்தியார் லக்ஷ்மிக்கருகில் சென்று அவள் கன்னத்தை இழுத்து கிள்ளினார். கண்களில் கோபத்துடன் "உனக்கு ஆட

இஷ்டமில்லேன்னா வேற என்னதான் செய்யறதா எண்ணம்?" லக்ஷ்மி முகம் கோண இன்னொரு கன்னத்தைப் பாதுகாப்பாகப் பொத்தி நின்றதைக் காண சகிக்காமல் கஸ்தூரி தலையைக் குனிந்து கொண்டாள். வாத்தியார் லக்ஷ்மியை விடுவதாக இல்லை. "குரலும் இல்லே பாட. ஏண்டி என்னதான் நினைச்சிட்டிருக்கே? பெரிய மிராசு பொண்ணுக்கு கல்யாண ஏற்பாடு அமர்க்களமா நடக்கறதாம். உனக்கும் பண்ணி வைக்கப் போறார்னு நினைச்சிண்டிருக்கியோ?"

சில பெண்கள் வாயைப் பொத்திக்கொண்டு சிரிப்பதைக் கண்டு கஸ்தூரி திடுக்கிட்டு லக்ஷ்மியைப் பார்த்தாள். லக்ஷ்மி தலையைக் குனிந்துகொண்டிருந்தாள். உதடு துடித்தது. முகம் சிவந்திருந்தது.

வாத்தியார் மாமி சற்று அதட்டலான குரலில் சொல்வது கேட்டது "இதுங்ககிட்ட எதுக்கு இந்தப் பேச்செல்லாம் பேசறீங்க?"

வாத்தியார் ஐயா குரூரத்துடன் சொன்னார். "சொன்னாத்தான் புத்தியிலே உறைக்கும். யாருக்கும் தெரியாத ரகசியத்தையா சொல்றேன்?" வாத்தியார் ஐயாவின் பேச்சு முழுசாக விளங்காவிட்டாலும் அது ஏதோ கேவலப்படுத்தும் பேச்சு என்று புரிந்தது. லக்ஷ்மியின் முகத்தில் கோபமும் அவமானமும் பளபளத்தது.

'சரி கிளம்புங்க' என்று வாத்தியார் சொன்னதும் அவரிடம் சொல்லிக்கொள்ளாமலே கஸ்தூரியும் லக்ஷ்மியும் வெளியே ஓட்டமெடுத்தார்கள். லக்ஷ்மி தலைதெறிக்க ஓட, "இருடீ லக்ஷ்மி நானும் வரேன்" என்றபடி கஸ்தூரி பின்தொடர்ந்தாள். கோயில் குளக்கரைக்கு வந்ததும் லக்ஷ்மி நின்றாள். ஜனமே இல்லாத ஒதுக்குப்புரத்தில் படியில் சென்று அமர்ந்து முழங்காலில் முகத்தைப் புதைத்துக் கொண்டாள். அவள் அழுவது முதுகு குலுங்குவதிலிருந்து தெரிந்தது. கஸ்தூரி அவளருகில் அமர்ந்து அவள் தோளைப் பற்றினாள். அவளுக்கும் அழுகை வந்தது. "அழாதேடி லக்ஷ்மி. வாத்தியார் ஐயாவுக்கு ஏன் அப்படி கோபம் வருதுன்னு புரியல்லே. அவர் அப்படி அடிக்கும்போது எனக்கே தாங்கல்லே. ரொம்ப வலிக்குதா?"

லக்ஷ்மி தலை நிமிராமலே ‘இல்லே’ என்றாள்.

கஸ்தூரி அவளை அணைத்து “ரொம்ப சுலபம்டீ அந்த அடவு, எங்க வீட்டுக்கு வா நா காண்பிக்கிறேன்!” என்றாள்.

லக்ஷ்மி வேகமாக தலையாட்டினாள். “நா இனிமே வகுப்புக்கே வரப்போறதில்லே!”

“வராமெ?”

“எனக்கு நாட்டியம் ஆடவே பிடிக்கல்லே. பள்ளிக்கூடத்துக்குப் போய் படிக்கப் போறேன்!”

கண்கள் விரிய “நிஜம்மாவா?” என்றாள் கஸ்தூரி.

“ஆமாம், வக்கீலுக்குப் படிப்பேன்!” கஸ்தூரிக்கு வியப்பு இன்னும் அடங்கவில்லை.

“உங்கம்மா ஒத்துக்குவாங்களா?”

“ஒத்துக்க வைக்கணும். டவுன்லே பள்ளிக்கூடம் இருக்கு.”

“வக்கீல்னா கோர்ட்டுக் கச்சேரிலே போயி வாதம் பண்ணுவியா?”

“ஆமாம் பண்ணுவேன்” என்றாள் லக்ஷ்மி அழுத்தமாக. “வக்கீலானோண்ணே என்ன செய்வேன் தெரியுமோ? வாத்தியார் ஐயா மேல கேஸ் போடுவேன், எப்படி பத்து வயசுப் பொண்ணுங்க காலை ஒடிச்சார்னு!”

கஸ்தூரி திடுக்கிட்டு லக்ஷ்மியைப் பார்த்தாள். லக்ஷ்மியின் முகம் நிமிர்ந்திருந்தது. அதரங்களில் புன்னகை மலர்ந்திருந்தது. கஸ்தூரிக்கும் சிரிப்பு வந்தது.

“நல்லா போடு போட்டு ஜெயில்லே அடைச்சுடு” என்றாள்.

“போலீசு அதே மாதிரி அவருடைய கால்லே அடிக்கணும்.”

கற்பனை செய்வதே ஆனந்தமாக இருந்தது. இருவரும் விழுந்து விழுந்து சிரித்தார்கள்.

— 4 —

லக்ஷ்மிக்கு நன்றாக நினைவிருந்தது அந்தக் கல்யாணம். அதைவிடத் துல்லியமாக நினைவிருந்தது அன்று இரவு அப்பாவின் வருகைக்காகக் காத்திருந்தது. கூடத்தில் அமர்ந்து ஒத்தையாக பல்லாங்குழி விளையாடியபடி இருந்த அவளை துளசி சங்கடத்துடன் பார்த்தாள்.

"ஏன் கண்ணு இன்னும் படுக்கப் போகல்லே?"

பளிச்சென்ற முக அலங்காரத்துடன் பட்டுப்புடவை அணிந்து தலை நிறைய மல்லிகைப்பூ மணக்க ஊஞ்சலில் அமர்ந்திருந்த தாயின் முகத்தைப் பார்க்காமல் லக்ஷ்மி புளியங்காய்களைக் குழியில் கவனமாகப் போட்டபடி சொன்னாள்.

"எனக்கு அப்பாவைப் பார்க்கணும்."

"ஏன்?"

அம்மாவின் குரலில் இருந்த வியப்பை கவனியாதவளாய் அவள் அதிக அழுத்தத்துடன் சொன்னாள்.

"ஏன்னா, எனக்கு அவரோடப் பேசணும்."

"என்ன பேசப்போறே?" அம்மா சிரிக்கிறாளா கலவரமடைகிறாளா என்று தெரியவில்லை. அதை அறிந்துகொள்ளும் ஆர்வம் அவளுக்கு இல்லை.

திடீரென்று உத்வேகத்துடன் ஆத்திரம் பொங்கிற்று. "ஒரு மகளுக்கு அப்பனோடு பேச எத்தனையோ விஷயம் இருக்கும்.

சொல்லணுமா என்ன?" சொல்லும்போதே காரணம் புரியாமல் துக்கம் தொண்டையை அடைத்தது.

"ஆமாம் சொல்லணும். எனக்குத் தெரியணும்" என்றாள் துளசி கண்டிப்புடன்.

"உனக்குத் தெரிஞ்சு ஒண்ணும் ஆகப்போறதில்லே. அப்பாகிட்ட சொல்லித்தான் அதை நடத்திக்கணும்."

துளசி திடுக்கிட்டவள் போல் பார்த்தாள்.

"என்ன நடத்தி வைக்கணும்? அவங்க மக பாப்பாவுக்குக் கல்யாணம் செஞ்சுவெச்ச மாதிரியா?"

"சீச்சீ. எனக்குக் கல்யாணமும் வேண்டாம் கூத்தும் வேண்டாம்!"

சொல்லும்போது அம்மாவின் பயங்களை நினைத்து இனம்புரியாத அவமானத்தில் கண்ணில் நீர் நிறைந்தது.

துளசி அவளருகில் வந்து அமர்ந்தாள். "என்ன கண்ணு வேணும் உனக்கு? பாட்டும் நாட்டியமும் வேண்டாம்னு நிறுத்திட்டே. வாத்தியார் ஐயா பாக்கும்போதெல்லாம் சொல்லிக் காண்பிக்கிறாரு."

சுளீரென்று கோபம் வந்தது. "வாத்தியார் ஐயாவைப் பத்திப் பேசாதே..."

"சரி, பேசல்லே. பின்னெ என்னதாண்டி பண்ணப் போறே?"

"என்னவோ பண்ணுவேன் போயேன். அதுக்குத்தான் அப்பாவோடப் பேசணும் தனியா. நீ இருக்கக் கூடாது."

துளசி சிரித்தாள். "அப்படி என்னடி ரகசியம்?"

"ரகசியம்தான். உங்கிட்ட சொல்லமுடியாது."

எத்தனையோ கேள்விகள் உள்ளுக்குள் பொங்கிப் பொங்கி எழுந்தன. நா உன் பெண்ணாப் பிறந்ததாலெ பாடித்தான் ஆகணுமா? நாட்டியம் ஆடத்தான் வேணுமா? ராத்திரி சிங்காரிச்சுக்கிட்டு மிராசுதார் எப்ப வருவார்னு காத்திருக்கணுமா?

அம்மாவிடம் அதற்கெல்லாம் பதில் இருக்காது அவளது அதிகாரத்தில் எதுவும் இல்லை. சாப்பாட்டிலிருந்து உடுத்தும் உடைவரை யாரோ போடும் பிச்சை. இன்னொரு பிச்சையும் கேட்டால் தப்பில்லை.

துளசி அவளை யோசனையுடன் பார்த்தாள். "அவங்க வர்றதுக்கு நேரமாயிரும் பெண்ணே!"

"பரவாயில்லை, காத்திருக்கேன். உங்க மக உங்களோடு பேசணுங்கறான்னு சொல்லு. பேசிட்டு நா படுக்கப் போயிடுவேன்."

"அப்ப உங்களுக்கு என்ன வயசும்மா?"

லக்ஷ்மி சுயநினைவுக்கு வந்தாள். அது போன ஜென்மம் போல இருந்தது. வயசு கணக்கில்லை என்று பட்டது. எதிரில் அமர்ந்திருந்த தாரிணியைப் பார்க்கும்போது அது வேறு கிரகமாக இருந்திருக்க வேண்டும் என்று தோன்றிற்று. அங்கிருந்து மிக நீண்ட பயணத்தைத் தான் மேற்கொண்டதே பெரிய சாகசம் என்று தாரிணிக்கும் நிச்சயம் புரியப்போவதில்லை. அவளுக்கு அது வெறும் வரலாறு. வாழ்வாதாரங்களுக்கான உரிமைப் போராட்டம் என்பதும் அதில் ஒத்தையாக நின்று செய்தது எப்படி என்பதையும் எப்படி விவரிப்பது? நினைத்துப் பார்த்தால் நம்பத்தான் முடியவில்லை. பன்னிரெண்டு வயசு முடியவில்லை. எப்படி வந்தது அத்தனைத் தீர்மானமான எண்ணம்? எந்த அமானுஷ்ய சக்தியும் தன்னை உந்தித் தள்ளவில்லை, கஸ்தூரி நினைப்பதுபோல ஏக்கங்களும் நிராகரிப்பும் அவமானங்களும் போதும் பிடிவாதத்தை வளர்க்க. சக்தியைக் கொடுக்க. அம்மா அப்போது அதை நிச்சயம் புரிந்துகொள்ளவில்லை. அவளுக்குத் தெரிந்த சாகஸம் ஒன்றே தன்னைத் தற்காத்துக்கொள்ளும் ஆயுதம் என்று நினைத்தவள், அதைக் கேவலம் என்று நினைக்காதவள். அம்மாவின் செய்கைகளுக்கு இப்போது சமூகவியல் காரணங்களை ஆராயமுடிகிறது. பதினோரு வயதில் அடங்காத ஆத்திரம் வந்தது. அம்மாவை வெறுக்கும் அளவுக்குக் கோபம் வந்தது. கோபம் எல்லார் மீதும் வந்தது. பஸ்பமாக்கும்

கோபம். பெரிய மிராசு மீது. அவரது மகள் பாப்பாவின் மீது. அவளுடைய குண்டு கன்னத்தின் மீது. அவளுடைய அம்மாவின் மீது. அவளுடைய அட்டகாச திமிர் நடையின் மீது. வாத்தியார் ஐயா மீது. அசட்டு கஸ்தூரியின் மீது.

அந்த நாட்களில் வயிற்றில் ஒரு ஜ்வாலை இருந்தது. பிரபஞ்சத்தைப் பொசுக்கும் ஜ்வாலை. அனல்கங்குகளாக நெஞ்சத்துள் கனன்றது. அந்தச் சிறுமியின் வாழ்வு மட்டும் திசைமாறியிருக்காவிட்டால் ஒரு தற்கொலை படைப் போராளி போலத் தன்னையும் அழித்துக் கொண்டு மற்றவர்களையும் அழித்திருப்பாள் என்று இப்போது நினைக்கத் தோன்றிற்று. அன்று அந்தக் கல்யாணப் பந்தலை எரித்துவிட்டால் என்ன என்று ஆத்திரம் பொங்கியதை இப்பவும் அவளால் துல்லியமாக உணர முடிந்தது. பிருமாண்ட பந்தல். சரம் சரமாகத் தொங்கிய மல்லிகைத் தோரணங்கள். ஜெவந்திச் செண்டுகளுக்கு இடையே மினுமினுத்த ஜிகினாக்கள். குரங்காக மாறி எல்லாவற்றையும் பிய்த்துப் போட்டால் என்ன என்று அவள் துடித்த துடிப்பு மிக இயல்பான உணர்வு என்று இப்போது நினைத்து சுயபச்சாதாபம் ஏற்பட்டது.

பெரிய மிராசு வீட்டுக் கல்யாணம் என்று தெருவே திமிலோகப்பட்டது. அம்மா இரண்டு நாளாகவே பரபரத்துக் கொண்டிருந்தாள். இரண்டு மூன்று பட்டுப் புடவைகளைக் கட்டிலின் மீது பரத்தி சின்னப் பெண்ணைப் போல 'எதைக் கட்டிக்கட்டும் சொல்லு' என்றாள். 'எதை வேணா கட்டிக்க. நல்லாத்தான் இருக்கும்' என்று அவள் தன்னுள் ஏற்பட்ட அலுப்பைக் காண்பிக்காமல் சொன்னாள். அம்மாவின் பரபரப்பிற்கும் ஆர்வத்திற்கும் அர்த்தமே இல்லை என்று பட்டது.

கல்யாணத்தன்று விடியும் முன்பே அவளை எழுப்பி "எழுந்திரு. குளிச்சுத் தயாராக வேணாம்? நாதான் பாப்பாவுக்கு அலங்காரம் செய்யணும்னு அவங்க சொல்லியிருக்காங்க, எழுந்திரு" என்று அம்மா நச்சரித்து அவளைத் தயாராக வைத்தாள். அம்மா அன்று விசேஷமாகத் தன்னை அலங்கரித்துக் கொண்டிருந்தாள்.

"நீதான் கல்யாணப் பொண்ணு கணக்கா தெரியறே!"

"ஆமாம், கல்யாணப் பொண்ணுதான்." என்று அம்மா நொடித்தாள். ஆனால் அதை அவள் பாராட்டாக எடுத்துக்கொண்டது முகத்தில் படர்ந்த புன்னகையில் தெரிந்தது. பட்டுப் பாவாடை சரசரக்க அம்மாவின் வற்புறுத்தலால் ஜிமிக்கியும் ஒட்டியாணமும் அணிந்து அவள் பின்னால் நடக்கையில் காரணம் புரியாத கூச்சம் ஏற்பட்டது. தெரு இன்னும் விழித்துக் கொள்ளவில்லை. கோடி வீட்டு கமலம் மாமி வாசல் தெளிக்க வந்தவள் அவர்களைப் பார்த்து,

"என்னடி, துளசியா?" என்றாள். "கல்யாண வீட்டுக்காக இத்தனை சீக்கிரம் கிளம்பறே? ஒம்பது மணிக்குத்தானே முஹூர்த்தம்?"

"ஆமாங்க்கா. பாப்பாவுக்கு அலங்காரம் பண்ணனும்னு கூப்பிட்டிருக்காங்க. இப்ப ஆரம்பிச்சாதானே ஊஞ்சலுக்குத் தயாராக முடியும்?"

"ஆமாமாம். நீ கிளம்பு. பெரிய மிராசு கூப்பிட்டா போக வேண்டியதுதானே. உனக்கில்லாத பாத்யதையா?"

சற்று நடந்ததும் அம்மா தனக்குள் சொல்வதுபோலச் சொன்னாள், 'ஒவ்வொருத்தியும் பொறாமையிலே வெடிச்சுப் போறா!'

"பாத்தியதைன்னா என்னம்மா?"

"அது என்னவோ, அவளைத்தான் கேக்கணும்" என்று அம்மா நடையைத் துரிதப்படுத்தினாள்.

பெரிய மிராசுவின் வீடு, பெரிய வீடு. நாலு கட்டு வீடு. மற்ற வீடுகள் போல் இல்லாமல் முன்னும் பின்னும் இன்னும் நாலு வீடு கட்டலாம் போல் இடம். கொல்லைப்புறம் மா, பலா, வாழை என்று மரங்களடர்ந்து தண்ணென்று இருக்கும். அதுதான் அவளுக்குப் பரிச்சயமான இடம். லேசான இருள் படர்ந்த இடங்களில் பாதுகாப்பாக மறைந்து நிற்க முடியும். முன்புற வாசல் இன்னும் விடியாத போதிலும் பெட்ரோமாக்ஸ்

ஒளியில் பளீரென்று வெளிச்சத்துடன் இருந்தது. காம்பவுண்டுச் சுவரும் இரும்புக்கிராதி கேட்டும் இருப்பதே வித்தியாசத்தைக் காட்டிற்று. கேட்டின் இருபுறமும் பெரிய வாழை மரங்கள் கட்டப்பட்டிருந்தன. வாசல் திறந்திருந்தது. திறந்த வெளியை அடைத்துப் பந்தல் போட்டிருந்தது. தென்னங்கீத்துப் பந்தல். உள்ளே கூரை முழுவதும் வெள்ளைத் துணியால் மூடப்பட்டு சரிகைக் குஞ்சம் வைத்து அலங்கரிக்கப்பட்டிருந்தது. அங்கங்கே விளக்குகள் தொங்கின. லக்ஷ்மி இப்படிப்பட்ட அலங்காரத்தைப் பார்த்ததில்லை. வாசலைத் தாண்டி உள்ளே நுழையவே அச்சமேற்பட்டது. கால்கள் பின்னிக்கொண்டன. அம்மாவும் தயங்கி நின்றாள். திடீரென்று அடிவயிற்றைக் கலக்கிய பீதியில் "வாம்மா போயிறலாம்" என்றாள்.

"இருடி சித்த, உள்ளேயிருந்து வருவாங்க யாராச்சும்" என்றாள் துளசி மெல்ல.

சொல்லி அனுப்பியது போல ஒரு ஆள் உள்ளேயிருந்து ஓடி வந்து, "துளசிதானே, வா வா" என்று அழைத்தான். அம்மாவைப் பெயர் சொல்லி அழைக்கும் அளவுக்கு வயசானவன் இல்லை என்று லக்ஷ்மி நினைத்துக் கொண்டாள். முன் வாசல் வழியாக அழைத்துச் செல்லாமல் பக்கவாட்டில் இருந்த ஒரு வாசல் வழியாக இரண்டாம் கட்டிற்குச் சென்றார்கள்.

"மாமி, துளசி வந்தாச்சு!" என்றான் அந்த ஆள் சத்தமாக. உள்ளேயிருந்து ஒரு அம்மாள் வெளியே வந்தாள். சற்று பருத்த மேனி. காதிலும் மூக்கிலும் கழுத்திலும் வைரமும் தங்கமும் டாலடித்தது. அகன்ற ஜரிகைக் கரை போட்ட பட்டுப் புடவையை ஜாதிக்கட்டாகக் கட்டியிருந்தாள். இடுப்பில் சாவிக்கொத்து தொங்கிற்று. அவள்தான் மிராசுதார் மாமி என்று தோன்றிற்று. சிரிக்கவே மாட்டாள் என்று பட்டது. துளசியை ஒரு அசூயையுடன் பார்த்தாள்.

"வா வா, பாப்பா காத்திண்டிருக்கா பாவம் அரை நாழியா!" என்றாள் சலிப்புடன். லக்ஷ்மி இருப்பதை கவனித்து, 'இத்தனைக்

கருக்கல்லே பெண்ணையும் அழைச்சுண்டு வந்தியா? அதான் நேரமாயிருக்கு!' என்றாள். லக்ஷ்மி துளசியின் கையை அழுத்தினாள் தனது மறுப்பைக் காண்பிப்பது போல. அவளைப் பெற்றவளுக்கு சுரணையே கிடையாது என்பதால் சிரித்துக் கொண்டே, “இதோ செஞ்சிரலாம், கவலைப்படாதீங்கோ” என்று பாப்பா அமர்ந்திருந்த இடத்துக்கு நகர்ந்தாள். பாப்பா ஜமுக்காளத்தில் அமர்ந்திருந்தது உப்பிய கன்னங்களும் உருண்டை விழிகளுமாக. அவளுக்கும் சிரிக்க வராது என்று தோன்றிற்று. லக்ஷ்மியைவிட மூன்று வயசு பெரியவள் என்று துளசி சொல்லியிருந்தாள். அவள் பக்கத்தில் அலங்காரப் பொருள்கள் ஒரு தாம்பாளத்தில் வைக்கப்பட்டிருந்தன. லக்ஷ்மி ஒரு ஓரமாக உட்கார்ந்துகொண்டாள். துளசி அலங்கரித்து முடிப்பதற்குள் பாப்பாவுக்கு இரண்டு மூன்று முறை பாலோ, பழமோ, பணியாரமோ உபசரித்தவண்ணம் இருந்தார்கள். துளசிக்கோ லக்ஷ்மிக்கோ ஏதும் வேண்டுமா என்றுகூடக் கேட்கவில்லை. லக்ஷ்மிக்குப் பசித்தது. தூக்கம் வேறு வந்தது. அமர்ந்திருந்த இடத்திலேயே ஜமுக்காளத்தில் சுருண்டு படுத்துத் தூங்கிப் போனாள்.

கனவில் பெரிய மிராசு வந்தார். ஆஜானுபாகுவாக. பட்டு வேஷ்டியும் பட்டு அங்கவஸ்திரமும் அணிந்து மகாபாரத நாடகத்தில் வரும் அர்ஜுனன்போல. “உனக்கும் நாதான் அப்பா, கிட்டவா” என்றார். 'உனக்கும் இந்த வீட்டிலே பாத்யதை உண்டு.'

'பாத்யதைன்னா என்ன' என்று கேட்க நினைத்து கேட்காமல் “எனக்குப் பசிக்கிறதுப்பா” என்றாள்.

'கிட்டவா.'

அவள் அருகில் சென்றபோது அப்பா விலகிப் போனார் காட்சி முடிந்து அர்ஜுனன் கிளம்புகிற மாதிரி.

அவளுக்குப் பசிக்கிறது. சாப்பாட்டுக்காக அவளும் அம்மாவும் காத்திருக்கிறார்கள் கொல்லையில். கிணற்றுப் பக்கம் வருகிற சமையல்காரர், 'ஓ, வந்தாச்சா?' என்றபடி உள்ளே போகிறார்.

மாமரத்திலும் தென்னையிலும் பலாவிலும் மேலும் கீழுமாக ஓடும் அணில்களைப் பார்த்தபடி அவள் கிணற்றடி கல்லில் அமர்ந்திருக்கிறாள். கடைசியில் வருகிறார் சமையல்காரர். ஒரு தூக்கை துளசியின் கையில் கொடுக்கிறார். அம்மா பிச்சைக்காரி போல் இருக்கிறாள். அலங்காரமில்லை. பூ இல்லை. பட்டுப் புடவை இல்லை. லக்ஷ்மிக்கு அழுகை வருகிறது. அந்தத் தூக்கைத் தட்டி எறிய வேண்டும் போல் இருக்கிறது. வேண்டாம்மா இந்தச் சாப்பாடு...

யாரோ அவளை மெல்ல உலுக்குவதுபோல் இருந்தது. அவள் விருக்கென்று எழுந்து அமர்ந்தாள். அம்மாவின் கையில் ஒரு வெண்கல லோட்டா இருந்தது. "இந்தா சுக்குக் காப்பி. இதையும் சாப்பிடு" என்று வாழை இலையில் இருந்த பொங்கலை நீட்டினாள். பிச்சை சோறு. இருந்த பசியில் கைகள் தாமாக நீண்டன. ஒதுக்குப்புறமான ரேழிக்கு அம்மா அவளை அழைத்துச் சென்றாள். இருவரும் அங்கிருந்த பாயில் அமர்ந்து சாப்பிட்டு கொல்லையில் கை கழுவிக்கொண்டார்கள். மீண்டும் அறைக்கு வந்தபோது வெளிச்சம் பரவியிருந்தது. பாப்பா பொம்மைபோல அமர்ந்திருந்தது. அம்மா ஏதோ மாயாஜாலம் செய்திருக்கவேண்டும். பாப்பாவின் முகமே மாறிவிட்டது. சித்திரம்போல் அழகாகத் தெரிந்தது. படத்தில் இருக்கும் அம்பாள் போல நகைகளணிந்து.

"உன் அலங்காரத்தைப் பார்க்க உங்கப்பா வரார்டீ!" என்றாள் மிராசு மாமி. லக்ஷ்மி விருக்கென்று எழுந்து நின்றாள். காரணம் புரியாமல் நெஞ்சு படபடத்தது. மனசுள் சாரல் தெறித்ததுபோல அவளைத் திக்குமுக்காட வைத்தது. பெரிய மிராசு வந்தார். ஆச்சரியமாகக் கனவில் வந்த அப்பா போலவே இருந்தார். ஆஜானுபாகுவாக. பட்டு வேஷ்டியும் பட்டு அங்கவஸ்திரமும் அணிந்து மகாபாரத நாடகத்தில் வரும் அர்ஜுனன்போல. சற்றுமுன் கனவில் 'நானும் உனக்கு அப்பா' என்று சொன்னவர். ஆனால் இந்த அப்பா அவளைப் பார்க்கவே இல்லை. அவரது ஆளுமையே இங்கு, இந்த வீட்டில் மாறிப்போனதுபோல் இருந்தது. வெற்று மார்பில்

பூணூல் சரிந்தது. கழுத்தில் இருந்து இரட்டை வடத் தங்கச் சங்கிலி தொப்புள் வரை தொங்கிற்று. குண்டுக் கன்னம் கொண்ட பாப்பா அவரது மகள் இல்லை என்று தோன்றிற்று.

மிராசு பாப்பாவைப் பார்த்தபடியே வந்தார். பாப்பா மெல்லிய கவலையோடு “எப்படியிருக்கேன்?” என்றாள்.

“சொர்ணவிக்ரகம் மாதிரி இருக்கே!” என்றார் மிராசு கனிவுடன். கண்களில் அன்பு சுரக்க. லக்ஷ்மி விழிகள் அகலப் பார்த்தாள். அவளே பாப்பாவின் இடத்தில் அமர்ந்திருப்பது போல் இருந்தது.

“அலங்காரம் நன்னாயிருக்கா?” என்றாள் மிராசு மாமி பெருமையுடன் பாப்பாவைப் பார்த்தபடி. ‘அலங்காரத்துக்கு நாதான் பொறுப்பு’ என்பதுபோல.

மிராசு துளசி பக்கமே திரும்பாமல், “துளசி பண்ணினா கேட்பானேன்?” என்றார். மிராசு மாமியின் முகம் கருத்து போயிற்று.

“திருஷ்டி சுத்திப் போடு பர்வதம்” என்றுவிட்டு மிராசு லக்ஷ்மியின் பக்கமே திரும்பாமல் கிளம்பிப் போனார். லக்ஷ்மிக்கு முகத்தில் அடித்தமாதிரி இருந்தது. அப்பா தன்னை ஏமாற்றிவிட்டதாக துக்கம் ஏற்பட்டது. கண்களில் தளும்பிய நீரை அவள் அவசரமாக விழுங்கிக் கொண்டாள். யாரோ கிரீடம் வைத்து விட்டதுபோல் பல்லை இளித்துக் கொண்டு நிற்கும் அம்மாவின் மேல் அடக்கமுடியாத ஆத்திரம் வந்தது. அவர்களை உள்ளே அழைத்து வந்தவன் திடீரென்று நுழைந்தான். அம்மாவிடம், “உங்களுக்கெல்லாம் பந்தல்லே ஒரு இடம் போட்டிருக்கு. பெண்ணை அழைச்சிண்டு அங்கே போய் உட்காரு” என்றான்.

வெளிப்பந்தலில் அவன் காட்டிய இடத்தில் உட்கார்ந்தார்கள். சுந்தரமூர்த்தி மாமாவின் நாதஸ்வர இசை அமர்க்களமாகக் கேட்டது. சற்று நேரத்திற்கெல்லாம் அவர்கள் தெருவில் இருந்த எல்லா குடும்பங்களும் வந்து விட்டன. கஸ்தூரியும், திலகமும், சபாபதியும் வந்தது லக்ஷ்மிக்குச் சற்று சமாதானமாயிற்று. காசியாத்திரை முடிந்து மாப்பிள்ளை பந்தலுக்கு உள்ளே வந்தான். சின்னப் பையனாகத் தெரிந்தான். அவனுக்கும் உப்புக் கன்னம்.

'பாப்பாவுக்கு சரியான ஜோடி' என்றாள் லக்ஷ்மி கஸ்தூரியிடம். கஸ்தூரி சிரித்தபோது லக்ஷ்மியின் கடுப்பு சற்று குறைந்தது. ஆனால் அவளுக்கு எதுவும் ரசிக்கவில்லை. அவளும் அவளுடைய அம்மாவும் இருப்பதன் பிரக்ஞையே இல்லாதவராய் பெரிய மிராசு கம்பீரமாய் மேடையில் இருந்தார். அவரது பார்வை தன்மீது எதேச்சையாகப் படும்போதெல்லாம் லக்ஷ்மி பரபரத்துப் போவாள். அவர் முகத்தில் சற்றும் சலனம் தோன்றாமல் இருப்பதைக் கண்டு குழப்பமாக இருக்கும். என் முகமே அவருக்கு நினைவில்லே என்று துக்கம் வந்தது. சடங்குகள் எல்லாம் முடிந்து பந்தி பந்தியாகச் சாப்பாடு நடந்து கொண்டிருந்தது. சபாபதியும் திலகமும் பசிக்கிறது என்று முணுமுணுத்தார்கள். "எல்லாரும் சாப்பிட்டு முடிச்சப்புறம்தான் நம்பளைக் கூப்பிடுவாங்க. பஞ்சப் பிடாரிகள் மாதிரி அனத்தாதீங்க" என்றாள் கனகு பாட்டி. லக்ஷ்மிக்கு அவளுடைய அம்மாவுடன் தினமும் மிராசுவின் கொல்லையில் உச்சிவெயிலில் நிற்பது நினைவுக்கு வந்தது. 'வந்துடுத்து பஞ்சப்பிடாரிகள்' என்று பாப்பா சொல்லுமோ என்னவோ.

லக்ஷ்மி முழங்காலைக் கட்டிக்கொண்டு அதில் முகத்தைக் கவிழ்த்துக் கொண்டாள். அங்கிருந்த இருளில் மிராசுவின் முகம் தெரிந்தது. 'திருஷ்டி சுத்தி போடு' என்றது. அவளைப் பார்க்காமலே வாசலுக்கு நகர்ந்தது. அவள் கையில் தீப்பந்தம் இருந்தது. அனுமார் வாலில் தீப்பந்தம் இருந்த மாதிரி. இறக்கை முளைத்தது போல அதைத் தூக்கிக் கொண்டு அவள் பறந்தாள். வாசலிலிருந்து கொல்லைவரை விரிந்திருந்த பந்தலைக் கொளுத்திக்கொண்டே நகர்ந்தாள். ஜிகினா குஞ்சங்கள் சுருண்டன. வெள்ளைப் பந்தல் கருகிப் போயிற்று.

"லக்ஷ்மி, என்ன தூங்கிட்டியா, எந்திரி, சாப்பிடக் கூப்பிடறாங்க." என்று கஸ்தூரி உலுக்கியதும் கண்விழித்து நிமிர்ந்தபோது, பந்தலின் வெள்ளைக் கூரை வெள்ளையாகவே இருந்தது. ஜிகினாக் குஞ்சங்கள் மத்தியான வெயிலில் தங்கம் போல் மினுமினுத்தன. கல்யாண கூட்டமெல்லாம் சாப்பாடு முடிந்து கிளம்பிப் போயிருந்தது...

வாசற்கதவு லேசாகத் தட்டப்படும் ஓசை கேட்டது. துளசி விருக்கென்று ஊஞ்சலிலிருந்து எழுந்து சின்னப்பெண்ணைப் போல வாசலுக்கு ஓடினாள். கிறீச்சிட்ட ஊஞ்சலின் ஒலி கேட்டு லக்ஷ்மி நிமிர்ந்தாள். பெரிய மிராசு உள்ளே நுழைவதற்கு முன் ஜவ்வாது வாசனை தவழ்ந்து வந்தது. லக்ஷ்மி பெரிய ஆயத்தத்துடன் அவர் பார்வையில் படும்படி கூடத்துத் தூணில் சாய்ந்து நின்றாள். அவர் நடுக்கூடத்தில் வந்து நின்ற போது ஆளே மாறியிருந்தார். கல்யாணப் பந்தலில் புவியை ஆள்பவர்போல கம்பீரமாக வளைய வந்த பெரிய மிராசு இல்லை இது. பட்டு வேஷ்டியை தட்டு சித்தாகக் கட்டி பட்டு அரைக் கை சட்டயணிந்து வெற்றிலை சிவப்பேறிய உதடுகளும் நெற்றியில் சந்தனப் பொட்டுமாக இலகுவான இளகிய உடல் மொழியுடன் தெரிந்தார். கண்களில் லேசான சோர்வு தெரிந்தது. அவளைக் கண்டு திடுக்கிட்டு பிறகு சமாளித்துக் கொண்டு "என்னது? லக்ஷ்மி குட்டியா? தூங்கப் போகல்லியாம்மா?" என்றார் மெல்ல. பாப்பாவுடன் பேசும்போது இருந்த கனிவு அவர் குரலில் இருக்கிறதோ என்று அவள் யோசிக்கையில்.

"அவளுக்கு உங்களோடு ஏதோ பேசணுமாம்" என்றாள் துளசி மெல்லச் சிரித்து.

பெரிய மிராசு குழப்பத்துடன் துளசியைப் பார்த்தார். 'எனக்குத் தெரியாது' என்பதுபோல துளசி உதட்டைப் பிதுக்கினாள்.

"தனியாப் பேசணும்" என்று லக்ஷ்மி துளசிக்கு நினைவுபடுத்தினாள். துளசி நகர்ந்து உள்ளே செல்லும் வரை காத்திருந்தாள்.

"இப்பவா, இந்த நேரத்திலேயா?" என்றார் மிராசு.

"நீங்க இந்த நேரத்திலேதானே வர்றீங்க?" என்றாள் லக்ஷ்மி கண்களில் நீர் வரக்கூடாது என்று போராடியபடி. "நா பாப்பா இல்லே. பாப்பாவா இருந்தா இப்படி ராத்திரி வரைக்கும் காத்துக்கிட்டிருக்க வேண்டியதில்லே."

மிராசுவின் முகத்தில் குழப்பம் இன்னும் விடுபடவில்லை. அதை மறைப்பதுபோல மெலிதாகப் புன்னகைத்து "நீ சொல்றது

உண்மைதான்" என்றார். "அதுக்காக சண்டை போடப் போறியா என்ன?"

"சண்டை இல்லே. உங்ககிட்ட எனக்கு ஒரு உதவி வேணும்."

அவர் வியப்புடன் அவளைப் புதுசாப் பார்த்தார்.

"என்ன உதவி வேணும் சொல்லு."

"நா படிக்கணும். டவுன்லே இருக்கற ஸ்கூலுக்குப் போகணும், அதுக்கு நீங்க ஏற்பாடு செய்யணும்."

மிராசு முதலில் திடுக்கிட்டார். பிறகு மெலிதாக நிம்மதியுடன் புன்னகை செய்தபடி கேட்டார்.

"பாட்டும் நாட்டியமும் வேண்டாங்கறியா?"

"அது பக்கமே போமாட்டேன்!"

மிராசு எதிர்பாராமல் அவள் தோளைத் தொட்டார். "சரி. ஏற்பாடு பண்ணறேன். கவலைப்படாதே. தூங்கப் போ." அவளால் நம்பமுடியவில்லை. இத்தனை சுலபமாகப் போரில் வெற்றிகிட்டும் என்று. உணர்ச்சிவசப்பட்டு கண்களில் நீர் துளிர்த்தது. அவரை அணைத்துக் கொள்ளவேண்டும் போல் இருந்தது.

"உண்மையாத்தான் சொல்றீங்களா?"

"நிஜம்தாம்மா...! நா பொய்சொல்றவன்னு நினைக்கிறியா?"

கல்யாண வீட்டிலே என் பக்கமே நீங்கத் திரும்பல்லே என்று சொல்ல நினைத்து அவள் தலையைக் குனிந்தபடி சற்று யோசனையில் நின்று பிறகு சொன்னாள். "நா காலேஜ் படிப்பும் படிக்க ஆசைப்படறேன். வக்கீல் படிப்பு."

அவர் அதிக வியப்புடன் அவளைப் பார்த்து சிரித்தார்.

"போடு சக்கை. என் பிள்ளை படிக்காம ஊர் சுத்தறான். தாசிக்குப் பிறந்த நீ படிக்கிறேங்கிறே!"

"என் படிப்பு முழுசும் நீங்க பார்த்துக்கணும்!"

"பாத்துக்கறேன்னு சொன்னேனே!"

"நா உத்தியோகம் பாத்து நீங்க செலவழிச்ச காசைத் திருப்பிடுவேன்." பெரிய மிராசு பெரிதாக சிரித்தார்.

"ஏடி, அதெல்லாம் பார்த்துக்கலாம். நீ போய் படு. அம்மாவை அனுப்பு."

தாரிணி சிரித்தாள். "காசைத் திருப்பினீங்களா தாத்தாவுக்கு?"

லக்ஷ்மி பதில் சொல்லவில்லை. நினைவுகளில் புதைந்து போனவளாய் மௌனமாக ஜன்னல் வழியே தெரிந்த ஆகாசத்தைப் பார்த்தாள். ஒரு வரலாற்றுத் திருப்பத்தில் தான் நின்றதும் நினைத்ததை சாதித்ததும் வெறும் காசைத் திருப்பும் செயலில் அடங்கிவிடக்கூடியது அல்ல என்று நினைத்துக் கொண்டாள். சமீப காலமாக பல கேள்விகள் மனத்தை அரித்தவண்ணம் இருந்தன. எனக்கு ஏற்பட்ட துணிச்சல் அந்தக் காலகட்டத்துக்குத் தேவைப்பட்டது. நாடும் மண்ணும் சமூகமும் பெரிய சரித்திரக் கடைசலில் இருந்த நாட்கள் அவை.

'அது ரொம்பப் பெரிய கடைசல்' என்றாள் தனக்குள் பேசிக் கொள்பவள் போல. "அதிலே எல்லாருக்கும் மூச்சுத் திணறிப் போச்சு. நிஜம்னு நம்பினதெல்லாம் பொய்யின்னு வெளிச்சமான காலம். அந்த வெளிச்சத்தைக் கண்டு அரண்டுபோனவங்கதான் அதிகம். அதிலே கஸ்தூரிதான் நிலைகுலைஞ்சு போனா."

"யாரது கஸ்தூரி?"

— 5 —

அன்று காலையிலிருந்து உடம்பு என்னவோ செய்தது. கையும் காலும் குடைச்சல் எடுத்தன. நாட்டிய வகுப்பில் வாத்தியார் ஐயாவின் முன் தப்பு செய்துவிடுவோமோ என்கிற பயத்தில் கஸ்தூரிக்குக் குலை நடுங்கிற்று. உடம்பு வலிக்குது என்று சொல்லியிருந்தால் பாட்டி வகுப்புக்கு இன்னிக்குப் போகவேணாம் என்றிருப்பாள். ஆனால் இன்று முக்கியமான புதிய வர்ணம் சொல்லிக் கொடுக்கப்போவதாக நேற்று வாத்தியார் ஐயா சொல்லியிருந்தார். அவளுக்குப் பிடித்த மோகன வர்ணம். ஆனால் இன்று மனசு உடம்புடன் முரண்டு பிடித்தது. அடவுகளும் ஜதிகளும் இன்று தாளத்திற்கு வணங்காமல் பின்னிக் கொண்டு தடுமாறின.

“என்ன ஆச்சு உனக்கு? தாளம் பின்வாங்குவது?” என்று வாத்தியார் ஐயா அதட்டினார்.

அவளுக்கு அவமானத்தில் கண்களில் நீர் நிறைந்து விடும்போல் பீதி ஏற்பட்டது.

வாத்தியார் எழுந்து அருகில் வந்து கன்னத்தை நிமிண்டினார். “உனக்கும் என்ன லக்ஷ்மியோட காத்து அடிச்சிடுத்தா? அவளோடு சேர்ந்தேன்னா உருப்படமாட்டே, தெரிஞ்சுக்கோ!”

அன்று அவளும் லக்ஷ்மியும் பேசிச் சிரித்ததை இவர் கேட்டிருக்கலாம் என்கிற பயத்தில் அவளுக்கு தொண்டை வறண்டு மளுக்கென்று கண்களிலிருந்து நீர் வழிந்தது.

வாத்தியார் இன்னும் அழுத்திக் கன்னத்தைக் கிள்ளினார்.

“இப்ப என்ன ஆச்சுன்னு அழுது மாய்மாலம் பண்றே? மத்தவங்களுக்கு விழுந்த அடி ஒரு நாள்கூட உனக்கு விழுந்ததில்லே. ஆகாத்தியம் பண்ணாம ஆடு. உம்! தாம் தித்தாம் தைத்தத்தை...”

அடி வயிற்றை சுருட்டிக் கொண்டு வலித்தது. அவள் வயிற்றைப் பிடித்துக் கொண்டு நிற்க முடியாமல் அமர்ந்தாள். ‘வயித்தை வலிக்குது ஐயா’ என்று முனகினாள்.

வாத்தியார் அவளைக் கூர்ந்து பார்த்தார். பிறகு மனைவியைப் பார்த்தார். அவள் எழுந்து கஸ்தூரியின் அருகில் வந்து, தோளைத் தொட்டு, “எழுந்திரு, வீட்டுக்குப் போய் பாட்டியை சுக்குத் தண்ணி வெச்சுக் குடுக்கச் சொல்லு.” என்றாள்.

நிலத்தைத் தொட்டு வணங்கிவிட்டு கஸ்தூரி தெருவில் இறங்கி வீட்டை நோக்கி வேகமாக நடந்தாள். வழக்கம்போல் ஓடமுடியவில்லை. அடி வயிறு துவண்டு இரண்டு தொடைகளும் நெறி கட்டியதுபோல் வலித்தன. வீட்டு வாசலைத் தட்டி கதவைத் திறக்க வந்த செங்கமலத்தின் கேள்விகளுக்கு பதில் சொல்ல முடியாமல் “தள்ளு, எனக்கு வெளிக்கு இருக்கணும் போல இருக்கு” என்று புறக்கடைக்கு ஓடினாள். கசகசவென்று இருந்த அக்குளைக் கழுவியபோது ரத்தமாய் நீர் ஓடிற்று. தொடைகள் இரண்டிலும் ரத்தம் அப்பியிருந்தது. அவள் பீதியுடன் நீரைவிட்டுக் கழுவக் கழுவ அவளுள் இருந்து ரத்தம் கசிந்தது. கலவரத்தில் மார்பு படபடத்தது.

“கஸ்தூரி, கஸ்தூரி!” என்று அழைத்தபடி வந்த கனகு பாட்டி கொல்லைக் கிணற்றுப் படியில் முழங்காலைக் கட்டியபடி அழுது கொண்டிருந்தவளைக் கண்டு, “என்ன கண்ணு, என்ன ஆச்சு?” என்றாள் பதைப்புடன்.

கஸ்தூரி நிமிர்ந்து கனகுவைக் கட்டிக்கொண்டு ஓவென்று அழ ஆரம்பித்தாள். “நா செத்துருவேன் போலிருக்கு பாட்டி. வாத்தியார் ஐயா புது வர்ணம் ஆரம்பிச்சிருக்காரு. ஆடவே முடியாமெ போயிரும் போல இருக்கு பாட்டி.”

“ஒரே ரத்தமா போகுது. பாவாடையெல்லாம் ரத்தம். அடிவயிறு வலிக்குது தொடையெல்லாம் வலிக்குது.”

பாட்டி பதறிப் போவாள் என்று நினைத்ததற்கு மாறாக வாயகன்று புன்னகை செய்தாள். இரு கைகளாலும் கன்னத்தை வழித்து திருஷ்டி சொடுக்கினாள்.

“பெரிய மனுஷி ஆனதுக்கு அழுவாங்களா? கொண்டாட வேண்டிய விஷயம் தாயீ. வா இப்படி ஒதுக்குப்புறமா குந்து. வெந்நீர் விளாவி தலைக்கு ஊத்தறேன். பயப்படாதே” என்றாள். பாட்டி கொல்லைப் படியில் நின்று செங்கமலத்தைக் கூப்பிட்டுச் சொல்ல செங்கமலம் ஓடிவந்து அவளை அணைத்துக்கொண்டாள். கஸ்தூரிக்கு எழுந்திருக்கவே முடியாமல் அடிவயிற்றிலிருந்து உள்ளங்கால் வரை வலித்தது.

“எனக்கு உடம்பெல்லாம் நோகுதும்மா. நீங்க ரெண்டுபேரும் சிரிக்கிறீங்க இரக்கமில்லாம.”

செங்கமலம் ரோசமில்லாமல் சிரித்தாள். அவள் தலையை மெல்ல வருடிச் சொன்னாள். “எல்லாப் பெண்களுக்கும் இது ஏற்படறதுதான் கண்ணு. நோவெல்லாம் நாளைக்கு சரியாப் போயிறும். பயப்படாதே.”

“உங்களுக்கும் இப்படி ஆச்சா?”

“எனக்கு, பாட்டிக்கு, கொஞ்ச வருஷத்திலே திலகத்துக்கு எல்லாரும் அனுபவிக்க வேண்டியதுதான். மாசாமாசம் இப்படி ரத்தப்போக்கு இருக்கும் மூணு நாளைக்கு.”

“ஐயய்யோ, செத்துருவேன்!”

“போடி பைத்தியம். நாங்க எல்லாம் செத்தா போனோம்? உன்னைப் பெண்ணா முழுசா உலகம் ஏத்துக்கணும்னா இதையெல்லாம் பட்டுத்தான் ஆகணும். சாமி அப்படித்தான் பெண்ணைப் படைச்சிருக்கு. சாமியோட சண்டை போடு போ.”

‘அப்படியாக ஒரு சாமி எதிரில் நின்றால் சண்டை போட வேண்டும் என்றிருந்தது. சே, என்ன அவஸ்தை இது?’

செங்கமலம் இன்னும் என்னென்னவோ சொல்லிக் கொண்டிருந்தாள். "இனிமேதான் உன் வாழ்க்கையே ஆரம்பிக்கப் போகுது. என் ராஜாத்திக்கு அழகு கூடும். உடம்பிலே ஓடற ரத்தமே மாறிப்போகும். மோகமாகினேன்னு அபிநயம் புடிச்சா புதுசு புதுசா அர்த்தம் தோணும். தம்பூராவை மீட்டினா நாதம் வருமே அது மாதிரி, அர்த்தம் புரிஞ்சு ஆடும்போது ரத்தநாளமெல்லாம் சிலிர்த்துப் போகும்."

தன்னுடைய உடம்புக் கோளாறுக்கும் அம்மாவின் பேச்சுக்கும் சம்பந்தம் இருப்பதாகத் தெரியவில்லை கஸ்தூரிக்கு. ஆனால் அம்மாவின் முகபாவமும் அப்படி சிலிர்த்து 'அர்த்தம் புரிந்து' ஆடியிருப்பாள் என்று தோன்றிற்று. 'மோகமாகினேன்' என்று ஆடும்போதெல்லாம் புதுசாக அர்த்தம் கண்டிருக்கவேண்டும். யாரைக்கண்டு மோகித்திருப்பாள் திடும் என்று அவளுள் கேள்வி எழுந்தது. பெரிய மிராசு போல அம்மாவுக்கு யார் இருந்தார்கள்? எல்லாரும் தூங்கிய பிறகு வந்து போகிறவர் யாராக இருக்கும்? இதுவரை அம்மாவைப் பற்றின இத்தகைய சிந்தனைகளே தனக்கு வந்ததில்லை என்று நினைவுக்கு வந்து கூச்சமேற்பட்டது. லக்ஷ்மியின் நினைவு வந்தது. அவளுக்கு அவளுடைய அம்மாவைப் பற்றின எந்த சந்தேகமும் இருக்கவில்லை. ஆச்சரியமாக லக்ஷ்மிக்கு எல்லாவற்றையும் பற்றி மிக அழுத்தமான எண்ணம் இருந்தது. அவளைக் கண்டு பெரிய மிராசுவே பயப்படுவதுபோலத் தோன்றிற்று. வாத்தியார் ஐயாவிடம் அடி வாங்கும் லக்ஷ்மி... இரண்டு நாட்கள் முன்பு லக்ஷ்மி வீட்டிற்கு வந்து பேசியது மறுபடி நினைவில் சுழன்றது.

"இனிமே வாத்தியார் வீட்டுக்குப் போகமாட்டேன். பள்ளிக்கூடத்துக்குப் போகப்போறேன். ஏற்பாடு பண்ணிட்டாங்க!"

கஸ்தூரி வியப்புடன் பார்த்தாள். "யாரு?"

"பெரிய மிராசு!"

"அவரா? பாப்பாவுடைய அப்பாவா?"

லக்ஷ்மி குனிந்தபடி சொன்னாள். "எனக்கும் அவங்கதான் அப்பா." கஸ்தூரி நம்பமுடியாமல் விழிகள் அகல அவளைப்

பார்த்தாள். 'ஏ அப்பா, எத்தனை பெரிய ஆள் அவர். அவரா லக்ஷ்மியின் அப்பா?'

"எப்படிடீ, அன்னிக்குக் கல்யாணத்திலே எங்க கூடத்தானே நீ உக்காந்திண்டிருந்தே?"

லக்ஷ்மி சிரிக்காமல் சொன்னாள். "ஏன்னா, நா அவங்க மகள்னு வெளியிலே தெரியக்கூடாது. தெரிஞ்சா அவங்களுக்குக் கேவலம்."

லக்ஷ்மி இப்போது சிரித்தாள். "ஒரு வேடிக்கை தெரியுமோ, அவங்க மகளா இருக்கிறது எனக்குதான் அவமானமா இருக்கு. அன்னிக்கு அந்தப் பந்தலைக் கொளுத்திப் போடணும் போல ஆத்திரம் வந்தது."

கஸ்தூரிக்கு திடுக்கிட்டது. "சீச்சீ, பொறாமை புடிச்சுவாங்கதான் அப்படி ஆத்திரப்படுவாங்க."

"ஆமாம் எனக்குப் பொறாமைதான். அந்த அசட்டு பாப்பாவைப் பார்த்துப் பொறாமை. அவ எதுவும் கேட்காமியே அவ ஆசைப்படறது கிடைக்கும். அப்பான்னு கூப்பிடமுடியும். அவர் கையைப் பிடிச்சுக்கமுடியும். பக்கத்திலே உட்காந்து சாப்பிடமுடியும். அவரோடு வண்டியிலே உட்கார்ந்து எல்லாரும் பார்க்கறமாதிரி ஊர் சுத்தமுடியும். என்னாலெ செய்யமுடியாத இதெயெல்லாம் அவளால செய்யமுடியறதினால பாப்பாவைக் கண்டு எனக்கு பொறாமை. இந்த மாதிரி ஆசையெல்லாம் எனக்கு இருக்குங்கறது எங்க அப்பாவுக்கு தெரியாது. திருடனைப்போல ராத்திரி நா உறங்கினப்புறம் வருவார். விடியறதுக்கு முந்தியே போயிடுவார். நா ஒருத்தி இருக்கிறதே அவருக்கு நினைவிருக்காது."

இதையெல்லாம் சொல்லும்போது லக்ஷ்மியின் பேச்சில் படபடப்பு தெரிந்தது. கஷ்டப்பட்டு கண்ணீரை அடக்கியது போல் இருந்தது.

"ஏன்டி இப்படிச் சொல்றே?" என்றாள் கஸ்தூரி சமாதானமாக. "அவங்கதானே உன்னை இப்பப் பள்ளிக்கூடம் அனுப்பறாங்க?"

“நேத்து நா பிடிவாதம் பிடிச்சு கண்முழிச்சுக் காத்திருந்து என்னைப் படிக்கவைக்கணும்னு அவர்கிட்ட சத்தியம் வாங்கற மாதிரி கேட்டு வாங்கிக்கிட்டேன். பாட்டும் நாட்டியமும் எனக்கு வேண்டாம்ன்னேன். இந்த இடத்தைவிட்டு எப்பப் போவோம்னு இருக்கு எனக்கு.”

“பக்கத்து டவுன் பள்ளிக்கூடம்தானே? நடக்கிற தொலைவிலே இருக்கே அதுதானே?”

“ஆமாம், ஆனா அதுக்கும் மேல ஹைஸ்கூல், காலேஜு படிக்கும் போது இங்கிருந்து கிளம்பத்தானே வேணும்?”

“வக்கீலுக்குப் படிக்கப்போறேன்னு சொன்னியா உங்க அப்பாகிட்ட?”

லஷ்மி சிரித்தாள். “சொன்னேன், ஆனா யார் மேல முதல்லே கேஸ் எடுப்பேன்னு சொல்லல்லே! ரெண்டாவது கேசா பெரிய மிராசை எடுப்பேன்னும் சொல்லல்லே.”

“எதுக்குடி அவர் மேல? உன்னை படிக்க வைக்கிறதுக்காகவா?”

“லக்ஷ்மி என் பொண்ணுனு பகிரங்கமா சொல்ல தைர்யமில்லாததுக்கும்!”

“லக்ஷ்மி நீ ரொம்பப் பொல்லாதவ!” என்றாள் கஸ்தூரி வியப்புடன். கஸ்தூரிக்கு லக்ஷ்மியின் பேச்சு குழப்பத்தை அளித்தது. அவளைவிட லக்ஷ்மி ஒரு வயதே பெரியவளானாலும் அவளுக்கு எல்லாவற்றையும் பற்றி தெளிவான பார்வை இருந்ததுபோல திகைப்பேற்பட்டது. அவளுடைய கோபமும் ஆத்திரமும் புரிந்துகொள்ள முடியாததாக இருந்தது.

கஸ்தூரிக்கும் இன்னமும் நம்ப முடியவில்லை. பெரிய மிராசு லக்ஷ்மியுடைய அப்பா. அவர் அவளை தன் மகள் என்று சொல்லாவிட்டாலும் அவரிடமிருந்து பேரம் பேசி தனது விருப்பத்தை நிறைவேற்றிக்கொள்ள அவளால் முடிகிறது. அந்தத் தெருவில் இருக்கும் குழந்தைகளுக்கு அப்பா என்பது ஒரு உருவகம். அப்பா என்பவரின் தேவையைக்கூட உணராமல்

வளர்ந்தவர்கள். அருவமாக இருந்த அந்த நபருக்காக யாரும் ஏங்கவில்லை. ஆனால் அன்று லக்ஷ்மி தனது ஏக்கத்தின் அடையாளத்தை வெளிப்படுத்தியதும் முதல் முறையாக கேள்விகள் உள்ளுக்குள் குடைந்தன. லக்ஷ்மியின் அப்பா திருடனைப்போல எல்லாரும் உறங்கிய பிறகு வருவதுபோல யாராவது இங்கு வருகிறார்களா என்று தெரியாது.

கனகு பாட்டி வெந்நீர் விளாவி அதில் வேப்பிலைக் கொத்தைப் போட்டு, ஆரத்தி கரைத்து வந்து செங்கமலத்துடன் சேர்ந்து கௌரி கல்யாணம் பாடி திருஷ்டி கழித்துவிட்டு, அரைத்து வைத்திருந்த பசு மஞ்சளை முகத்திலும் இடுப்பிலும் வயிற்றிலும் நீவி விட்டது போல தடவி வெந்நீரைவிட்டு நீராட்டினாள். வெந்நீர் உடம்பு வலிக்கு இதமாக இருந்தது. தலை துவட்டிக் கொண்டிருந்த பாட்டி, “அழக்கூடாது கண்ணு. இது எல்லாப் பொம்பளைகளுக்கும் வர்றதுதான்.” என்றாள் மென்மையாக.

அது காதில் விழாதது போல கஸ்தூரி அவளை நிமிர்ந்து பார்த்து, “பாட்டி, எங்கப்பா யாரு?” என்றாள். பாட்டி திடுக்கிட்டது, துவட்டிய கையின் அசைவு நின்றதில் தெரிந்தது.

“அதைப் பத்தி இப்ப என்ன?”

“எனக்குத் தெரியணும்!”

பாட்டி நிதானமாகச் சொன்னாள். “இந்தக் குலத்திலே பிறந்தவளுக்கு இந்தக் கேள்வி தேவையில்லே கண்ணு.”

“லக்ஷ்மிக்கு அவங்க அப்பா யாருன்னு தெரியும்.”

பரபரவென்று உடம்பைத் துடைத்தபடி பாட்டி மெல்லிய எரிச்சலுடன் சொன்னாள்.

“பெரிய மிராசு தன் வீட்டுக்கு வர்றதை அந்தத் துளசி பெருமையா சொல்லிக்கிறா. ஊருக்கெல்லாம் தெரிஞ்சுபோச்சு. தாசி தெருவுக்குப் போகாத மேட்டுக்குடி ஆம்பிளை இல்லே. அவனவன் பெண்ஜாதிகளுக்கும் அது தெரியும். கண்டுக்காம இருப்பாளுக. ஆனா அது வெளியிலே தெரிஞ்சுதுன்னா எவளும் தாங்கமாட்டா. பாப்பா

கல்யாணத்திலே வேணுமின்னே துளசியை மிராசு பெண்டாட்டி மட்டம் தட்டின மாதிரி இருக்கல்லே? மிராசுடைய வெப்பாட்டின்னு தனி அந்தஸ்து கிடைச்சுதா? பாப்பாவுக்கு அலங்காரம் பண்ண லொங்கு லொங்குன்னு இவ விடியறதுக்கு முந்தியே கிளம்பிட்டா. ஒரு புடவைகூட அந்த மகராசி எடுத்துக் கொடுக்கல்லே."

கஸ்தூரிக்குப் பாட்டி பொரிந்து தள்ளியது எதுவும் புரியவில்லை. ஒன்று மட்டும் புரிந்தது. எந்த மேட்டுக்குடி ஆம்பிள்ளையோ அவளுடைய அப்பாவாக இருக்கவேண்டும். ஆனால் அது ரகசியமான உறவு. யாருக்கும் தெரியத் தேவை இல்லாத உறவு. அதனாலேயே அவள் தனக்கு அப்பா என்று யாரிடமும் சொந்தம் கொண்டாட முடியாது. யார் அது என்கிற ரகசியம் வெளிப்பட்டால் லக்ஷ்மிக்கு வரும் கோபம் தனக்கும் வரலாம். சீச்சீ, திருடன் கணக்கா ஏன் இப்படி ராத்திரி மட்டும் வர்றீங்க? என்று கேட்கலாம்.

பாட்டி அவளுக்கு வேறு உடை உடுத்தி ரத்தப்போக்கிற்குப் பாதுகாப்பாக ஒரு பழம் புடவையைக் கிழித்துப் பல மடிப்புகள் மடித்து இடுப்பில் கட்டினாள். "அது ஈரமானா சொல்லு வேற மாத்திவிடறேன்" என்றாள். உடலில் ஏற்பட்ட மாற்றம் பீதி அளித்தது. அடிவயிறும் இரண்டு தொடைகளும் அன்று முழுவதும் ரணமாக வலித்தன. படுத்துக்கொண்டே இருக்கவேண்டும் போல் இருந்தது. அக்குளில் கட்டப்பட்ட துணியில் நனைந்து பரவிய ரத்தப் பெருக்கை கண்டு அச்சமேற்பட்டது. அவளுடைய அவஸ்தையைச் சற்றும் கண்டுகொள்ளாமல் பெரிய பண்டிகைக்குத் தயாரிப்பது போல சமையலறையில் ஆள்போட்டு பணியாரங்கள் தயாரிக்கப்பட்டன. மூன்று நாட்கள் கழித்து அவளுக்குத் தலைக்கு மீண்டும் மஞ்சள் நீராட்டு நடந்தது. மனையில் அமர்த்தி என்னென்னவோ சடங்குகள் நடந்தன. தெரு முழுவதையும் அழைத்து கனகு பாட்டி விருந்து படைத்தாள். எல்லாரும் அவளது கன்னத்தை வழித்து திருஷ்டி கழித்து, காசோ பட்டோ கையில் கொடுத்துவிட்டுப் போனார்கள். லக்ஷ்மி வரவில்லை. 'பள்ளிக்கூடம் போயிருக்கா' என்றாள் துளசி.

மாலையில் அவளைப் பார்க்க லக்ஷ்மி வந்தாள். ரெட்டை ஜடை போட்டிருந்தாள்.

"எப்படி இருக்கு பள்ளிக்கூடம்?" என்றாள் கஸ்தூரி ஆவலுடன்.

"நல்லா இருக்கு!" என்றாள் லக்ஷ்மி உற்சாகத்துடன். "அந்த வாத்தியார்கிட்ட இனி அடிவாங்க வேண்டியதில்லேங்கறதே பெரிய நிம்மதியா இருக்கு!"

தன்னையும் வாத்தியார் ஐயா திட்டினார் கன்னத்தைக் கிள்ளினார் என்று சொல்லலாமா என்று நினைத்துத் தயங்கி, "நீ பெரிய மனுஷி ஆயிட்டியா லக்ஷ்மி?" என்றாள் கஸ்தூரி.

"இன்னும் இல்லே. ஆனாலும் இந்தச் சடங்கெல்லாம் செய்யக்கூடாதுன்னு அம்மாகிட்டே சொல்லிட்டேன்."

"கேப்பாங்களா?"

"கேக்காமெ?"

லக்ஷ்மியின் பதில் கஸ்தூரிக்கு ஆச்சரியமாக இருந்தது.

"இதெல்லாம் நம்ம குலத்திலே இருக்குற பழக்கம் செஞ்சாகணும்கறாங்க எங்க பாட்டி."

"கேடுகெட்ட குலம்னா இது?"

"உனக்கேண்டி இவ்வளவு கோபம் வருது?"

"உனக்கேன் கோபம் வருதில்லேன்னு எனக்கு ஆச்சரியமாயிருக்கு கஸ்தூரி!"

இப்போதெல்லாம் லக்ஷ்மியை அதிகம் பார்க்க முடிவதில்லை. பள்ளிக்கூட பாடங்கள் தயார் செய்வதிலேயே அதிக நேரம் சென்றுவிடுவதாக ஒருமுறை சொன்னாள். வகுப்பில் மிக நல்ல மதிப்பெண்கள் பெற்றதால் இரு வகுப்புகளுக்கு மேற்பட்ட வகுப்புக்கு அவளை அமர்த்திவிட்டதாகவும். அதற்கு ஏதோ இங்கிலீஷு வார்த்தை சொன்னாள், தெரிவித்தாள். முன்பு இருந்ததைவிட அதிக மகிழ்ச்சியுடன் அவள் இருப்பது

கஸ்தூரிக்கு சந்தோஷமாக இருந்தது. ஆனால் அவள் வேறு உலகத்துக்குப் பயணித்துவிட்டது போல் இருந்தது. தன்னுடைய பேச்சு அவளுக்கு இனி ரசிக்காது என்று பிறகு புரிந்தது.

"நீ எப்படி இருக்கே கஸ்தூரி?" என்று அவள் கேட்டபோது கஸ்தூரி வெகுளித்தனமாகச் சொன்னாள். "நல்லாயிருக்கேனே? வாத்தியார் புது வர்ணம் சொல்லிக்குடுத்திருக்கார். தஞ்சை நால்வர் வர்ணம். ஜதிகள்ளாம் எப்படியிருக்குங்கறே? ஒவ்வொன்னும் சரியா ஒரு மணி நேரம் ஆகுது. செஞ்சு முடிச்சதும் உடுப்பை மாத்தியாகனும், அப்படி வேர்த்து தெப்பமா நனைஞ்சு போகும். ஒரு நாளைக்கு வர்றியா, செஞ்சு காமிக்கிறேன்."

"வரேன்" என்றாள் லக்ஷ்மி லேசான புன்னகையுடன். பிறகு அவள் வரவே இல்லை. அவளுக்கும் தனக்கும் இடையே பாலம் போடமுடியாத ஒரு தொலைவு ஏற்பட்டுவிட்டதாக வருத்தம் ஏற்பட்டது. லக்ஷ்மியைப் பார்த்து மூன்று வருடங்கள் ஆகிவிட்டன. டவுனில் மேல்நிலைப்பள்ளி இல்லை என்று தஞ்சாவூருக்கு அவளும் அவள் தாயும் குடிபெயர்ந்து விட்டார்கள். "வழக்கமில்லாத வழக்கமெல்லாம் வந்தாச்சு" என்று கோடி வீட்டு கமலம் மாமி பாட்டியிடம் வந்து சொன்னாள். "அந்தப் பெண்ணைப் பெத்ததுக்குப் பிரண்டையைப் பெத்திருக்கலாம் துளசி."

அதற்கு என்ன அர்த்தம் என்று அப்போது புரியாவிட்டாலும் கமலம் மாமியை பிடிக்காமல் போய்விட்டது அவளுக்கு.

"காத்து குளுகுளுன்னு அடிக்குது, வர்றியா மொட்டை மாடிக்குப் போவோம்?" என்றாள் கனகு பாட்டி கஸ்தூரியிடம்.

"ஓ, வரேனே!" என்று துள்ளியெழுந்தாள் கஸ்தூரி. "திலகத்தையும் கூப்பிடட்டுமா?"

"வேண்டாம் வா. பனி ஒத்துக்காது அதுக்கு. தொண்டை கட்டும். உனக்கு நாட்டியம்ங்கற மாதிரி திலகத்துக்கு பாட்டு வாச்சிருக்கு."

"ஜமுக்காளத்தை எடுத்திட்டு வரேன்" என்று கஸ்தூரி உற்சாகத்துடன் எடுத்துக்கொண்டு கிளம்பினாள். தேக்கு மர

பீரோவின் ஆளுயர கண்ணாடியில் அவளது உருவம் பதிய ஒரு விநாடி பெருமிதம் ஏற்பட்டது. வாளிப்பும் நளினமும் கூடிய ஒடிசலான உடல்வாகு. தந்தம் போன்ற நிறம். மூக்கும் விழியும் திருத்தமாக சுருண்ட நீண்ட தலைமுடி. நாட்டியத்திற்காகக் கிடைத்த உடம்பு இது. நாட்டியத்திற்காகவே எடுத்த பிறவி இது. அவளைப் பெற்ற செங்கமலத்துக்கு இத்தகைய முக லாவண்யம் இல்லை. யாரோ முகம் தெரியாத அருவமான ஒரு நபரைக் கொண்டு பிறந்திருக்க வேண்டும். அது யார் என்கிற ரகசியம் அவளுக்கு என்றாவது தெரிய வருமா என்பது நிச்சயமில்லை. அதைப் பற்றி ஆர்வப்பட்டு ஏதும் ஆகப்போவதில்லை என்று அவளுக்குப் புரிந்து போயிருந்தது.

மொட்டை மாடியில் பாட்டி காத்திருந்தாள். ஜமுக்காளத்தை அவள் விரித்தபோது பால் போல் நிலா வெளிச்சம் அதில் படர்ந்திருந்தது. வீட்டுக்குள் இருந்த சீதோஷ்ணத்துக்கு சம்பந்தமில்லாதபடிக்கு மாடி குளுகுளுவென்றிருந்தது. "நாளைக்குப் பௌர்ணமி" என்றாள் கனகு பாட்டி அதில் அமர்ந்தபடி.

"நிலாச்சோறு சாப்பிடலாமா பாட்டி நாளைக்கு?" என்று கஸ்தூரி கனகுவின் மடியில் தலை வைத்துப் படுத்தாள்.

"அடுத்த பௌர்ணமிக்கு வெச்சுக்கலாம்" என்றாள் பாட்டி. "நாளைக்கு வேற ஒரு விசேஷம் இருக்கு."

கனகுவின் முகம் மிக மென்மையாக இருந்தது. காதுகளில் இருந்த வைரக் கம்மல் நிலா ஒளியில் டாலடித்தது.

"என்ன விசேஷம் பாட்டி?"

கனகு அவள் தலையை மெல்ல வருடினாள். "நாளைக்கு உனக்குக் கல்யாணம் கண்ணு!"

கஸ்தூரி விருக்கென்று எழுந்து உட்கார்ந்தாள்.

"என்ன பாட்டி சொல்றீங்க?" என்றாள் திடுக்கிட்டு. மிக அபத்தமான செய்தியை பாட்டி சொன்னதுபோல இருந்தது. "சாமிக்கும் உனக்கும் கண்ணு நம்ம குல வழக்கப்படி."

“என்னது?” என்று கஸ்தூரி சிரித்தாள். “கோயில்லே இருக்கற சாமியா?”

“ஆமாம்.”

“அது வெறும் சிலைன்னா?”

“நமக்கு அது நிஜம்.”

பாட்டி வேறு உலகத்துக்குச் சென்றுவிட்டதுபோல் இருந்தது. தன்னுள் ஆழ்ந்த லயிப்புடன் பேசிக்கொண்டு போனாள்.

“சந்நிதியிலே நின்னு நா இனிமே உன் அடியாள்னு சொல்லி பொட்டு கட்டிகிட்டேன்னு வெச்சுக்க, சாமிக்குப் பூஜை செய்யற குருக்களைவிட உனக்கு அந்தஸ்து அதிகமாயிரும். கலையிலே நீ ரொம்ப உசத்தியா இருந்தாத்தான் அந்தப் பதவி கிடைக்கும். நாட்டியப்போட்டி வெச்சாங்க இல்லே, மேதாவிங்கள்ளாம் சல்லடை போட்டு சலிச்சு எடுக்கற பரீட்சை அது. அந்தப் பதவி உனக்குக் கிடைச்சிருக்கு. நீ செஞ்ச, நாங்க செஞ்ச பாக்கியம். சாமிதான் உம் புருஷன். அதனால எப்பவும் மங்கலமானவ. நித்திய சுமங்கிலி. அமங்கலமே உனக்குக் கிடையாது. இந்தக் குலத்திலே பிறந்தவ எல்லாம் ஆசைப்படற பதவி அது.”

கஸ்தூரிக்கு எதுவும் விளங்கவில்லை.

“கேடுகெட்ட குலம் இதுங்கறா லக்ஷ்மி.”

பாட்டிக்குச் சுரீரென்று கோபம் வந்தது. “பள்ளிக்கூடம் போய் இங்கிலீஷு படிக்கிறா இல்லே? அவ அப்படித்தான் பேசுவா. கலையிலே அவளுக்கு ருசியும் இல்லே, நாட்டமும் இல்லே. நீ கலைக்காகப் பிறந்தவ தாயீ. அவ கிடக்கறா. நீ அந்த சந்நிதியிலே போய் நின்று ஆடு, ஈசுவரனோட அடியாள் என்கிறதைத் தவிர வேற எந்த நினைப்பும் தோணாது பாத்துக்க. ‘வாசலிது வாசலிது’ன்னு ஒரு வரி படிச்ச உடனேயே சொர்க்கவாசல் தொறக்கும் தாயீ. நா சொல்றது நிஜம்.”

பாட்டியின் கண்களிலிருந்து நீர் வழிந்தது. நிலா குளிர்ந்த அந்த இரவில், பாட்டியின் ஒவ்வொரு சொல்லும் சத்தியம்

என்று தோன்றிற்று. பாட்டி பாட ஆரம்பித்தாள். குரல் இழைந்து கண்களில் நீர் கோத்து முகத்தில் பரவிய ஒளியில் கனகு பாட்டி உண்மையிலேயே சொர்க்க வாசலுக்கு முன் நிற்பதான பரவசத்தில் திளைப்பது போல் இருந்தது கஸ்தூரிக்கு.

— 6 —

நேற்று இரவு திடீரென்று இடியும் மின்னலுமாக மழை பெய்ததில் இன்று குளிர் அதிகமாகிவிட்டது. கண்ணாடி ஜன்னலை மூடியிருந்த கனமான திரையை நகர்த்தி வெளியே பார்த்தபோது உலகம் பனிப்போர்வையில் மூடியிருந்தது. தோட்டத்தில் இருந்த மலர் செடிகள் கண்ணுக்குத் தெரியவில்லை. சற்று நேரத்தில் பனி விலக ஆரம்பிக்கும், பின்னுக்கு மெல்லச் செல்லும் நிழல் போல. நேற்று இரவு பலத்த ஒலியுடன் மழை ஆரம்பித்தபோது நான் அவசரமாக ஜன்னலுக்குச் சென்று பார்த்தேன்.

ஏரியின் நீர் வைரக் குவியலை அள்ளித் தெளித்ததுபோல பளபளத்தது, கார்ல்டன் ஹோட்டலின் வெளிச்சத்தில். மேலிருந்து விழுந்த நீர் வெள்ளி அம்புகள் போல ஏரியில் பாய்ந்து வெண் நுரையாய் அலைகள் பரப்பின. நட்சத்திரங்களை வாரி இரைத்தன அன்று இப்படித்தான் மழை பெய்திருக்க வேண்டும். அம்மாவின் டயரியில் அவள் கடைசியாக எழுதிய வரி அது. **“வானுக்கும் பூமிக்கும் வெள்ளிச்சரம் கோத்தது போல மழை கொட்டுகிறது. சரமில்லை அம்பு பாய்கிறமாதிரி.”**

ஏன் அத்துடன் வாக்கியம் நின்றுபோனது? அவள் எழுத முடியாமல் என்ன தடங்கல் வந்தது?

அப்பாவைப் பலமுறை பலவிதமாகக் கேட்டாகிவிட்டது. ‘அவ டயரி எழுதறதே எனக்குத் தெரியாது’ என்கிறார். இப்போது யோசித்துப் பார்க்கும் போது அதுவும் சாத்தியம் என்று தோன்றுகிறது. இந்த டயரி கண்டுபிடிக்கப்பட்ட போது இந்த ஒரு

தாளில் மட்டுமே அவள் எழுதியிருந்தது விநோதமாக இருந்தது. அதற்கு முந்தைய தாள்கள் சில வெற்று பக்கங்களாக இருந்தன. சில கிழிக்கப்பட்டிருந்தன. யார் கிழித்தார்கள்? அவளே கிழித்திருப்பாளா, தனது முடிவைத் தேடிக்கொள்ளும் முன்? அவளேதான் கிழித்திருக்கவேண்டும். மற்றவர்களுக்குத் தெரியக்கூடாத என்ன விஷயம் அதில் இருந்திருக்கும்? அவளைப் பற்றி எனக்கும் அப்பாவுக்கும் தெரியாத விஷயங்கள் எவ்வளவு இருக்கும் என்கிற கேள்வி என்னுள் குற்ற உணர்வை ஏற்படுத்திற்று. ஆனால் ஒருவரைப் பற்றி, அவர் நமக்கு நெருக்கமானவர் என்று நாம் நினைப்பவர் கூட முழுமையாகத் தெரிந்துகொள்வது சாத்தியமா என்று புரியவில்லை. அம்மாவைப் பற்றின யோசனைகள் குழப்பத்தை மட்டும் அளிக்கவில்லை, அம்மாவின் நினைவே எனக்கும் அப்பாவுக்கும் மங்கி வருவதாகத் தோன்றிற்று. அதுதான் குழப்பத்துக்குக் காரணமோ என்று படுகிறது. அப்பா பல சமயங்களில் அம்மாவைப் பற்றின ஞாபகப்படுத்தலுக்கு பதில் சொல்லத் தெரியாமல் விழிக்கிறார். என்னை விட்டுடேன் என்று கெஞ்சுகிறார், அம்மாவின் நினைவையே அழிக்க விரும்புபவர் போல. அம்மாவின் நினைவு எங்கள் வாழ்விலிருந்து விலகிவிடுமோ என்கிற அச்சம் என்னை வதைக்கிறது.

'மிக நெருக்கமானவர்களின் நினைவு மங்கிப் போவதைப் போன்ற ஒரு அவலம் இருக்கமுடியாது' என்று நியூயார்க்கில் என்னுடன் படித்த ஜோன் சொல்வாள். அவளுடைய காதலன் மார்க் எதிர்பாராமல் ஒரு விபத்தில் இறந்தபோது இனி தனக்கு வாழ்வே இல்லை என்கிற சூன்யம் தன்னை பயமுறுத்துவதாக அழுதாள். மனச் சோர்வைப் போக்க வெகு நாட்களுக்கு அவள் மருந்து சாப்பிட்டது எனக்குத் தெரியும்.

"இப்போது மாத்திரைகள் சாப்பிடுவதை நிறுத்திவிட்டேன்" என்றாள் ஒருநாள் சந்தித்தபோது.

"குட்!" என்றேன் நான். "சமாதானமாகிவிட்டாய் என்று அர்த்தம்."

“இல்லை” என்று அவள் மறுத்தாள். “சுலபமாக சமாதானமாகி விடக்கூடிய துயரம் இல்லை அது. அந்த மாத்திரைகள் எனது ஞாபகசக்தியை மழுங்கடிப்பதாக எனக்கு பயம் வந்துவிட்டது. மார்க் இறந்த அன்று என்ன கலர் ஷர்ட் அணிந்திருந்தான் என்று யோசித்துக் கொண்டிருந்தேன் ஒரு நாள். நினைவு வரவில்லை. மார்க்கை நான் எவ்வளவு நேசித்தேன். அந்த ஷர்ட்டை நான்தான் அன்று அவனுக்கு அணியக் கொடுத்தேன். என்ன கலர் அது என்று ஞாபகமே இல்லை. எத்தனை கேவலம் அது!”

அவள் இன்னும் உணர்வுகளின் விளிம்பில் நிற்பதாகத் தோன்றிற்று. எனக்குக் கவலையேற்பட்டது.

“மருந்தை நிறுத்தியதில் தொந்தரவு இல்லையா? டாக்டருக்குத் தெரியுமா?” அந்தக் கேள்வி அவள் காதில் விழுந்ததாகத் தெரியவில்லை. அவள் தன்னுள் ஆழ்ந்தவள்போல் தோன்றினாள்.

“மாத்திரைகளுக்கு அடிமை ஆவதற்குள் விழித்துக் கொண்டேன் மாயா. நான் இப்போது என்ன செய்கிறேன் என்று தெரிந்தால் நீ ஆச்சரிரிப்படுவாய்!”

“யோகா கற்றுக்கொள்கிறாயா? இந்திய சாமியார் யாரிடமாவது அகப்பட்டுக்கொண்டாயா?”

“இல்லை” என்று அவள் சிரித்தாள். “யோகாவும் நல்லதுதானே? ஆனால் அதற்கு ரொம்ப அவகாசம் தேவைன்னு கேள்விப்படுகிறேன். நம் ஓட்டத்தில் நேரம் எங்கே இருக்கு மாயா? நான் இப்போது கொயர் ம்யூஸிக்கில் சேர்ந்து பாடுகிறேன்.”

“சர்ச்சில் பாடுகிறாயா?” என்றேன் வியப்புடன்.

“ஆமாம்” என்றாள் புன்னகையுடன். “மனசில் நிம்மதி ஏற்படுகிறது. இரவு தன்னைப் போல தூக்கம் வருகிறது.”

அவளுடைய மாற்றம் உண்மையிலேயே ஆச்சரியமாக இருந்தது. மார்க் சாகும்வரை மத நம்பிக்கை ஏதும் அவளுக்கு இருந்ததில்லை. சர்ச் பக்கம் போனதே இல்லை. “என் ரத்தம்

வேறு!" என்று அவள் ஒரு நாள் சொன்னது என் நினைவுக்கு வந்தது.

"எப்படி? ரத்தம் மாறிவிட்டதா?" என்று சிரித்தேன் இப்போது. "இல்லை" என்று அவளும் சிரித்தாள். "இதுவரை என் அம்மாவின் ரத்தம் மட்டும்தான் என்னுள் இருப்பதாக நினைத்தேன். என் அப்பாவின் மரபணுக்களும் நான் சுமப்பது இப்போதுதான் புரிகிறது."

எனக்கு சுத்தமாகப் புரியவில்லை. அவள் திடீரென்று சிரித்தாள். "நாம் பிறக்கும்போது ஒரு மூட்டையை சுமந்துகொண்டு பிறக்கிறோம் என்று என் அம்மா சொல்வாள். நீதான் சுமக்கிறாய் எனக்கு ஒரு சுமையும் இல்லை என்பேன் நான் அவளுக்கு சவால் விடுவதுபோல."

நான் பேசாமல் அவளுடன் நடந்தேன். நாங்கள் நியூயார்க்கின் சென்டிரல் பூங்காவில் நடந்து கொண்டிருந்தோம். தொலைவில் சில குழந்தைகள் ஒரு பந்தை உருட்டி விளையாடிக் கொண்டிருந்தார்கள். பக்கி என்ற குதிரை பூட்டிய சாரட்டை சிலர் வேடிக்கை பார்த்தனர். ஒரு பெஞ்சில் ஒரு கருப்பு காதல் ஜோடி அமர்ந்திருந்தது. வெள்ளையர்கள் வேறு பெஞ்சில் அமர்ந்திருந்தார்கள்.

"என் அம்மா பாவம் வாழ்க்கை முழுவதும் தனது சுமையைச் சுமந்தாள். சிலருடைய வாழ்க்கை சபிக்கப்பட்டதாக அவள் நம்பினாள். அதுவே அவளது சுமையாயிற்று என்று நினைக்கிறேன். நினைவுகளிலிருந்து தன்னை அவளால் விடுவித்துக்கொள்ள முடியவில்லை."

"என்ன நினைவு?" என்றேன் மெல்ல.

உடனே பதில் சொல்லாமல் பாதையில் இருந்த ஒரு சிறு கல்லை எடுத்து அருகில் தென்பட்ட செயற்கை குளத்தில் அதை விட்டெறிந்தாள் அவளை அழுத்தும் எதையோ உதறுவதுபோல. குளத்தில் வட்டம் வட்டமாக நீர் சுழித்துக்கொண்டு விரிவதை இருவரும் சற்றுநேரம் வேடிக்கை பார்த்தோம்.

அவள் நீரைப் பார்த்தபடியே பேசினாள். "என் அம்மா ஜெர்மனியிலிருந்து இங்கு குடிபெயர்ந்தவள். இங்கு கல்லூரியில் படிக்கும்போது என் அப்பாவை சந்தித்து திருமணம் செய்து கொண்டாள். ஆனால் ஒரு விஷயத்தை என் அப்பாவிடம் சொல்லவில்லை. அவள் ஜிப்ஸி பழங்குடியியைச் சேர்ந்தவள். பரம ரகசியமாக அதை வைத்திருந்தாள். அது எதேச்சையாக வெளியில் தெரிந்தபோது பூகம்பம் வெடித்தது. என் அப்பா வீட்டை விட்டு வெளியேறினார்."

எனக்குத் தூக்கிவாரிப் போட்டது. "ஏன் ஜோன்?"

"அப்பா ஒரு கத்தோலிக்கர். தீவிர மதப் பற்றுள்ளவர். அவர் பாதிரியாகியிருக்க வேண்டும். திருமணம் செய்து கொண்டது அவர் செய்த தவறு."

"எனக்கு இன்னும் புரியவில்லை ஜோன்" என்றேன் நான் குழப்பத்துடன். ஷேக்ஸ்பியரின் மாக்பெத் நாடகத்தில் வரும் சூன்யக்காரிகளின் நினைவு வந்தது. ஆனால் இந்த நூற்றாண்டில் அத்தகைய சின்னங்களின் நிழல் தொடருமா?

"ஜிப்ஸிக்களைப் பற்றி கேள்விப்பட்டதில்லை?" என்றாள் ஜோன். என் பதிலை எதிர்பாராமல் தொடர்ந்தாள். "அவர்கள் சூன்யக்காரர்கள், கிறித்தவர்களுக்கு எதிரான பாவிகள் என்ற பெயர் காலம் காலமாகத் தொடர்கிறது. சிலர் கிறித்துவ மதத்துக்கு மாறினாலும் பெரும்பான்மையாக அவர்கள் கிறித்துவ மதத்தை ஏற்றுக்கொள்ளவில்லை. அவர்கள் வழிபடுவது வேறு கடவுள்கள். வேறு சடங்குகள். கிறித்துவர்கள் அவர்களைக் கண்டால் கல் வீசித் துரத்திய கதைகள் நிறைய. சிறையில் அடைக்கப்பட்டிருக்கிறார்கள். கொலை செய்யப்பட்டிருக்கிறார்கள். அவர்களுக்கு இழைக்கப்பட்ட கொடுமைகளின் ஆவணங்கள் கூட வைக்கப்படுவதில்லை. அவர்கள் எவ்வளவோ மாறிவிட்டார்கள். வாழ்க்கை முறையே மாறிவிட்டது. ஆனாலும் கிறித்துவ சமூகம் அவர்களைக் கேவலமாக நடத்தும். யூதர்களைவிட மோசமாக. வேடிக்கை என்ன தெரியுமோ, யூதர்களும் ஜிப்ஸிக்களை

விரட்டுவார்கள். அவர்களுக்கு இப்பவும்கூட ஐரோப்பாவில் பல நாடுகளில் அடையாள அட்டை வழங்கப்படுவதில்லை." எனக்கு ஆச்சரியமாக இருந்தது அவளது பேச்சு. இந்தியாவில் இன்னமும் நடக்கும் ஜாதிக்கொடுமைகள் பற்றின செய்திகள் அமெரிக்க பத்திரிகைகளில் வெளிச்சம் போடப்படும்போது, அவற்றுக்குப் பின்னால் இருக்கும் கேவலமான யதார்த்த உண்மைக்காக அவமானப்பட்டிருக்கிறேன். ஆனால் வளர்ந்த நாடுகளிலும் கூட அத்தகைய புறக்கணிப்பு இருக்குமா என்று வியப்பு ஏற்பட்டது.

"அம்மாவின் ஊரைச் சேர்ந்தவர் ஒரு நாள் வந்து சாப்பாட்டு மேஜையில் ரகசியத்தை உடைத்துவிட்டார். அப்பாவுக்கு ரொம்பக் கோபம் வந்துவிட்டது."

எனக்கு வியப்பு அடங்கவில்லை. அமெரிக்காவில் இருப்பது போல ஒரு கலப்பட சமூகம் வேறு எங்கும் இருக்கமுடியாது. எந்த யோசனையும் இல்லாமல் மத, மொழி பேதம் பூகோள பேதம் எதையும் பாராமல் காதல் வசப்பட்டு திருமணம் செய்துகொள்ளும் இவர்களிடையே ஏற்படும் பிரிவுக்கு இப்படிப்பட்ட பழைமைவாத காரணங்கள் இருக்குமா என்று வியப்பு ஏற்பட்டது.

"அம்மா ஜிப்ஸி என்பதைவிட, அந்த விவரத்தை மறைத்தது மன்னிக்க முடியாதது என்று அவர் நினைத்திருக்க வேண்டும்." என்றாள் ஜோன்.

நான் பேசாமல் இருந்தேன். அப்பாவின் காரணமற்ற கோபம் நினைவுக்கு வந்தது. ஆனால் அம்மாவும் அப்பாவும் சேர்ந்து இருந்தார்கள். வெவ்வேறு ரசனை உள்ளவர்கள் என்பதைத்தவிர கொள்கை ரீதியான வேற்றுமை அவர்களிடம் இருக்கவில்லை என்பதே அதற்குக் காரணம் என்று நினைத்துக்கொண்டேன்.

"ஏன் மறைத்தாய் என்று அம்மாவிடம் பிறகு கேட்டேன்" என்றாள் ஜோன்.

"அவரை நான் காதலித்தேன். இதைச் சொன்னால் எங்கே என்னை நிராகரித்துவிடுவாரோ என்று பயந்தேன் என்றாள்."

ஜோன் சிரித்தாள். "அம்மா எத்தனை முட்டாள் என்று தோன்றுகிறது அதற்காக ஒரு பொய்யான வாழ்வை அவள் வாழ்ந்தாள். ஒரு சுமையைத் தூக்கிக் கொண்டு அலைந்தாள். அதன் பாரம் தாங்காமல் அவளே அதை ஒரு நாள் போட்டு உடைத்திருப்பாள். அல்லது தற்கொலை செய்துகொண்டிருப்பாள்."

சர்ச்சில் கொயர் சங்கீதம் பாடுவது தனக்கு நிம்மதி அளிக்கிறது என்கிற ஜோனின் வாதமே, தனது ஜிப்ஸி பாரம்பர்யத்தை மறக்க யத்தனிக்கும் முயற்சியோ என்று பட்டது. ஆனால் ஜோன் மிகத் தீவிரமாகத் தனது பாரம்பர்ய வேர்களை ஆராயும் வேலையை மேற்கொண்டதும் அப்போதுதான். வாசக சாலையிலிருந்து ஏகப் புத்தகங்களை எடுத்துச் சென்று அதில் அவள் மூழ்குவதை நான் கவனித்திருக்கிறேன். இப்போது அதையே தனது பிஹெச்டிக்கான ஆய்வுப் பாடமாகத் தேர்ந்தெடுத்திருக்கிறாள்.

ஒரு நாள் அவள் உற்சாகமாக என்னிடம் சொன்னது நினைவுக்கு வருகிறது. "யு நோ ஸம்திங்க்? ஜிப்ஸிக்களின் மூதாதையர் மேற்கு இந்தியாவிலிருந்து ஐரோப்பாவுக்குக் குடிபெயர்ந்தவர்கள்! நம் இருவருக்குள்ளும் இருப்பது ஒரே மரபணுக்கள்தான்." பிறகு மிக ஆழ்ந்த யோசனையுடன் சொன்னாள்.

"உண்மையில் மனித ஜாதி எல்லாவற்றிற்கும் ஒரே ஆதி தாய்தான் என்று விஞ்ஞானிகள் சொல்கிறார்கள். எத்தனை முட்டாள்தனத்துடன் நாம் கூறுகள் போடுகிறோம்! என்றாவது என் தந்தையைப் பார்த்தேனானால் இதைச் சொல்லவேண்டும். அவருடைய மூடத்தனமான எண்ணங்களைத் தகர்க்க முயற்சிப்பேன். அம்மா விஷயத்தை மறைத்தாள் என்கிற கோபம் அவருக்கு என்றாலும் அம்மா அதை ஏன் மறைக்க நேர்ந்தது என்பதை அவர் புரிந்துகொள்ளவேண்டும்." இப்போதெல்லாம் மார்க்கைப் பற்றி அவள் பேசுவதில்லை. கிட்டத்தட்ட மறந்துவிட்டதாகத் தோன்றிற்று. அதுவும் நல்லதற்கு என்று நினைத்துக் கொண்டேன். ஜோனின் நினைவு இன்று

ஏன் திடீரென்று வந்தது என்று யோசித்தேன். அம்மாவின் நினைவிலிருந்து ஜோனுக்குத் தாவியிருந்தது மனசு. அவள்தான் சொன்னாள் நெருக்கமானவர்களின் நினைவு மங்குவதைப் போன்ற அவலம் வேறு இல்லை...

நான் திரைச்சீலைகளை நன்றாகத் திறந்தேன். வெளியே பனிப் போர்வை விலகியிருந்தது. ஜன்னலுக்கு அருகில் இருந்த ரோஜாக்கள் பனித்துளிகளின் கனத்துடன் கூம்பியிருந்தன. ஜன்னல் கண்ணாடிகளில் நீர் படிந்திருந்தது மழைச்சாரல் பட்டதுபோல. தொலைவில் ஏரி தெரிந்தது. லேசான வெயில் பட்டு தகதகத்தது. ஏரிக்கென்று ஒரு ஆளுமை இருந்தது. வேளைக்கு வேளை அதன் குணம் மாறிற்று. அம்மா அப்படித்தான் நினைத்திருப்பாள் என்று எனக்கு விசித்திரமாகத் தோன்றிற்று.

நான் சிறிது உடற்பயிற்சி செய்துவிட்டு நடைபயிலுவதற்கான ஷூவை அணிந்து கொண்டேன். அறையைவிட்டு வெளியே வந்தபோது சமையல் அறையில் சமையலும் வீட்டு வேலையும் செய்யும் இளைஞன் கணேசன் இருப்பது தெரிந்தது. "சாயா ரெடிம்மா, குடிச்சுட்டுப் போங்க" என்றான் என்னை கண்டதும்.

அவசரமாக ஆவி பறக்கும் கோப்பையை தட்டில் கொண்டு வந்து மரியாதையுடன் நீட்டினான். இவன் தேவைக்குமேல் மரியாதை காட்டுவதாக எனக்குக் கூச்சம் ஏற்படும். காலில் செருப்பு அணிந்து வீட்டுக்குள் நடக்கலாம் என்று எவ்வளவு சொன்னாலும் வெறும் காலுடன் நடப்பான். "பழக்கமில்லீங்க" என்று சிரிப்பான்.

தெருவில் கூட அத்தனைக் குளிரிலும் இங்கு தேயிலைத் தோட்டங்களில் வேலை செய்யும் அவனது வர்க்கத்தினர் பலர் செருப்பில்லாமல் நடப்பது எனக்குக் கஷ்டமாக இருக்கும். "ஏழ்மையினாலெ இல்லீங்க" என்று அவன் விளக்குவான். "தலைக்குக் கம்பிளி போத்திக்குவோம் காலை விட்டுடுவோம்" என்று சிரிப்பான். "பூமி ஒண்ணும் செய்யாதுங்க. மண்ணு காலிலே படோணுங்க. தலையிலே பனி பெஞ்சாத்தான் தப்புங்க."

அதில் ஒரு வசீகரமான தத்துவம் இருப்பதாகத் தோன்றிற்று. செருப்பைப் பற்றிப் பேசுவதை நான் பிறகு நிறுத்திக் கொண்டேன்.

சூடான டீ புத்துணர்வை அளித்தது. உற்சாகமாக இருந்தது. "இன்னிக்கு என்ன டிபன் செய்யப்போறே?"

"இடியாப்பம் செய்யலாம்னு இருக்கேனுங்க."

"க்ரேட்!" என்றேன் மகிழ்ச்சியுடன். "ஸ்டூ உண்டா?"

"உண்டுங்க!"

"க்ரேட்!" என்று சிரித்தபடி நான் கிளம்பினேன்.

வாசலுக்கு வெளியில் கால் வைத்ததும் சில்லென்று குளிர் காற்று என்னைத் தழுவியது. பளீரென்று சிதறலாக வெயில் அடித்தது. தோட்டக்காரர் ராமசாமி தலையில் மஃப்ளரைக் கட்டிக்கொண்டு புல்தரையில் முளைத்திருந்த குப்பை செடிகளை பிடுங்கிக் கொண்டிருந்தார். என்னைப் பார்த்து "வணக்கம்மா" என்றார். நான் தலையை ஆட்டிவிட்டு கேட்டைத் திறந்து வெளியேறி ஏரியை நோக்கி நடக்க ஆரம்பித்தேன். எங்கள் வீடு போலவே அக்கம்பக்கத்து வீடுகள் எல்லாம் பெரிய காம்பவுண்டு கொண்ட தனி வீடுகள். உள்ளே ஒரு கொலையே நடந்தாலும் யாருக்கும் தெரியாது. யாரும் இங்கு நிரந்தரவாசிகளும் இல்லை. சீசனுக்கும் மட்டும் வருபவர்களாக இருக்க வேண்டும். அப்பாவும் அம்மாவும் அந்த எண்ணத்தில்தான் இந்த வீட்டை வாங்கியதாக நினைக்கிறேன். வடக்கேயே வேலை பார்த்த அம்மாவுக்கு தெற்கில் இங்கு விடுமுறைக்கு வரவேண்டும் என்று ஏன் ஆசை வந்தது என்று தெரியவில்லை. 'நா அங்கதான் பிறந்தேன். அங்கதான் சாகவும் ஆசைப்படறேன்' என்றாள் ஒரு முறை. "சாகறதைப் பத்திப் பேசாதே" என்றேன் நான் அவசரமாக. அதைச் சொல்வதற்குள் எனக்குக் கண்ணில் நீர் தளும்பியது இன்னமும் நினைவு இருக்கிறது. அம்மா சிரித்துக்கொண்டே என்னை அணைத்தாள். "சீச்சீ, ஒரு பேச்சுக்காகச் சொன்னேன். எல்லாரும் ஒரு நாள் சாகத்தானே வேணும். எனக்கு வயசாகும் பாரு, அப்ப என்னை அங்கே அழைச்சிட்டுப் போயிரு."

அவள் என்னை அணைத்ததும், அதன் கதகதப்பும் இன்னும் நினைவிருக்கிறது. அவளுடைய வாசனையும். அது என்னவோ அம்மாவைச் சுற்றி எப்பவும் ஒரு சுகந்தம் இருக்கும். அது அவளது உடலிலிருந்து வருவதா உடுப்பிலிருந்து வருவதா என்று தெரியாது. அவளுடைய பீரோவைத் திறக்கும் போது அந்த சுகந்தம் வீசுகிறது. அவளே அங்கு உட்காந்திருப்பது போல.

அம்மாவுக்கு என்மேல் நம்பிக்கை இல்லாமல் போயிருக்க வேண்டும். அதனால்தான் அவசரமாகத் தன் முடிவைத் தானாகத் தேடிக்கொண்டாள். இங்கு. நான் அழைத்துப் போவதற்குக் காத்திராமல்.

நான் தலையை உதறிக்கொண்டு நடந்தேன். கூடாது. சதா சர்வ நேரமும் அம்மாவைப் பற்றின சிந்தனையில் இருக்கக் கூடாது. பித்து பிடித்துவிடும். நான் நினைத்து வந்த காரியம் நடக்க முடியாமல் போகும். நாய்குட்டியைப்போல துரத்தித் துரத்தி வந்த நினைவுகளை நான் விரட்டியபடியே நடந்தேன். இடப்பக்க மலைமுகடுகளில் உயர நிமிர்ந்திருந்த பைன் மரங்களுக்கு இடையே பல தளங்களில் ஒற்றை ஒற்றையாக வீடுகள். மலை உச்சியில் ஆகாசத்தைத் தொடுவதுபோல ஒரு பெரிய வீடு. அது யாருடைய வீடு என்று தெரியாது. ஒரு முறை அம்மா அந்த வீட்டைப் பார்த்து அங்க இருந்தா எத்தனை நல்லா இருக்கும் என்று சொன்னது நினைவுக்கு வந்தது. எனக்கு அப்போது பத்து வயது என்று நினைவு. ஜாக் அண்ட் தி பீன் ஸ்டாக் கதை எனக்கு ஞாபகம் வந்தது. அந்த வீட்டு மண்ணில் அவரை விதை போட்டால் அவரைக்கொடி உண்மையிலேயே மேலெழும்பி ஆகாசத்தைத் தொட்டுவிடும். ஜாக் செய்தது போல அதில் ஏறினால் நம்மை சுவர்க்கத்திற்கு கொண்டு செல்லும் என்று எனக்குத் தோன்றிய எண்ணத்தைச் சொன்னதும் அம்மா என் முதுகைத் தடவி சிரித்தாள். அப்போது மிகவும் அழகாக இருந்தாள். அந்த வீட்டவர்களுடன் அவளுக்குப் பிறகு பரிச்சயம் ஏற்பட்டதா என்று தெரியாது.

நான் ஏதோ யோசனையில் ஏரியின் தவறான பகுதிக்கு வந்துவிட்டேன். ஸிம்ஸ் பூங்கா அருகில் அதற்குள் கூட்டம் வர ஆரம்பித்துவிட்டது. குதிரைகளை வைத்துக் குழந்தைகளுக்கு ஆசைகாட்டிக் கொண்டிருந்தார்கள் குதிரை சவாரிக்காரர்கள். நான் வேகமாக அவர்களைக் கடந்து நடந்தேன். கம்பளிச்சட்டைக் கடைகள், பழக்கடைகள், மிட்டாய் கடைகள் எல்லாவற்றையும் தாண்டி நடக்கையில் என்னைச் சுற்றி இருந்த மானுட சக்தியும் அதன் உயிர்ப்பும் எனக்கு சம்பந்தமில்லாதது போல் இருந்தது. அங்கிருந்து தப்பி ஓடவேண்டும் போல் இருந்தது. இந்தப் பக்கமாய் நடக்க வந்தது பைத்தியக்காரத்தனம் என்று தோன்றிற்று. திகைப்புடன் சுற்றுமுற்றும் பார்க்கையில் சாலையின் குறுக்காக இடையே மேல் நோக்கிச் சென்ற ஒற்றையடிப் பாதை ஒன்று தெரிந்தது. செங்குத்தாக இருந்தது, ஆர்வத்தைத் தூண்டிற்று. நான் ஆழ்ந்த மூச்சை உள்ளுக்கிழுத்தபடி அந்தப் பாதையில் நடக்க ஆரம்பித்தேன். அதன் அழகு அசத்திற்று. இருபுறமும் வானை நோக்கி மரங்கள் வளர்ந்திருந்தன. அவற்றின் உச்சி கண்ணுக்குப் புலப்படவில்லை. அமெரிக்காவில் சான் ப்ரான்ஸிஸ்கோவில் மியூர் வுட் ஃபாரஸ்ட் என்ற அரசு பாதுகாப்பில் இருக்கும் பிருமாண்ட ரெட் வுட் மரங்கள் கொண்ட வனத்துக்குச் சென்றது நினைவுக்கு வந்தது. பல நூறு ஆண்டு வயது கொண்டவை. இந்த மரங்களுக்கும் அந்த வயது இருக்கலாம் என்று தோன்றிற்று. ஒரு யுகத்தின் சரித்திரத்துக்கு இவை சாட்சிகளாக இருந்தவை. அதன் பக்கங்களின் சொல்லப்படாத ரகசியங்கள் இவைகளுக்குத் தெரிந்திருக்கும். இந்த இலைகளில் புதைந்திருக்கும். சூரிய வெளிச்சம் அதிகம் படாததால் தண்ணென்றிருந்தது. அங்கிருந்த ஏகாந்தம் மிக ரம்யமாக இருந்தது. இத்தனை நாட்களாக இந்தப் பாதையை நான் எப்படிக் கண்டுகொள்ளாமல் விட்டேன்! அண்ணாந்து பார்த்தபடியே ஆதியும் அந்தமும் விளங்காமல் நடக்கையில் கால் தடுக்கி விழ இருந்தேன். யாரோ என்னை பிடித்துக் கொண்டார்கள்.

“நிலத்தைப் பாக்காம நடந்தா இப்பிடித்தேன்.” நான் சமாளித்துக் கொண்டு நிமிர்ந்தேன். ஒரு பொக்கை வாய் கிழவி சிரித்தபடி நின்றிருந்தாள். அவள் சேலையைப் பிடித்தபடி ஒரு சிறுவன்.

“தாங்க்ஸ் பாட்டி!” என்றேன்.

கிழவி பையனைப் பார்த்தாள்.

“நன்றின்னு சொல்றாக!” என்று அவன் கிசுகிசுத்தான்.

“எதுக்கு?” என்று கிழவி சிரித்தாள். அவளது கேள்வி ராகம் போல இழுத்தது. “எதுக்குப் புள்ளே இந்தக் காட்டுப் பக்கம் தனியா வாறே?”

“ரொம்ப அழகா இருக்கு இந்த இடம். இன்னிக்குத்தான் கண்டுபிடிச்சேன். ஏன், இங்க என்ன பயம்?”

“வெளிச்சம் அதிகம் இல்லே பாரு. எங்களுக்கெல்லாம் பழக்கம். நீ பட்டணத்துப் பொண்ணு. காத்து கருப்புண்ணா நம்பமாட்டே. எதுக்கும் ஒரு ஆளோடு வர்றது நல்லது. அம்புட்டுதேன் சொல்வேன்.”

எனக்கு அவள் பேச்சு சுவாரஸ்யமாக இருந்தது. அந்தச் சிறுவன் என்னை வைத்தகண் வாங்காமல் பார்த்துக்கொண்டிருந்தான்.

“அதுக்கு ஆளைத் தேடணும்!” என்று சிரித்தேன் பழக்கப்பட்ட நபரிடம் பேசுவதுபோல.

“கண்ணாலம் ஆகல்லியா?” என்றாள் அவள் பிரியமாக.

நான் இல்லை என்று தலை அசைத்ததும், “அம்மாவைக் கூட்டிக்கிட்டு வர்றது!” என்றாள்.

நான் பதில் சொல்ல யத்தனிக்கையில் அந்தச் சிறுவன் அவள் கையைப் பிடித்து இழுத்து, “வா ஆத்தா போகலாம்” என்று அவளை நகர்த்தினான். எங்கள் பேச்சு சிறுவனுக்கு அலுப்பைத் தந்திருக்க வேண்டும். அவர்கள் சற்று நகர்ந்ததும் அவளது காதில் அவன் என்னவோ சொன்னான். கிழவி சரேலென்று என்னை வியப்புடன் திரும்பிப் பார்த்தாள். அந்தக் கண்களில் வேறு ஏதோவும் கூட இருந்தது. பிறகு சிறுவனின் கையைப் பிடித்தபடி வேகமாக இறங்கிப் போனாள்.

நான் குழப்பத்துடன் என் நடையைத் தொடர்ந்தேன். கிழவியின் கண்களில் தென்பட்ட பீதிக்குக் காரணம் என்னவாக

இருக்கும் என்கிற கேள்வி எனக்கு முன் பாதையில் வழிமறித்து நின்றது.

சட்டென்று எனக்கு நினைவு வந்தது. அன்று ஏரிக்கரையில் என்னிடம் பேசிய சிறுவன் அவன். இன்று அவனது கம்பிளிக் குல்லாயில் அடையாளம் தெரியாமல் போயிற்று.

❋———❋

— 7 —

சுப்புணி வைத்தக்கண் வாங்காமல் பார்த்துக் கொண்டிருந்தான். கோயிலில் கூட்டமான கூட்டம். ஆண்டவனை தரிசிக்க வந்த கூட்டமில்லை. கஸ்தூரியின் நாட்டியத்தைப் பார்க்க வந்த கூட்டம். 'ஆண்டவனைப் பார்க்கறதும் கஸ்தூரியோட நாட்டியத்தைப் பார்க்கறதும் ஒண்ணுதான்' என்று தனக்குள் சொல்லிக்கொண்டான். சுப்புணி திடுக்கிட்டான். தன் எண்ண ஓட்டம் அப்பாவுக்குத் தெரிந்தால் 'அபச்சாரம்' என்று நெற்றியில் குத்திக்கொள்வார். அப்பா தன்னைத்தானே இப்படி வருத்திக் கொள்வதை அவன் பலமுறை பார்த்திருக்கிறான். மற்றவர்களின் பாவத்தை தாம் சுமக்க நினைத்த மாதிரி. அதற்கான தண்டனையை வழங்கிக் கொள்கிற மாதிரி. அப்படிச் செய்வதால் அதிலிருந்து தனக்கும் குற்றம் புரிந்தவர்களுக்கும் விமோசனத்துக்கு வழிசெய்வதாக நினைக்கிறாரா? அதில் ஏதோ ஒரு மூர்க்கம் இருந்தது. அது அவனை அச்சுறுத்தியது.

எல்லாரும் சதஸ்ஸைப் பார்த்துக் கொண்டிருந்தபோது அப்பா கர்ப்பக்கிரஹத்தில் அமர்ந்திருந்தார். அங்கே என்ன செய்கிறார் என்று அவன் அலுத்துக்கொண்டான். 'நா நினைக்கிறதிலே தப்பொண்ணும் இல்லே' என்று சொல்லிக்கொண்டான். 'கஸ்தூரியோட ஆட்டத்தைக் கலாரசனையோடு பார்க்கறவாளுக்கு தெய்வ தரிசனம் கிடைச்சமாதிரி அனுபவம் கிடைக்கும். இது சத்தியம்.' இதை நேற்று இரவு காமுவிடம் சொன்னபோது 'கலா ரசனைன்னா என்ன?' என்றாள். "மக்கு மக்கு உங்கிட்ட எது இல்லையோ அது!" என்று அவன் அவள் கன்னத்தை இடித்தான்.

அவள் சிரித்தாள் அவனது அணைப்பில் இருந்ததால். காமு ரதி இல்லை. ஆனால் நல்ல பெண். அம்மாவிடம் மரியாதையாக அன்புடன் நடந்து கொள்கிறாள். வெகுளி. தப்பாக நினைக்கக் கூடத் தோணாது. ராத்திரி முகம் சுளிக்கறதில்லே. அவளே ராத்திரி நேரத்துக்காக ஆவலா காத்திருக்கிறது புரியறது. அதைவிட பெண்டாட்டிக்கிட்டெ என்ன எதிர்பார்ப்பு தேவை?

அவன் அமர்ந்திருந்த இடத்திலிருந்து கஸ்தூரியின் ஆட்டம் நன்றாகத் தெரிந்தது. பைரவி வர்ணம். **'மாரன் கணைகள் போடுரார்'** என்று இழைத்து இழைத்து கஸ்தூரியின் அம்மாவும் தங்கையும் பாட கஸ்தூரி சுழன்று நெளிந்து உருகினாள். கூட்டத்தில் இருந்த நாசமாகப்போகிற ஒவ்வொரு ஆணும் அவள் காதல் கொண்டு உருகுவது தனக்காக என்று கிறங்கிப்போவதாக சுப்புணிக்குக் கோபம் வந்தது. எவனாவது மயக்கத்தில் எழுந்து அவள் கையைப் பிடித்து இழுத்துவிடுவானோ என்று பயமாக இருந்தது. கஸ்தூரிக்கு ஒரு பாதுகாப்பு வளையம் போட மனசு பரபரத்தது. ஆனால் இது பகவான் சன்னிதி. அப்படி ஏதும் அசம்பாவிதம் நடந்து விடாது. கஸ்தூரி மனப்பூர்வமாக அந்த ஈசனிடம்தான் காதல் கொண்டிருக்கிறாள் என்று அவன் அறிவான். அவள் கண்களில் அது தெரிகிறது. நிலத்தைத் தொட்டுக் கண்களில் ஒற்றிக்கொண்டு சந்நிதியை நோக்கி அவள் கண்மூடி நின்று பிரார்த்தனை செய்துவிட்டு அரைமண்டியிட்டு வணங்கி நிமிரும்போது அவளுள் ஒரு மாற்றம் ஏற்படுவதை அவன் கவனித்திருக்கிறான். ஒரு ரசாயன மாற்றம் அது. அந்த ஈசனே அவளுள் சங்கமித்துவிடுவதுபோல ஒரு தெய்வகக் களை முகத்தில் மலரும். நாட்டியம் ஆடத்துவங்கியதும் அவள் வேறு ஒரு லோகத்தில் சஞ்சரிப்பாள். அது கைலாசமோ வைகுண்டமோ இருக்கவேண்டும். நாக்கைத் தொங்கப்போட்டுக் கொண்டு அவளைப் பார்க்கும் காமுகர்களோ சதஸ்ஸோ அவள் கண்ணுக்குப் படுவதில்லை என்று அவன் உணர்ந்திருக்கிறான். ஒரு முறை புதுக்கோட்டை சமஸ்தானத்திலிருந்து யாரோ வந்திருந்தார்கள். "அந்த ஆள் உன் மேல வெச்ச கண்

எடுக்கல்லே" என்று அவன் சற்று பொறாமை கலந்த குரலில் பிறகு சொன்னபோது எனக்கு எதுவுமே கண்ணுக்குத் தெரியாது சுப்புணி!' என்று அவள் சிரித்திருக்கிறாள். 'என் கண்ணுக்கு சாமி மட்டும்தான் தெரியும்.'

பூஜை காலங்களில், திருப்பள்ளியெழுச்சியிலிருந்து பள்ளியறை பூஜை வரை ஆகம விதிப்படி கோயிலில் ஆடவேண்டிய ஆட்டங்களில் அவள் ஆடும்போது அவள் முகத்தில் இருக்கும் பாவங்கள் அதைத்தான் சொல்லும். அந்த நாட்டியம் அவளுக்கும் இறைவனுக்கும் இடையே மட்டுமே நடக்கும் சம்வாதம் போல. அவளது பிரத்தியேக அர்ப்பணிப்பு போல. உற்சவ மூர்த்தி தெருவில் ஊர்வலம் செல்லும்போது அதற்கு முன்னால் அவள் ஆடிக்கொண்டு போவதை கொத்து கொத்தாகக் கூட்டம் நின்று பார்க்கும். அதைப் பற்றிய பிரக்ஞையே இல்லாமல் அவள் ஆடுவாள்.

"பூஜைக் காலங்கள்ளே சரி; இது சதஸ்ஸுன்னா?"

"எந்த இடமானா என்ன சுப்புணி? இடம் முக்கியமில்லே எனக்கு. நாட்டியம்தான் முக்கியம். நா ஆடறது மத்தவங்களுக்காக இல்லேன்னு தோணுது. எனக்காகவே ஆடறதா படுது. ஆடும்போது ஆகாசத்திலே பறக்கற மாதிரி இருக்கு. என்னென்னவோ வாசல்கள் தொறக்கற மாதிரி இருக்கு. நா சொல்றது உனக்குப் புரியுதோ?"

"புரியறதே?" என்று அவன் ஆர்வத்துடன் தலையாட்டினான். "அது கற்பனை உலகம் கஸ்தூரி!"

அவள் அழகாகச் சிரித்தாள். முத்துச் சரம் போன்ற பற்கள் பளீரிட்டன. "அப்படீன்னு நீ நினைக்கிறே! எனக்கு அதுதான் நிஜம்." செல்வதற்குமுன் ஒய்யாரமாகத் திரும்பிப் பார்த்துச் சொன்னாள்.

"சுந்தரமூர்த்தி மாமாகிட்ட கேட்டுப் பாரு, அவர் நாயனம் வாசிக்கும்போது அவருக்கு எப்படிப்பட்ட அனுபவம் கிடைக்குதுன்னு. உனக்குப் புரியற மாதிரிச் சொல்வாங்களோ என்னவோ."

அவன் ஏமாற்றத்துடன் முணுமுணுத்தான். "நா ஞான சூன்யம்னு நீ நினைக்கிறே!"

"சேச்சே, அபச்சாரம் சுப்புணி. நீ மகா ரசிகன். ஆனா கலைஞன் இல்லே."

அவன் இன்னும் சொல்லத் தெரியாத ஏமாற்றத்துடன் நின்றான்.

அவள் விளையாட்டாக இரு கைகளையும் குவித்து கும்பிட்டாள். "சுப்புணி ஐயா, மன்னிச்சுக்குங்க. எல்லாரும் கலைஞர்களா இருக்கத் தேவை இல்லே. ரசிகன் ரொம்ப முக்கியம். ரசிக்க ஆளில்லேன்னா யாருக்காக ஆடறது?"

"நீதான் சாமிக்காக ஆடறேங்கறியே?"

அவள் கலகலவென்று சிரித்தாள். "சாமின்னு சொல்லி எனக்காகவே ஆடறேன். நானே ரசிகை. ஒண்ணு சொல்றேன் சுப்புணி. எனக்கு உடம்புலே வலு இருக்கிறவரை ஆடுவேன். ஆடாதேன்னு சொன்னா நா செத்துருவேன்."

அவன் நெகிழ்ந்து போனான். "கஸ்தூரி, வெளையாட்டுக்குக் கூட அப்படிப் பேசாதே."

அவள் மீண்டும் சிரித்தாள். 'விளையாட இது நேரமா?' என்று பாட்டை முனகி அபினயித்தாள். அவளை வாரி அணைத்து அந்தப் பவள உதடுகளை சுவைக்க அவனுக்குப் பரபரத்தது...

அவள் சட்டென்று அவன் அருகில் வந்தாள். சந்தன வாசனை அவனைத் தழுவும் நேரத்தில், 'கவலைப்படாதே' என்றாள். "இந்த சந்நிதிலே இருக்கிற சாமிக்கும் எனக்கும் பந்தம் இருக்கு. எனக்கு அப்படிப்பட்ட ஆபத்து வந்துராது!"

அது உண்மை என்று அவன் நம்பினான். சாமிக்கும் அவளுக்கும் ஒரு ஆன்மிகப் பிணைப்பு இயல்பாகவே இருந்ததாகத் தோன்றிற்று. அது ஒரு லௌகீக முடிச்சினாலேயே சாத்தியம் என்கிற ஒரு விசித்திரமான பாசாங்குத்தனம் நடந்தது சில வருஷங்களுக்கு முன், மரபு, சடங்கு என்கிற பெயரில்.

அதற்கு அவன் சாட்சி என்கிற அவமானம் அவனைக் காரணம் புரியாமல் வதைத்தது... அவளுக்கும் சாமிக்கும் நடந்த திருமணத்தைப் பார்த்து அன்று அவன் அதிர்ந்தது இன்னும் நினைவிருக்கிறது. இப்பவும் மயிர்கணுக்கால்களில் கூச்சம் ஏற்படுகிறது அதை நினைக்கும் போது. அன்றைக்கு கஸ்தூரி கல்யாணப் பெண்ணைப் போல அலங்கரிக்கப்பட்டு கோயிலுக்குப் பல்லக்கில் அழைத்து வரப்பட்டாள். அவன் அப்பாவிடம் விளக்கம் கேட்கமுடியாத அளவுக்கு அன்று அப்பாவுக்குக் கோயிலில் வேலை இருந்தது. 'கஸ்தூரி யாரையோ கல்யாணம் செஞ்சுண்டு ஊரைவிட்டுப் போயிடப் போறா' என்று அவனுக்கு அடிவயிற்றை கலக்கிற்று. மாப்பிள்ளை யாரு என்று அவன் கூட்டத்தில் இருந்த ஒருத்தனைக் கேட்டபோது அவன் சிரித்தான். 'தாசிக்கு யாரோட கல்யாணம் நடக்கும்?' அவன் விழித்தான். 'சாமிக்கும் அதுக்கும்தான் கல்யாணம்.' அவனுக்குத் தூக்கிவாரிப் போட்டது.

"கர்ப்பக்ருஹத்திலே இருக்கற சாமியா?"

'ஆமாய்யா, பேருக்கு!' என்று அவன் ரகசியமாகச் சிரித்தான். "பொட்டு கட்டறது சாமின்னு பேரே தவிர, அதை குருக்கள் ஐயாதான் கட்டுவாரு."

அவனுக்கு மீண்டும் அதிர்ந்தது. அவன் அங்கிருந்து நகர்ந்து சடங்குகளை கவனித்தான். அந்த ஆள் சொன்னது உண்மைதான். மங்கல நாணை சாமி மீது வைத்து எடுத்து அதை கஸ்தூரியின் கழுத்தில் அப்பாதான் கட்டினார். அதற்குமேல் அங்கு இருக்க முடியாமல் அவன் வீட்டுக்கு விரைந்தான். பொங்கி பொங்கி துக்கம் பெருகிற்று. கிணற்றடியில் அமர்ந்து முழங்கால்களில் முகத்தைப் புதைத்து குலுங்கக் குலுங்க அழுதான். எதற்கோ கொல்லைப்புறம் வந்த அம்மா அதைக் கவனித்துப் பதறிப் போனாள். "என்னடா ஆச்சு? என்ன ஆச்சு? அப்பா கோச்சுண்டாரா?"

அவன் எதற்கும் பதில் சொல்லாமல் சற்று நேரம் கண்ணீர் விட்டுக்கொண்டிருந்தான். உண்மையில் எதற்கு அழுகிறோம்

என்றுகூட விளங்கவில்லை. பிறகு எழுந்து கிணற்றிலிருந்து நீரை சேந்தி சேந்தி வெறி பிடித்ததுபோல தலையில் விட்டுக்கொண்டு உடையை மாற்றிக்கொண்டு கோயிலுக்குச் சென்றபோது உச்சி பூஜை முடிந்து அப்பா கர்ப்பக்ருஹத்தைப் பூட்டிக் கொண்டிருந்தார். கஸ்தூரியும் மற்றவர்களும் கிளம்பிப் போயிருந்தார்கள். அவன் அப்பாவின் முகத்தைக் கூர்ந்து பார்த்தான். அவர் முகத்தில் எந்தச் சலனமும் தெரியவில்லை.

'பொட்டு கட்டறது சாமின்னு பேரே தவிர...'

அபசாரம் என்று அப்பா மூர்க்கமாகத் தலையில் குட்டிக் கொள்வதுபோல சுப்புணி தலையில் குட்டிக்கொண்டான். அடுத்த மாதமே 17 வயது நிரம்பிய அவனுக்கும் 10 வயது காமாட்சிக்கும் அப்பா திருமணம் செய்து வைத்தார். அவன் கிணற்றடியில் அழுததை அம்மா சொல்லியிருப்பாள் என்று அவனுக்கு சந்தேகம் ஏற்பட்டது. அம்மாவுக்கு அப்பாவின் மேல் கோபம் வராதது ஆச்சரியமாக இருந்தது.

இப்போது கஸ்தூரி நாட்டியம் ஆடும்போது தனக்கும் அதற்கும் சம்பந்தமில்லாததுபோல அப்பா உள்ளே உட்கார்ந்திருக்கிறார். ஆனால் அப்பா அன்று பொட்டு கட்டியதோடு சரி. சம்பந்தமுள்ளவர்களாக வந்திருந்தவர்கள் வேறு. முன் வரிசையில் உட்கார்ந்திருந்தார் சமஸ்தான அரண்மனைக்கு சொந்தக்காரர். ராஜா என்று சுருக்கமாக அழைக்கப்பட்டவர். பட்டு வஸ்திரமும் பீதாம்பரமும் அணிந்து கம்பீரமாக அமர்ந்திருப்பவர். அவருக்குக் கஸ்தூரியுடைய கலையை எந்த அளவுக்கு ரசிக்கத் தெரியும் என்று சுப்புணி யோசித்தான். இந்த யோசனை கஸ்தூரிக்கு இருக்குமா என்று கவலைப்பட்டான். அவள் அதைப் பற்றி அதிகம் கவலைப்படாதது அவனுக்கு ஏமாற்றமாக இருந்தது. அரண்மனையிலிருந்து வரும் சாரட்டு வண்டியில் அவள் ஏறிச் செல்வதை அவன் கவனித்திருக்கிறான். அந்தப் பளிங்கு முகத்தில் எந்த பாவமும் வெளிப்படாது. அரண்மனையில் என்ன நடக்கும் என்று அவன் கற்பனை செய்து புழுங்கியிருக்கிறான்.

அவளுக்கு அப்பனைப் போல் இருக்கும் ராஜாவிடம் கஸ்தூரி எப்படி நடந்து கொள்வாள்? சந்தோஷமாக இருப்பாளா? ராஜாவின் அணைப்பில் கஸ்தூரி இருப்பதைக் கற்பனை செய்வது அவனுள் சூட்டைக் கிளப்பும். படுக்கை கொள்ளாமல் பாயில் புரண்டு படுப்பான். சுய இன்பத்தில் ஈடுபட்டு கிணற்றடிக்கு ஓடி வேளை கெட்ட வேளையில் அவன் குளிப்பதை அவனுடைய அப்பா கவனிப்பது அவனுக்குத் தெரியும். அப்பா அவனிடம் விளக்கம் கேட்டதே இல்லை. நல்ல வேளையாகப் பதினோரு வயதிலேயே ருதுவான காமாட்சி பனிரெண்டு வயதில் அவனுடன் படுக்க வந்துவிட்டாள். பல இரவுகளில் காமாட்சியுடன் உறவு கொள்ளும்போது கஸ்தூரியுடன் உறவு கொள்வதாகக் கற்பித்துக்கொள்வது சுகமாக இருக்கும். அவனது அடங்காத பசிக்கும் வெறிக்கும் ஈடுகொடுக்க முடியாமல் காமாட்சி துவண்டு போவாள். 'போறும் விடுங்கோன்னா!' என்ற அவளது சிணுங்கல் அவனை பூமியில் இறக்கும். இருந்தும் கஸ்தூரியுடன் பலமுறை படுத்த திருப்தியில் மனசு நிறைந்திருக்கும்.

'எனக்கு சாமி மட்டும்தான் கண்ணுக்குத் தெரியும்!'

அது உண்மையாக இருக்குமா? "மோக லாகிரி மீறுதே!..." அவள் கண்களில் தெரியும் அந்த மையல் சாமிக்காக மட்டுமா?

அங்கங்கே நிறுத்தப்பட்ட தீவட்டி ஒளியில் அவளது முகம் ஒளிர்ந்தது. முகத்தில் வியர்த்து சரமாய் நீர் வழிவது அவள் கண்களிலிருந்து பெருகுவது போல தோன்றிற்று. இந்தக் கூட்டத்தின் முன் ஆட நேர்வது சோகம் என்று வருத்தமா?

கச்சேரி முடிந்தது. உட்கார்ந்திருந்தவர்களில் பலர் பணமுடிப்பு கொடுத்தார்கள். கஸ்தூரி அதைக் கண்ணில் ஒற்றிக்கொண்டு தன் தாயிடம் கொடுத்தாள். செங்கமலத்தின் முகத்தில் தெரிந்த பூரிப்பைக்கண்டு சுப்புணிக்கு சங்கடமாக இருந்தது. ராஜா செங்கமலத்தைப் பார்த்து ஏதோ சமிக்ஞை செய்தார். செங்கமலம் தலையாட்டினாள். 'பொண்ணை அனுப்பறேன்னு சொல்றா போலிருக்கு' என்று சுப்புணி எரிச்சலுடன் நினைத்துக்கொண்டான்.

நாட்டியம் முடிந்த உடனேயே கூட்டமும் கலைந்துவிட்டது. மிகச் சிலரே ஈசுவரனை தரிசிக்க மூலவர் சந்நிதிக்குச் சென்றார்கள். சுந்தரமூர்த்தி பல்லாண்டு வாசிக்க ஆரம்பித்தார். அவரது நாதஸ்வரத்தில் ஏதோ இருந்தது. கோயில் வாசலுக்குச் சென்றவர்கள் திரும்ப வந்து திண்ணையில் அமர்ந்தார்கள். சுப்புணி அப்பாவுக்கு உதவியாக சந்நிதியில் இருந்தான். பக்தர்கள் போய்விட்டார்கள். சுந்தரமூர்த்தி மங்களம் வாசித்து முடித்தார்.

“நீ போ சுப்புணி. நா ராத்திரி பூஜையை முடிச்சுண்டு பூட்டிண்டு வரேன்” என்றார் பெரிய குருக்கள். ஏன் என்று கேட்டோ மறுத்துப் பேசியோ பழக்கமில்லாததால் அவன் கிளம்பினான். வெளிப்பிராகாரத்துக்கு வந்தபோது சுந்தரமூர்த்தி கிளம்பத்தயாராகியிருந்தார். கஸ்தூரி அரண்மனைக்குப் போயிருப்பாளா என்கிற யோசனையுடன் அவரைப் பார்த்துத் தலையசைத்து சிரித்தான்.

“சுப்புணி தம்பி, இருங்க நானும் வாரேன்” என்று அவர் எழுந்தார்.

சுந்தரமூர்த்திக்கு அப்பாவின் வயது இருக்கும். ஆனால் அவனைத் தவறி கூட ‘வா’ என்று அழைத்ததில்லை. இங்கு அக்ரஹாரத்தில் இருப்பவர்களைத் தவிர மற்ற எல்லாரும், வயதானவரும்கூட அவனை சின்ன குருக்கள் ஐயா என்றுதான் அழைக்கிறார்கள். அவன் அதை அசம்பாவிதமானதாக நினைத்ததில்லை. கஸ்தூரியும் அப்படித்தான் முன்பு அழைப்பாள். அவன் அவளிடம் கேட்டுக் கொண்டதன் பேரில் பிறகு இருவர் மட்டுமே இருக்கும் சமயங்களில் பெயர் சொல்லி ஒருமையில் அழைப்பாள். தனக்கும் அவளுக்கும் இடையே இருக்கும் ரகசியம் அது என்று அவன் பெருமைப்பட்டுக் கொள்வான்.

இருவரும் தாயார் சந்நிதி வழியாக வெளியேறி கோபுர வாசலைத் தாண்டும் வரை எதுவும் பேசவில்லை. குளத்தில் கால் கழுவ இருவரும் படிக்கட்டில் இறங்கினார்கள். இருளில் எங்கிருந்தோ விழுந்த விளக்கொளி நீரில் பட்டு அவர்கள்

காலை அமிழ்த்தியதும் ஜரிகை இழைகளாக விரிந்தவண்ணம் இருந்தது. "என்னமா ஆடினா கஸ்தூரி இன்னிக்கு!" என்றான் அவன்.

"என்னிக்கு அவ ஆட்டம் சோடை போச்சு?" என்றார் சுந்தரமூர்த்தி.

"வாஸ்தவம்தான்." என்றான் அவன் சுந்தரமூர்த்தியின் வயதை எட்டிவிட்டவன் போல. "எனக்கு என்ன வருத்தம் தெரியுமோ?" என்றான் அவன் தயக்கத்துடன். "நாட்டியத்தைப் பார்க்கறவா எல்லாரும் அவ நாட்டியத்தை ரசிக்க வரல்லே!"

சுந்தரமூர்த்தி அதற்கு பதில் சொல்லவில்லை. "சித்த இங்க உக்காந்துக்கலாமா? உங்களுக்கு அவசரமா போகணுமா?" என்றார்.

"இல்லே, இல்லே" என்றான் சுப்புணி ஆர்வத்துடன். கோயில் திருப்பணிகளில் இவரோடு சாவகாசமாகப் பேச முடிந்ததில்லை. அவரது அற்புத வாசிப்பை இருந்த இடத்திலிருந்து ரசிப்பதோடு நின்றுபோகும். தவிர அவருக்கும் தனக்கும் இருந்த வயது வித்தியாசம் சகஜமாகப் பேச இயலாமல் தடுக்கும்.

சுந்தரமூர்த்தி இடுப்பில் கட்டியிருந்த சுருக்குப் பையிலிருந்து புகையிலையை எடுத்து வாயில் அடக்கிக் கொண்டார்.

"நாட்டியத்தைப் பார்க்க வரவங்க எல்லாம் ரசிகனா இருக்கணும்னு எதிர்பார்க்க முடியுமா?" என்றார் நிதானமாக. "ஆடறது குலத்தொழில்னு இருக்கும்போது இதையெல்லாம் நினைச்சுக்கிட்டு இருக்கமுடியுமா?"

"எனக்குக் கஷ்டமா இருக்கு அவாளைப் பாத்தா."

சுந்தரமூர்த்தி சிரித்தார். "கஸ்தூரி அதெயெல்லாம் லட்சியம் செய்யமாட்டா."

"அவ கண்ணுலே படறது கூட இல்லேன்னு எங்கிட்டெ சொல்லியிருக்கா!" என்றான் அவன் ஒரு ரகசியத்தைப் பகிர்ந்து கொள்வது போல.

அவர் சற்று நேரம் பேசாமல் இருந்தார். ஆகாசத்தில் ஒன்றிரண்டு நட்சத்திரங்கள் மின்னின. இன்று இரவு மழை பெய்யலாம் என்று அவன் நினைத்தான். காற்று வீசாமல் புழுங்கிற்று.

“கலைமேல அபரிதமான காதல் இருக்கும்போது எந்த அவமானமும் உறைக்காது தம்பி. அவ நாட்டியத்துக்காகவே பிறந்தவ.”

தன்னுள் பொங்கிய உணர்வுகளை மறைத்துக் கொண்டு அவன் சொன்னான். “நீங்க நாயனத்துக்காகப் பொறந்திருக்கிற மாதிரி.”

அவர் எதுவும் சொல்லவில்லை. மீண்டும் ஆகாசத்தை பார்த்தார். இவருக்கு நேரும் அவமானங்கள் இவருக்கு உறைக்காததற்கும் அதுதான் காரணம் என்று அவன் நினைத்துக்கொண்டான்.

பெரிய மிராசு வீட்டுக் கல்யாணத்தின் போது அவனுக்கு வயது ஒன்பதோ பத்தோ. சுந்தரமூர்த்தியின் மகன் மாணிக்கம் அவனைவிட நான்கு வயது சிறியவன். ஆற்றங்கரையில் கோலி விளையாடுவார்கள். மாணிக்கம் அன்று பசியால் சுருண்டு வெளி மண்டபத்தில் படுத்தது நினைவுக்கு வந்தது. கல்யாணத்துக்கு முன்பு பெரிய மிராசு அப்பாவைக் கூப்பிட்டு அனுப்பியதும் அவருடன் தானும் சென்றதும் நினைவுக்கு வந்தது. அப்பா ஜோஸ்யம் பார்ப்பார். முஹூர்த்த நாள் குறித்துச் சொல்வார்.

“ரெண்டு மூணு முஹூர்த்த நாள் பாத்துச் சொல்லுங்கோ குருக்களே! பொண்ணு நட்சத்திரம் சுவாதி. தெரியுமே உங்களுக்கு” என்றார் பெரிய மிராசு. நடு முற்றத்தில் கால்மேல் கால் போட்டு நாற்காலியில் அமர்ந்திருந்தார். பேசும்போது ஒரு பாதத்தை ஆட்டியபடி இருந்தார். முற்றத்தில் அப்பா உட்கார மணை போடப்பட்டிருந்தது. அப்பா பஞ்சாங்கத்தைப் பார்த்து ஏதோ கணக்கு போட்டபடி இருந்தார். அவன் தன்னைச் சுற்றிப் பார்த்தான். தேக்கு மரத் தூண்கள். வெள்ளிப்பூண் போட்ட

ஊஞ்சல் கூடத்தில் பளபளத்தது. பிரும்மாண்ட வீடாக இருந்தது. பின்கட்டுக்குப் போவதே கோயில் பிராகாரத்தின் அளவு இருக்கும் போல் இருந்தது.

அப்பா தேதிகளைச் சொன்னதும் மிராசு பண்ணை ஆளைக் கூப்பிட்டு "உடனடியாக சுந்தரமூர்த்தியை வரச்சொல்லு" என்றார். அடுத்த பத்தாவது நிமிஷம் வேர்க்க விருவிருக்க சுந்தரமூர்த்தி ஓடிவந்தார். கூடவே மாணிக்கமும் வந்தான். அவனைப் பார்த்துப் புன்னகைத்தான். நாதஸ்வரம் வாசிக்கும்போது ராஜாவைப் போல் இருக்கும் சுந்தரமூர்த்தி இப்போது ஆள்மாறிப் போனதுபோல கூனிக் குறுகி நின்றார். "வாடா" என்றார் மிராசு. "பாப்பா கல்யாணத் தேதி குறிக்கணும். மூணு முஹூர்த்தம் இருக்கு. உனக்கு எது சௌகர்யம் சொல்லு" என்றார். "நீதான் ஜானவாசத்துக்கு வாசிக்கணும். சரகுண பாலிம்ப நிச்சயம் வாசிக்கணும்."

சுந்தரமூர்த்தியின் முகம் மலர்ந்து போயிற்று. "அதுக்கென்னங்க, நிச்சயம்" என்றார். மூன்றில் ஒரு தேதியை ஒத்துக்கொண்டார்.

ஜானவாசத்தின் போது சரகுண பாலிம்பாவைக் கேட்டு கூட்டம் நகராமல் சொக்கிப் போய் நின்றது சுப்புணிக்கு நினைவிருந்தது. இரவு சாப்பிடும்போது அப்பா கூட பரிசாரகரிடம் சொன்னார் "சந்துரு, சுந்தரமூர்த்திக்கு ரெண்டு கரண்டி பாயசம் கூடப் போடு. இன்னிக்கு அவன் வாசிச்ச கேதாரகௌளத்துக்கு ராஜ்யத்தையே கொடுக்கலாம்."

"எல்லாம் சாப்பிட்டு முடிஞ்சப்புறம் என்ன இருக்கோ அது" என்றான் சந்துரு.

சாப்பிட்டு முடிந்ததும் "நீ ஆத்துக்குப் போ சுப்புணி நா வர நாழியாகும்" என்று அப்பா சொன்னார். சுப்புணி ஓட்டமெடுத்தான். நாதஸ்வரமும் தவிலும் வாசித்தவர்களைக் காணோம். என்றுமில்லாமல் அப்பா பாராட்டியது மனசுள் சந்தோஷத்தை ஏற்படுத்தியிருந்தது தன்னையே அவர் பாராட்டினதுபோல. உங்களுக்குப் பாயசம் கூடப் போடச் சொன்னார் அப்பா என்று சுந்தரமூர்த்தியிடம் சொல்லவேண்டும்

போல் இருந்தது. அவர்களைத் தேடியபடி அவன் நடந்தான். கல்யாண சந்தடியெல்லாம் பின்னுக்கு நகர்ந்துவிட்டது. ஜானவாச பெட்ரோமாக்ஸ் விளக்குகள் சுமந்தவர்கள் போய்விட்டார்கள். அங்கங்கே வீடுகளிலிருந்து சிணுங்கிய அகல் விளக்கின் மங்கிய வெளிச்சத்தில் தெருக்கள் இருள் போர்த்தியிருந்தது அதிக துல்லியமாகத் தெரிந்தது.

ஆற்றங்கரையில் இருந்த மண்டபத்தில் அவர்கள் உட்கார்ந்திருந்தார்கள். மாணிக்கம் படுத்துத் தூங்கியிருந்தான்.

"நீங்கள்ளாம் சாப்பிட வரல்லே?" என்றான் சுப்புணி.

"சாப்பிட்டா போச்சு!" என்று சுந்தரமூர்த்தி சிரித்தார் "எப்படி இருந்தது சரகுண பாலிம்ப?"

"ரொம்ப நன்னா இருந்தது. அப்பா அதுக்காக உங்களுக்கு ரெண்டு கரண்டி பாயசம் கூடப் போடச்சொன்னார் சந்துருகிட்ட!"

சுந்தரமூர்த்தி மகிழ்ச்சியுடன் சிரித்தார். தலையை பலமாக ஆட்டி மற்றவர்களைப் பார்த்தார்.

"சாப்பிட வரல்லே?"

"எங்களுக்கு சாப்பாடு இங்கயே வரும் தம்பி!"

"எப்ப?"

"எல்லா பந்தியும் முடிஞ்சப்புறம்!" என்றார் தவில் வாசித்தவர். அவன் ஏன் என்று கேட்கவில்லை. "மாணிக்கம் தூங்கிட்டானே?"

"சாப்பாடு வந்ததும் எழுப்புவோம். நீங்க போங்க தம்பி ஊட்டுக்கு." அவன் கிளம்பாமல் அங்கேயே உட்கார்ந்திருந்தான். சுந்தரமூர்த்தி அடிக்குரலில் ஒரு ராகத்தை இழுத்தார்.

"இது என்ன ராகம் தெரியுமா?"

"செஞ்சுருட்டி" என்றான் அவன்.

"பலே." என்று சுந்தரமூர்த்தி பாராட்டினார். உடனடியாக ஒரு காவடிச்சிந்து பாட ஆரம்பித்தார். அவர் இன்னும் இரண்டு

பாட்டுக்கள் பாடி முடித்தபிறகு ஒரு ஆள் வாளியைத் தூக்கிக் கொண்டு ஓடி வந்தான். “சாப்பாடு சாப்பாடு” என்று பரபரத்தான்.

அவர்கள் வெற்று மார்பைப் போர்த்தியிருந்த அங்கவஸ்திரத்தை நீட்டினார்கள். வாழை இலையில் கூட்டும் கறியும் அப்பளமும் பருப்புக்குழம்பும், மோர்க்குழம்பும் சாதமும் எல்லாமும் கலந்து பரிசாரகன் தொப்பென்று போட்டான்.

சுப்புணி விழிகள் பிதுங்கப் பார்த்தான். “பாயசம்? பாயசம் கொண்டுவரல்லே?”

“யாரது? சுப்புணியா? நீ எங்கடா வந்தே? பாயசம் தீந்து போச்சு. நீ சாப்பிட்டாச்சோ இல்லையோ? இங்க ஏன் உக்காந்திருக்கே? எடு ஓட்டம்!”

அவன் திரும்பிப் பாராமல் ஓட ஆரம்பித்தான். “எழுந்திருடா மாணிக்கம், சாப்பாடு வந்துடுச்சு” என்று சுந்தரமூர்த்தி சொல்வது கேட்டது.

சுப்புணியின் கண்களில் நீர் அடக்க முடியாமல் பெருகிற்று. விசித்து அழவேண்டும்போல் இருந்தது.

அப்பா வாசலிலேயே காத்திருந்தார். “எங்கெடா போனே?” என்றார். அவனுக்குத் தொண்டை அடைத்தது. “சுந்தரமூர்த்தி மாமாவுக்கு பாயசமே இல்லே! தீந்து போச்சாம்!” என்று சொல்லி முடிப்பதற்குள் கண்கள் நீரைக் கக்கின.

சுந்தரமூர்த்தி எழுந்தார். “வாங்க தம்பி. மழை வரும் போல இருக்கு” என்றார். ஒரு ராகத்தை இழுத்தபடியே நடந்தார். செஞ்சுருட்டி.

— 8 —

லக்ஷ்மி காத்திருந்தாள். காத்திருப்பது அவளுக்கு சோர்வைத் தருவதில்லை. மாறாக அசாத்திய பொறுமையை அளித்திருந்தது. காத்திருப்பதே அவளது வாழ்வாகிப் போகுமோ என்று முன்பு ஆயாசமாக இருக்கும். இப்படித்தான் முன்பு ஒரு நள்ளிரவு வரை தூங்கப் போகாமல் அப்பாவின் வருகைக்காகக் காத்திருக்க நேர்ந்தது. ஆனால் அந்தக் காத்திருத்தல் அவளுடைய வாழ்வை திசை திருப்பும் ஒன்றாக இருந்தது. யோசித்துப் பார்க்கும் போது வாழ்வின் ஒவ்வொரு மைல் கல்லை எட்டவும் அவள் காத்திருக்க வேண்டியதன் அவசியத்தை விளக்கிய நிகழ்வு அது. அந்த அவசியமே அவளுடைய உத்வேகத்தை அதிகரிப்பதாக அவள் நினைத்துக் கொண்டாள்.

இன்று மீண்டும் காத்திருக்கிறாள், அப்பாவின் வருகைக்காக. அப்பா இன்று வருவார் என்பது அவளது எதிர்பார்ப்பு. முன்பு ஊரில் இருந்த போது அவர் கிட்டத்தட்ட தினமும் இரவு வேளையில் அவள் உறங்கப்போன பிறகு வருவார். அம்மாதான் காத்திருப்பாள், அலங்கரித்துக் கொண்டு. டவுனுக்கு வந்த பிறகு அவர் வருவது குறைந்துபோனது. ஆனால் வாரத்துக்கு ஒரு முறையாவது வருவார். அவர் வருவதற்குள் அம்மா தவித்துப் போவாள். தன் இடத்தை வேறு எவரேனும் பிடித்துக் கொண்டுவிட்டார்களோ என்கிற பயம் அவளுக்கு இருப்பதாக லக்ஷ்மிக்குத் தோன்றும். அவளுக்கு விசித்திரமாக இருந்தது. அவர்களுக்கு தான் வருவதைப் பற்றி சேதி அனுப்பும் வழக்கமே அப்பாவுக்குக் கிடையாது. ஆனால் இன்று அப்பா

நிச்சயம் வருவார் என்று அவளது எதிர்பார்ப்பிற்குக் காரணம் இருந்தது. அவள் சுவரில் இருந்த கடிகாரத்தைப் பார்த்தாள். பத்துமணி ஆகிவிட்டது. இன்று காலை ஏற்பட்ட அடக்க முடியாத சந்தோஷமும் மகிழ்ச்சியும் இருந்த இடம் தெரியாமல் மங்கிவிடும் நிலைக்கு வந்திருந்தது. நேற்று இரவு தூக்கமே வரவில்லை. சேதி அறிந்ததும் அப்பாவிடம் என்ன பேசுவது என்கிற கற்பனையில். அவள் சொல்லும் விவரங்களைக் கேட்டு அவர் முகத்தில் ஏற்படும் மகிழ்ச்சி ரேகைகளைப் பார்ப்பது அவளுக்குப் பிடிக்கும். முன்பு இப்படித்தான் மெட்ரிக்குலேஷன் பரீட்சை முடிவுகள் வந்த அன்று அவள் மாகாணத்தில் முதலாவதாகத் தேறியிருந்த சேதியைக் கேட்டு உடனடியாக ஊரிலிருந்து அவர் வந்து பேஷ் பேஷ் என்று பாராட்டியபோது பிடிகொடாத பெருமை ஏற்பட்டது. ஆனால் வழக்கம்போல் அவளுடைய கோரிக்கைகள் இருந்தன. அவை பெரிய மிராசுக்கு சோர்வைத் தரும் என்று பயந்த அம்மாவை சமாளிப்பதே பெரிய வேலையாக இருந்தது.

“உம் அப்புறம்” என்றார் பெரிய மிராசு.

“காலேஜிலே சேரணும்பா. பட்டதாரி ஆகணும்.”

“அது பேராசைமா” என்றார் அப்பா யோசனையுடன். “இருக்கிற ஒரே காலேஜும் ஆண்கள் காலேஜ். பெண்களை சேக்க மாட்டாளாம்.”

அவளுக்குக் கண்ணில் நீர் பெருகிற்று. “அப்ப மெட்ராசுக்கு அனுப்புங்கோ.”

அம்மா திடுக்கிட்டுக் குறுக்கிட்டாள்.

“என்னதுடீ இது, பட்டணத்திலே எங்கே தங்குவே? அப்படிப் படிச்சு என்ன உத்தியோகம் பாக்கப் போறியா?”

“ஆமாம் அதுதான் என் எண்ணம்.”

“இதுவரைக்கும் எந்தப் பொம்பளை உத்தியோகம் பாத்திருக்கா?”

"ஏம்மா நா அந்த முதல் பொம்பளையா இருக்கக்கூடாதா?"

அப்பாவின் அதரங்களில் லேசான புன்னகை மலர்ந்தது. ஆனால் தீவிர யோசனையுடன் அமர்ந்திருந்தார்.

"என்னவோ சொல்றா இவ, இதெல்லாம் நடக்கிற காரியமா?" என்றாள் அம்மா அவரிடம். மன்னிப்பு கேட்கிற மாதிரி இருந்தது. தன்னுடைய தீவிரத்தை அவள் துச்சமாக நினைப்பதாக லக்ஷ்மிக்குக் கோபம் வந்தது.

அப்பா தனக்குள் பேசிக்கொள்பவர்போல் சொன்னார். "பார்க்கலாம். நன்னா படிக்கிறா குழந்தை. அவ ஆசையை தடுக்கறது தப்பு. இந்த ஊர்லேயே ஏதாவது வழி செய்ய முடியுமான்னு பாக்கறேன்."

"முடியல்லேன்னா?" என்றாள் லக்ஷ்மி கவலையுடன்.

"வேற ஏற்பாடு செய்யறேன். கவலைப்படாதே!"

அவரை அணைத்துக்கொள்ள வேண்டும்போல் இருந்தது அவளுக்கு. ஆனால் அந்தச் சலுகை தனக்கு இல்லை என்று அவளுள் ஒரு கூச்சம் இருந்தது. அவரும் அவள் அருகில் வந்து அவள் தலையைக் கோதிவிட்டோ கன்னத்தைத் தட்டியோ நெருக்கத்தைக் காண்பித்ததில்லை. பாப்பாவின் கல்யாணத்தும் போது அவளுடைய தலையை வாஞ்சையுடன் அவர் கோதிவிட்டதை அவள் பார்த்திருக்கிறாள். என்றாவது ஒரு நாள் அவர் தன்னை அப்படி வாஞ்சையுடன் பார்ப்பாரா நெருக்கம் காண்பிப்பாரா என்று ஏக்கம் அடிமனத்தில் துன்புறுத்தும். ஊரிலிருக்கும் ஒரு தகுதிவாய்ந்த அநாதை பெண்ணுக்கு ஆதரவு தருவதுபோலத்தான் அவரது செய்கை இருக்கும். அல்லது அப்படியாக அவளுக்குத் தோன்றும். இப்போது மனசு தெளிந்துவிட்டது. அவர் பெரிய மிராசு. சட்டபூர்வமாக அவளுக்கு எந்த உறவும் இல்லை. அவர் அவளின் ஆதரவாளர் மட்டுமே. அதுவும் அவளது பிடிவாதத்தால் கிடைத்தது. ஆனால் அதுபோதும். படிப்பு ஒன்றே அவளுக்கு முக்கியம். அதற்கு

அவர் உதவி செய்வதே மாபெரும் விஷயம். அதற்குமேல் ஆசைப்படக்கூடாது. பெரிய மிராசு சொன்னபடியே 'ஏற்பாடு' செய்தார். சம்ஸ்தான ராஜாவிடம் சென்று அவளுடைய மதிப்பெண் தாளைக் காண்பித்து கல்லூரியில் அவள் படிக்க ஆசைப்படுவதையும் சொன்னார். கல்லூரியில் இனி பெண்கள் சேர்க்கப்படலாம் என்று ராஜா உத்தரவு போட்டுவிட்டதாக அப்பா வந்து சொன்னபோது ஏதோ அற்புதம் நிகழ்ந்ததாகத் தோன்றிற்று. அதுவரை பெரிய மிராசு மேல் இருந்த குறையெல்லாம் போய் விட்டது மந்திரம் போட்டதுபோல.

அப்பா வரவில்லை இன்னும். அவளுக்கு ஏமாற்றமாக இருந்தது. பி.ஏ. பரிட்சையில் அவள் முதல் வகுப்பில் தேறியிருந்தாள். கல்லூரியில் முதல் இடம். ஆண்கள் மட்டுமே இருந்த வகுப்பில் படித்த ஒரே பெண். 'வழக்கத்தை மீறி, எத்தனையோ தொந்தரவுகளுக்கு மத்தியிலே துணிச்சலா படிக்க ஆசைப்பட்டு காலேஜுக்குப் பெருமை வரும் அளவுக்கு அந்தப் பெண் மார்க் வாங்கினது பெரிய சாதனை' என்று நேற்று ப்ரின்ஸிபால் பிரத்தியேகமாகக் கல்லூரி பிரார்த்தனைக் கூட்டத்தின் போது சொன்னார். அவருக்குத் தெரியாமல் இருந்திருக்காது அவள் அனுபவித்த தனிமையும் உபத்திரவமும். ஆண் கும்பல் தலையைக் குனிந்தபடியே கையை பலமாகத் தட்டிற்று. ஆணுக்குக் கிடைக்க வேண்டிய இடத்தை அவள் எடுத்துக் கொண்டதில் சிலருக்கு அவமானமாகக் கூட இருந்திருக்கலாம். அவர்கள் வெட்கப்பட வேண்டும் என்கிற தொனி இருந்தது ப்ரின்ஸிபாலின் பேச்சில். அது தேவை இல்லை என்று அவளுக்குப்பட்டது. அவளுக்கு யாரும் அங்கு சிநேகிதமில்லை. வகுப்பு அறையில் யாருடனும் ஒட்டாமல் தனியாக ஒரு மேஜை நாற்காலி அவளுக்குப் போடப்பட்டிருக்கும். பாடம் நடத்த வரும் ஆசிரியர்கள் கூட அவள் பக்கம் பார்வையையே திருப்பாமல் பாடம் நடத்துவார்கள். அப்படிப்பட்ட சூழலில் கல்லூரி போய் வருவது எளிதாக இருக்கவில்லை. மற்றவர்களுக்காக நடத்தப்பட்ட வகுப்பில் அவள் பங்கு பெறுவதுபோல அந்நியப்பட்டு வாய் மூடி

மௌனியாய் மனத்துள் எழும் சந்தேகங்களை தானாக வாசக சாலையில் அமர்ந்து தீர்த்துக்கொள்ள வேண்டியிருந்தது. அங்கு அவள் உட்கார்ந்திருப்பது தெரிந்து, படையாய் ஒரு கும்பல் வரும். அமர்ந்து படிப்பது போலக் கிண்டல் பரிமாறப்படும். அவள் அதைப் பொருட்படுத்தாமல் தன் வேலையை கவனிப்பாள். மைதானத்தில் அவர்கள் பிறகு அவள் காதுபட பேசுவார்கள்.

'தேவடியாளுக்கெல்லாம் இங்க என்ன வேலை?'

'பின்னெ என்னதான் செய்யறது? பாட்டு வராது, ஆடவராது, முகமும் முகறையும் வேற சரியில்லே!'

'படிச்சு என்னடா கிழிக்கப் போறே?'

'ஏன் நீயே போய் கேக்கறது. விலாசம் தெரியுமோன்னோ?'

"ஆஹா, போறேன். ஊரெல்லாம் தூத்தணும்னா? அப்பாகிட்ட பிரம்படிதான் கிடைக்கும்!"

ஆரம்பத்தில் அவளுக்கு அழுகை வரும். மூஞ்சியும் முகறையும் எப்படியிருக்கிறது என்று கண்ணாடியில் அடிக்கடி ஆராயத்தோன்றும். அப்படி ஒன்றும் பங்கறை இல்லை என்று சொல்லிக் கொள்வாள். அடுத்து வந்த தேர்வுகளில் அந்தப் போக்கிரிகளை விட அவள் அதிக மதிப்பெண்கள் பெற்ற போது அவர்களைத் துச்சமாக நினைக்க முடிவெடுத்தாள்.

கதவு தட்டப்படும் ஓசைகேட்டு அவள் துள்ளிக்கொண்டு ஓடிச் சென்று வாசல் கதவைத் திறந்தாள். அப்பாவிடம் என்ன பேசுவது என்று ஏற்கனவே பலதடவை ஒத்திகைப் பார்த்தாகிவிட்டது.

வாசலில் கிட்டா நின்றிருந்தான். அவளுக்கு வியப்பாக இருந்தது. அப்பா வரும் நேரத்தில் இவன் இங்கே எங்கே வந்தான் என்று யோசனையாக இருந்தது.

"என்ன கிட்டா?" என்றாள் மெல்ல.

"உனக்கு வாழ்த்து சொல்லலாம்னு வந்தேன்" என்றான் தயக்கத்துடன். அவன் உள்ளே நுழையாதபடி அவள்

கதவருகிலேயே நின்றாள். "ஓ? பரவாயில்லே" என்று புன்னகைத்தாள். "அதுக்காக நீ வீடுதேடி வந்திருக்க வேண்டாம். காலேஜிலேயே சொல்லியிருக்கலாமே?"

"இல்லே, அங்க சொல்றது சிரமம்" என்றான் அவன். உன்னை நா ரொம்பப் பாடுபடுத்தியிருக்கேன். அதுக்கு நீ என்னை மன்னிக்கணும்."

மகா திமிர்பிடித்தவனாக வளைய வரும் இவன் மன்னிப்புக் கேட்பது ஆச்சரியமாக இருந்தது. இங்குவந்து நிற்பது கூட கிண்டலாக இருக்கலாம் என்று பட்டது.

"இதை எல்லார் எதிரிலேயும் சொல்ல உனக்கு அவமானம், இல்லையா?" என்று அவள் சிரித்தாள்.

அவன் பேசாமல் இருந்தான். அவன் ஃபெயிலாகியிருந்தது அவளுக்குத் தெரியும். இதற்கு அப்பாவிடமிருந்து பிரம்படி கிடைக்கவில்லையா?

"என்னை மன்னிச்சுடு லக்ஷ்மி" என்றான் மறுபடி.

"பரவாயில்லை. நீ அப்பிடி படுத்தினதாலேதான் எனக்கு வீம்பு அதிகமாச்சுன்னு நினைக்கிறேன்." என்று அவள் சிரித்தாள்.

"என் மேல உனக்குக் கோபமில்லையே?" என்றான் அவன் தயக்கத்துடன். கண்களில் ஒரு மருட்சி தெரிந்தது. கட்டுக்குடுமி அடர்த்தியாக இருந்தது. உதட்டின் மேல் மீசை கரிய நிழல் போல பரவ ஆரம்பித்திருந்தது.

"இல்லவே இல்லே" என்றாள் அவள் மனப்பூர்வமாக. சட்டென்று மனசு இருகிற்று. அவன் பார்வை அவளுடைய மார்பில் பதிந்திருந்தது.

"என் கவலையெல்லாம் உன்னைமாதிரி ரெண்டுபேர் இருந்தா பெண்கள் பயந்துண்டு படிப்பை நிறுத்திடுவாங்களேன்னுதான். என்னை மாதிரி கல்லுளிமங்கனா எல்லாரும் இருந்தாத்தான் உண்டு" என்று சிரித்தாள். தெருவில் போகிறவர்கள் அவர்களை நின்று பார்ப்பதைக்கண்டு அவள் அவசரமாகச் சொன்னாள். "நீ

இப்பக் கிளம்பு. இந்த வீட்டு வாசல்லே நின்னே, உன் பேரு கெட்டுப் போகும்!"

அவனது முகத்தைப் பார்க்க விரும்பாமல் அவள் சரேலென்று கதவை சாத்திக்கொண்டு உள்ளே சென்றாள். மார்பு படபடத்தது. தான் சொன்ன வார்த்தைகள் அவை என்று அந்தத் திமிர்பிடித்தவனுக்கு நினைவிருக்குமோ?

"யாருடி அது?" என்றாள் அம்மா.

"என்னோட படிச்சவன். கிட்டா. இந்த ஊர் நாட்டாமையோட பிள்ளை. எனக்கு வாழ்த்து சொல்ல வந்தானாம்" என்றாள் அவள்.

துளசி அவளை சுவாரஸ்யத்துடன் பார்த்தாள். "நாட்டமையோட பையனா? உள்ளே கூப்பிடக்கூடாதோ?"

லக்ஷ்மிக்கு கோபம் வந்தது. "எதுக்குக் கூப்பிடணும்? என்னை என்னப் பாடுபடுத்தினான் படிக்கிற காலத்திலே, உனக்கு சொல்லியிருக்கேனே?"

"சிறுபிள்ளைத்தனம் அந்த வயசிலே இருக்கும்தான், அதுக்காகப் பெரிய மனுஷா வீட்டுப் பையன்களை விரோதிச்சுக்கலாமா?"

அவளுக்கு அம்மாவின் பேச்சு அபத்தமாக இருந்தது. "அம்மா! எனக்கு எந்தப் பெரிய மனுஷனோட சிநேகிதமும் தேவை இல்லே. என்னைக் கேவலப்படுத்தாதே."

"ஆமாம் ரெண்டு எழுத்துப் படிச்சதுக்கு இந்தத் திமிர் பேச்சுதான் வந்திருக்கு." என்றாள் துளசி எரிச்சலுடன். "இந்தப் படிப்பு உன்னை எங்க உக்காத்திவெக்கப் போகுதுன்னு எனக்குப் புரியல்லே. அம்பது ரூபாய்க்கும் அறுபது ரூபாய்க்கும் பார்க்கப் போற குமாஸ்தா உத்தியோகத்திலே நீ சீமாட்டியாத்தான் வாழப்போறே!"

லக்ஷ்மிக்குக் கண்களில் நீர் நிறைந்தது. அம்மா சபிப்பது போல் இருந்தது. "சீமாட்டியா இல்லாட்டாலும் மானத்தோடு வாழ்வேன் கவலைப்படாதே" என்றாள். "யார் வீட்டுக் கொல்லையிலேயும்

போய் சாப்பாட்டுக்குக் கையேந்திகிட்டு நிக்கமாட்டேன். என் பொண்ணு பெத்த தகப்பன் யாருன்னு தெரிஞ்சும் அப்பான்னு கூப்பிடக்கூட உரிமை இல்லாம நிக்க விடமாட்டேன்."

துளசி பதில் பேசுவதற்குள் அவள் தரையில் அமர்ந்து முழங்காலை மடித்து அதனுள் முகத்தைக் கவிழ்த்துக் கொண்டாள். அம்மாவிடமிருந்து பதில் ஏதும் வரவில்லை. அம்மாவைப் புண்படுத்திவிட்டோம் என்று வருத்தமாக இருந்தது. ஆனால் அம்மாவுக்கு அடிக்கடி இப்படிப்பட்ட வார்த்தைகள் காதில் விழுந்தால்தான் சற்று சொரணை பிறக்கும் என்று அவள் நினைத்துக் கொண்டாள். ஆனால் அம்மாவுக்குள் எந்த மாற்றமும் ஏற்படுவதாகத் தெரியவில்லை. அம்மா ஊஞ்சலில் அமர்ந்தபடி ஏதோ சொல்லிக் கொண்டிருந்தாள்.

"நீ ஏதோ அதிசயப் பிறவி எடுத்தமாதிரி துள்ளறே. நாங்கள்ளாம் அப்படித்தான் வளர்ந்தோம். தகப்பன் பேர் என்னன்னு கேட்டதில்லே. அதுக்கு அவசியம் ஏற்படல்லே. மிராசுவோட பெண்டாட்டி மாதிரி நா இருக்கணும்னு ஆசைப்பட்டதில்லே. மிராசுக்கு என்கிட்ட பேசத்தான் விருப்பம். நாதான் அவங்களுக்கு சந்தோஷத்தை தர்றவ. என்னைக் கண்டு பொறாமை படறவங்க இருக்காங்க."

"எனக்கு வேண்டாம் நீ வாழ்ந்த வாழ்க்கை."

அம்மா கிடுகிடுவென்று எழுந்து அவள் எதிரில் வந்து நின்றாள். "கத்தாதேடி. நீ என்ன நினைச்சிண்டிருக்கேன்னு தெரியல்லே." என்றாள் மெல்லிய குரலில். "குடும்பஸ்த்ரீயா இருக்கப் போறேங்கிறியா? எவன் உன்னைக் கல்யாணம் செய்துப்பான்?"

லக்ஷ்மி அவளை வெறுப்புடன் பார்த்தாள். "கல்யாணம் செய்துக்காமெ இருந்துட்டுப்போறேன்!"

லக்ஷ்மி உள் அறைக்குச் சென்று அமர்ந்து கொண்டாள். அம்மாவிற்கு அவளுடைய போக்கு பீதியளிப்பது ஆச்சரியமாக

இருந்தது. தினம் தினம் பெரிய மிராசுவின் கொல்லையில் மதியம் சாப்பாட்டுக்காகக் காத்து நின்றது அவளுக்குக் கேவலமாகப் படவில்லையா? பெரிய மிராசுவின் மனைவியும் பாப்பாவும் அவளை அலட்சியப்படுத்தியது கேவலமாகப் படவில்லையா? என்னுடைய படிப்பு எனக்கு சோறு போடும் என்கிற நம்பிக்கை அவளுக்கு ஏற்படவில்லை என்று லக்ஷ்மிக்கு உறுத்திற்று. இதுவரை எந்தப் பெண்ணும் அங்கு கல்லூரிக்கும் போகவில்லை உத்தியோகமும் பார்க்கவில்லை. அவள் தனக்குள் புன்னகைத்துக்கொண்டாள். நா அந்த முதல் பெண்ணா இருக்கப் போறேன்.

அப்பா வரவே இல்லை. அவள் வெகுநேரம் வாசலுக்கும் உள்ளுக்கும் அலைவதைப் பார்த்து “பாப்பாவுக்கு பிரசவ நேரம்னு சொன்னாங்க. வலியெடுத்திருக்கோ என்னவோ?” என்றாள் அம்மா.

ஊரிலிருந்து சேதியும் வரவில்லை. அப்பாவும் வரவில்லை. பெரிய மிராசுக்கு தனது உடனடியான குடும்பம்தான் முக்கியம் என்பதை அவள் நினைவு படுத்திக்கொண்டாலும், தான் இரண்டாம் பட்சம் என்கிற உணர்வு துக்கத்தை அளித்தது.

இரண்டு வாரம் கழித்து அவள் எதிர்பாராத ஒரு இரவில் அப்பா வந்தார். கதவைத் திறந்தவளுக்கு அதிர்ச்சியாக இருந்தது. அப்பா சோர்ந்து நோயில் விழுந்தவர்போல் தெரிந்தார். முகம் சவரம் செய்யாமல் வயது கூடி தெரிந்தது.

“என்னங்க, உடம்பு சரியில்லையா? பாப்பாவுக்குப் பிரசவம் ஆச்சா?” என்று அம்மா படபடத்தாள்.

அப்பா எதுவும் சொல்லாமல் உள்ளே வந்து ஊஞ்சலில் அமர்ந்து வாயை அங்கவஸ்திரத்தால் பொத்திக் கொண்டு குலுங்கக் குலுங்க அழ ஆரம்பித்தார். அம்மா அவருடைய தோளைப் பற்றி சமாதானப்படுத்த முயன்றாள்.

“என்ன ஆச்சுப்பா?”

பெரிய மிராசு மெல்ல அவளைக் கலங்கிய கண்களுடன் பார்த்தார். "பாப்பா போயிட்டா!"

"ஐயையோ எப்படி?"

"பிரசவத்திலே என்னவோ கோளாறு. மருத்துவச்சிக்கு என்ன செய்யறதுன்னு தெரியல்லே. ரத்தப்போக்கை நிறுத்த முடியல்லியாம்."

"என்னப்பா அக்கிரமமா இருக்கு!" என்றாள் லக்ஷ்மி உண்மையான பதற்றத்துடன்.

"அக்கிரமம்தாம்மா. அள்ளிக் கொடுத்துட்டேன். ரொம்ப நாள் கழிச்சு உண்டாயிருக்கான்னு அத்தனை சந்தோஷப்பட்டோம்."

"குழந்தை?"

"பிள்ளைக் குழந்தை. அழுதுண்டே இருக்கு. அதை தூக்கி வெச்சுக்கக் கூட யாருக்கும் மனசில்லே. ஒரு செவிலியை ஏற்பாடு பண்ணியிருக்கு பாலுக்கு."

அப்பா மறுபடி அழுதார். மிடுக்காக வளைய வரும் பெரிய மிராசு அப்படி நொறுங்கிப் போனது நம்ப முடியாததாக இருந்தது. தனக்கோ அம்மாவுக்கோ ஏதானும் நடந்தால் அவர் இப்படி கண்ணீர் விடுவாரா என்று அநாவசிய யோசனை வந்தது. பாப்பாவின் குண்டு கன்னமும் வட்ட விழிகளும் கல்யாணப் பெண் கோலமும் இரவு முழுவதும் அலைக்கழித்தது.

அன்றிரவு தங்கியவர், மறுநாள் காலை அவள் எழுந்திருக்கும் வரை அப்பா இருந்தது அவளுக்கு சமாதானமாக இருந்தது. அவருடைய முகமும் இப்போது சற்று தெளிந்திருந்தது. அம்மாவின் சாமர்த்தியமாக இருக்கும். 'நாதான் அவருக்கு சந்தோஷத்தைத் தர்றவ' என்று அவள் சொன்னது இதற்குத்தான்.

"பி.ஏ. பரீட்சையிலே நீதான் காலேஜுக்கு முதலா வந்திருக்கியாமே? பேஷ் பேஷ்" என்றார் அப்பா மெல்லிய புன்னகையுடன். "இனிமே என்ன செய்யலாம்கறே?"

“முதல்லே வக்கீலுக்குப் படிக்கலாம்னு நினைச்சேன். நீங்க நேத்து சொன்ன விசயத்துக்கப்புறம் நா முடிவு பண்ணிட்டேன். டாக்டருக்குப் படிக்கப் போறேன்.” அவர் திடுக்கிட்டவராய் அவளைப் பார்த்தார்.

“அதுக்கு மெட்ராசுக்குன்னா போகணும்?”

“ஆமாம். எனக்கு சீட் கிடைக்கும். உதவிச் சம்பளமும் கிடைக்கும். தங்கறதுக்கு எங்கேயாவது ஏற்பாடு பண்ணினா போறும்.”

அம்மா சமையல்கட்டில் இருந்ததால் நல்லவேளையாக வாக்குவாதம் ஏதும் துவங்கவில்லை.

“பாப்பாவுக்கு ஆன மாதிரி எந்தப் பெண்ணுக்கும் நேரக் கூடாதுப்பா.”

“விதிம்மா. விதி!” என்றார் அவர் துக்கத்துடன்.

“எனக்கு அதிலே நம்பிக்கை இல்லே!” என்றாள் அவள் தீர்மானமாக. “அங்கெ நல்ல ஆஸ்பத்திரியோ படிச்ச லேடி டாக்டரோ இருந்திருந்தா அந்த மருத்துவச்சிகிட்டெ பாப்பாவை விட்டிருக்க மாட்டீங்க. பிரசவத்திலே சாவு நடக்கிறதுக்கெல்லாம் மருத்துவ வசதி சரியா இல்லாததுதான் காரணம். விதி இல்லே.”

“பாப்பா பிழைச்சிருப்பா என்கிறியா?”

“நிச்சயமா!”

“அப்ப அந்தச் சாவு அக்கிரமம்தான்.”

“மகா அக்கிரமம்.” என்றாள் அவள் வேகத்துடன். “அது கொலைமாதிரி. நா பெண்ணுக்கு மருத்துவம் பார்க்கிற டாக்டரா ஆகணும்பா. நிறைய பெண்களைக் காப்பாத்தணும்.”

அப்பா சற்று நேரம் யோசனையில் இருந்தார். பிறகு அங்கு வந்த துளசியிடம் சொன்னார் “துளசி! லக்ஷ்மியோட பட்டணத்துக்குப் புறப்பட தயாராகு. அவ டாக்டருக்குப் படிக்கப் போறா!” என்றார்.

லக்ஷ்மி அதுவரை செய்திராததைச் செய்தாள். பெரிய மிராசுவை அணைத்துக் கொண்டு விசும்பினாள். அவர் அவளுடைய தலையை வாஞ்சையுடன் வருடியது நம்பமுடியாத மகிழ்ச்சியையும் நிறைவையும் தந்தது. அவர் கிளம்பிப் போய் வெகு நேரத்துக்கு அவரது உடம்பின் கதகதப்பு அவளைக் கிறுகிறுக்க வைத்தது. துளசிக்கு வாயடைத்துப் போயிற்று.

'தாசிக்குப் பிறந்தவள் தாசியாக இருக்க வேண்டியதில்லை.' என்று லக்ஷ்மி தனக்குள் சொல்லிக்கொண்டாள். அதுதான் விதி என்றோ நியதி என்றோ தாசித் தெருவில் இருப்பவர்கள் நினைத்து வாழ்வது வருத்தமாக இருந்தது. அது ஒரு கேவலமான வாழ்க்கை என்கிற எண்ணம்கூட இல்லாமல் உழலும் அவர்களுக்கு பிரக்ஞையை ஏற்படுத்துவது எப்படி என்று அவளுக்குப் புரியவில்லை. கஸ்தூரியை நினைக்கும் போதெல்லாம் ஆயாசம் ஏற்பட்டது. அவளுக்குக் கோயிலில் பொட்டு கட்டப்பட்டது என்று கேள்விபட்ட அன்று ஏதோ கெட்ட சேதி கேட்டது போல அதிர்ச்சி ஏற்பட்டது. இதற்கெல்லாம் அவள் ஏன் உடன்பட்டாள் என்று கோபம் வந்தது. ஆடுவதில் அவள் படும் பரவசமே அவளை மயக்கத்தில் வைத்திருக்கிறது என்று தோன்றிற்று. அந்த மயக்கம் கலையும் போதுதான் அவள் எப்படிப்பட்ட சதியில் மாட்டிக் கொண்டிருக்கிறாள் என்று புரிந்து கொள்வாள்.

லக்ஷ்மி தீவிரமாகத் தலையை அசைத்துக் கொண்டாள். அந்த சதிக்கு முடிவு கட்டுவதும் அவளது எதிர்கால திட்டமாக இருக்கும்.

— 9 —

“ஜாவளி ஆடினா எல்லாரும் ரசிப்பாங்க. தில்லானா வேணுமா என்ன?” என்றாள் செங்கமலம்.

ஒரு மணி நேரமாகப் பயிற்சி செய்து கொண்டிருந்த கஸ்தூரி “தில்லானா கண்டிப்பா வேணும்” என்றாள். “எத்தனை பதங்களும் ஜாவளியும் ஆடறது? ஏன் வர்ற கூட்டத்துக்கு தில்லானா ரசிக்க முடியாதா? அத்தனைகூட ரசனை இல்லாதவங்க எதிரா நா ஏன் ஆடணும்?”

“அக்கா சொல்றது சரி.” என்றான் சபாபதி மிருதங்கத்தை ஒரு தட்டு தட்டியபடி. அவனது உதட்டின் மேல் மீசை வரப்போவதன் அறிகுறியாகக் கருமை படர்ந்திருந்தது. குரல் உடைந்து கனம் சேர்ந்திருந்தது.

“ஆமாண்டா, நீ பெரிய மனுஷன், எல்லாத்துக்கும் உன் அபிப்பிராயத்தைச் சொல்லு.” என்றாள் செங்கமலம்.

“மிருதங்கம் வாசிக்க மட்டும் நா வேணும் அபிப்பிராயம் சொல்லப்படாதா? திலகத்தைக் கேளுங்க, அவளும் அதைத்தான் சொல்லுவா.”

“ஆமாம்மா, தில்லானா இல்லாத ஒரு ஆட்டமா?” என்றாள் திலகம்.

“சரி என்னவோ பண்ணுங்க. வர்ணம் வேற ஆடணும். அதுவே ஒரு மணி நேரம் இழுக்கும். கூட்டம் கலையாம இருக்கும்படி ஆட்டம் இருக்கணும்.”

"அக்கா ஆடும்போது நீங்க அதைப்பத்திக் கவலைப்பட வேண்டாம்" என்றான் பெரிய மனுஷன் சபாபதி.

கஸ்தூரிக்குச் சிரிப்பு வந்தது.

"அக்கா, இன்னொண்ணு சொல்றேன், ஜனங்க நிச்சயமா எழுந்திருக்காம பாப்பாங்க. சுப்ரமண்ய பாரதின்னு ஒரு புலவர் இருக்காராம். நிறைய பாட்டு எழுதறாரு. அவருடைய தேசிய கீதங்கள் ரொம்ப வேகமா பரவிட்டு வருதுக்கா. கேக்க நல்லா இருக்கு."

"நீ எங்கடா கேட்டே?" என்றாள் திலகம் ஆர்வத்துடன்.

"சுந்தரமூர்த்தி மாமா பாடிக்கிட்டிருந்தார் போன வாரம் மிருதங்கத்துக்கு, ரவை வாங்கப் போனப்ப. அங்கு ஒரு ஆளைப் பார்த்தேன். சிங்காரம்னு பேரு. என்னமா பாடறார்ங்கறே? இத்தனைக்கும் அவர் சிலை செய்யற ஆசாரி."

"அது கிடக்கட்டும், என்ன பாட்டு நினைவிருக்கா?"

உடனே சபாபதி எழுந்து நின்று கையை உயரத் தூக்கிக் கண்களை மூடிக்கொண்டு "வந்தே மாதரம் என்போம்! எங்கள் மாநிலத் தாயை வணங்குதும் என்போம்!" என்று கணீரென்று பாடினான்.

திலகமும் கஸ்தூரியும் அவனை சுவாரஸ்யத்துடன் பார்த்தார்கள்.

"அதைக்கூடப் பதம் போல செய்யலாம் அக்கா! தாளம் கூட நல்லா வரும் தகிட தக திமி, தகிட தக திமி..."

கஸ்தூரி சிரித்தாள். "நூதனமா இருக்கும்டா" என்றாள். "சிருங்கார ரசம்தான் எடுபடும்னு நட்டுவனார் சொல்வாங்க."

"இப்ப எங்க பாத்தாலும் பாரதி பாட்டைப் பாடறாங்க. நீ அதை ஆடினா எல்லாருக்கும் பிடிக்கும் பாரேன்!"

"வேற வெனையே வேண்டாம்." என்று செங்கமலம் கடுகடுத்தாள். "புத்தி போறதைத் பாரேன். ஏற்கனவே காலம்

கெட்டுக்கிட்டு வருது. இந்த மாதிரி பாட்டுக்கு ஆடு, உடனடியா கம்பி எண்ணவேண்டியதுதான்."

"வெள்ளைக்காரனுக்கு தமிழ் புரியாது!"

"அவனுடைய சாமர்த்தியத்தைக் குறைச்சு மதிப்பிடாதே. எதுக்குடீ வம்பை விலைக்கு வாங்கணும்? எத்தனையோ பதங்கள் இருக்கும் போது ஒரு கிறுக்கன் எழுதினதை நாம ஏன் மேடையேத்தணும்?"

"உங்களுக்கு வேணாம்னா விட்டுடுங்க. எதுக்கு அந்த ஆளைக் கிறுக்கன்னு சொல்லணும்?" என்றான் சபாபதி.

"யாரோ சொன்னாங்க, அவன் கிறுக்கன்னு." கனகு பாட்டி எட்டிப் பார்த்தாள்.

"வாங்க பாட்டி, நீங்களும் பாருங்க. தில்லானா ஆடப்போறேன்" என்றாள் கஸ்தூரி.

"சலங்கையைக் கழட்டு கண்ணு. அரண்மனை வண்டி வந்திருக்கு."

"ஓ?" என்றாள் கஸ்தூரி சுரம் குறைந்து. "என்ன இன்னிக்கு இந்த நேரத்திலே?"

சபாபதி எழுந்து மாடத்தில் இருந்த சின்ன கடிகாரத்தைப் பார்த்தான். "எட்டு கூட ஆகல்லே" என்றான்.

"தில்லானாவை முடிக்கட்டுமே பாட்டி?" என்றாள் திலகம்.

"அடீ, காலையிலே ஆடிக்கட்டும். என்னவோ பேசணுமாம். எதோ கச்சேரிக்கு ஏற்பாடோ என்னவோ?"

பாட்டியின் கற்பனை விளக்கம் இது என்று நினைத்தபடி கஸ்தூரி சலங்கையைக் கழற்றி அதைக் கண்களில் ஒற்றி வைத்து, "நாளைக்கு செய்யலாம் திலகம்!" என்றாள் மெல்லிய குரலில்.

"சட்!" என்று சபாபதி அலுத்துக் கொண்டதை கவனிக்காமல் கஸ்தூரி உடை மாற்றிக்கொள்ளச் சென்றாள்.

முகத்தைக் கழுவி ராஜா அவளுக்கென்று வரவழைத்துக் கொடுத்திருந்த வெளிநாட்டுப் பவுடரை லேசாக முகத்தில் பூசினாள். கண்களுக்கு மைதீட்டி நெற்றியில் திலகமிட்டுக்கொண்டாள். பட்டுச் சீலையை உடுத்தி கவனமாக ஒரு துளி ஜவ்வாது காதோரத்தில் தேய்த்துக் கொண்டு கண்ணாடியில் பார்த்துக் கொண்டபோது சரியாத்தான் இருக்கு என்று சொல்லிக் கொண்டாள். 'சட்!' என்று சபாபதி அலுத்துக் கொண்டது நினைவுக்கு வந்தது. எனக்கும் அப்படித்தான் சொல்லத் தோணிச்சு என்றாள் கண்ணாடியில் தெரிந்த உருவத்திடம். அறையைவிட்டு வெளியே வந்தபோது திலகம் அவளை ஒரு முறை ஏறிட்டுப் பார்த்துத் தலையைக் குனிந்துகொண்டாள். சபாபதி நிமிரவே இல்லை. கஸ்தூரி அவன் முதுகை செல்லமாகத் தட்டிவிட்டு நகர்ந்தாள்.

வெளியில் நன்றாக இருட்டி இருந்தது. அவள் அக்கம் பக்கம் பார்க்காமல் அரண்மனை வண்டியில் ஏறினாள். பல வீடுகளிலிருந்து அவள் செல்வது கவனிக்கப்படும். யார் யார் எவர் வீட்டுக்கு வருகிறார்கள் என்று அனைவரும் தெரிந்து கொண்டுவிடும் மிகத் துரித செய்தி வலைப் பின்னல் இந்தத் தெருவில் உண்டு. சில சமயங்களில் பாட்டியும் செங்கமலமும் பேசிக்கொள்வதைப் பார்த்தால் அதிகம் வெளியிலேயே செல்லாத இவர்களுக்கு எப்படி இத்தனை விசயம் தெரியவருகிறது என்று வியப்பாக இருக்கும். வழக்கமாக அரண்மனையிலிருந்து இரவு பத்து மணிக்குப் பிறகுதான் வண்டி வரும். சபாபதி உறங்கியிருப்பான். திலகம் கூடப் படுத்திருப்பாள். கஸ்தூரியைத் தயாரித்து அனுப்புவதை கனகுவும் செங்கமலமும் சத்தம் செய்யாமல் ரகசியம் போல் செய்வார்கள். அவள் வண்டியில் ஏறுவதற்கு முன் பாதுகாவலர்கள் போல் பக்கத்தில் நின்று ஏற்றுவார்கள்.

'எவளுடைய கொள்ளிக் கண்ணாவது படும்' என்பாள் செங்கமலம். "எவளுக்கும் தெரியாது. ராஜா என்கிறது உப்புக்குச் சப்பாணி ஊருக்கு மாங்கொட்டைன்னு. ராஜாவே தன் காலட்சேபத்துக்கு வெள்ளைக்காரனை நம்பிக்கிட்டிருக்கார்."

வண்டிக்குள் அவளது இருக்கை பட்டுத்துணியால் உறை போட்ட திண்டுடன் மிருதுவாக இருந்தது. உள்ளே அவள் இருப்பது தெரியாமல் பட்டுத்திரைச்சீலையால் சாரட்டு வண்டி. சுகமாக ஓடும். ராஜா ஊருக்கு மாங்கொட்டையோ ப்ரிட்டிஷ் அரசுக்கு அடிமையோ குதிரைக்கு அதைப் பற்றின சிந்தனை இல்லை, தன்னைப் போல என்று அவள் நினைத்துக் கொண்டாள். முதல் முதலில் அரண்மனைக்கு அவள் பயணம் செய்த தினமும் அதற்கு முந்தைய தினம் பாட்டி செய்த உபதேசமும் அவளுக்கு நன்றாக நினைவிருக்கிறது.

“அரண்மனையிலேந்து உன்னைக் கூட்டிட்டுப் போக இனிமே அடிக்கடி வண்டி வந்திரும் கண்ணு” என்று அவளிடம் ரகசியம் சொல்வது போல பாட்டி வந்து சொன்னாள். பொட்டு கட்டும் சடங்கு முடிந்து அவள் ஆடிய ஆட்டத்துக்குப் பலரிடமிருந்து பாராட்டு பெற்று ஓய்ந்திருந்த ஒரு நாள் அது. நட்டுவனார் புதிதாக ஆரம்பித்திருந்த பதத்தை திரும்பத் திரும்ப ஆடிப் பார்த்து கிறக்கத்தில் இருந்த நாள்.

“எதுக்கு?”

அறைக் கதவை சாத்திவிட்டு கனகு கட்டிலில் அவளருகில் வந்து அமர்ந்தாள்.

“இந்த குலத்திலே பொறந்த உனக்கு ஒரு ஆண் எதுக்குக் கூப்பிடறாருன்னு நா சொல்லணுமா?”

அதைப்பற்றி இத்தனை நாள் யோசிக்காமலே இருந்ததில் கஸ்தூரிக்கு இனம்புரியாத கலவரம் ஏற்பட்டது. கண்களில் நீர் நிறைந்தது. ஆட்டத்தைப் பாதியில் நிறுத்தச் சொன்னது போல.

“வேண்டாம் பாட்டி. சாமிதான் புருஷன்னீங்க. இப்ப ராஜாகிட்ட போகச் சொல்றீங்க.”

பாட்டி அவளை அணைத்துக் கொண்டாள். “சாமிதான் புருஷன். ஆனா நாம ஆண்டாள் இல்லே கண்ணு. நம்பளை போஷிக்க ஒரு சீமான் வேணும். நாம குடும்பஸ்த்ரீக்கள் இல்லே. கலைக்காகப் பிறந்தவங்க. கலையை வளர்க்கணும்

காப்பாத்தணும்னா நமக்குக் குடும்பத்தை நடத்தற பிரச்சினை இருக்கக் கூடாது. அதுக்குத்தான் நம்ம குலத்திலே இந்த ஏற்பாடு. இது வெறும் ஏற்பாடுன்னு வெச்சுக்க. எந்த உரிமையும் நாம் அந்த சீமான்கிட்ட எதிர்பார்க்கப் போறதில்லே. ஆனா முகத்தை சுளிக்காம இந்த ஏற்பாட்டிலே ஈடுபடணும். அதுவும் ஒரு கலை நினைவு வெச்சுக்க."

பாட்டி அன்று வெகு நேரம் அந்தக் கலைக்கான பாடம் நடத்தினாள். எப்படி சிரிப்பது, எப்படி நடப்பது, எப்படி பேசுவது, எப்படி அணைப்பது... எது அதிகம் சந்தோஷத்தைக் கொடுப்பது...

நட்டுவனார் சொல்லிக்கொடுக்கும் அபிநயத்தைவிட அதிக சூட்சுமம் நிறைந்த கலை அது என்று புரிந்தது... அது வெறும் நடிப்புக்கலை என்கிற பிரமையை பாட்டி தோற்றுவித்தாள்.

கூடக் கூட நினைவு படுத்துவதுபோல் சொன்னாள்...

"இது ஒரு ஏற்பாடு... உன்னை நீ ஏற்கனவே ஈசனுக்கு அர்ப்பணிச்சிட்டே. நாட்டியமும் பாட்டுமே ஈசன். சொர்க்க வாசல்லே நிக்கறவ நீ. இந்த உடல் வெறும் சட்டை, கட்டைன்னு ஞானிகள் சொல்றாங்க. ராஜாகிட்ட நீ போறதாலே உனக்கு ஒண்ணும் அவமானமில்லே. உன் ஆன்மாவுக்கு எந்த அவமானமும் இல்லே!"

பாட்டிக்கு அவளை வளைத்துப் போடும் சாமர்த்தியம் இருந்தது. அவளது வார்த்தைகளுக்கு ஏதோ மந்திர சக்தி இருந்தது. நாட்டியத்தை போஷிக்கவே இந்த ஏற்பாடு. அதற்காக என்ன வேண்டுமானாலும் செய்யலாம் என்று தோன்றிற்று. அவள் உடலை மட்டுமே ராஜாவுக்குக் கொடுக்கமுடியும். அவளது ஆன்மாவை அல்ல. ஆன்மாவை வியாபித்த நாட்டியம் அவளுக்கே சொந்தம்.

அரண்மனை வண்டியில் அமர்ந்து பயணிக்கும் போது லக்ஷ்மியின் வார்த்தைகள் நினைவுக்கு வந்தன.

'கேடுகெட்ட குலம்டீ அது!'

முதல் நாள் ராஜா அவளை ஆர்வத்துடன் அணைத்த போது, அவருடைய உஷ்ணமான மூச்சுக்காற்று பூரிக்க ஆரம்பித்திருந்த அவளது மார்பில் உரசும் போது அந்த வார்த்தைகள் நினைவுக்கு வந்து ஏதோ சாக்கடையில் தான் கால் வைத்துவிட்டதாக அடிவயிறு துவண்டது. யோனி இறுகியது பதற்றத்தில்.

"பயப்படுறியா என்ன? கனகம் உன்னைப் பழக்கல்லியா?" என்ற ராஜாவின் வார்த்தைகளைக்கேட்டு அவள் சமாளித்துக் கொண்டாள். "இது வெறும் ஏற்பாடு" என்று நினைவுபடுத்திக் கொண்டாள். உடம்பை ஆசுவாசப்படுத்திக் கொண்டு தன்னைத் தளர்த்திக்கொண்டாள்.

'ராஜாவைக் கண்டு பிரஜைக்கு பயமிருக்காது?' என்று சிரித்தாள்.

ராஜா சொக்கிப் போனார். அவளது கன்னங்களை வருடி, "இந்த அறையிலே நா ராஜா இல்லே நீ என் பிரஜையும் இல்லே. உண்மையிலே கஸ்தூரி என்கிற தேவதைக்கு நா தாசன்." என்றார் உல்லாசமாக.

அன்று பாட்டி சொல்லிக்கொடுத்திருந்த சாகசங்கள் எதுவும் நினைவுக்கு வரவில்லை. ராஜாதான் அதில் கைதேர்ந்தவர் என்று பட்டது. அவளுடைய பயத்தை மிக லாவகமாக விலக்க அவருக்குத் தெரிந்திருந்தது. அவளுடைய ஆடைகளை ஒவ்வொன்றாக மெல்ல விலக்கியமாதிரி. அவளுடைய கன்னிமையை உடைக்கும் வாய்ப்பு தனக்குக் கிடைத்தது தனது பிறப்புரிமை என்று ராஜா நினைப்பதாகத் தோன்றிற்று. அது நிகழ்ந்தபோது உள்ளுக்குள் ஏதோ பூகம்பம் வெடித்ததுபோல் உடம்பு அதிர்ந்தது. கண்களில் நட்சத்திரக் கங்குகள் சிதறின. காலும் தொடையும் வலித்த வலியில் கண்களில் நீர் துளிர்த்தது. அவள் சுருண்டு மறுபக்கம் திரும்பியபோது ராஜா சொல்வது கேட்டது.

'உம், கனகு என்னை ஏமாத்தல்லே.'

அதற்கு என்ன அர்த்தம் என்று அவளுக்குப் புரியவில்லை.

திடீரென்று லக்ஷ்மியின் நினைவு வந்தது. தன்னுடைய நிலையைக் கண்டு லக்ஷ்மி என்ன நினைப்பாள் என்று கவலை வாட்டியது. இந்த விஷயம் இத்தனை பயங்கரமானதாக இருக்கும் என்று அவள் நினைத்திருக்கவில்லை. அக்குளுக்குள் கத்தியை செறுகி எடுத்தது போல் இருந்தது. இரண்டு நாட்களுக்குத் தொடை வலித்தது. பீதியில் கண்களிலிருந்து நீர் வழிந்தது. கனகு எண்ணை நீவிவிட்டு வெந்நீரில் குளிப்பாட்டி, 'முதல்லே அப்படித்தான் இருக்கும் கண்ணு' என்று சமாதானப்படுத்தினாள்.

லக்ஷ்மியின் நினைவு சில சமயங்களில் வந்து துன்புறுத்துகிறது. அவளை சந்தித்துப் பல வருஷங்கள் ஆகிவிட்டன. அவள் பட்டிணத்தில் இருப்பதாக யாரோ சொன்னார்கள். சௌகரியமாக இருக்கிறாளா என்று கவலையேற்படும். இப்போது அவளுடைய நினைவு வந்தது. உடம்பு வெறும் சட்டை என்றால் சிரிப்பாள் நிச்சயம்.

திடீரென்று பெரிய இரைச்சல் கேட்டது. ஏதோ கோஷங்கள். வண்டி சற்று வேகம் குறைந்து தெரு ஓரமாக சென்று நிற்பதை அவள் கவனித்தாள். திரைச்சீலையை லேசாக நகர்த்திப் பார்த்தாள். ஆண்கள் கூட்டம் ஒன்று கோஷமிட்டபடி ஊர்வலம் சென்றது. காந்திகுல்லாயும் முரட்டு கதர் சட்டையும் அணிந்திருந்தார்கள். கையில் ஒரு கொடியேந்தி இன்னொரு கையை வீசி வீசி கத்தினார்கள். 'வந்தே மாதரம்!'

அவள் திரையை மூட மறந்து கட்டுண்டவள் போல் சற்று நேரம் அதைப் பார்த்தாள். வண்டி சட்டென்று இடப்புறம் தெரிந்த ஒரு சந்தில் நுழைந்து வேகமாக ஓட ஆரம்பித்தது. பின்னால் கோஷமிட்டவர்களின் குரல் கேட்ட வண்ணம் இருந்தது. பிறகு மெல்லத் தேய்ந்தது.

"என்ன ஆச்சு ஆறுமுகம்?" என்றாள் வண்டியோட்டியிடம். வண்டியின் குலுக்கலில் அவள் குரல் நடுங்கிற்று.

ஆறுமுகம் சற்று நேரம் நிறுத்தாமல் ஓட்டி சத்தம் ஓய்ந்த சமயத்தில் வண்டியை நிதானப்படுத்தி குனிந்து உள்பக்கம்

பார்த்துவிட்டுச் சொன்னான். "சுதந்திரப் போராட்டக்காரங்க தங்கச்சி. இந்த ஊர்லே இப்பப் பெரிய கும்பல் இருக்கு. காந்தின்னு ஒருத்தரு ஆரம்பிச்ச கோஷம். சமீபத்திலே மாயவரம் வந்திருந்தாங்க. அடேயப்பா எத்தனை சனம் வந்திருந்தது அவர் பேச்சைக்கேட்க! இத்தனைக்கும் அவருக்குத் தமிழ் தெரியாது. யாரோ மொழி பெயர்த்துச் சொன்னதே கேட்டவங்களை உசுப்பிடுச்சி. அப்பலேந்து இந்த கோஷம் இங்கன அதிகமாயிடுச்சு. அவங்க போட்டிருக்காங்களே தொப்பி, காந்தி தொப்பின்னு சொல்றாங்க. நம்ம ஆளுங்க இப்ப நிறைய அதிலே சேந்துட்டாங்க. வெள்ளைக்காரங்கிட்ட அடிவாங்கி சிறைக்கு போறாங்க. எப்படித் தாயி வெள்ளைக்காரனோட சண்டை போட்டு செயிக்க முடியும்? எனக்கென்னவோ வேலையத்த வேலை இதுன்னு தோணுது."

கஸ்தூரி ஆர்வத்துடன் கேட்டாள். சபாபதி பாடிய பாட்டு வந்தே மாதரம் என்றுதான் ஆரம்பித்தது. சுந்தரமூர்த்தியும் அந்த ஊர்வலத்தில் இருந்திருப்பாரோ? வெள்ளைக்காரன் ஆட்சி இது என்பதும் ராஜாவே அந்த ஆட்சியில் உதவித்தொகை பெறுகிறார் என்றும் அவளுக்குத் தெரியும். மற்றபடி அரசியல் எதுவும் தெரியாது. அவளுக்கு அதில் ஆர்வமில்லாமல் இருந்தது இப்போது குற்ற உணர்வை ஏற்படுத்திற்று. வெளியே ஒரு கொந்தளிப்பு இருந்தது. அது நல்லதிற்கா நாசத்திற்கா என்று புரியவில்லை. சுதந்திரப் போராட்டம் என்றால் வெள்ளைக்காரனை விரட்ட வேண்டும். எப்படி விரட்டப்போகிறார்கள்? மாமாவைக் கேட்க வேண்டும். எப்படிப்பட்ட சண்டையாக இருக்கும் அது? ராஜா அந்தச் சண்டையில் கலந்து கொள்வாரா? உப்புக்குச் சப்பாணிகள் எந்த பலமும் இல்லாமல் எப்படி அந்தச் சண்டையில் வெல்ல முடியும்?

ஆனால் அந்த கோஷம் அவளை என்னவோ செய்தது. "வந்தே மாதரம்!"

அவை சம்ஸ்க்ருத வார்த்தைகள். தமிழ் கற்றதுபோல சம்ஸ்க்ருதமும் அவள் முறையாகக் கற்றதால் விளங்கிற்று.

“அன்னைக்கு வணக்கம்.” பாரத அன்னையா? அப்படித்தான் இருந்தது அந்தப் பாட்டு.

‘வந்தே மாதரம் என்போம்! எங்கள் மாநிலத் தாயை வணங்குதும் என்போம்!’

மறுபடி சொல்லிப் பார்த்துக் கொண்டாள். ‘வந்தே மாதரம்!’ நாடி நரம்பு உசுப்பப்பட்டதுபோல் இருந்தது ஏன் என்று புரியாமல்.

வண்டியின் ஓட்டம் சற்று நிதானப்பட்டது. மறுபடியும் உள் நோக்கிப் பார்த்து ஆறுமுகம் சொன்னான். “மாட்டிக்கிட்டோம் தங்கச்சி, ஊர்வலம் அரண்மனை வாசலுக்குப் போறாப்புலே தெரியுது. அவங்க பார்வையிலே படறதுக்கு முந்தி நாம் குறுக்காலெ போயிறுவோம். வேகமெடுப்போம்!” குதிரையை ஆறுமுகம் விரட்டியதில் ஒரு அவசரமோ பயமோ இருப்பது கஸ்தூரிக்குப் புரிந்தது. வண்டி எடுத்த வேகத்தில் அவள் இருக்கையை பீதியுடன் பற்றிக் கொண்டாள். கோஷங்கள் வெகு அருகில் கேட்டன.

“வந்தே மாதரம்!”

“வெள்ளையனே வெளியேறு”

காற்றில் வண்டியை மூடியிருந்த பட்டுத் திரை பறந்தது. கூட்டத்தில் பல இளைஞர்கள் ஆவேசத்துடன் கோஷமிடுவது தெரிந்தது. சுந்தரமூர்த்தி மாமாவும் முன் வரிசையில் இருப்பது தெரிந்தது. அவள் சட்டென்று திரையை இழுத்து மூடினாள். அவருடன் ஒரு இளைஞன் இருந்தான். அவனை எங்கோ பார்த்த நினைவு வந்தது. யார் என்று தெரியவில்லை. அதுதான் சபாபதி சொன்ன இளைஞனாக இருக்கவேண்டும். சுந்தரமூர்த்தி மாமா ஒரு சுதந்திரப் போராளி என்று இதுவரைத் தெரியாது. நாயனம் மட்டுமே வாசிக்கத் தெரியும் என்று தோற்றத்தை ஏற்படுத்தியிருந்தவர்.

வண்டி ஊர்வலத்தைத் தாண்டி வேகமாக முன்னேறி அரண்மனை வாசலுக்குள் நுழைந்தது. வண்டி நுழைந்ததும்

காவலாளிகள் அவசரமாக இரும்புக் கிராதிக் கதவை இழுத்துப் பூட்டினார்கள். அடப் பேடிகளா என்று அவள் நினைத்துக் கொண்டாள். நம்ம ஜனங்களைக் கண்டே பயப்படறவங்க வெள்ளைக்காரனை எப்படி ஜெயிக்கப்போறாங்க?

அவள் படியேறி ராஜாவின் அறையில் நுழைந்தாள். ராஜா பொறுமை நழுவிப்போனவர் போல் தெரிந்தார். அவரைப் பார்த்து அவள் வீசிய புன்னகையைக் கண்டு லேசாகத் தடுமாறினார்.

"ஏன் இத்தனை நாழியாச்சு வந்து சேர? வண்டியை அப்பவே அனுப்பினேனே?" என்றார்.

இன்றைக்கு என்ன பதற்றம் இவருக்கு என்கிற யோசனையுடன் அவள் புன்னகைத்தபடியே சொன்னாள்.

"அதான் வந்துட்டேனே? வழியில் பெரிய ஊர்வலம் போச்சு. அதனால வண்டி ஓரமா சித்த நாழி நிக்கவேண்டியதாச்சு."

"அதுக்குத்தான் வண்டியை சீக்கிரமா அனுப்பினேன்!"

"ஊர்வலம் அதுக்கும் முந்திக்கிட்டது போல!" என்று அவள் புன்னகைத்தாள் சமாதானப்படுத்துவது போல. இன்னமும் புரியவில்லை அவர் ஏன் படபடக்கிறார் என்று. "சுதந்திரப் போராளிங்களாம். இப்பக்கூட அரண்மனை வாசல்லே நிக்கிறாங்க."

"அவங்கக் கிடக்கட்டும் கலகக்கார சோமாறிங்க. காவலாளிகள் விரட்டிடுவாங்க. தொடர்ந்து சத்தம் போட்டாங்கன்னா கலெக்டர் துரைக்குச் சொல்லி விட நேரமாகாது. வெள்ளைக்காரனை எதிர்த்தா சும்மா பாத்துக்கிட்டு இருப்பானா? செம அடி கிடைக்கும். ஈவு இரக்கமில்லாம சிறையிலே தள்ளிடுவான்."

ராஜாவின் கோபத்தைக்கண்டு அவள் திடுக்கிட்டாள். கோஷம் போடுபவர்கள் சீக்கிரம் கலைந்து போக வேணும் பகவானே என்றிருந்தது.

ராஜாவிடம் மேற்கொண்டு அந்த ஊர்வலக்காரர்களைப் பற்றிப் பேசுவதில் அர்த்தமில்லை, புத்திசாலித்தனமும் இல்லை என்று அவள் எச்சரிக்கை ஆனாள். பொது இடங்களில் கம்பீரமாக

வளையவரும் ராஜாவின் முகத்தில் கலவரம் தெரிந்தது. ஒரு விநாடி அவளுக்கு மிதமிஞ்சிய அருவருப்பு ஏற்பட்டது. ஊர்வலக்காரர்களின் அணிவகுப்பை நினைத்துதான் அவருக்குப் பதற்றம். தானும் அவர்களைச் சேர்ந்த ஆள் என்று கலெக்டர் நினைத்துவிடுவானோ என்று பயப்படுகிறார். சே, சரியான ஒரு பயந்தாகொள்ளி என்று சபாபதியே கோபப்படுவான். ஆனால் ராஜாவிடம் தனது சொந்த அபிப்பிராயங்களைப் பேசுவதற்கு அவளுக்குத் தகுதியில்லை. அவர் அவளுடைய போஷகர். அதை நம்பி வீட்டில் வாழ்க்கை ஓடுகிறது. கௌரவப் போர்வை போர்த்தி வீதியில் நடக்கிறது.

கனகு பாட்டியின் பாட விதிகளில் ஒரு விதி முக்கியமானது. போஷகரின் கருத்துகளுடன் மோதக்கூடாது. வாக்குவாதம் கூடாது. 'நினைவு வெச்சுக்க. அவங்களுக்கு இருக்கற பிரச்சினைகளை மறக்கத்தான் உங்கிட்ட வர்றாங்க. புண்ணுக்கு ஒத்தடம் கொடுக்கிற மாதிரி அவங்களுக்கு நீ இதத்தைக் கொடுக்கணும்.' அது அவங்களுக்குத் தேவைப்பட்டத் தொழில்நுட்பம்.

ஒரு விநாடியில் அவளுக்குப் புரிந்தது. சுதந்திரம் வந்தால் அவர் நிலை என்னவாகும் என்று தெரியாது. வருமா என்றும் நிச்சயமில்லை. வெறும் கோஷமெழுப்பி பாட்டெழுதி சுதந்திரப் போரை ஜெயிக்கமுடியாது. இன்று அதிகாரத்தில் இருப்பது வெள்ளைக்காரன். அவனை ஆதரித்தால் மட்டுமே அவர் பிழைக்க முடியும்.

அவள் அவரது புண்ணுக்கு ஒத்தடம் கொடுக்கத் தயாரானாள். வெளியில் ஒலித்த கோஷம் இப்போது நின்றிருந்தது.

10

சுற்றிலும் படர்ந்திருந்த மெல்லிய இருளும் நெடிதுயர்ந்த பைன் மரங்களும் இன்ன பிற பெயர் தெரியாத ராட்சஸ விருட்சங்களும் என்னை ஸ்வீகரித்துக் கொண்டன. ஒரு மெல்லிய சுகந்தக் காற்று என்னைத் தழுவியது. விநோதமான பச்சை மூலிகை வாசனை. வசம்பும், பட்டையும், மருக்கொழுந்தும் தவனமும் யூகலிப்டஸ்ஸும் கலந்தது போல மிக அழுத்தமான வாசம். என்னைக் கிறங்கிவிடக்கூடும் என்கிற அச்சம் என்னை திடீரென்று கவ்வியது.

அந்த பயம் இன்று தோன்றுவதற்குக் காரணம் இருக்கிறது. நேற்று இரவு வெகுநேரம் படித்துக்கொண்டிருந்த புத்தகத்தின் தாக்கமாக இருக்க வேண்டும். ஜப்பானிய எழுத்தாளர் ஹருக்கி முராக்காமியின் கரையில் காஃப்கா என்ற புத்தகம். அதில் விநோதமாக இப்படிப்பட்ட காடு ஒன்று விவரிக்கப்படுகிறது. அதற்குள் செல்பவர்கள் வெளியே வர முடியாது. வெளியே வர முடியாமல் மரங்கள் ஒன்றோடு ஒன்று பின்னிக்கொண்டு வழியைக் குழப்பும். அங்கு சென்றவர்கள் labyrinth, maze என்று ஆங்கிலத்தில் சொல்லப்படும் புரிபடாத சுழல் பாதையில் விழுங்கப்பட்டிருக்கிறார்கள். ஆனால் அது ஒரு உருவகம். நமது உலகத்துக்கு இணையான, சமதூரத்தில் வரையப்பட்ட இன்னொரு உலகம் இருக்கிறது. அதனுள் ஓரளவுக்கு நுழைந்து மீண்டு வந்துவிடலாம். நீ எச்சரிக்கையுடன் இருந்தால் என்று காஃப்கா தமூரா என்ற சிறுவனிடம் அவனுக்கு உதவ முன்வந்த ஓஷிமா சொல்கிறான்.

'Labyrinth என்ற சொல் எப்படி வந்தது தெரியுமோ?' என்று விளக்குகிறான். 'மெஸப்பொட்டமியாவின் ஆதி மனிதர்களை மிருகங்களின், மனிதர்களின் குடல்கள் பெரிதும் ஆகர்ஷித்தன. அக்குடல்களை எடுத்து அதன் அமைப்பைக் கொண்டு எதிர்காலத்தைக் கணிப்பார்கள். குடல்களின் சிக்கலான அமைப்பு அவர்களைக் கவர்ந்தது. மனிதனுக்குள்ளேயே சுழல் பாதை இருக்கிறது. வெளியில் இருக்கும் சுழல் பாதையுடன் உறவு கொண்டது! அதாவது உனது வெளி உலகத்தில் இருப்பது உனது உள்ளுக்குள் இருப்பதன் நீட்சி. அதேபோல உள்ளே இருப்பது வெளியே இருப்பதன் பரிணாமம். ஆகையால் நீ வெளியே இருக்கும் சுழல் பாதையில் கால் வைக்கும் போது, உனக்குள் இருக்கும் சுழல் பாதையில் கால் வைக்கிறாய். அது நிஜமாகவே ஆபத்தானது. காடு ஒரு பொறி வைத்திருக்கிறது. நீ எத்தனை எச்சரிக்கையுடன் இருந்தாலும் கண்குத்திப் பாம்புபோல பார்வை கொண்ட பறவைகள் உன்னை ஆகாரமாக்கி விழுங்கிவிடும்'

இந்த கட்டத்தில் நான் புத்தகத்தை மூடிவைத்தேன். கதையே சுழல் பாதையில் சொல்வது போல தலைசுற்றிற்று. கற்பனையும் தத்துவமும் காமமுமாகப் பின்னும் மேஜிகல் ரியலிஸம். காமத்துக்கு வரையறை இல்லை என்று தோன்றிற்று. காமமா ஏக்கமா என்று விளங்காத சுழல் அது. அவனுள் இருக்கும் labyrinth. அதன் பிடியிலிருந்து தப்பிக்க காஃப்கா அந்தக் காட்டின் சுழல் பாதையிலும் பயணிக்க சித்தமாகிறான். நான் எந்தக் காமத்தின் பிடியிலிருந்தும் தப்பிக்கப் பார்க்கவில்லை. ஏக்கமா? இருக்கலாம். ஒரு புதிரை அவிழ்க்க ஏற்றுக்கொண்ட பயணம் இது. ஆனால் ஆச்சரியமாக அப்படிப்பட்டக் காட்டிற்குள் இன்று நுழைந்திருக்கிறேன். இதுவும் எனக்கு ஒரு பொறி வைத்திருக்குமோ?

சற்றுமுன் அந்தக் கிழவி என்னவோ சொன்னாள். நீ பட்டணத்துப் பொண்ணு. காத்து கருப்புன்னா நம்பமாட்டே.

நம்புவது இருக்கட்டும். அவள் என்ன சொல்கிறாள் என்று கூடப் புரியவில்லை. ஒருவேளை இங்கு பிசாசுகள் உலாவுவதாக

அவள் சொல்ல வந்தாளோ என்னவோ. பிசாசுகளுக்கு உருவமில்லை. காற்றாக வீசும். அல்லது கருப்பு உடை அணிந்து எந்த மூலையிலாவது அமர்ந்து அழும். அப்படிப்பட்ட கதைகளை நான் ஹாஸ்டலில் இருந்த போது ஜூனியர் மாணவிகளை பயமுறுத்துவதற்காகவே சீனியர்கள் கதை கட்டுவார்கள். இரவில் பிசாசு வேசம் போட்டுக்கொண்டு அலைவார்கள். ஒரு ஜூனியருக்கு பீதியில் காய்ச்சல் வந்து ஆஸ்பத்திரியில் சேர்க்க வேண்டி வந்தது. என்னை அதற்கெல்லாம் அம்மா தயார் செய்திருந்தாள். 'பேயாவது பிசாசாவது! என் பொண்ணு இந்த மாதிரி அசட்டு நம்பிக்கைகளை வளர்த்துக்க மாட்டான்னு நா நம்பறேன்' என்றாள் அம்மா நான் அதைப் பற்றிச் சொன்னபோது. எனக்கு அவள் சொன்னது அரைகுறையாகத்தான் ஏற்றுக்கொள்ள முடிந்தது. அப்போது நைட் ஷ்யாமளனின் 'தி ஸிக்ஸ்த் சென்ஸ்' படம் வெளிவந்திருந்தது. செத்துப்போனவர்கள் ஒரு சிறுவனுக்குக் கண்ணில் தென்படுகிறார்கள். ஒவ்வொரு முறையும் பயந்து சாகிறான். எல்லாரும் அவனை ஃப்ரீக், இயற்கைக்கு முரண்பட்டவன் என்று ஒதுக்குகிறார்கள். பரிகசிக்கிறார்கள். பேய்கள் நடமாடுவது நிஜம் என்றுதான் படம் செய்தி சொன்னது. ஹாஸ்டலில் இருந்த ஒரு டஜன் பெண்களாக நாங்கள் அதைப் போய் பார்த்தோம். இரவு அன்று யாரும் தூங்கவில்லை. காற்று அசைவதற்கெல்லாம் அலறினோம். எங்கோ கைத் தவறிவிழுந்த தம்ப்ளரின் ஓசை கேட்டு மூச்சை அடக்கிக் கொண்டோம். கும்பலாக இருக்கும் போது பயமிருக்காது என்பார்கள். அன்று கும்பலாக பயந்தோம். ஒருத்தருடைய பயம் மற்றவரைத் தொத்திக் கொண்டது. அம்மாவிடம் அதைச் சொல்ல முடியாது. தன் பெண் அத்தனைக் கோழை என்பதை நம்ப மறுப்பாள். அவமானப்படுவாள். அம்மாவின் அடிக்கோடிட்ட கட்டளை அது. பயத்தைத் தவிர பயப்பட எதுவுமில்லே. கோழைகளுடைய பிரமை அது. இல்லாததை இருக்கறதா நினைச்சுக்கிடறது.

நான் திடுக்கிட்டேன். இப்பவும் அம்மாவின் குரல் கேட்பது போல் இருந்தது. எனக்குத் தடுமாறிற்று. சுற்றிலும் இருள். மை

இருட்டு இல்லாமல் போனாலும் முன்னால் இருப்பது தெளிவாக இல்லாத இருள் மூட்டம் போல விரிந்து கொண்டே சென்றது. இது நிஜமா அல்லது எனது பிரமையா? மேலே கரிய மேகங்கள் சூழ்ந்திருக்க வேண்டும். சூரியனை முற்றிலுமாக மறைத்திருக்க வேண்டும். திடீரென்று சில்லென்ற காற்று வீசிற்று. புகையைப் போல மஞ்சு பயங்கர வேகத்தில் படர்ந்தது. என்னைச் சுற்றியிருந்த இருளில் கலந்து திக்குமுக்காட வைத்தது. நான் மூச்சுத் திணற நின்ற இடத்தில் நின்றேன். பாதையே தெரியவில்லை. முராக்காமி வர்ணிக்கும் labyrinth இது என்று தோன்றிற்று. எப்படி வெளியேறுவேன் என்று பீதி என்னை ஆட்கொண்டது. அந்தக் கிழவி என்னை எச்சரிக்கை செய்தது காரணத்தோடுதான் என்று புரிந்தது. அவளும் அந்தச் சிறுவனும் எங்கிருந்து எந்தப் பாதையில் நடந்து வந்திருப்பார்கள்? அவர்களே நிஜமில்லையோ? எனக்கு அந்தக் குளிரிலும் வியர்த்தது. யாரை உதவிக்கு அழைப்பது? கடவுளே! கடவுளுக்குப் பெயர் உண்டா? எந்தக் கடவுளின் பெயரும் நினைவுக்கு வரவில்லை. அம்மா கடவுளை ஏற்காத பார்ட்டி. எனக்கும் அதை ஏற்கும் வாய்ப்பை மறுத்தவள். மனித உதவி கிட்டாத இடத்தில் அவர் ஒருவரே உதவக்கூடியவர் என்று நம்பாதவள். எனக்குள் அந்த எண்ணத்தைத் திணித்தவள். கௌரவர் சபையில் பாஞ்சாலி துகிலுறியப்பட்டபோது கிருஷ்ண பரமாத்மா ஆயிரக்கணக்கான புடவைகளை அனுப்பி அவள் மானத்தைக் காப்பாற்றினார் என்பது கட்டுக்கதை என்று சிரித்தவள். இப்போது நாதியற்று திக்கற்று, எந்தக் கடவுளையும் உதவிக்கு அழைக்கும் திராணியற்று நான் நிற்பதற்கு அவள்தான் காரணம். ஜோனின் அம்மாவைப் போல ஜிப்ஸி இனத்தில் பிறந்திருந்தால் கூட எனக்கு எந்த தேவதையாவது உதவிக்கு வந்திருக்கும். அம்மாவே என்னை நிர்க்கதியாக விட்டுவிட்டுப் போனதாக பரிதவிப்பு ஏற்பட்டது. விவரிக்க முடியாத துக்கமும் கோபமும் வந்தது.

“அம்மா!”

“அம்மா!”

என் வார்த்தை திரும்ப என் மேல் வீசிற்று. அதிக ஆக்ரோஷத்துடன். அடிவயிற்றிலிருந்து ஒரு கனல் பந்து உருண்டு மேலே எழுந்தது.

“அம்மா! நீ ஏன் செத்துப் போனே? என்னை எப்படி மறந்தே? எனக்கு பதில் சொல்லு.”

நான் நின்ற இடத்தில் குத்திட்டு அமர்ந்து விசித்து விசித்து அழ ஆரம்பித்தேன். இரண்டு ஆண்டுகளாகத் தனிமையில் அழக்கூட முடியாமல் புதைந்திருந்த அழுகை பீறிட்டுக்கொண்டு வந்தது. அம்மாவின் முகமே எனக்கு மறந்துவிடும் போல் இருந்தது. அவள் இறப்பதற்கு முன் எப்படி இருந்தாள் என்று தெரியாது. நான் அவளைப் பார்த்து ஓராண்டுக்குமேல் ஆகியிருந்தது. படிக்கும் காலத்தில் நினைத்த மாத்திரத்தில் டிக்கெட் வாங்கப் பணம் இருக்காது. அவளும் படிப்பில் கவனம் செலுத்து. தீசிஸ் முடிச்சப்புறம் வா, என்பாள். பாசத்தைவிட படிப்பு முக்கியம் என்று அவள் சொல்வதாகத் தோன்றும். ஏன் இப்படி ஒரு அதிசய அம்மாவாக இருக்கிறாள் என்று துக்கம் வரும். இந்த எனது ஏக்கத்தை அவள் தெரிந்து கொள்ளாமலே செத்துப் போனாள்.

அம்மா இறந்த தகவல் 48 மணிநேரத்துக்குப் பிறகுதான் எனக்குத் தெரியவந்தது. அப்பா எனக்கு வேண்டுமென்றே தெரிவிக்கவில்லை என்று இப்போது தோன்றுகிறது. எனது பிஹெச்டி ஆய்வை சமர்ப்பிக்கும் நேரம் அது. மிக மும்முரமாக அதன் சார்பில் வாதிடத் தயார் செய்து கொண்டிருந்தேன். அம்மா அதில் வெகு ஆர்வமாக இருந்தாள். அமெரிக்க கொலம்பியா பல்கலைக்கழகத்தில் எனக்குக் கிடைக்கும் டாக்டர் பட்டம் என்னை முன்னேற்றிச் செல்லும் என்று அவள்தான் ஆரம்பத்திலிருந்து ஊக்குவித்தாள். என் வாதத்தை மிக வெற்றிகரமாக முடித்தேன். என்னை எல்லாரும் வாழ்த்தினார்கள். முனைவர் பட்டம் உறுதியானதும் ஷாம்பெய்னும் விருந்துமாக முடிந்த உற்சாகத்தில் நான் அம்மாவுக்கு டெலிஃபோன் செய்ய

முயன்றபோது தில்லி வீட்டு எண் ஒலித்துக் கொண்டே இருந்தது. அம்மா அப்பாவின் மொபைல் எண் லைனே கிடைக்கவில்லை. எட்ட முடியாத தொலைவில் இருப்பதாக மொபைலில் அறிவிப்பு வந்தது. நான் சற்று பொறுத்து செய்யலாம் என்று ஒத்திப் போட்டேன். அம்மாவும் அப்பாவும் எங்கேயாவது சிக்னல் கிடைக்காத இடத்திற்கு விடுமுறைக்குப் போயிருக்கலாம். என்னுடைய வெற்றி அவர்களுக்கு எத்தனை சந்தோஷமளிக்கும் என்கிற மன நிறைவுடன் படுக்கச் சென்றேன். கனவில் அம்மா வந்தாள். நான் அவளுக்கு சிவப்பு ரோஜா மலர் கொத்தை நீட்டுகிறேன். அவள் சிரித்தபடி அதைக் கை நீட்டி வாங்கிக் கொள்கிறாள். மலர்களைத் தன் மீது பரத்திக் கொள்கிறாள் சின்னப் பெண்ணைப் போல. பூ பூவாக மஞ்சள் புடவையின் மேல் அவள் உடல் முழுவதும் படருகையில் ரோஜா இதழ்கள் உதிர்ந்து இரத்தத் திட்டுகளாக மாறின. செக்கச் செவேலென்ற ரத்தம். நான் திடுக்கிட்டுக் கண் விழித்தேன். டெலிஃபோன் அலறிற்று. அம்மாவாகத்தான் இருக்கும் என்று "அம்மா!" என்றேன்.

"அப்பா பேசறேன்" என்று பதில் வந்தது. அதாவது குரலில் நடுக்கம் இருந்தது. நான் மணியைப் பார்த்தேன். இரவு மணி இரண்டு.

"என்னப்பா? டில்லியிலே இல்லையா நீங்க?" என்றேன் பதற்றத்துடன்.

"இல்லே கொடைக்கானலுக்கு வந்தோம். அம்மா உனக்கு ஈ மெயில் பண்ணியிருப்பாளே?"

"நா பாக்கல்லே. பரிட்சைக்குத் தயார் பண்ணிகிட்டிருந்தேன்."

அப்பாவிடமிருந்து எந்த பதிலும் இல்லை. என்னுடைய பிஹெச்டியை மறந்துவிட்டார் என்று தோன்றிற்று. அம்மா உடனடியாக அதைப் பற்றிதான் கேட்டிருப்பாள்.

"என்னப்பா இந்த நேரத்திலே ஃபோன் பண்றீங்க?"

"இன்னிக்குதான் லைன் கிடைச்சுதும்மா. மூணு நாளா முயற்சி செய்யறேன். இங்கே ஒரே மழை. எல்லா லைனும் செத்திருக்கு. இப்பத்தான் கிடைச்சுது."

எனக்கு அடிவயிற்றைக் கலக்கிற்று. கனவு நினைவுக்கு வந்தது. "அம்மாவுக்கு என்னப்பா?" என்றேன் இனப்புரியாத பீதியுடன்.

"அவ போயிட்டாம்மா! செத்துப் போயிட்டா!"

இதயம் விண்டு விழுந்தது. இதை எதிர்பார்த்தது போலவும் டமாரமாய் அடித்தது. கண்கள் அகன்று பிதுங்கின.

"வாட்? நோ! நா நம்ப மாட்டேன்."

"எனக்கும் நம்ப முடியல்லேம்மா" அப்பாவின் குரல் உடைந்திருந்தது.

"என்ன ஆச்சுப்பா? என்ன உடம்புக்கு?"

"உடம்புக்கு ஒண்ணும் இல்லேம்மா. எதிர்பார்க்கவே இல்லே."

"எப்ப ஆச்சு?"

"மூணு நாளாச்சு!"

எனக்கு மகா ஆத்திரம் வந்தது. "மூணு நாளாச்சு! பெத்த பெண்ணுக்கு இத்தனை லேட்டா சொல்றீங்களா?"

"நாதான் சொன்னேனே இங்க எல்லா லைனும் செத்திருந்தது."

"அம்மாவோடயா?"

"என்ன?"

இத்தனை பின்தங்கிய தேசம் இந்தியா என்று நான் நினைத்திருக்கவில்லை. ஒரு சாவுக்குத் தொடர்புகொள்ள முடியாமல் போகுமா? அமெரிக்காவிலும் சில மலைப்பிரதேசங்களில் தொடர்பு கொள்வது சிரமம் என்று அப்போது நினைவு வரவில்லை. எனக்கு துக்கம் குமுறிக்கொண்டு வந்தது. "அப்ப எல்லாம் முடிஞ்சு போச்சா?" உடலை வைத்திருக்கிறீர்களா என்று கேட்க மனசு

தடுமாறிற்று. அந்த மூன்று நிமிட சம்பாஷணையில் அம்மா வெறும் அஃறிணையாகிப் போனது திகைப்பைத் தந்தது.

நான் சற்று நேரம் அழுதேன் ஓசைப்படாமல். அதற்குள் லைன் துண்டித்துக் கொண்டது. நான் காலர் ஐடியிலிருந்து எண்ணைப் பதிவு செய்துகொண்டு தொடர்புகொள்ள முயன்றேன். பலமுறை முயன்று கடைசியில் வெகு சன்னமாக அப்பாவின் குரல் கேட்டது.

"நா எங்கே வரட்டும்? கொடைக்கானலுக்கா, டில்லிக்கா?" என்றேன்.

"இப்ப வராதே" என்றார் அப்பா. "இன்னும் நாலு நாளிலே நா ஜப்பானுக்குக் கிளம்பணும் ஒரு கான்பரன்ஸுக்கு. இருபது நாள் ஆகும் திரும்ப. நா அதைக் கான்ஸல் செய்யல்லே. எனக்கும் ஒரு மாறுதல் வேணும். பித்துப் பிடிச்சுடும் இல்லாட்டி. உனக்கு சௌகர்யம் போல வா. வந்து என்ன செய்யப்போறே?"

"எனக்குப் பின்ன விவரமா லெட்டர் போடுங்க."

அப்பா பதில் சொல்வதற்குள் லைன் செத்தது.

அப்பா விளக்கமாகக் கடிதம் எழுதவே இல்லை. ஃபோனில் தொடர்பு கொள்ளும்போது அம்மாவைப் பற்றின பேச்சை இருவரும் தவிர்த்தோம். முக்கியமாக நான் தவிர்த்தேன். அது அமெரிக்கப் பழக்கமாக இருக்கலாம். அம்மாவைப் பற்றின நினைவு எனது அந்தரங்கம் என்று பட்டது. அப்பாவால் அதை நிச்சயம் புரிந்துகொள்ள முடியாது. நான் மறுபடி அப்பாவைப் பார்ப்பதற்குள் என்னென்னவோ நடந்துவிட்டது. நான் புதிதாக ஏற்றுக்கொண்ட பணியில் நூறாயிரம் பிரச்சினைகள் முளைத்தன. லீவு கேட்டபோது கிடைக்கவில்லை. ஒரு மகத்தான சாவுக்குப் பிறகு இரண்டு வருடம் என்பது வெட்கக் கேடான இடைவெளி. அம்மா இல்லாத அந்த வீட்டிற்குப் போக எனக்குத் தயக்கமாக இருந்தது. அப்பாவுடன் எனக்கு என்றுமே அதிக நெருக்கம் இருந்ததில்லை என்பது காரணமாக இருக்கலாம். இரண்டு வருடம்

என்பது மிக நீண்ட இடைவெளி என்பது புரிந்தது. அப்பா மாறியிருந்தார். கண்களில் மேகம் படர்ந்திருந்தது. ஊன்றுகோல் இழந்தவர்போலத் தடுமாறினார். அவர் அப்படி ஆனதற்கும் நான் இன்று இந்தச் சுழலில் மாட்டிக்கொண்டதற்கும் அம்மாவே காரணம் என்று மறுபடி கோபம் வந்தது. நான் பித்துப் பிடித்தது போல முழங்காலில் முகத்தை முட்டிக்கொண்டு "நீ ஏன் செத்துப் போனே? உனக்கு நாங்க வேணாம்னு தோணிப்போச்சா? அத்தனை சுயநலமா உனக்கு?"

ஆத்திரம் அழுகையாக மாறிற்று. அந்த ஆள் அரவமற்ற வனத்தில் கூச்சம் அற்று பகபகவென்று அழுகை வெடித்தது.

யாரோ தோளைத் தொட்டதுபோல் இருந்தது. நான் திடுக்கிட்டு நிமிர்ந்தேன். யாரும் கண்ணுக்குத் தெரியவில்லை. ஆனால் நிச்சயமாக யாரோ தொட்டதை நான் உணர்ந்து கொண்டேன். மஞ்சின் மூட்டம் என்னைச் சுற்றி இருந்தது. ஒரு பஞ்சுப் பொதிக்குள் அமர்ந்திருந்தது போல் இருந்தது.

"யாரு?" என்றேன். அதாவது சொன்னதாக நினைத்தேன். ஒலியே வரவில்லை. மார்பு படபடத்து கால்களில் நடுக்கம் கண்டது. நான் மெல்ல எழுந்து நின்றேன். கண்களை அழுத்தித் துடைத்துக் கொண்டு என்னைச் சுற்றிப் பார்த்தேன். என் எதிரில் சற்று எட்டி அம்மா நின்றிருந்தாள்.

எனக்குத் தூக்கிவாரிப் போட்டது. அம்மாவா? அது எப்படி சாத்தியம்? மஞ்சள் புடவையும் சிவப்பு ரவிக்கையுமாக. பளிச்சென்ற முகத்தில் புன்னகை இல்லை. எனக்குச் சட்டென்று நினைவு வந்தது. என் கனவில் மஞ்சள் புடவைதான் உடுத்தியிருந்தாள். இது கனவுதான். கண்விழித்து நிற்கையில் கனா வருமா? நிஜம் போல ஆள் வந்து நிற்குமா? என்னைச்சுற்றியிருந்த மஞ்சில் அவள் மட்டும் பளிச்சென்று தெரிந்தாள். பிறகு திரும்பி முன்னால் நடக்க ஆரம்பித்தாள். நான் கனவில் நடப்பது போல அவள் பின்னால் நடக்க ஆரம்பித்தேன். அதிசயமாக சுழல் பாதை புலப்படவில்லை. கால் தடுக்கவில்லை. உண்மையில் மஞ்சு

சூழ்ந்த அந்த வனத்தில் கண்ணைக் கட்டிக்கொண்டு நடப்பது போல, எதோ நூலைப் பிடித்துக்கொண்டு முன்னேறுவது போல அம்மாவின் பின்னுருவத்தை தொடர்ந்து சென்றேன். மூளை இயங்கவில்லை. அம்மாவை இரண்டு எட்டில் பிடித்துவிடலாம் போல் இருந்தது. ஆனால் நான் முன்னேற முன்னேற அந்த உருவமும் திரும்பியே பார்க்காமல் முன்னால் நகர்ந்து சென்றது.

"அம்மா, நில்லு, நில்லும்மா ப்ளீஸ்!"

என் குரல் செத்திருந்தது. வாய் உலர்ந்திருந்தது.

நான் நடக்கிறேனா மிதக்கிறேனா என்று புரியவில்லை. அதைப் பற்றின பிரக்ஞை கூட எனக்கு இருக்கவில்லை. அம்மாவை எட்டிப் பிடித்துவிட வேண்டும் என்கிற அவசரம் என்னை உந்தித் தள்ளிற்று. மஞ்சும் அரைகுறை இருளுமான சூழலில் மேகங்களிடையே நகர்வது போலவும் சுலபமாக வெற்றுக் காற்றைக் கிழித்துக் கொண்டு செல்வது போலவும் நான் அந்த மஞ்சள் புடவையைப் பின்தொடர்ந்தேன். ஆனால் என்னைவிட அம்மா வேகமாக நகர்ந்தாள். ஒரு முறை திரும்பிப் பார்க்க மாட்டாளா என்றிருந்தது. நான் ஓடின ஓட்டத்தில் மூச்சு வாங்கிற்று. அம்மாவுக்கு எந்த ஆயாசமும் இருந்ததாகத் தெரியவில்லை. அம்மா எப்பவுமே திடகாத்திரமானவள் என்று எனக்குத் தெரியும். தவறாமல் யோகாசனமும் பிராணாயாமமும் செய்வாள்.

"அம்மா சித்த நில்லு. உன்னை ஒண்ணு கேட்கணும். பதில் சொல்லிட்டுப் போ!"

என்னுடைய வாக்கியம் ஒலிபெருக்கியில் ஒலிப்பதுபோல் அந்த இடத்தில் ஒலித்தது, என்னையே திடுக்கிட வைத்தது. சட்டென்று நான் நின்றேன். மஞ்சு முற்றிலும் விலகியிருந்தது. மரங்களின் ஊடாக வெயில் கீற்று திட்டுத் திட்டாக படர்ந்து வெளிச்சம் பரவியிருந்தது. எனக்கு முன் சீரான குறுகலான ஒற்றையடிப் பாதை தெரிந்தது. அம்மா காணாமல் போயிருந்தாள். நான் 'அம்மா அம்மா' என்று அரற்றியபடி பித்து பிடித்தவள் போல் அந்தப் பாதையில் ஓட ஆரம்பித்தேன்.

சற்று நேரம் சென்றபிறகு மரங்கள் குறைந்து சமதரை தெரிந்தது. பளீரென்று வெளிச்சம் தெரிந்தது. ஒரு வீடு தெரிந்தது. அதன் வாசலில் வெயில் திட்டில் ஒரு கிழவனும் கிழவியும் அமர்ந்திருந்தார்கள். நான் வேக வேகமாக அவர்களிடம் சென்று மூச்சிறைக்க நின்றேன்.

"யாரு? எதுக்கு ஓடியாறே பேயைக் கண்டாப்பலே?" என்று கிழவன் சிரித்தான்.

ஒரு விநாடி எனக்கு ஏற்பட்டத் தடுமாற்றத்தை சமாளித்துக் கொண்டு நான் கேட்டேன். "இந்தப் பக்கமா ஒரு அம்மா வந்தாங்களா, மஞ்சள் சேலை உடுத்திக்கிட்டு?"

இருவரும் ஒருவரை ஒருவர் பார்த்த பார்வையில் சங்கேத மொழியில் பேசிக்கொள்வது போல் இருந்தது எனக்கு. நிச்சயம் அம்மாவைப் பார்த்திருப்பார்கள் என்று தோன்றிற்று.

"வந்தாங்க இல்லே?"

"அப்படி யாரும் வரக்காணுமே?"

"நீ எங்கன வெச்சுப் பார்த்தாப்பலே?"

"அந்தக் காட்டுக்குள்ளே. ஒரே மஞ்சு, பனி மூட்டம். கண்ணுக்கு ஒண்ணுமே தெரியல்லே. எப்படி வெளியிலே வரதுன்னு புரியல்லே. ஒரு அம்மா வந்தாங்க. மஞ்சள் புடவை கட்டிக்கிட்டு. நில்லுங்க நில்லுங்கங்கறேன். நிக்கவேயில்லே. அவங்க பின்னாடிதான் நடந்து வந்தேன்."

இருவரும் மறுபடி அர்த்தபுஷ்டியுடன் பார்த்துக் கொண்டார்கள். "அதானே பார்த்தேன் நீ எப்பிடி உள்ளே அந்தக் காட்டுக்குள்ளாற புகுந்து வெளியிலே வந்தேன்னு. ஏம்புள்ளே தனியா வந்தே? உன் வீடு எங்கிட்டு இருக்கு?"

"நா கேட்ட கேள்விக்கு நீங்க பதில் சொல்லல்லே" என்றேன் படபடப்புடன். "இந்தப் பக்கமாத்தான் அவங்க வெளியேறியிருக்கணும். நீங்க பார்த்திருப்பீங்க!"

அந்தக் கிழவி சிரித்தாள். "இந்தக் காட்டைப் பத்தி உனக்குத் தெரியாது. நீ வெளியிலே வந்து சேர்ந்ததே பெரிய விஷயம் தெரிஞ்சுக்க. இனிமே இப்படி வரக்கூடாது. இன்னிக்கு உன் அதிர்ஷ்டம் வெளியே கொண்டு விட்டிருக்கு. இல்லேன்னா அடிச்சுப் போட்டிருக்கும்."

எனக்குத் தூக்கிவாரிப்போட்டது. என்ன சொல்கிறாள் இவள்? அந்தக் கிழவன் ஒருவிதக் கண்டிப்புடன் சொன்னான். "ஆயா சரியாத்தான் சொல்லுது. நீ எங்கே போகணும்னாலும் இந்தப் பக்கம் குறுக்காலே கீழே போக பாதை இருக்கு. வா நா வழி காண்பிக்கிறேன்."

கிழவன் தடியைப் பிடித்துக் கொண்டு எழுந்தான்.

நான் இன்னும் தயங்கி நின்றேன். "நிச்சயமா உங்க கண்ணுக்கு அவங்க படல்லியா?"

கிழவி அலுப்புடன் சொன்னாள். "இதப் பார்றா. ஒரு தரம் சொன்னா புரிஞ்சுக்க மாட்டே? அப்படி யாரும் இங்க வரல்லே. உன் வேலையைப் பாத்துகினி போ."

"ரெண்டு வருஷம் முந்தி, அந்த ஏரியிலே..." என்று கிழவன் ஆரம்பித்தபோது கிழவி 'இந்தா!' என்று சத்தம் போட்டாள்.

"எதுக்கு இப்ப இதுங்கிட்ட அதெல்லாம் பேசறே? நீ போ புள்ளே!" என்றாள்.

நான் சுற்று முற்றும் மறுபடி பார்த்துவிட்டு கிழவனிடம், "வாங்க தாத்தா என்னோடு துணைக்கு. பாதையும் காட்டுவீங்களாம்" என்றேன்.

"வழியைக் காட்டிட்டு வந்துடு" என்றாள் கிழவி.

——

11

பக்கத்து மொட்டை மாடியில் பேச்சுக்குரல் கேட்டது. பெண்களின் குரல்கள். சமீபத்தில்தான் யாரோ புதிதாகக் குடி வந்திருப்பதாக நடராஜய்யர் மாமி சொன்னாள். திருநெல்வேலிப் பக்கம் என்று சொன்னதாக லக்ஷ்மிக்கு நினைவு. காலை பதினோரு மணிக்கே மொட்டை மாடியில் வெயில் பொசுக்கும். என்ன செய்கிறார்கள்?

நடராஜய்யர் வீட்டு மாடியில், முன் பாதி இடம்தான் திறந்த வெளி. மாடிக்கதவைத் திறந்ததும் ஐந்து ஆறு அடிப் பகுதிக்கு ஓடு வேய்ந்த கூரை நிழல் கொடுக்கும். லக்ஷ்மி விடுமுறை நாட்களில் காலை பத்து மணிக்கு சாப்பாட்டுக் கடை முடிந்ததும் புத்தகத்தை எடுத்துவந்து, சுவரோரமாக சாய்ந்து அமர்ந்து படிப்பாள். மதியம் மூன்றரையிலிருந்தே கடற்காற்று மெல்ல வீச ஆரம்பிக்கும். மூன்று மணிக்கு மாமி டிபனுக்கும் காப்பிக்கும் அழைப்பாள். அதை சாப்பிட்டுவிட்டு வந்து அமர்ந்தால், பார்வை மங்கும் வரை அமர்ந்து படிக்கலாம். மொட்டை மாடி சுவரைப் பிடித்தபடி பட்டணத்தை வேடிக்கை பார்க்கலாம்.

தொலைவில் சமுத்திரம் தெரியும். கண்ணுக்கெட்டிய தூரம் வரை கரு நீல நீர்பரப்பு நெளிநெளியாக முன்னும் பின்னும் நகர்ந்தபடி இருக்கும். அதன் இயற்கை எழில் மனத்தைக் கொள்ளை கொள்ளும். இனம்புரியாத பிரமிப்பை அளிக்கும். ஊரிலிருந்து இங்கு வந்த புதிதில் அவளுக்கு அதைப் பார்ப்பதே மிகப்பெரிய மகிழ்ச்சியை அளித்தது. இப்பவும் அதைப் பார்ப்பது

அலுப்பைத் தருவதில்லை. அங்கு இரண்டு உலகங்கள் இருந்தன. இரு வேறு ஒட்டாத உலகங்கள். சமுத்திரக் கரையில் மீனவர் குழந்தைகள் விளையாடுவது கரும்புள்ளிகளாகத் தெரியும். கரிய அல்லது பழுப்பு நிற இந்தியர்கள் மணற்பரப்பில் திட்டுத் திட்டாகத் தென்படுவார்கள். அவர்களுடன் சம்பந்தமில்லாதவர்கள் போல வெள்ளைக்காரர்களின் வாகனங்கள் கரைக்கு இப்பால் நிற்கும். மணலுக்கு இப்பால் போடப்பட்ட நடைபாதையில் வெள்ளைக்காரர்கள் பொம்மைகள் போலத் தெரிவார்கள். சீமாட்டிகளுடன் கைகோர்த்து நடை பயில்வார்கள். ஆனால் பெண்கள் அதிகம் கிடையாது. ஆணும் பெண்ணுமாக வெள்ளைக்காரர்கள் போல கை பிடித்து யாரும் நடப்பதில்லை. அப்படி யாராவது நடந்தால் பார்ப்பவர்களுக்கு விநோதமாக இருக்கும் நிச்சயம். லக்ஷ்மிக்குச் சிரிப்பு வந்தது. வீட்டில் மனைவியும் குழந்தைகளும் உள்ள ஆண்கள் தாசித் தெருவுக்குச் சென்று இரவு படுத்து கள்ளனைப் போலத் திரும்பி வருவது சகஜம் என்று ஊரில் ஏற்றுக்கொள்வதை அவள் கவனித்திருக்கிறாள். கட்டின மனைவியைக் கைப்பிடித்துத் தெருவில் நடந்தால் அவர்கள் சிரிக்கக்கூடும். பாரதி வேண்டுமென்றே அப்படித் தெருவில் சென்றபோது அவரைக் கிறுக்கன் என்று கைக் கொட்டிச் சிரித்தாக நடராஜய்யர் சொன்னார்.

“எதுக்கு மாமா சிரிக்கணும்? நீங்க மாமி கையைப் பிடிச்சிக்கிட்டு நடங்க மாமா. புரட்சிக் கவிஞர் மாதிரி!” என்று அவள் சிரித்தாள்.

“மாமி ஒத்துண்டா நா ரெடி!” என்றார் மாமா.

மாமி அதற்கு முகவாய்கட்டையை கழுத்தில் இடித்து “நன்னாயிருக்கு, தேவடியா மாதிரி பெண்டாட்டி நடந்துக்க முடியுமா?” என்றாள்.

லக்ஷ்மிக்குச் சொரேலென்றது. நடராஜய்யர் அவசரமாக நிலைமையை சமாளிக்க வந்தார்.

“இந்த ஞாயித்துக்கிழமை நாம மூணுபேரும் பீச்சுக்குப் போலாமா? கற்பகம் ஏதாவது சாப்பிடக் கொண்டு போவோம் பௌர்ணமி வேற அன்னிக்கு? என்ன?”

“போலாம். ஆனா கையையும் காலையும் பிடிச்சுண்டு வர முடியாது.” என்று மாமி சிரித்தாள்.

அந்த ஞாயிறு பீச்சுக்குச் சென்றபோது மாமியின் ஆளுமையே மாறிவிட்டது போல் இருந்தது. சின்னப் பெண்ணைப் போலச் சிரித்தாள். வெள்ளைக்கார ஜோடிகளைப் பார்த்து அதிசயித்தாள். மாமாவையும் மாமியையும் கையைப் பிடித்தபடி நீரில் நின்றதும் மாமி காதல் பொங்க அவரை ஒட்டி நின்றதும், காலுக்கடியில் நீர் மணலை வருடிச் சென்றபோது ஏற்பட்டக் குறுகுறுப்பில் மாமி வாய்விட்டுச் சிரித்ததும் லக்ஷ்மிக்கு உற்சாகமாக இருந்தது. மாமியின் மடிசார் கட்டு முழங்காலுக்கு மேல் ஏறியிருந்தது. நீரின் மேல் வாழைத்தண்டு கால்கள் பளபளத்தன.

‘கும்பகோணத்திலே இருக்கிற உங்கம்மாவுக்கு தெரிஞ்சிதுன்னா என்னைக் கொன்னுடுவா!’ என்று மாமி மாமாவிடம் கொஞ்சலாகச் சிணுங்கி சந்தோஷமாகச் சிரித்தாள். கண்களில் குறும்பு மின்னிற்று. அந்த மாமியாரும் இது என்ன தேவடியாத்தனம் என்று சொல்வாள் என்று தோன்றிற்று. மாமி கொண்டுவந்திருந்த புளியோதரையும் தயிர்சாதமும் வாழைக்காய் வறுவலும் வடுமாங்காயும் அமிர்தமாக இருந்தன. இத்தனை சந்தோஷமாகத் தான் என்றும் இருந்ததில்லை என்று தோன்றிற்று. இரவு தூக்கத்தில் வந்த கனவில் பெரிய மிராசும் அம்மாவும் கைகோர்த்தபடி பீச்சில் நின்றார்கள். அவள் கரையில் அமர்ந்து மணல் வீடு கட்டி மணலில் நம் வீடு என்று எழுதினாள். ஒரு வீச்சில் பேரலை வந்து அதை எடுத்துக் கொண்டு போயிற்று.

அம்மாவுக்கு அந்தக் கனவைப்பற்றிச் சொல்ல வேண்டும் என்று ஏற்பட்ட ஆவேசத்தை அடக்க முடியவில்லை. “மாமாவும் மாமியும் நானும் நேற்று மெரீனா பீச்சுக்குப் போனோம். நீ

சமுத்திரத்தைப் பார்த்திருக்கியோ? மாமிக்கு உன் வயசு இருக்கும், குழந்தை மாதிரி சந்தோஷப்பட்டா. நேத்துக் கனாவிலே நீயும் அப்பாவும் சேர்ந்து தண்ணியிலே நிக்கிறமாதிரி கண்டேன். அது மணல்வீடு மாதிரி கலைஞ்சு போச்சு. நான் இங்கே உத்தியோகம் பார்ப்பேனே அப்ப உன்னை அழைச்சுட்டு வருவேன்." ஆனால் அம்மாவிடம் இப்போது நினைத்த மாத்திரத்தில் பேச முடியாது.

அம்மாவுக்கு தனது கனவின் பரிணாமம் விளங்குமா என்று தெரியவில்லை. அவளுள் இருக்கும் ஆதங்கம் கூட விளங்காது. மருத்துவக் கல்லூரியில் அவள் சேரவிடாமல் தடுக்க ஆனமட்டும் அம்மா முயன்றாள். பட்டணத்திலே நாம எப்படி இருப்போம் என்று புலம்பினாள். அவளுடைய ஒரே கவலை பெரிய மிராசுவின் தொடர்பு விட்டுப்போகும் என்பது என்று லக்ஷ்மிக்குப் புரிந்தது. அம்மா உண்மையிலேயே அவரைக் காதலிக்கிறாளா அல்லது அவருடைய ஆதரவை இழந்துவிடுவோம் என்று பயப்படுகிறாளா என்று புரியவில்லை. பட்டணத்தில் வீடு பார்த்து வைக்கிறேன் என்று பெரிய மிராசு சொன்னது அம்மாவுக்கு பீதி அளித்தது. "உனக்கேண்டி இப்படி புத்தி போகுது?" என்று லக்ஷ்மியிடம் எரிந்து விழுந்தாள். "ஏதோ கட்டையிலே ஏறர வரைக்கும் இப்படியே காலத்தை ஓட்டிடலாம்னு நா இருக்கேன். பட்டணத்துக்குப் போய் குடித்தனம் போடுங்கறே. வழக்கமில்லாத வழக்கத்தையெல்லாம் என்னை செய்யச்சொல்லி உயிரை வாங்கறே. அவங்களைப் பாக்காம எத்தனை நாள் இருக்க முடியும்? அவ அவ காத்துக்கிட்டு இருக்கா நா எப்ப ஒழியுவேன்னு."

அன்று இரவு லக்ஷ்மி அப்பாவின் வருகைக்காகக் காத்திருக்க வேண்டியதாயிற்று. மறுபடியும் ஒரு பேரத்திற்கு. இப்போது அநேகமாக அப்பாவிடம் முன்பிருந்த தயக்கம் விலகிவிட்டது. அப்பா அவளது கோரிக்கைகளை ஒப்புக்கொண்டார். அம்மா டவுனிலிருந்து ஊருக்குத் திரும்பி பழைய வீட்டில் இருப்பாள். பட்டணத்தில் அப்பாவின் நெருங்கிய நண்பர் நடராஜய்யர் வீட்டில் லக்ஷ்மி மருத்துவப் படிப்பு முடியும் வரைத் தங்கியிருப்பாள். இந்த

முடிவை அப்பா ஏற்கனவே எடுத்திருப்பதை அவள் உணர்ந்து கொண்டாள். அப்பாவுக்கே அம்மாவைப் பார்க்காமல் அதிக நாள் இருக்க முடியாது என்று தோன்றிற்று. "ஒரு வேண்டுகோள் அப்பா!" என்றாள் அவள். "என்னம்மா இப்ப?" என்று அப்பா சிரித்தார்.

"சாப்பாட்டுக்கு இனிமே அம்மா பிச்சைக்காரி மாதிரி உங்க வீட்டுக் கொல்லையிலே நிக்கமாட்டா. நீங்க அதை வீட்டுக்கு அனுப்ப ஏற்பாடு பண்ணணும்."

அம்மா அப்பாவைக் கலவரத்துடன் பார்க்க அப்பா தலைகுனிந்து கொண்டு சொன்னார். "அப்படியே செய்யலாம்மா." பிறகு அம்மாவைப் பார்த்துப் புன்னகைத்தார். "உன் பெண் தானா இது? என்னையே பதம் பார்க்கறா." என்றார். பிறகு அப்பா இதுவரை செய்யாததைச் செய்தார். அருகில் வந்து அவள் தலையைக் கோதிவிட்டார். "துளசி, இவளைப்பத்திக் கவலைப்படாதே. பிழைச்சுப்பா இவ. என் பேரைச் சொல்ல இவதான் இருக்கப்போறா போல இருக்கு. பிள்ளை தர்குறியா அலையறான்..."

நடராஜய்யர் வீட்டில் கொண்டுவிட்டுச் செல்லும்போது அப்பாவின் கண்கள் கலங்கிப் போனதாக அவளுக்கு நினைவு...

"யோகு வேஷ்டியை நன்னா பிரிச்சுப் போடுடீ. அந்தக் குண்டானை இந்தப் பக்கம் கொண்டா. சேவை நாழியையும் எடுத்துண்டு வாடி. சிவ சிவ, என்ன அசமஞ்சத்தனமோ!" பக்கத்து வீட்டு மொட்டைமாடியிலிருந்த ஒரு பெண்ணின் அதட்டலான குரல் இப்போது தெளிவாகக் கேட்டது. பட்டணத்துக்கு வந்ததிலிருந்து நடராஜய்யரின் மனைவியைத் தவிர வேறு பெண்களுடன் பழகும் வாய்ப்பே இல்லாமல் போய்விட்டது. மருத்துவக் கல்லூரியில் ஒரு பெண்கூட இல்லை. ஆண்கள் அவள் ஏதோ அமானுஷ்ய பிறவி போல ஒதுங்கியே இருந்தார்கள். அப்படிப்பட்டதான உணர்வைக் கல்லூரியே எழுப்பிற்று. அவளுக்குத் தனியாக முன்பக்க ஓரமாக மேஜை

நாற்காலி அளிக்கப்பட்டது. அவள் யாருடனும் பேசவேண்டிய அவசியம் இல்லாமல் போனாலும் வாயை மூடிக் கொண்டு அந்தச் சூழலில் இருப்பது தனிமை உணர்வை ஏற்படுத்திற்று. ஆனால் ஊரில் கல்லூரியில் ஆண்களிடம் அனுபவித்த கிண்டலினால் அவளே இத்தகைய ஒரு வேலியைத் தன்னைச் சுற்றிப் படரவிட்டிருந்தாள். தன் வயதொத்த பெண்களுடனாவது பேசும் வாய்ப்பு கிடைக்காதா என்று கொஞ்ச நாட்களாக அரிப்பு ஏற்பட்டிருந்தது. அதிக ஜனசந்தடி இல்லாத சாலையில் நடந்து செல்பவர் எல்லாம் ஆண்கள். கபாலீசுவரர் கோயில் பக்கமோ பார்த்தசாரதி கோயில் அருகிலோ சென்றால்தான் பெண்கள் தென்படுவார்கள். வீட்டுத் திண்ணைகளில் அமர்ந்திருப்பார்கள் வம்பளந்தபடி. லக்ஷ்மி மெல்ல எழுந்து பார்த்தாள்.

பக்கத்து வீட்டு மொட்டை மாடியில் இரண்டு பெண்கள் இருப்பது தெரிந்தது. வடகம் இடுகிறார்கள் வெயிலில் அமர்ந்து. ஒரு அம்மாள் தலை மழித்து நார்மடிப்புடவையில் இருந்தாள். இன்னொருத்தி வைரக் கம்மலும் மூக்குத்தியும் டாலடிக்க பளிச்சென்று ஜரிகைப் புடவை கட்டியிருந்தாள். பெரிய மிராசுவின் மனைவி நினைவு வந்தது, லக்ஷ்மிக்கு. கனமான குண்டானை தூக்க அந்த நார்மடி பெண் சிரமப்படுவது தெரிந்தது. குண்டானை வைத்துவிட்டு நிமிர்ந்து முதுகை நீவிவிட்டுக் கொண்டபோது அந்த முகத்தைப் பார்த்து லக்ஷ்மி திடுக்கிட்டாள். அவள் சிறுமி. பதினாலு பதினைந்துதான் இருக்கும். விதவைக் கோலத்தில். பாழ் நெற்றியும் மூளிக்காதும் கழுத்துமாக. அழகான முகம் வெயிலில் கன்னிப் போயிருந்தது. அந்த முரட்டு நார்மடிப் புடவையை சுமப்பதே அவளுக்கு பாரமாக இருக்கும். அழுகையை அடக்கிக்கொண்டு நிற்பது போல நின்றிருந்தது.

"என்ன நின்னுட்டே? வா மாவை உருட்டிக்குடு! நீயும் பிழியணும்." அந்தச் சிறுமி அவள் நிற்பதை உணர்ந்தது போலத் திரும்பிப் பார்த்தது. அகன்ற நீர் தளும்பிய கண்களைப் பார்க்க நேர்ந்ததில் அதிர்ச்சியும் விசனமும் ஆட்கொள்ள லக்ஷ்மி சட்டென்று பின்னால் அடிவைத்து மறுபடி சுவரோரமாகத் தரையில்

அமர்ந்தாள். எத்தனைச் சின்ன பெண்! எதற்கு அதற்கு இத்தனைப் பெரிய கொடுமை என்று லக்ஷ்மிக்கு மார்பு படபடத்துக்கொண்டு வந்தது. வைரமும் பட்டுமாக அமர்ந்திருந்தவள் அவளுடைய அம்மாவாக இருக்க முடியாது என்று தோன்றிற்று. தொடர்ந்து அவள் ஏதோ அதட்டிக்கொண்டும் திட்டிக்கொண்டும் இருந்தாள்.

“மாவு சுடறது” என்றது அந்தப் பெண்.

“ஆகா, துக்கரிக்கு இந்த சொகுசு மட்டும் குறையல்லே!” அடித்தாள் போல் இருந்தது. அந்தப் பெண் ‘ஐயோ அம்மா’ என்றது. அதற்குமேல் அங்கு உட்கார முடியாமல் லக்ஷ்மி எழுந்து கிடுகிடுவென்று கீழே இறங்கினாள்.

ஊஞ்சலில் அமர்ந்து ஏதோ சஞ்சிகையைப் படித்துக் கொண்டிருந்த மாமி, “என்ன மூஞ்சி சிவந்திருக்கு? வெயில்லே நின்னியா என்ன?” என்றாள். லக்ஷ்மிக்கு சற்று நேரம் பேச முடியாமல் மூச்சு இறைத்தது. அவளுக்கு என்று ஒதுக்கப்பட்டிருந்த அறையில் பானையிலிருந்து நீரை எடுத்துக் குடித்துவிட்டு வந்தாள். கூடத்தில் தூணில் சாய்ந்தபடி தரையில் அமர்ந்த அவளை மாமி “என்ன லக்ஷ்மி என்ன ஆச்சு?” என்றாள்.

அவளுக்கு என்ன சொல்வது என்று ஒரு விநாடி புரியவில்லை.

“பக்கத்து வீட்டு மொட்டை மாடியிலே வடாம் போட்டுண்டிருக்கா.”

“ஓ, அதுக்கென்ன போடற காலம் தானே? வெயில் கொளுத்தறது சித்திரை பொறக்கல்லே இத்தனைக்கும்! உன்னை பிழியச் சொன்னாளா அந்த மாமி?” என்றாள் மாமி சிரித்துக் கொண்டே.

லக்ஷ்மிக்கு அதற்குள் படபடப்பு அடங்கிப்போயிருந்தது. ஆனால் புன்னகைக்க முடியவில்லை.

“அதுக்கெல்லாம் ஆள் இருக்கு அந்த அம்மாளுக்கு. ஒரு சின்னப் பெண் மாமி. குழந்தை மாதிரி இருக்கு மூஞ்சி. கொடுமைன்னா கொடுமை மாமி! தலை மழிச்சு முரட்டுப்புடவை

கட்டியிருக்கா ஒன்பதுகெஜப் புடவை. குண்டானைக் கொண்டா நாழியைக் கொண்டான்னு அந்த அம்மாள் திட்டிண்டே இருக்கா. மாவு சுடறதுங்கறது அந்தப் பெண்ணு. அத்தனை சொகுசா உனக்குன்னு அடிக்கிறா மாமி அந்த அம்மாள்!"

"அப்படியா?" என்றாள் மாமி யோசனையுடன். "அந்த அம்மாளுடைய நாட்டுப்பெண் அது. பிள்ளை டைஃபாய்டு வந்து செத்துப் போயிட்டான்னு எங்கிட்டே சொல்லி அழுதா. அந்தப் பெண்ணுக்கு பொறந்தாத்திலே வசதி இல்லையாம். அம்மா இல்லே. அப்பாவுக்கு ரெண்டாம் சம்சாரம். என்ன கஷ்டமோ யாருக்குத் தெரியும்? என் பொண்ணா இருந்தா விட்டுடுவேனா, இங்கேயே இருக்கட்டும்னு வெச்சுண்டிருக்கேன்னு சொன்னாளே?"

மாமி தன் பேச்சை நம்பவில்லையோ என்று லக்ஷ்மிக்குத் தோன்றிற்று. "இருக்கலாம், ஆனா அந்த அம்மாள் பேசறதைக் கேட்டா அப்படித் தோணாது. பெத்த பெண்ணை துக்கிரின்னு திட்டுவாளா? சுட்டுப் பொசுக்கற குண்டானை தூக்கச் சொல்லுவாளா? சுடறதுன்னு சொன்னதுக்காக அடிப்பாளா?"

"உனக்கேண்டி இப்படித் பொத்துக்கறது?" என்றாள் மாமி. "பொறந்தாத்திலே இளைய தாயார்கிட்ட இதைவிட மோசமா கஷ்டப்பட்டிருக்கும் அந்தப் பொண்ணு. சின்ன வயசிலே புருஷன் செத்துப்போனா பெண் ஜென்மத்துக்குக் கஷ்டம்தான். என்ன செய்யறது?"

மாமிக்கு இது மிக சகஜமானதாகப் படுகிறது என்று அவளுக்கு ஏமாற்றமாக இருந்தது.

"அவ குழந்தை மாமி." என்றாள் ஆற்றாமையுடன். "புருஷனோட எத்தனை நாள் இருந்திருப்பான்னு தெரியல்லே. பாவாடை சட்டை போடறமாதிரி இருக்கு உடம்பு. இப்ப தலை மொட்டை அடிச்சு கோரமாக்கி சுமக்க முடியாத ஒரு புடவையைக் கட்டச் சொல்லி, காதிலே கழுத்திலே கையிலே ஒண்ணுமில்லாம மூளியா... எதுக்கு மாமி இந்த தண்டனை அந்தக் குழந்தைக்கு?" சொல்லி முடிப்பதற்குள் லக்ஷ்மிக்குக் கண்ணில் நீர் தளும்பிற்று.

“என்னமோ அதிசயமா இருக்கு நீ பேசறது!” என்றாள் மாமி அலுப்புடன். “நம்ப ஜனத்திலே அப்படித்தான் வழக்கம். ஏன் எதுக்குன்னு கேக்கற வழக்கமில்லே பொம்மனாட்டிகளுக்கு.”

“கேள்வி கேக்கணும் மாமி! இது ரொம்ப அக்கிரமம்னு ஜனங்களுக்கு உறைக்கணும்!”

“யாரைப் போய் கேக்கப் போறே? பக்கத்தாத்து மாமியையா?” என்றாள் மாமி கவலையுடன்.

“அப்படி எதுவும் செஞ்சு வெக்காதே. ஏற்கனவே நீ யாரு என்னன்னு துளைச்சா. பக்கத்தாத்து மனுஷாளோடெ தகராறு ஏற்பட்டதுன்னா ரொம்ப கஷ்டம்.”

லக்ஷ்மி தன்னை நிதானப்படுத்திக் கொண்டாள். “நீயே இங்கு ஒண்ட வந்தவள், எந்தக் குழப்பத்தையும் இங்கு ஏற்படுத்த உனக்கு உரிமை இல்லை” என்று மாமி மறைமுகமாகச் சொல்கிறாள் என்று புரிந்தது.

“இதப்பார். நீ இதிலெல்லாம் நுழையாதே. உன் படிப்புதான் முக்கியம். அதை முடிச்சதும் நீ கிளம்பப் போறே.” என்றாள் மாமி.

“நா உங்களுக்குத் தொந்தரவு வர்ற மாதிரி நடந்துக்க மாட்டேன் மாமி” என்றாள் லக்ஷ்மி மெல்ல.

மாமி பதில் ஏதும் சொல்லவில்லை. புத்தகங்களை அள்ளிக் கொண்டு தன் அறைக்குத் திரும்பியபோது லக்ஷ்மிக்கு அடிவயிற்றிலிருந்து ஒரு துக்கம் சுழன்று எழுந்தது. மாமியின் நேரடியான எச்சரிக்கையை உணரமுடியாத அளவுக்கு அவளுக்கு அறிவீனம் இல்லை. ஆனால் மாமியைக் குறை சொல்ல முடியாது. நடராஜய்யரும் மாமியும் உதவ முன் வந்தது அவள் செய்த அதிர்ஷ்டம். மாமியின் பிறப்பும் வளர்ப்பும் சூழலும் அவளது ஆளுமையை வடிவமைத்தவை. இந்த அளவுக்குப் பெருந்தன்மையுடன் அவளை வீட்டில் வைத்து சோறும் இருக்க இடமும் கொடுக்க முன்வந்ததற்கு நடராஜய்யரின் பரந்த

குணம் காரணம் என்றாலும் அவர் சொல்லை மதித்து மாமி நடந்துகொள்வது பாராட்டப்பட வேண்டிய விஷயம். சமையல் அறைக்குள் மட்டும் அவளை அனுமதிக்காததை லக்ஷ்மி பொருட்படுத்தவில்லை. மாமி சொன்னதுபோல அவளுக்குப் படிப்பு மட்டுமே முக்கியம். அது முடிந்ததும் 'கிளம்பப் போகிறாள்.' அதற்கு இடையில் இங்கு நிழலுக்கு அண்ட வந்தவள் அவர்களது பக்கத்து வீட்டில் நடக்கும் விஷயங்களுக்காகப் பிரச்சினையை உருவாக்க முடியாது. உலகத்தில் நடக்காதது ஏதும் அங்கு நடக்கவில்லை என்கிறாள் மாமி, அதற்கு நியாயம் சொல்வதுபோல்.

எது நியாயம் எது அநியாயம் என்று புரியாத சுழலில் மாமியும், அம்மாவும், கஸ்தூரியும் அவர்களைச் சேர்ந்த மொத்த இனமும் அகப்பட்டுக் கொண்டிருப்பதாக அவளுக்கு வருத்தம் ஏற்பட்டது. தட்டிக்கேட்பது ஆபத்து என்கிற பீதி அளிக்கும் சுழல். அதற்குப் பலனைவிட பாவச்சுமை கூடும் என்கிற கலக்கம் அது. தெரியாத பாதையில் கால் வைக்கப் பயப்படுவதுபோல. அதிலிருந்து மீட்சி தேவை இல்லை என்று நினைக்கும் அளவுக்கு மூளை மழுங்கிப் போனது ஜென்ம ஜென்மமாய். மூளை இருந்தும் ஜடமாய். கண்ணிருந்தும் குருடாய். செவி இருந்தும் செவிடாய். பார்வை கூர்மைப்படணும். கேட்காத ஒலிகள் செவிப்புலனில் படணும். மூளைத் திமிரணும். பார்க்கும் கண்ணும், கேட்கும் செவியும், திமிறும் மூளையும் கேள்வி கேட்கும்.

'கேள்வி கேட்கணும்.' எப்படி? மாமி சிரிக்கிறாள். அதுக்கு வேண்டிய பவிசும் தகுதியும் சக்தியும் உனக்கு இருக்கா?

லக்ஷ்மிக்கு உடம்பு சிலிர்த்தது. அதை ஏற்படுத்திக்கொள்ள வேண்டும். எந்த மனிதப் பிறவியும் அந்த அடைமொழிகளோடு பிறப்பதில்லை. இவை எல்லாம் ஏற்படுத்திக் கொள்ளப்பட்டவை. ஆண்களால் அவர்கள் வகுத்த பாதைகள் அவர்கள் போட்ட எல்லைகள். அவர்கள் போட்ட விதிகள். அவர்களது ராஜ்யம். அவர்களது கோட்டை. அதை எப்படித் தகர்ப்பது? தகர்க்கத்

தேவை இல்லை என்று அவள் நினைத்துக் கொண்டாள். அவர்களது மெத்தனத்தை உடைக்க வேண்டும். இதெல்லாம் அக்கிரமம் என்று உணர்த்த வேண்டும். ஒத்துக்கொள்ள வைக்கவேண்டும். சட்டம் போட வேண்டும். நிர்வாகத்தில் இருக்கும் ஆண்கள் செய்ய வேண்டிய வேலை. எப்படிச் செய்ய வைப்பது? அது ஒரு சக்திவாய்ந்த உலகம். அதற்குள் நுழையக்கூட அவளுக்குத் தகுதி இல்லை. உலகமே அவளுக்கு எதிராக இருந்தது. அவளது முதுகின் மேல் மிகப்பெரிய பாரம் இருந்தது. அதை இறக்க வேண்டும்.

எப்படி?

—12—

"வந்தே மாதரம்!"

கஸ்தூரிக்குத் துல்லியமாகக் கேட்டது அந்த கோஷம். இப்பவும் உடம்பெல்லாம் சிலிர்த்தது. சுற்றுச் சூழல் முழுவதும், பறவையினங்களும், மலர்களும், மரங்களும் எல்லாமாகச் சேர்ந்து கோஷமிட்டன.

"வந்தே மாதரம்!" மண்ணிலும் நீரிலும் வானத்திலும் எதிரொலித்து அண்டசராசரம் அதிர்ந்தது. கஸ்தூரி நினைவுப் பாதையை தனது மேகம் படர்ந்த கண்களால் துழாவினாள். பந்தமாகிப் போன செவிகளைக் கூர்மையாக்கிக் கொண்டாள். கணீரென்று அந்தக் குரல் ஒலித்தது.

"வந்தே மாதரம் என்போம். எங்கள் மாநிலத் தாயை வணங்குவதும் என்போம்."

எத்தனை அற்புதமான குரல். சுந்தரமூர்த்தி மாமாவின் நாதஸ்வர இசைக்கு ஒப்பான பிசிறடிக்காத வெண்கலக் குரல்.

"வெறும் கேள்வி ஞானம் தானுங்க."

கேள்வியில் அத்தனை வளம் சேருமென்றால் அவன் பிறவி மேதை. ஆனால் மகா சூட்சுமம் கொண்ட மனசு. ரோசம் கொண்ட மனசு. மண்ணுக்காக குரல் கொடுக்கப் பிறந்ததாக முடிவு செய்து கொண்ட திடம் அது. கண்ணில் கனல் தெறிக்க கோஷமிட்டாலும் சிருங்காரம் குழைய சின்னஞ்சிறு கிளியே

என்று பாடவும் தெரியும். கஸ்தூரியின் சுருங்கிய முகத்தில் மெல்லிய புன்னகை விரிந்தது.

எதிரில் சிங்காரம் நின்றான். அவள் அவனருகில் நின்று மூவர்ணக்கொடி ஒன்றைப் பிடித்து நிற்கிறாள். அவனுடன் சேர்ந்து வந்தே மாதரம் என்று கூவும் போது புதிய வாசல்கள் திறக்கின்றன. இதுதான் சொர்க்கவாசல் என்று தோன்றுகிறது.

“போலீஸ்! கஸ்தூரி ஓடணும். கையைப் பிடிங்க, ஓடணும்!” இரும்பைப் போல இருக்கிறது அவனது கை. அதில் பூப்பந்துபோல அவளது கை தஞ்சம் புகுந்து கொள்கிறது. அவனுடன் கஸ்தூரி ஓடுகிறாள். அது முடிவற்ற ஓட்டம். உலகமே அவர்களுடன் ஓடுவது போல் இருக்கிறது. ஜுரவேக ஓட்டம். புழுதியைக் கிளப்பும் கூச்சல் மிகுந்த உஷ்ணம். அடியும் உதையும் கலவரமும் தியாகமும் துரோகமும் ஏமாற்றமும் சிந்திய ரத்தமும்... நட்ட நடுவில் அவள் விழியைப் பிதுங்க அநாதியாக... ஈசுவரனின் சந்நிதியைக்கூட காணோம்... அது கற்பனை... பட்டது போதும்...

“அத்தை தானே சிரிச்சுக்கறாங்க பிறகு அழுவறாங்க” என்கிறாள் மஞ்சுளா.

“உசிரு போற சமயத்திலே பழசெல்லாம் நினைவு வரும்பாங்க.”

“பாவம் பாட்டி அத்தை.”

“பாவம்தான். அந்தச் சுமையை நாமும் இல்லே தூக்கறோம்?”

“போங்க பாட்டி, நீங்களும் செந்தில் மாதிரி பேசறீங்க.”

“உனக்குப் புரியாது இப்ப. அது ஜென்மத்துக்கு பழியைக் கொடுக்கிற சுமை.”

மஞ்சுளா மேற்கொண்டு பாட்டியுடன் பேசாமல் கஸ்தூரி படுத்திருந்த அறைக்குச் சென்றாள். நினைவு தப்பிய நிலையில் படுத்திருக்கும் அத்தையின் மனத்தில் பழைய நினைவுகள் ஓடுமா? பாட்டியைவிட வயதானவள் ஆனாலும் கஸ்தூரி அத்தை எல்லாருக்கும் அத்தை. அவரை என்றும் பாட்டி என்று யாரும் அழைப்பதில்லை. அத்தைக்குள் பல சுரங்கங்கள் இருப்பதாக

மஞ்சுளாவுக்குத் தோன்றும். அதற்குள் பல சுவாரஸ்யமான புதையல்கள் இருக்க வேண்டும். மனதை உலுக்கும் கதைகள். பரவச எல்லைகளைத்தொட்ட சம்பவங்கள். கஸ்தூரி அத்தை நன்றாக இருந்த காலத்தில் அவற்றைக் கேட்காமல் போனதற்கு வருத்தம் ஏற்பட்டது. ஆனால் அத்தை அவற்றை சொல்லியிருப்பாளோ என்னவோ, பழைய சரித்திரத்தைப் பற்றி அவள் வாயை திறக்க வீட்டில் யாரும் அனுமதித்ததில்லை. தாத்தா ஒரு காலத்தில் மிருதங்கம் வாசித்தார் என்பதுகூட எதேச்சையாக ஒரு நாள் அத்தை சொன்ன போதுதான் தெரிந்தது.

“சபாபதி ஒரு பிறவி மேதை தெரியுமா? பதினாறு வயசிலேயே அற்புதமா மிருதங்கம் வாசிப்பான்!”

அப்பாவிடம் அவள் அதைப் பற்றி கேட்டபோது கோபத்துடன் ‘அதெல்லாம் பொய்’ என்றார். பிறகு அத்தையிடம் போய் என்னவோ சொல்லி சத்தம் போட்டார். அத்தைக்கு சங்கடம் வேண்டாம் என்று மஞ்சுளா பிறகு வாயைத் திறக்கவில்லை.

கடந்த சில நினைவுகளுக்கு அந்த வீட்டில் தடை விதிக்கப்பட்டிருந்தது. இப்போது நினைவு தப்பிய நிலையில் அத்தை சுதந்திரமாக அதில் பயணிப்பதுபோல இருந்தது.

கஸ்தூரிக்கு நெற்றியிலிருந்து வியர்வை ஆறாக வழிந்தது. திலகம் பாட, சபாபதி மிருதகங்கம் வாசிக்க அவர்களுக்கு இணையாக ஆடுவதே பெரிய சவாலாக இருந்தது. திலகத்தின் குரலில் கிறங்கிப் போய் தாளம் தடுமாறுமோ என்று அவளுக்குத் தோன்றும். சபாபதியின் விரல்களின் தாளக்கட்டுக்கு சவால் விடவேண்டும் போல் மேனி பரபரக்கும். காலத்துக்கும் இந்தக் கூட்டு நீடிக்கும் என்கிற நிச்சயத்தில் பாதங்கள் நிலத்தில் பாவாமல் குதிபோடும். வர்ணம் முடிந்து புதிய பதத்தைப் பாடம் செய்திருந்த திலகம் ஆரம்பித்தாள். பைரவி ராகத்தை ஒரு இழுப்பு இழுத்து **“சின்னஞ்சிறு கிளியே கண்ணம்மா”** என்று அவள் ஆரம்பித்ததும் கஸ்தூரிக்கு உற்சாகம் பொங்கிற்று. சபாபதிதான் அதை சுந்தரமூர்த்தி மாமாவின் வீட்டில் அவனது புதிய சிநேகிதன் சிங்காரத்திடம் கற்று வந்திருந்தான். சபாபதியைவிட

சிங்காரத்துக்கு ஆறேழு வயது கூட இருக்கும். அன்று கூட்டத்தில் மாமாவுடன் சேர்ந்து நின்று கோஷம் போட்டது அவனாகத்தான் இருக்கும் என்று கஸ்தூரி நினைத்துக்கொண்டாள். ஒரு விநாடிகூட நிலைத்திருக்காது அந்தப் பார்வை. வண்டி ஓடிவிட்டது. ஆனால் தேக்கு மர நிறத்தில் இருந்து அவனது உடம்பும் முகமும் நினைவில் பதிந்து போனது. அவனது பாட்டைக் கேட்கும் சந்தர்ப்பம் எப்போது வரும் என்று இடை இடையில் குறுகுறுத்தது.

“அடெடே, இது சிங்காரம் பாடற பாரதி பாட்டில்லே?” குரல் கேட்டு கஸ்தூரி திரும்பினாள். சுந்தரமூர்த்தி மாமா அமர்ந்திருந்தார்.

“அட எப்ப மாமா வந்தீங்க?” என்றாள் கஸ்தூரி மகிழ்ச்சியுடன்.

அவர் வெற்றிலைச் சிவப்புடன் கூடிய சிரிப்புடன் “நீ நிறுத்தாதே ஆட்டத்தை. நா வர்ணத்தும்போதே வந்துட்டேன்” என்றார்.

கஸ்தூரி பதத்தை உற்சாகமாகத் தொடர்ந்து ஆடி முடித்ததும், “பலே!” என்றார்.

“போதும்மா இன்னிக்கு கால் நோகுது” என்றாள் கஸ்தூரி தரையில் அமர்ந்தபடி.

“என்ன ஏதானும் கச்சேரி இருக்கா இத்தனை மும்முரமா பயிற்சி நடக்குது?” என்றார் சுந்தரமூர்த்தி.

“ஆமாம் சுந்தரம், பெருங்குடி ஜமீன் வீட்டுக் கிரகப் பிரவேசத்துக்கு ஆடக் கூப்பிட்டிருக்காங்க.”

“பெருங்குடி ஜமீனா?” என்றார் சுந்தரமூர்த்தி யோசனையுடன். அவருடைய குரலும் கண்ணில் தோன்றிய நிழலும் கஸ்தூரிக்கு என்னவோபோல் இருந்தது.

“என்ன மாமா, தெரியுமா அவங்களைப்பத்தி?” என்றாள்.

“அவ்வளவு கௌரவமான இடமில்லைன்னு கேள்விப்பட்டிருக்கேன்.”

“அப்படின்னா வேண்டான்க்கா அந்த இடம்!” என்றான் சபாபதி. செங்கமலம் எரிச்சலுடன் தலையில் அடித்துக்கொண்டாள்.

இவனொருத்தன் முந்திரிக்கொட்டை. அவங்க எப்படி இருந்தா நமக்கென்ன? ஆடிட்டு காசை வாங்கிட்டுத் திரும்பப் போறோம்!"

"சரியான எடம் இல்லேன்னா வேண்டாம்மா" என்றாள் கஸ்தூரி சமாதானமில்லாமல்.

செங்கமலத்துக்குக் கோபம் வந்துவிட்டது. "கை நிறைய காசு கொடுக்கறேன் ரெண்டு மணி நேர ஆட்டம் போதும்ங்கறாங்க ஒரு சீமான். நாம் பாட்டுக்கு ஆடிட்டு அதுக்கு மேல ஒரு நிமிஷம் நிக்க வேண்டாம்; அதுலே நம்ம கௌரதைக்கு என்ன பங்கம் வரப்போவுது? ஏண்டா சுந்தரம் கலகம் செய்யத்தான் இங்க வந்தியா?"

சுந்தரமூர்த்தி தயக்கத்துடன் சிரித்தார். "இல்லெக்கா, கேள்விப்பட்டதைச் சொன்னேன். கஸ்தூரி எதுக்கும் கொஞ்சம் எச்சரிக்கையா இருக்கணும்னுதான். பட்டணத்திலேந்து கோபாலைய்யர்னு ஒரு ஆளு வருவாங்க. சங்கீத சபா நடத்தறாங்க. கஸ்தூரியோட நடனத்தைப் பத்திக் கேள்விப்பட்டு அங்கே ஏற்பாடு பண்ண விருப்பப்படறாராம். மெட்ராசிலே இவ ஆட ஆரம்பிச்சா இந்த ஜமீன் கிமீன்னு போகவே வேண்டியதில்லே."

"மொதல்லே அந்த ஆளு வரட்டும் அதுக்குப் பொறவுதானே மத்ததெல்லாம்!" என்றாள் செங்கமலம். கஸ்தூரியும், திலகமும், சபாபதியும் ஒருவரை ஒருவர் பார்த்து சமாதானமில்லாதவர்கள் போல் தலையைக் குனிந்து கொண்டார்கள்.

செங்கமலம் அதைக்கண்டும் காணாதவளாய் 'போய் வேலையைப் பாருங்க!' என்று ஒரு அதட்டல் போட்டாள்.

எல்லாரும் எழுந்து உள்ளே சென்றார்கள். "காசு அம்மா கண்ணை மறைக்குது" என்று திலகம் முணுமுணுத்தாள்.

"நீயேன்க்கா அம்மா சொல்றதுக்கெல்லாம் சரிங்கறே சாதாரண நாட்டியக்காரியாட்டம்? சிங்காரம் அண்ணன் சொல்றது சரிதான்."

கஸ்தூரி வியப்புடன் அவனைப் பார்த்தாள். "என்ன சொன்னாங்க உங்க சிங்காரம் அண்ணன்?" என்று சிரித்தாள்.

"உங்க அக்காவுக்கு தான் எவ்வளவு உசத்தியான நாட்டியக்காரின்னே தெரியாதுன்னாங்க."

கஸ்தூரி சிரித்தாள். "அதெப்படிடா சொல்றாரு அந்த ஆள்? நா அவரைப் பாத்ததே இல்லே."

"நீ பாக்காட்டி என்ன? கோயில்லே நடக்கற உன் கச்சேரி ஒண்ணையும் விடாம பாக்கறார்."

"அதாவது வந்தே மாதரம் கோஷம் போடாத சமயமா இருந்தா!"

சபாபதி சிரித்தான். "அவங்க ஒண்ணும் வேலைவெட்டி இல்லாத ஆள் இல்லேக்கா. ஐம்பொன் சிலை செய்யற ஆசாரி. பாட்டும் பாடுவாங்க நல்லா."

"அடேயப்பா, உன்னைப்போல ஒரு துதிபாடி அந்த ஆளுக்குக் கிடைக்காது நிச்சயம். ஒரு நாள் இங்க கூட்டிட்டு வாயேன், நாங்களும்தான் கேக்கறோம்" என்று திலகம் சிரித்தாள்.

"சரிதான். ஆசாரின்னா அம்மா உள்ளாற விடமாட்டாங்க. ஏதோ மேட்டுக்குடி ஜமீன்னு வேஷம் போட்டாத்தான் உண்டு!" என்று சபாபதி சிரித்தான்.

அவனுடைய வார்த்தைகளில் இருந்த யதார்த்தமும் அதில் தொனித்த சலிப்பும் கஸ்தூரிக்கு சங்கடத்தை ஏற்படுத்தின. திலகத்தின் பார்வை அவளையே குற்றவாளி என்பதுபோல் இருந்தது. நான் என்ன செய்யவேண்டும் என்று இவர்கள் எதிர்பார்க்கிறார்கள்?

ஜமீன் வீட்டுக்கு செங்கமலம் வரமுடியாமற் போனது. ஜமீனிலிருந்து அனுப்பப்பட்ட வண்டி வழியில் கோளாறாகிப்போன தகவலினால் அவர்களது வண்டியிலிலேயே போகும்படி ஆயிற்று. சபாபதி மிருதங்கத்துடன், திலகம் சுருதிப் பெட்டியுடன் உட்கார்ந்ததும் நாட்டிய உடையுடன் கஸ்தூரி உட்கார மட்டுமே இடம் இருந்தது. வண்டியோட்டி முத்து, நீங்க கவலைப்படவேண்டாம்கா, நா பத்திரமா அழைச்சிட்டு வருவேன் என்றான். அவர்கள் போய்சேர்ந்தபோது கூடம் நிரம்பியிருந்தது.

“ஜமீந்தாருக்குப் பொறுமை போயிடுத்து. ஏன் இத்தனை நாழி?” என்று ஒரு ஆள் கடுகடுத்தபடி பின் வழியாக அழைத்துச் சென்றான்.

“நீங்க அனுப்பிச்ச வண்டி வந்தே சேரல்லே. நாங்க எங்க வண்டியிலே வந்திருக்கோம்” என்றான் சபாபதி சுறுக்கென்று.

“சரி சரி, வாங்க சீக்கிரம், நிகழ்ச்சியை ஆரம்பிக்கணும். பெரிய மனுஷா எல்லாம் காத்திருக்கா. துரை வந்திருக்கார் தெரியுமோல்லியோ?” என்றான் அந்த ஆள்.

சபாபதி ஏதோ சொல்ல ஆரம்பித்தபோது கஸ்தூரி அவன் கையைப் பற்றித் தடுத்தாள்.

ஒரு பெரிய கூடத்தில் மேடையை அமைத்திருந்தார்கள். அரங்கத்தில் நாற்காலிகள் போட்டிருந்ததில் பலர் அமர்ந்திருந்தார்கள். ஒரு டவாலி சேவகன் பழரசமோ மதுபானமோ எல்லாருக்கும் அளித்துக் கொண்டிருந்தான். திலகமும் சபாபதியும் மேடை ஓரமாக அமர்ந்ததும் கஸ்தூரி சென்று சதஸுக்கு வணக்கம் சொல்லி நிலத்தைக் கண்ணில் ஒற்றி நிமிர்ந்தாள். அரங்கத்தில் உற்சாகமான கரகோஷம் வெளிப்பட்டது. முன் வரிசையில் ஜமீந்தாருக்குப் பக்கத்தில் ஒரு வெள்ளைக்கார துரை அமர்ந்திருந்தான்.

திடீரென்று அந்த முகம் தெரியாத சிங்காரம் நினைவுக்கு வந்தான். நம்மை அடிமையா நினைக்கிற வெள்ளைக்காரன் எதிர உங்க அக்கா எதுக்கு ஆடணும் என்று அவன் கேட்டாலும் கேட்பான். திலகம் ‘கஜானனம்’ என்ற ஆரம்பித்ததும் சுய நினைவு வந்தது. அம்மா சொன்னதுபோல, இது அவளது தொழில்; கொடுத்த காசுக்கு ஆடிவிட்டு க்ஷணம் நிற்காமல் கிளம்பணும். எதிரில் உட்கார்ந்திருப்பது யாரா இருந்தால் என்ன?

அலாரிப்பை முடித்ததும் இந்த அரங்கத்துக்குப் பதங்கள்தான் சரி என்ற முன்னேற்பாடான திட்டத்தின்படி திலகம் பாட அவள் ஆட ஆரம்பித்ததும் எதிரில் உட்கார்ந்திருப்பவர்களை மறந்துபோனாள்.

க்ஷேத்திரையர் பதம் ஜாவளி எல்லாம் முடித்து 'சின்னஞ்சிறு கிளியே கண்ணம்மா' என்று இழைய இழைய திலகம் பாட அவள் அதில் உருகி மையலுடன் ஆடுகையில் திடீரென்று அவள் எதிரில் மேடையில் துரை நின்றிருந்தான். குடிபோதையில் இருந்தான் என்று தெரிந்தது. கஸ்தூரி திகைத்து நிற்கையில் என்னவோ ஆங்கிலத்தில் சொல்லி அவள் இடையையும் கையையும் பிடித்தான். சபாபதியின் மிருதங்கம் நின்றது. திலகம் பாட்டை நிறுத்தினாள். துரையின் சைகையைக் கண்டு அரங்கம் திகைக்கவில்லை. ஆரவாரித்து கைதட்டிற்று. அவமானத்தில் கஸ்தூரிக்கு முகம் சிவந்தது.

“சீ, விடுங்க!” என்று அவனுடைய கையை மூர்க்கத்துடன் விடுவித்தபடி அரங்கத்தில் முன் வரிசையில் அமர்ந்திருந்த ஜமீந்தாரிடம், “இவங்களை ஏன் மேடையேற விட்டீங்க” என்றாள் கோபத்துடன்

“Hey what is wrong?” என்று துரை மீண்டும் அருகில் வர, 'கிட்ட வராதே' என்றாள் கடுமையுடன்.

ஜமீந்தார் எழுந்து நின்று, 'அவுக தொட்டா கரைஞ்சா போயிடுவே? என்னவோ பெரிய பத்தினி கணக்கா கூச்சப்படறாளே!' என்றார்.

கூட்டம் கைதட்டி சிரித்தது.

கஸ்தூரிக்குக் கண்ணில் நீர் தளும்பிவிடும்போல் இருந்தது. அதை உள்ளிழுத்துக்கொண்டு “நாங்க படிதாண்டா பத்தினி இல்லேதான். ஆனா கலைஞர்கள். அதுக்கு மரியாதை இல்லாத எடத்திலே நா ஆட வந்ததே தப்பு” என்று படபடத்தாள்.

“ராஜா அப்படித்தான் உனக்கு மரியாதை செய்யறாரோ?” என்று யாரோ சொன்னார்கள்.

கூட்டம் மறுபடி சிரித்தது.

கஸ்தூரி கட்டுக்கடங்காத கோபத்துடன் சொன்னவனைப் பார்த்துவிட்டு, திலகத்தையும் சபாபதியையும் சைகையால் கிளம்புங்க என்றபடி பின் வழிவாசலுக்கு விரைந்தாள். சபாபதி

மிருதங்கத்தையும் திலகம் சுருதிப் பெட்டி தாளக்கட்டை என்று அள்ளிக்கொண்டு ஓடினார்கள். துரை ஏதோ காச்சு மூச்சென்று கத்துவது கேட்டது. கூடத்தில் இரைச்சல் கேட்டது. அவர்கள் ஓட்டமும் நடையுமாக கொல்லையில் நின்றிருந்த முத்துவின் வண்டியில் ஏறிக்கொண்டதும் குறிப்பறிந்து முத்து வேகமாக வண்டியைக் கிளப்பி வெளியேறினான். என்ன ஆச்சு என்று அவன் கேட்காதது கஸ்தூரிக்கு இதமாக இருந்தது. மார்பு டமாரமாய் அடித்து காது நுனியும் கன்னங்களும் ஆத்திரத்தில் சூடேறியிருந்தன. இன்று ஜமீன் வண்டி வராததும் செங்கமலமும் வரமுடியாமல் போனதும் நல்லதிற்கு என்று கஸ்தூரி நினைத்துக் கொண்டாள். அம்மா இருந்திருந்தால் இதெல்லாம் சகஜம் என்று ஆசுவாசப்படுத்தியிருப்பாள். முத்துவின் குதிரைக்கே நிலைமை புரிந்துபோனதுபோலக் காற்றாய் பறந்தது. ஜமீன் ஆட்கள் சற்று நேரம் வண்டியைப் பிடிக்கத் துரத்திவந்து பிறகு அலுத்து வசைமாரி பொழிந்தபடி திரும்பிவிட்டார்கள். அவர்கள் தலைகள் தெரியும் வரை யாரும் தலை நிமிரவில்லை. பேசவில்லை. திடீரென்று முழங்காலில் முகத்தைப் புதைத்துக்கொண்டு திலகம் அழ ஆரம்பித்தாள். சபாபதி அதைப் பார்த்து தன் கண்ணும் கலங்கியதை மறைக்க பாதைப்பக்கம் முகத்தைத் திருப்பிக்கொண்டான். கஸ்தூரி பேசாமல் இருந்தாள். இவர்கள் இந்த வீட்டில் பிறந்திருக்கக் கூடாது என்று தோன்றிற்று. மானம் மரியாதை என்று ரோசப்படுபவர்கள், இதில் லக்ஷ்மிக்கும் திலகத்துக்கும் வித்தியாசமில்லை. ஆனால் லக்ஷ்மியைப்போல தீர்க்கமாக முடிவெடுக்கும் தைர்யம் இல்லை அவளுக்கு. எடுத்தாலும் பெரிய மிராசுபோல போஷிக்க தகப்பன் என்று யாரிடமும் போய் உரிமைக் கோர முடியாது. அவர்களது தகப்பன் யாரோ. இன்று பார்த்த கூட்டத்தில் ஒருவனாக இருக்கலாம். சீச்சீ, அதைத் தெரிந்து கொள்வதைவிட தெரியாமல் இருப்பதே நல்லது. சற்று நேரத்தில் திலகம் தானாக அடங்கிப் போனாள். முகத்தை நிமிர்த்தி தலைப்பால் அழுந்தத் துடைத்துக் கொண்டாள். கஸ்தூரி அவளை அணைத்துக் கொண்டு தலையை வருடினாள்.

"அப்பாடா!" என்றான் சபாபதி. "முத்து அண்ணே, எங்க மானம் தப்பிச்சது உங்களாலெ!"

"தம்பி கலெக்டர் ஆளுங்க எத்தனுங்க. குறுக்கால வந்து பிடிச்சாலும் பிடிப்பாங்க. நாம தப்பிக்கணும்" என்றான் முத்து வேகத்தைக் குறைக்காமல்.

திடீரென்று குரல்கள் கேட்டன. "வந்தே மாதரம்!" உடம்பு சிலிர்த்தது தன்னிச்சையாக. தெருவில் சுதந்திரப் போராளிகளின் ஊர்வலம் சென்றது. சபாபதியின் முக விலாசம் சட்டென்று மாறிற்று.

"வந்தே மாதரம்!"

சபாபதியின் வார்த்தைகளைக் கேட்டு கஸ்தூரி புன்னகைத்து "வந்தே மாதரம்!" என்றாள்.

"அக்கா நானும் அவங்களோடச் சேர்ந்து ஊர்வலம் போறேன்க்கா!"

"வேண்டாம் சபாபதி, ஏதானும் ஏடாகூடமா நடந்துச்சுன்னா அம்மாவுக்கு என்னால பதில் சொல்லமுடியாது."

"மாமா இருப்பாங்க, சிங்காரம் அண்ணன் இருப்பாங்க!"

"எங்கே?" கஸ்தூரி ஆவலுடன் பார்த்தாள்.

"முத்து அண்ணே வண்டியை சித்த நிதானப்படுத்தினா என்ன?" என்றான், சபாபதி.

"தம்பி போலீஸு எப்ப வருமினு சொல்ல முடியாது. நாயனக்காரரு அந்தால நிக்கராறு. என்னைப் பார்த்து வேகமாகப் போன்னு ஜாடை காட்டினாரு. வண்டிக்குள்ளாற யாரு இருக்கறதுன்னு அவருக்குத் தெரியும்."

முத்து சொல்வது உண்மையா கதை விடுகிறானா என்று தெரியவில்லை. சிங்காரம் தென்படுகிறானா என்கிற ஆவலில் அவள் இருந்தாள். இருந்தால் கஸ்தூரிக்கே வண்டியைவிட்டு இறங்கி அவர்களுடன் சேர்ந்துகொள்ள வேண்டும்போல்

இருந்தது. கூடவே மனசு திடுக்கிட்டது. என்ன ஆகிவிட்டது நமக்கு என்று கூச்சம் ஏற்பட்டது.

“அந்த ஆசாரியைக் காணும் தம்பி” என்றான் முத்து. அவனுக்கும் சிங்காரத்தைப்பற்றித் தெரிந்திருப்பது கஸ்தூரிக்கு வியப்பாக இருந்தது.

“முத்து சொல்றது சரி சபாபதி. வீணா போலீஸிலே மாட்டிக்கிறதிலே ஒரு புண்ணியமும் இல்லே.”

முத்து வண்டியை வேகப்படுத்தினான். திடீரென்று போலீஸ் விசில் கேட்டது. கோஷமிட்டவர்கள் வேகமெடுத்தார்கள். ஒரே கூச்சலும் குழப்பமுமாக இருந்தது. முத்து ஒரு சந்திற்குள் நுழைந்து ஒரு சிறு வீட்டின் கொல்லை முற்றத்தில் வண்டியை நிறுத்தினான்.

“எல்லாரும் இறங்கி வீட்டுக்குள்ளாறப்போய் குந்துங்க. என் சிநேகிதன் வீடு இது.”

மூவரும் பதற்றத்துடன் இறங்கி அவன் காட்டிய திசையில் நடந்தார்கள். வீடு இல்லை அது. ஓலைக் கூரை வேய்ந்த ஒரு பட்டறை. அங்கங்கே இருந்த அகல் விளக்குகளின் வெளிச்சத்தில் சிங்காரமும் இன்னும் இருவரும் சிலைகளுக்கு நகாசு செய்யும் வேலையில் இருந்தார்கள். கஸ்தூரி மகிழ்ச்சியும் திகைப்புமான குழப்பத்துடன் நின்றாள். அவர்களைக் கண்டு சிங்காரம் திடுக்கிட்டது தெரிந்தது.

முத்து அவசரமாக “அண்ணே இவங்களைப் பாதுகாப்பா எங்கயாவது உட்காரவையுங்க. போலீசு பின்னால வராப்பல இருக்கு. ஜமீன் வீட்டுக்கு வந்த தொரையுடைய ஆளாய் இருக்கும் போல” என்றான்.

கஸ்தூரி வியப்புடன் முத்துவைப் பார்த்தாள். தங்களுக்குப் புலப்படாதது இவனுக்கு எப்படிப் புலப்பட்டது என்று தெரியவில்லை.

சிங்காரம் பரபரத்து, “ஐய்ய இது மாளிகை இல்லைடா, அடுப்பங்கறையிலேதான் உக்காத்தணும், வாங்க” என்று

கொட்டகையை ஒட்டி இருந்த மறைவான தடுப்பிற்கு அழைத்துச் சென்று ஒரு கிழிந்த பாயை போட்டு உட்காருங்க என்றுவிட்டு மேற்கொண்டு பேசாமல் ஒரு ஓலைத்தடுப்பை சாத்திவிட்டு கொட்டகைக்கு விரைந்தான். அவிந்த விறகும் சாம்பலும் படர்ந்த கொடியடுப்பும் ஓரிரு சட்டிப்பானைகள் மட்டுமே இருந்த அந்த இருட்டு மூலையில் அவர்கள் ஒண்டியிருந்தும் கஸ்தூரிக்கு இனம்புரியாத அமைதி மனசில் ஏற்பட்டது. சபாபதியும் திலகமும் ஒருவரை ஒருவர் பார்த்துப் புன்னகைத்துக் கொண்டார்கள் ஏதோ ஒரு விளையாட்டில் பங்கு பெறுபவர்கள் போல.

வெளியில் பூட்ஸுக்காலடிச் சத்தமும் பேச்சுக்குரலும் கேட்டன. திடீரென்று கொட்டகையிலிருந்து சிங்காரத்தின் பாட்டு கேட்டது. காவடிச்சிந்து மெட்டில் **"தொன்று நிகழ்ந்ததனைத்தும் உணர்ந்திடும் சூழ்கலை வாணர்களும்... இவள் என்று பிறந்தவள் என்றுணராத இயல்பினளாம் எங்கள் தாய்"**

தடுப்புக்கு அப்பால் சமையல் கட்டில் துல்லியமாகக் கேட்டது. மூவரும் சிலிர்த்தவர்கள் போல நிமிர்ந்து தலையாட்டி ரசித்தார்கள். 'இதுவும் பாரதிப் பாட்டு' என்று சபாபதி முணுமுணுத்தான்.

கொட்டகைக்குள் பூட்ஸ் கால்கள் நுழையும் சத்தம் கேட்டது. பாட்டும் தொடர்ந்து கேட்டது.

"ஓய், ஆசாரி பாட்டைச் செத்த நிறுத்து. இங்கன ரெண்டு தாசிப் பொண்ணுங்க அவங்ககூட ஒரு சின்ன பயல் வந்தாங்களான்னு தொரை கேக்கராரு?"

சிங்காரத்தின் பாட்டு நிற்கவில்லை. 'இல்லை தெரியாது' என்று தலையசைத்திருக்க வேண்டும்.

"இவன் ஒரு கிறுக்கன். வாங்க போகலாம். இந்த ஆசாரி பட்டறைக்கு அந்த ராங்கிக்காரி வரமாட்டா" என்றான் முதலில் பேசியவன்.

இங்கிலீஷில் யாரோ என்னவோ சொன்னார்கள்.

"ஊஹூம், ஒளியக்கூட வரமாட்டா. இவன் கீழ் ஜாதிப் பய. அண்ணே சொல்லுங்க அதை தொரைகிட்ட."

கஸ்தூரியின் முகம் அவமானத்தில் சிவந்து போயிற்று. மேலும் ஏதோ சம்வாதங்கள். அதற்கு நடுவில் நிறுத்தாமல் சிங்காரம் பாடிக் கொண்டிருந்தான். அவன் அவர்களுக்குக் கொடுக்கும் சாட்டையடி அது என்று அவள் நினைத்துக் கொண்டாள்.

பூட்ஸ் சத்தம் வெளியேறி மறைந்தது.

சிங்காரம் பாட்டை நிறுத்தாமலே அவர்கள் அமர்ந்திருந்த இடத்துக்கு வந்து தடுப்பை அகற்றி ஜாடையாலேயே வெளியே வரச்சொன்னான். அவனது செய்கையைக் கண்டு அவர்கள் சிரித்தபடியே வெளியே வந்தார்கள்.

அவன் பாட்டு முடிந்ததும் அவன் சிரம் தாழ்த்தி கஸ்தூரிக்கு வணக்கம் தெரிவித்தான். அவளது இதயம் அவளது அனுமதி இல்லாமலே அவனுடைய காலடியில் விழுந்தது.

——

13

“வானம் கருத்துக்கிட்டு வருது புள்ளே, பத்து நிமிஷத்திலே மழை பெய்யும்,” என்றான் கிழவன்.

நான் ஆகாசத்தை அண்ணாந்து பார்த்தேன். தொலைவில் கரும் மேகக் கூட்டம் குவியத் தொடங்கியிருந்தது. காற்று குளிர்ந்து போயிருந்தது. எனக்கு ஏமாற்றமாக இருந்தது. இன்னும் சற்று நேரம் இவனுடன் பேச்சுக் கொடுத்துப் பார்க்கவேண்டும் என்கிற ஆவல் என்னுள் பரபரத்தவண்ணம் இருந்தது.

“பைய்ய நடக்காம வெரசா நடக்கணும். வூடு எங்கிட்டு இருக்கு?”

அவனுக்கு என்னுடைய இருப்பிடத்தைச் சொல்ல எனக்குத் தயக்கமேற்பட்டது. ‘அந்த வூடா?’ என்று இவனும் கண்களை அகல விரித்து அந்தச் சிறுவனும் அவனுடைய பாட்டியும் என்னிடமிருந்து விலகிப் போனது போல ஏதும் பேசாமல் சென்றுவிடுவானோ என்றிருந்தது. போன கையோடு திரும்பிடு என்று இவனுடைய மனைவி சொன்னதை இவன் வேதவாக்காக எடுத்தவன் போல அவசரப்படுவது தெரிந்தது.

“இன்னும் கொஞ்ச தூரம் போகணும்னு நினைக்கிறேன்” என்று நான் மழுப்பினேன். அந்தக்காட்டுக்குள்ளே புகுந்ததிலே எனக்கு திசையே விளங்காம போச்சு தாத்தா. ஏரி கண்ணுக்குப் படற மாதிரி ஒரு இடத்துக்குக் கொண்டு விட்டீங்னா போயிறுவேன்.”

“நல்ல வேலை செஞ்சே புள்ளே நீ. தனியா அப்பிடி தெரியாத காட்டுக்குள்ளே நுழையலாமா? வா, வா நட” என்று கிழவன் அலுப்புடன் வேகமாக நடந்தான்.

"ஏன் தாத்தா, காத்து கருப்புன்னா என்ன?"

அவன் விருக்கென்று என்னைத் திரும்பிப் பார்த்தான்.

"நல்ல கேள்வி கேட்ட போ!" என்று தலையசைத்தான் சரியான மக்கு என்கிற பார்வையுடன் "இன்னிக்கு எப்பிடி அந்தக் காட்டுக்கு வெளியிலே நீ வந்தே? யாரோ இளுத்திட்டு வந்த மாதிரி நீ எதிர வந்து நிக்கையிலே எனக்குத் தெரிஞ்சுபோச்சு அதும் புண்ணியத்திலேதான் நீ வந்து நிக்கேன்னு."

"எதும் புண்ணியத்திலே?"

"நாங்க அதைத்தான் புள்ளே காத்து கருப்புன்னு சொல்லுவோம். நல்லது செஞ்சாலும் செய்யும். அடிச்சுப்போட்டாலும் போடும்."

எனக்கு அவனுடைய வார்த்தைகள் வயிற்றைக் கலக்கின. என்னுடைய அம்மாவைப் பார்த்தேன் என்று சொன்னால் இவன் என்ன சொல்வான் என்று தெரியவில்லை. யாரையும் அடித்துப் போடும் காற்றாக அம்மா இருக்க மாட்டாள் என்று சொல்ல வேண்டும்போல் இருந்தது. அவள் ரக்ஷிப்பவள். காடு என்னை விழுங்கிவிடும் என்று நான் பயந்த நிலையில் என்ன காப்பாற்ற, வெளிச்சத்தைக் காட்டி மறைந்தவள்.

"யாரையாவது அடிச்சுப்போட்டிருக்கா இதுக்கு முந்தி?"

"ஆகா, அதுவும் நடந்திருக்குங்கறதால தானே இத்தனை தூரம் உன்னை இட்டுட்டு வரேன். இந்த ரெண்டு வருஷத்திலே மூணு ஆளுங்க கழுத்தெ நெரிச்ச நிலையிலே அங்க செத்திருக்காக."

எனக்குத் தூக்கிவாரிப் போட்டது. "பேய் அடிச்சதுன்னு எப்படிச் சொல்றீங்க? யாராவது கொலை செஞ்சிருப்பாங்க."

"ரெண்டு படிப்பு படிச்சவங்க இப்படித்தான் பேசுவாங்க." என்றான் கிழவன் கோபத்துடன். "ரெண்டு வருஷம் முந்திவரை அந்தக் காடு தேமேன்னு இருந்துச்சு. பிள்ளைக்குட்டிங்களோட பயமில்லாம நடப்போம். ஏரியிலே என்னிக்கு அந்தப் பொணத்தெ கண்டாங்களோ அன்னிக்கு அந்தக்காடு மாறிப்போச்சு. மஞ்சும் மப்பும் நிரந்தரமா குந்தியிருக்கு. உள்ளே போனவங்க வெளியிலே

வரமுடியாது. மீறிப் போனா கழுத்து நெறிபட்டு பொணமாதேன் விழுகணும்."

என் மார்பு அடித்துக்கொள்ளும் ஓசை அவனுக்குக் கேட்டுவிடுமோ என்று எனக்குத் தடுமாறிற்று.

"ஏரியிலே யாருடைய பொணம்?" என்றேன் ஜாக்கிரதையாக. கிழவன் உடல்மொழியில் மாற்றம் தெரிந்தது. "யாரோ ஒரு பொம்பிளைப் பொணம்னு கேள்வி. அந்தப் பொம்பிளைக்கு என்ன கஷ்டமோ? என்ன கோபமோ? யாரு கண்டா?"

நான் சற்று நேரம் பேசாமல் நடந்தேன் அவனது வார்த்தைகள் என்னுள் ஏற்படுத்திய தாக்கத்தை மறைக்கும் யத்தனத்தில். அந்தக் கேள்விகள் என்னை மட்டும் துன்புறுத்தவில்லை. ஊரையே குடைந்திருக்கிறது. என் கண்களில் நீர் கோர்த்திருந்தது. தொண்டைக்குள் இறங்கி குரல் வளையை அழுத்திற்று.

"யார் அந்தப் பொண்ணுனு தெரியுமா?" என்றேன் என்னை சுதாரித்துக் கொண்டு.

"அங்கிட்டு இருக்கற ஒரு பங்களாலே இருந்த பொம்பளைங்கிறாக. யாருக்குத் தெரியும்? பெரிய மனுஷங்க வெவகாரம் நூறு இருக்கும்."

கிழவன் தனக்குள் மௌனமாகிப் போனவன் போல் பேசாமல் நடந்தான். தெரிந்தும் சொல்ல வேண்டாம் என்று இருக்கிறானோ என்று தோன்றிற்று. இவனுக்கு எந்த அளவுக்கு விவரம் தெரியும் என்று எனக்குக் குறுகுறுத்தது. அப்பா பேசுவதைவிட இவன் அதிக விவரம் தெரிந்தவனாக இருக்கலாம். வெகுநேரம் கழித்து அவன் தனக்குள் பேசிக்கொள்பவன் போல் பேச ஆரம்பித்தான்.

"ஏழைங்களுக்கு வவுத்துப்பாடு ஒண்ணுதான் கஷ்டம். புருஷன் பொண்ஜாதி சண்டையோ புள்ளைங்களோட சச்சரவோ எல்லாம் தெருவுக்கு வந்துரும். அக்கம்பக்கத்து ஜனமே எலே பேசாம போங்கடா இதுக்கெல்லாம் சண்டைபோடுறதான்னு சேத்து வெப்பாக. மிஞ்சி போறதும் உண்டுதான். எதுக்குச் சொல்றேன்னா

அங்க ஒளிவு மறைவு கொறைச்சல். இங்கன பாத்தியா. மலையிலே ஒவ்வொரு அடுக்குலேயும் தனித்தனி ராச்சியமா பங்களாக்களுங்க. கோட்டைமாதிரி. அதுக்குள்ளாற என்ன ரகசியங்க இருக்கோ யாருக்கும் தெரியாது. கொலையே நடக்குதுன்னு வெச்சுக்க அடுத்த பங்களாக்குத் தெரியாது. எது நடந்தாலும் கமுக்கமா ஊர் பேர் தெரியாம அமுங்கிடும். இந்த மாதிரி ஏரியிலே பொணம் மெதக்கும் போதுதேன் கல்லுக் கோட்டை மாதிரி நிக்கிற வூடு உளுத்துப்போன சாரட்டுமேல நிக்குதுன்னு தெரியும். ஆனா வெவரம் ஒண்ணும் வெளியிலே வராது."

நான் மௌனமாக நடந்தேன், அவனாகப் பேசுவான் என்கிற எதிர்பார்ப்பில்.

"பணம் காசு படிப்பு அந்தஸ்து லொட்டு லொசுக்கு இதனாலே நிம்மதியா வாழ்ந்துட முடியாது. அதெல்லாமே பாரமாப்பூடுது."

"அதெல்லாம் தேவையில்லே மனுஷனுக்குங்கிறீங்களா தாத்தா?"

"தேவை இல்லேன்னு சொன்னா என்னைப் பைத்தியக்காரன்னு சொல்லுவே. மொத்ததிலே அதுக்கும் மேலே ஏதோ தேவைப்படுதுன்னு வெச்சுக்க. நா படிக்காதவன். என்னத்தைக் கண்டேன்? இப்படி பேயா ஆவிங்க அலையும்போது மனசு அடிச்சுக்குது. கோக்கர்ஸ் வாக்குனு ஒரு எடம் தெரியுமா?"

"தெரியும் தாத்தா. ரொம்ப அழகான மலை உச்சின்னு அங்க நடக்க பாதை போட்டிருக்காங்களே?"

"வெள்ளைக்காரன் போட்டது. சொகுசா சீமாட்டிக கையைப் புடிச்சுக்கிட்டு நடப்பாக. நானே தொரைமாருங்க அப்பிடிப்போறதை வாயைப் பொளக்க பாத்து நின்னுறுக்கேன். ரொம்பப் பிரியமா கையைப் புடிச்சிக்கிட்டுப்போன ஒரு சீமாட்டி ஒரு நா அந்த உச்சியிலேந்து விழுந்தப்ப திக்குன்னுது. அதுக்குப்பொறவு எத்தனையோ பேரு அங்க செத்தாச்சு விழுந்து. காதல் கத்திரிக்காய்ம்பாங்க. நூத்தெட்டு காரணம் செத்தப்பறம் சொல்லி யாருக்குப் பிரயோசனம்? இப்ப பெரிய வேலி

போட்டுட்டாங்கன்னு வெச்சுக்க. வேலியில்லாதபோது சாவறதும் சாவடிக்கறதும் சுலபம். அதைக்கேக்கும்போது அடப்பாவிங்களா வாழத் தெரியாத பாவிங்களான்னு கோவம் வரும். சின்ன முடிச்சை பெரிய முடிச்சா போட்டுகினே வந்தேன்னு வச்சுக்க அது உன் கழுத்தைச் சுறுக்கும், இல்லே இன்னொறுத்தர் கழுத்தைச் சுறுக்கிடும்."

"அந்த ஏரியிலே விழுந்தவங்களுக்கு அப்படித்தான் நடந்திருக்கும்னு தோணுதா?"

என் குரலில் இருந்த நடுக்கத்தைக் கிழவன் கவனிக்கவில்லை.

அவன் சட்டென்று என்னைத் திரும்பிப் பார்த்தான். "விழுந்தாளோ இல்லெ அங்க கெடந்தாளோ யாரு கண்டா?"

எனக்குத் தூக்கிவாரிப்போட்டது. நடப்பதை நிறுத்தி கண்கள் விரிய நான் அவனைப் பார்த்தேன்.

"பொணத்தை யாரோ அங்கப் போட்டிருப்பாங்கன்னு நினைக்கிறீங்களா?" கிழவன் சட்டென்று சமாளித்துக்கொண்டு என்னை விறைப்புடன் பார்த்தான். "இதப்பாரு புள்ளே. எனக்கு எதுவும் தெரியாது. அதோ பாரு ஏரி வந்துட்டது. இனி உன் பாதையைப் பார்த்துகிட்டு போ. உனக்கு எதுக்கு இந்த பழங்கதையெல்லாம்?"

கிழவன் விறுக்கென்று திரும்பிப் பார்க்காமல் நடந்தான், நான் அவனுக்கு நன்றி சொல்லக்கூட சந்தர்ப்பம் அளிக்காமல். என்னால் நடையைத் தொடர முடியவில்லை. கால்கள் இரண்டும் நடுக்கமெடுத்தன. உயரமான நடைபாதையின் விளிம்பில் அமர்ந்தேன். மனசு நிலைகொள்ளாமல் வெகுநேரம் தவித்தது. இன்றைக்கு நம்பமுடியாத அனுபவங்கள் ஏற்பட்டுவிட்ட திகைப்பு இப்போதைக்கு அடங்காது என்று தோன்றிற்று.

"விழுந்தாளோ இல்லெ அங்கக் கெடந்தாளோ?"

இது அவனது அனுமானம் மட்டுமே. ஒரு பாமரனுக்கு ஏற்படும் சந்தேகம். அவனுக்குப் பரிச்சயமற்ற உலகத்தைப்

பற்றின அதீதமான கற்பனை. இதைக் கேட்டு நான் ஏன் கலங்க வேண்டும் என்று நான் மெல்ல சமாதானப்படுத்திக் கொண்டேன். அம்மாவைக் கொல்லும் அளவுக்கு அவளுக்கு யாரும் விரோதி இல்லை. அவளது மரணத்தினால் அதிகம் பாதிக்கப்பட்டிருப்பவர் அப்பா. அவள் ஏன் தற்கொலை செய்து கொண்டாள் என்பது புதிராக இருந்தாலும் செய்துகொள்ள வெளி உலகத்துக்குத் தெரியாத சுமை இருந்திருக்கலாம். அதற்குத் தான்தான் காரணம் என்று உலகம் நினைக்கும் என்கிற கவலையே அப்பாவைத் துன்புறுத்துவது. ஒரு படிப்பறிவில்லாத, காற்று கருப்பு என்று நம்பும் ஒரு கிழவனின் பேச்சைக் கேட்டு பிஹெச்டி பட்டம் பெற்ற, அமெரிக்காவில் வாழும் பேராசிரியையான எனக்கு இப்படிப்பட்ட சலனம் ஏற்படுவதைக் கண்டு அவமானமேற்பட்டது. நான் சற்று நேரம் உட்கார்ந்தபடி சாலையில் செல்லும் வாகனங்களையும் சைக்கிள்களையும் பார்த்தபடி இருந்தேன். மேல் நோக்கிச் சென்ற பாதையின் வலப்புறம் Church Of South India Retreat Centre என்று பலகை தெரிந்தது. உள்ளுக்குள் நீண்ட நடைபாதைக்கப்பால் அடுக்கடுக்காய் மலைமீது கட்டடம். மிகப்பெரிய எஸ்டேட் போல விரிந்திருந்தது. இங்கு ஆன்மிக ஓய்வெடுக்க அந்தச் சர்ச்சைச் சேர்ந்தவர்கள் வருவார்கள் என்று தோன்றிற்று. Retreat வேடிக்கை - அம்மாவும் அதே பெயரைத்தான் இங்கு அவள் வாங்கிய பங்களாவுக்கு வைத்தாள். அம்மாவும் அப்பாவும் இங்கு ஓய்வெடுக்கத்தான் வருவார்கள், உடலுக்கும் மனசுக்கும் ஓய்வு வேண்டி. அமைதி வேண்டி. அது கிடைக்காமல் போயிருக்க வேண்டும். அம்மா ஏதோ ஒரு தீவிரத் தேடலின் வேட்கையில் இருந்திருக்க வேண்டும். எதைத் தேடினாள் என்பது அவள் மட்டுமே அறிந்தது. இந்த ஆறரை கி.மீ பரப்பு கொண்ட எண்பது அடி ஆழம் கொண்ட ஏரியில் அது மூழ்கிப் போனது. 'என்ன கவலையோ? என்ன கோபமோ?' என்றான் அந்தக் கிழவன். அம்மாவுக்கு என்ன கவலை? என்ன கோபம்? ஏமாற்றமோ, பீதியோ, அவமானமோ நிராசையோ எதுவேண்டுமானாலும் இருக்கலாம்.

மலையும் மேகமும் காற்றும் மலர்களும் ஏரியும் புறச்சூழல் மட்டுமே. அவற்றுக்கு மனசுக்குள் நடக்கும் பேயாட்டத்தை விரட்டும் வலு இல்லை. யாரிடமும் தனது சுமையை இறக்கத் தெரியாததாலேயே அம்மாவால் உள்மனப் போராட்டத்துக்கு விடிவு காணத் தெரியவில்லை. குறைந்தபட்சம் 'கடவுளே' என்று கூவிக்கூடப் பழக்கமில்லை. மூட நம்பிக்கையோ, கற்பனையோ, தெய்வம் என்பது ஒரு சுமைதாங்கி. "நீ வெறும் கல்லுதானா, இத்தனை நாள் உன்னை ரட்சிக்கும் தெய்வம்னு நினைச்சேனே நா பைத்தியக்காரியா?" என்று அநேகமாக முன்பு நான் பார்த்த தமிழ், ஹிந்தி சினிமாவில் ஏதேனும் ஒரு காலகட்டத்தில் கதாநாயகியோ அல்லது ஹீரோவின் அம்மாவோ கோயில் சிலைக்கு முன் கதறி அழுவாள். இரண்டும் உண்மை என்று எனக்குத் தோன்றும். இப்போது யோசிக்கும்போது தெய்வம் என்பது நமக்குத் தேவைப்பட்ட சைக்கோ தெரப்பி. அதற்கு முன் முட்டி மோதி அழுதால் நம் சுமை குறைவதுபோல உணர்வை ஏற்படுத்தும் வடிகால் மிஞ்சிப் போகும் நிலையிலும் நீயே துணை என்று அதன் மேல் பொறுப்பேற்றி இருக்க முடிவெடுத்தால் தன்னிச்சையாக விபரீத முடிவெடுக்கும் நிலை ஏற்படாதோ என்னவோ. ஆனால் தெய்வத்திலும் ஆன்மிகத்திலும் நம்பிக்கை உள்ளவர்கள் தற்கொலை செய்து கொள்ளமாட்டார்கள் என்று எந்த உத்தரவாதமும் இல்லை.

சட்! எனக்கே எனது சிந்தனை ஓட்டம் அலுப்பைத் தந்தது.

"பணம் காசு, படிப்பு அந்தஸ்து லொட்டு லொஸ்கு எல்லாமே சொமையாப்பூடுது!"

எத்தனை எளிமையான விளக்கம்! அம்மாவுக்கு எது சுமையாயிற்று? எத்தகைய சுமையானாலும் அதைத் தாங்க முடியாதவளாக அவளுடைய ஆளுமை மாறக் காரணம் என்று ஒரு தடயமும் இல்லாமல் அவள் தன்னை மாய்த்துக் கொண்டது அநியாயமாகத் தோன்றிற்று. சிலர் மிக ஏற்பாட்டோடு தற்கொலை செய்து கொள்வதாகச் செய்திகள் படித்திருக்கிறேன். கதைப்

புத்தகங்களில் எல்லாருக்கும் விரிவாகக் கடிதம் எழுதி, சிலரைத் திட்டி சிலர் காரணமில்லை என்று தெளிவாக்கிவிட்டுச் சாவார்கள். இங்கு அம்மா ஒரு சிறு துண்டுக் கடிதம் கூட வைக்கவில்லை. மழை வானுக்கும் பூமிக்கும் கம்பி இழுத்தாற்போல் கொட்டுகிறது என்று அரைகுறையாக டயரியில் எழுதியதைத் தவிர.

நான் சுயநினைவு வந்தவளாய் சட்டென்று எழுந்தேன். வானம் இருண்டு வருவதை உணர்ந்து வீட்டை நோக்கி நடக்க ஆரம்பித்தேன். பத்து பதினைந்து நிமிஷத்தில் வீட்டை அடைந்துவிடுவேன். திடீரென்று பசித்தது. காலை உணவு சாப்பிடும் நேரம் கடந்து விட்டது. அப்பா எழுந்து நான் இல்லை என்று சாப்பிடாமல் காத்திருக்கிறாரோ என்னவோ. கணேசன் இன்று ஆப்பமும் ஸ்டூவும் செய்வதாகச் சொன்னான். அதன் நினைவு எனது பசியை அதிகம் கிளப்பிவிட்டது. நான் வேகமாக நடக்க நடக்க பாதை நீண்டுக்கொண்டு போவதுபோல பிரமை ஏற்பட்டது. இதென்ன வளைவுகள், இத்தனைத் திருப்பங்கள்? மீண்டும் பாதை பிசகிவிட்டதா? வெள்ளைப் புகை மூட்டமாக ஒரு மஞ்சுப் பொதி ஏரியின் மீது படர ஆரம்பித்தது. பிரமைகள் நிறைந்த உலகில் நான் புகுந்துவிட்டது போல எனக்கு திகைப்பு ஏற்பட்டது. நான் வேகமாக நடந்தேன். மழை சடசடவென்று பெய்ய ஆரம்பித்துவிட்டது. மஞ்சும் மழையும் சேர்ந்து பார்வையை மறைத்தது. இன்று அம்மா என்னோடு விளையாடுவது போல இருந்தது. அம்மாவா? நான் திடுக்கிட்டேன். என்ன ஆகிவிட்டது எனக்கு? அம்மாவை இன்னிக்குப் பார்த்தேன் என்று அப்பாவிடம் சொன்னால் எனக்கு புத்தி பிசகிவிட்டது என்று அப்பா கவலைப்படுவார். ஆனால் இன்று நான் அம்மாவைப் பார்த்தது உண்மை என்று மனசு தீவிரமாகச் சொன்னது. எப்படிப் பார்த்திருக்க முடியும் என்கிற கேள்விகூட எழவில்லை. பிரமையா? மாயையா என்று எனக்கு சந்தேகம் வரமுடியாத அளவுக்கு அம்மாவின் உருவம், மஞ்சள் சேலையும் சிவப்பு ரவிக்கையும் அணிந்த உருவம் சர்வ நிச்சயமாக மனத்தில் பதிந்திருந்தது. என் முன் என்னை

அச்சுறுத்திய அந்த மஞ்சு மந்திரக்கோல் பட்டதுபோலப் பிரிந்து அம்மாவின் பின் போகவைத்த அற்புதம் கனவில் கண்டதாக இல்லை. பிரத்தியட்சமாக நடந்த அனுபவம். அப்பா நம்புவாரா? தில்லிக்குப் போயிறலாம் என்று அவசரப்படுத்துவார்.

வாழ்வே மாயம் என்று முன்பு அப்பா பழைய சினிமா பாட்டொன்று பாடுவார். வாழத் தெரியாதவக பேசர பேச்சு அது என்று அந்தக் கிழவன் சொன்னாலும் சொல்வான். பசியும் ஏழ்மையும் கொண்ட வாழ்க்கை அவனுக்கு எந்த அளவு உண்மையோ அந்த அளவுக்கு பேயும் பிசாசும் யதார்த்தம். அவற்றை ஏற்று வாழப் பழகியவன். அதனாலேயே குழப்பங்கள் அற்றவன். படித்து பெரிய உத்தியோகம் பார்த்த அம்மாவைவிட, அப்பாவைவிட அவன் நிச்சயம் விவேகமானவன் என்று தோன்றிற்று. ஜோனுக்கு அவனைப் பற்றிச் சொல்ல வேண்டும் என்று நினைத்தேன்.

மழை பலமாக பெய்ய ஆரம்பித்துவிட்டது. ஆக்ரோஷத்துடன் விழுந்த அதன் தாக்குதலுக்கு ஈடுகொடுத்தபடி நான் ஓடினேன். “சின்னம்மா சின்னம்மா!” என்ற கணேசனின் குரல் எனக்குப் பின்னால் கேட்டது. இரண்டு குடையுடன் அவன் ஓடிவந்து கொண்டிருந்தான்.

“எங்கன ஓடறீங்க? வீட்டைத்தாண்டி போறீங்க?” என்றபடி அவன் ஒரு குடையை விரித்து நீட்டினான்.

“அப்படியா?” என்று நான் என்னைச் சுற்றிக் குழப்பத்துடன் பார்த்தேன். “இந்த மழையிலே பாதையே தெரியாம போச்சு.”

அவன் ஏதும் பேசாமல் முன்னால் ஓடி கேட்டைத் திறந்து வைத்தான் நான் ஏதோ மோட்டார் வண்டியில் வருவதுபோல. கேட்டிலிருந்து வீட்டு வாசலுக்குப் போகவே அரை கி.மீ நடக்க வேண்டும். ஜீன்ஸும் ஸ்வெட்டரும் நனைந்து உடம்போடு ஒட்டியிருந்ததால் நானும் அவனைத் தொடர்ந்து ஓடமுடிந்தது. பைய்ய, தடுக்கிடப்போவுது என்று கத்தியபடியே அவன் ஓடினான். நான் வீட்டுப் படியேறும்போது ஒரு டர்க்கி டவலுடன்

நின்றிருந்தான். "முதல்லே தலையைத் துவட்டுங்க" என்று கட்டளையிட்டான். "உடுப்பை மாத்திக்கிட்டு பலகாரம் சாப்பிட வாங்க. ஐயா உங்களுக்காகக் காத்திருக்காங்க."

"அவங்களை சாப்பிடச் சொல்லு, நா இதோ ரெண்டு நிமிஷத்திலே வந்துடறேன்" என்று நடுக்கூடத்துக்குச் செல்லத் தேவையில்லாமல் மாடிக்குச் செல்லும் பக்கவாட்டுப் படி வழியாக எனது அறையை அடைந்தேன். ஒட்டியிருந்த உடுப்பைக் கழற்றுவதற்குள் கால் குறக்களி எடுத்தது. சூடான நீர் குடைவிரித்து விழும் ஷவருக்கடியில் நின்று குளிக்கும்போது, வேறு உடுப்பு உடுத்தும்போது, ஹேர் ட்ரையரில் தலையைக் காயவைக்கும்போது அம்மாவின் உருவம் இமையில் அமர்ந்திருந்தது. கண்ணாடியில் தெரிந்தது. நான் திடுக்கிட்டுத் திரும்பிப் பார்த்தேன். வெறும் பிரமை. அதை வலுக்கட்டாயமாக ஒதுக்கிக் கீழே விரைந்தபோது அப்பா உணவை முடித்து வைட்டமின் மாத்திரைகளை வாயில் போட்டுக்கொண்டிருந்தார்.

"எங்கெம்மா போயிட்டே? மொபைலும் எடுத்துண்டு போகல்லே போலிருக்கு?" என்றார் அப்பா மெல்லிய கோபத்துடன்.

"ஆமாம்ப்பா, மறந்து போச்சு. ஸாரி. நடக்கப் போனேன். வழக்கமா போற வழிவேண்டாம்னு புதுசா கண்ணுக்குப் பட்ட மலைமேல போற ஒரு பாதையிலே நடக்க ஆரம்பிச்சேன். அது ஒரு காடு. எத்தனை அடர்த்திங்கிறீங்க. நடக்க நடக்க வழியே தெரியல்லே. சுத்தி சுத்தி ஒரே இடத்துக்கு வர்ற மாதிரி இருக்கு. அதோட இருட்டு, புகை மாதிரி மஞ்சு, கண்ணுக்கு ஒண்ணுமே தெரியல்லே."

"எப்படிம்மா?"

"எனக்கும் புரியல்லேப்பா. திரும்பி வருவேனான்னு ஆயிடுச்சு."

"அப்புறம்?"

கணேசன் சூடாக ஆப்பத்தையும் ஸ்டூவையும் கொண்டு வந்தான். அவன் அகலும்வரைக் காத்திருந்தேன்.

என்னை அம்மாதான் வெளியே கொண்டு விட்டாங்க என்று சொல்லலாம் என்று யோசனை செய்யும் போது எனக்கே அது அபத்தமாகப்படும் என்று பயமேற்பட்டது.

“எப்படி வெளியிலே வந்தேன்னே புரியல்லே. வெளியே வந்தா அது எந்த ஏரியான்னு புரியல்லே. கடைசியிலே ஒரு கிழவன் லேக் வரைக்கும் கொண்டுவிட்டான். இங்க வரும்போது மழைப் பிடிச்சிடுச்சு.”

“இந்த மாதிரி அட்வென்ச்சர் எல்லாம் செய்யப் போகாதே. மலை மேல ஏறி இன்னொரு பக்கம் அதல பாதாளம் இருக்கறது தெரியாம கால் வெச்சு விழுந்து சாகற கேஸ் இங்க உண்டு. எங்கேயாவது ஆள் நடமாட்டம் இல்லாத இடத்திலே விழுந்து வெச்சேன்னா எங்கேன்னு போயி தேடறது?”

அப்பா திடீரென்று முகத்தை மூடிக்கொண்டு அழ ஆரம்பித்தார். தோள்கள் குலுங்கின.

“என்னப்பா?” என்றேன் நான் திடுக்கிட்டு.

“நீ ஒருத்திதாம்மா எனக்கு இருக்கறது!”

அவரை இத்தனை பலவீனமாக நான் பார்த்ததேயில்லை. என்னிடம் அவருக்கு நெருக்கம் இருக்கும் என்றுகூட நான் நினைத்ததில்லை. இதுவரை நான் அனுபவித்திராத நெகிழ்ச்சி எனக்கு ஏற்பட்டது. அம்மாவுடன் எனக்கு அதிக நெருக்கம் என்று பெயர். ஆனால் ஒரு முறை கூட அவள் தனது பலவீனத்தைக் காண்பித்ததில்லை. நான் சட்டென்று எழுந்து அவரை இடது கையால் அணைத்துக் கொண்டேன்.

“நா எங்கேயும் போயிட மாட்டேம்ப்பா. இனிமே ஜாக்கிரதையா இருப்பேன்.”

அவர் தன்னை சமாளித்துக்கொண்டு, ‘போய் சாப்பிடு’ என்றார்.

கையில் ஆப்பத்துடன் எல்லாவற்றையும் பார்த்த கணேசன், “ஐயா ரொம்ப கவலைப்பட்டுப் போயிட்டாங்க சின்னம்மா” என்றான் தன் பங்கிற்கு.

“இனிமே கவலைப்படமாட்டாங்க, ப்ராமிஸ்” என்று சிரித்து, “கொண்டா ஆப்பத்தை. நா போதும்னு சொல்றவரைக்கும் போடு. சூப்பர் கணேசன்!” என்றேன். அப்பாவின் முகத்தில் மெல்லிய புன்னகைக் கோடு விரிந்தது.

மாடியில் எனது அறை சன்னலிலிருந்து பார்த்தபோது அப்பா தோட்டத்தில் உலாத்துவது தெரிந்தது. இன்றைக்கு எனக்கு மிக விசித்திரமான அனுபவங்கள் ஏற்பட்டிருக்கின்றன சந்தேகமில்லாமல். காட்டில் அம்மாவின் உருவத்தைப் பார்த்த திகைப்பைவிட எதிர்பாராமல் அப்பா என் எதிரில் உடைந்து போனது எனக்கு அதிக திகைப்பைத் தந்தது. தான் இறந்ததில் அப்பா எத்தனை நிராதரவாகிப்போவார் என்று அம்மா யோசித்துப் பார்த்திருப்பாளா என்று எனக்கு முதல் முறையாக அப்பாவின் மேல் அனுதாபம் ஏற்பட்டது. எதற்கோ அப்பாவின் மேல் பழிதீர்த்துக் கொள்வது போல் இருந்தது அவளது செய்கை. உலகம் உங்களைத்தான் சந்தேகிக்கும். அது நீங்கள் சாகும்வரை உங்கள்மேல் அமரப் போகும் கரும்புள்ளி என்கிற சவாலைப்போல் இருந்தது. ‘என்ன கோவமோ’ என்றான் அந்தக் கிழவன். எல்லா தற்கொலைகளுக்கும் ஏதோ ஒரு கோபம்தான் காரணம் என்று ஒரு மனோதத்துவப் புத்தகத்தில் படித்ததாக நினைவு.

எனக்குத் தெரிந்த அம்மாவுக்கும் இத்தகைய குணத்துக்கும் சம்பந்தமே இல்லை. அவளுக்குக் கோபம் வந்தால் பேசிச் சண்டை பிடித்து அதில் ஜெயிப்பாளே தவிர கோழையைப் போல அல்லது ஆங்காரியைப் போல ஏரியில் விழுந்து சாக மாட்டாள். யோசிக்க யோசிக்க அம்மா தற்கொலை செய்து கொண்டிருக்க மாட்டாளோ என்கிற சந்தேகம் மீண்டும் என்னைக் குழப்பிற்று. அப்பா எந்த வகையிலும் எனக்கு உதவியாக இருக்க முடியாது. அவரே பெரிய குழப்பத்தில் இருந்தார். அந்தப் பேச்சையே அவர் விரும்பவில்லை. அம்மாவே வந்து உதவினால்தான் உண்டு. ஸிக்ஸ்த் ஸென்ஸ் படத்தில் அந்தச் சிறுவனுக்கு ஆவிகள் வந்து துப்பு சொன்னமாதிரி...

என்னுடைய பைத்தியக்கார நினைப்புகளைக்கண்டு எனக்குச் சிரிப்பு வந்தது. ஆவிகள் அப்படி துப்பு சொல்லத் தயாராக இருக்குமானால், போலீஸ் இலாகாவுக்கு எத்தனை சௌகரியம்.

நான் குறிப்பிட்ட யோசனை ஏதுமில்லாமல் அம்மா ஆசையாக வைத்திருந்த லைப்ரரிக்குச் சென்றேன். அந்த அறையை அவள் மிகக் கவனத்துடன் வைத்திருந்தாள். அறையின் பெரிய கண்ணாடி ஜன்னல்கள் வழியாக எல்லா திசையிலிருந்தும் ஏரி கண்ணில் படும். ஜன்னல்களின் முன் உட்கார்ந்து படிக்க சாய்வு நாற்காலி ஒன்று இருக்கும். ரோஸ் வுட் சாய்வு நாற்காலி. அதில் அவள் அமர்ந்து படித்துக் கொண்டிருப்பதை நான் பார்த்திருக்கிறேன். நான் அலமாரிகளை ஒரு பார்வை பார்த்து கைக்குக் கிடைத்த ஒரு புத்தகத்தை எடுத்து அந்த நாற்காலியில் அமர்ந்தேன். டேவிட் டேவிதாரின் The House of Blue Mangoes - நீல மாம்பழங்களின் வீடு. ஆசிரியரின் கையெழுத்துடன் வாங்கப்பட்ட புத்தகம். 2003 என்று வருடம் குறிப்பிடப்பட்டிருந்தது. நான் பக்கங்களை புரட்டிக் கொண்டிருந்தேன். புத்தகத்தை மூடிவைக்கும்போது கடைசி பக்கத்தின் வெற்றுத் தாளில் அம்மாவின் கையெழுத்தில் சில பெயர்களும் விலாசங்களும் இருந்தன.

முதலில் கண்ணில் பட்டது C.S.I, Retreat Centre. அடுத்ததாக சபாபதி, அரண்மனை தெரு, தஞ்சாவூர் என்றிருந்தது.

—14—

வெளியே புதிதாகக் கலவர ஓசை கேட்டது. வெள்ளைக்கார துரையும் அவனது ஆட்களும் கிளம்பிப்போனாலும் ஊர்வலம் அந்த வழியாக வந்திருக்க வேண்டும். “வந்தே மாதரம்!” என்ற கோஷத்தைக் கேட்டு சபாபதி விருக்கென்று வாசல் கதவுக்குச் சென்றான். சிங்காரம் விரைந்து அவனை உள்ளுக்கு இழுத்து “இப்பப் போகக்கூடாது தம்பி. போலீஸ் வருது” என்றான். எல்லாரும் சற்று நேரம் பேசாமல் இருந்தார்கள். போராளிகளைப் போலீஸ் துரத்துவதும் அடிப்பதும் அடிபட்டவர்களின் தீனக்குரலும் ஒலித்த வண்ணம் இருந்தது. கஸ்தூரிக்கு எதுவும் புலன்களில் உறைக்கவில்லை. சிரம் தாழ்த்தி வணக்கம் சொன்ன சிங்காரத்தின் மீது பார்வை பதிந்திருந்தது. பட்டறையில் அங்கங்கே இருந்த அகல் விளக்குகளின் ஒளியில் அரை குறையாகவும், முழுமையாகவும் நின்ற அற்புத அழகுடன் கூடிய ஐம்பொன் சிற்பங்கள் உயிர் பெற்று ஒரு அமானுஷ்ய தெய்விகச் சூழலை ஏற்படுத்தி, அவளை ஆட்கொள்வதாக அவளுக்கு மயிர் கூச்சமெடுத்தது. அவற்றை வடித்த இந்த மகா கலைஞன் அவள் முன் சிரம் தாழ்ந்து நிற்கிறான். அதிலிருந்த கண்ணியமும் கம்பீரமும் அவளை அசத்திற்று. அவள் இதுவரை பார்த்திருந்த எந்த ஆணிடமும் அவள் கண்டிராத கம்பீரம். சற்றுமுன் ஒரு முகம் தெரியாக் காவலன், பரங்கியனின் அடிமை, இவனைக் கீழ்சாதிப் பய என்று கேவலமாகத் திட்டியது நினைவுக்கு வந்தது. வெளியில் சென்று அவளையும் தேவடியா கழுதை என்று திட்டுவான். இன்னும் வேறு என்னென்ன சொல்வானோ. அவளுக்கு நாடி நரம்பெல்லாம் கூசிற்று.

வெளியில் அதிகக் கலவரக் குரல்கள் கேட்டன. சிங்காரம் அவசரமாகப் பட்டறையின் மரக்கதவுகளை இரும்புக்கிராதி வளையத்தை மாட்டி பத்திரப்படுத்தினான். துப்பாக்கிச் சூடு நடக்கும் ஒலி கேட்டது. சபாபதியின் விழிகள் பிதுங்கின. சுவரில் சாய்த்து வைத்திருந்த ஏணி மீது கிடுகிடுவென்று ஏறி உயரத்தில் இருந்த சாளரத்தின் வழியாகப் பார்த்து "ஐயய்யோ ஒரு ஆளைக் கொன்னுட்டாங்கக்கா!" என்று அலறினான்.

"தம்பி, கீழே எறங்குங்க! பேசப்படாது" என்று சிங்காரம் அடிக்குரலில் அதட்ட, சபாபதி சட்டென்று இறங்கி சுவரோரம் தரையில் அமர்ந்தான். முகம் பேயறைந்ததுபோல் இருந்தது. கண்களில் நீர் கோத்திருந்தது. சிங்காரம் ஏறி பார்த்துவிட்டு மௌனமாக இறங்கினான். முகத்தில் கோபமும் விசனமும் தெரிந்தது. எல்லாரும் பேசாமல் ஒடுங்கி அமர்ந்திருந்தார்கள். அங்கிருந்த ஆசாரிகளின் முகத்தில் பீதி படர்ந்திருந்தது.

சற்று நேரக் கூச்சல் குழப்பத்துக்குப் பின் தெரு அமைதியானது. துப்பாக்கிச் சூட்டிற்குப் பின் ஊர்வலக்காரர்கள் கலைந்து ஓடிவிட்டிருக்க வேண்டும். சிங்காரம் தலைக்குனிந்து முழங்கால்களை மடித்து உட்கார்ந்திருந்தான். இவனை எப்படிப்பட்ட அசந்தர்ப்பமான வேளையில் சந்திக்கிறோம் என்றிருந்தது கஸ்தூரிக்கு. எங்கோ இடியோசை கேட்டது. மழைவேறு வரும்போல் இருந்தது. இன்னும் சற்று நேரம் உட்காருவோம் என்பதற்கு முடியாமல் கிளம்ப வேண்டியிருக்கும்.

மறுபடி ஏணிமீது ஏறி தெருவைப் பார்த்துவிட்டு இறங்கிய சிங்காரம், "நாயிங்க!" என்றான் கோபத்துடன். "செத்தவனை தரையிலே இழுத்திட்டுப் போறாங்க!"

கஸ்தூரி திடுக்கிட்டு சுயநினைவுக்கு வந்தாள்.

"என்ன அக்கிரமுங்க இது?" என்றாள் மெல்ல. "இப்படித்தான் கண்டமேனிக்கு சுடறாங்களா? சுந்தரமூர்த்தி மாமாவும் நீங்களும் தெனமும் ஊர்வலம் கிளம்புறீங்க!"

சிங்காரம் புன்னகைக்காமல் மெல்லச் சொன்னான். "எங்களைப்போல ஆயிரக்கணக்கான சனங்க கிளம்பியிருக்காங்க.

துப்பாக்கி சூட்டைக்கண்டு பயந்துடுவோம்னு வெள்ளைக்காரன் நினைக்கிறான். துப்பாக்கிக்கும் சிறைக்கும் பயந்தவங்க இல்லே நாம். சுதந்திரம் கிடைக்கணும்னா போராடித்தான் ஆகணும்."

போராட்டம் வெற்றி பெறுமா என்று அவளுக்குக் கவலையேற்பட்டது. வெறும் கையுடன் துப்பாக்கி ஏந்தியவனோடு எப்படிப் போராடி ஜெயிப்பது? சபாபதியின் முகம் இன்னும் பீதியில் உறைந்திருந்தது.

மறுபடி இடியோசை கேட்க சிங்காரம் முத்துவிடம் "கிளம்புங்க அண்ணே! வெளியிலே இப்ப யாருமில்லே. பெரிய மழை வரும் போல இருக்கு." என்றான்.

"ஆமா கிளம்ப வேண்டியதுதான். தம்பி எழுந்திரு. வாங்கக்கா மழை வந்துடுச்சுன்னா தொல்லை" என்றான் முத்து.

துரையும் அவனுடைய ஆட்களும் ஏன் தேடி வந்தார்கள் என்று சிங்காரம் கேட்கவில்லை என்பதை கஸ்தூரி கவனித்தாள்.

"அப்ப நாங்க கிளம்பறோம்" என்றாள் மெல்லிய புன்னகையுடன். "எங்களுக்கு ஒளிய இடம் கொடுத்ததுக்கு நன்றி சொல்லணும், அதோடு உங்களுடைய அற்புதமான பாட்டைக் கேக்கிற வாய்ப்பு கிடைச்சது."

சிங்காரம் தலைகுனிந்தபடி சொன்னான். "உங்களைமாதிரி ஞானஸ்தன் இல்லீங்க நான். வெறும் கேள்வி ஞானம்தான்."

"அதுவும் ஞானம்தானே?" என்றாள் அவள் மென்மையாக.

"கௌம்புங்க!" என்று முத்து வண்டிக்குச் சென்று குரல் கொடுத்தான்.

"என் நாட்டியத்தைப் பார்த்திருக்கீங்களோ?"

"தப்பாம!"

வண்டியில் வீடு திரும்பும்போது கஸ்தூரியின் அதரங்களில் புன்னகை அமர்ந்திருந்தது.

"தப்பாம!" ஒரே வார்த்தை. ரத்தினச்சுருக்கமாக ஒரே வார்த்தை. இறக்கை முளைத்து மனசு ஆகாசத்தில் பறந்தது.

தலையில் கிரீடம் அமர்ந்திருந்தது. அதைச் சொல்ல அவன் நிமிர்ந்து அவளைப் பார்த்த பார்வையில் மதிப்பும் மிதமிஞ்சிய மரியாதையும் குவிந்திருந்தது. மாலையில் அனுபவித்த அவமானம் மறந்தே போயிற்று. சபாபதியும் திலகமும் ஏதோ பாரத்தை சுமப்பவர்கள்போல் அமர்ந்திருந்தார்கள்.

வீட்டுக்குள் நுழைந்த அவர்களைக் கண்டு செங்கமலம் திடுக்கிட்டாள்.

“என்னடி இத்தனை சீக்கிரம் வந்துட்டீங்க?”

“ஒண்ணும் கேக்காதே போ!” என்று அலுப்பும் கோபமுமாகக் கத்தியபடி திலகம் உள்ளே ஓடினாள்.

செங்கமலம் சபாபதியைப் பார்த்து “என்னடா?” என்றாள் கலவரத்துடன். சபாபதிக்கு அழுகையே வந்துவிட்டது. ஆத்திரத்துடன் வார்த்தைகள் வெடித்தன அழுகையினூடே.

“அக்கா பாதி ஆடும்போது ஒரு துரை வந்து அவ கையைப் புடிச்சு இழுக்கறான், அசிங்கமா பேசறான்!”

செங்கமலத்தின் முகத்தசைகளின் இறுக்கம் நொடியில் தளர்ந்தது.

“ஓ? நா என்னவோ ஏதோன்னு பயந்துபோனேன். சரி உள்ளாற வந்து வெவரம் சொல்லுங்க” என்றவள் நிலைப்படி தாண்டி கூடத்துக்குச் சென்றதும் “அதுக்காக அங்க சண்டைபோட்டுகிட்டு வந்துட்டீங்களா?” என்றாள் பதற்றத்துடன்.

அம்மாவின் கோபம் எதிர்பார்த்ததுதான் என்றாலும் ரோசம்கெட்டதனமாக அவள் பேசுவது கஸ்தூரிக்கு இன்று அவமானமாக அருவருப்பாக இருந்தது. லக்ஷ்மியின் ‘கேடுகெட்டகுலம்’ என்ற பழிப்பு நினைவுக்கு வந்தது.

“அக்கா கையைக் கண்ட ஆண்களும் பிடிச்சு இழுப்பாங்க. சும்மா இருக்கணும்ங்கிறீங்களா?” என்றான் சபாபதி ரோசத்துடன்.

“அதுக்காக என்ன செஞ்சீங்க?” என்றாள் செங்கமலம் ஆற்றாமையுடன்.

“அவன் கையை உதறி உடனே கிளம்பிட்டேன்!” என்றாள் கஸ்தூரி.

“அந்த ஜமீந்தார்கிட்ட முன்பணமா முழுசா வாங்கியாச்சு. ஆடாம வந்தது எல்லாருக்கும் தெரிஞ்சா யாரும் இனிமே கூப்பிடமாட்டாங்க.”

“ரொம்ப நல்லதாப் போச்சு. அந்த மாதிரி எடத்துக்கு நா போகவே மாட்டேன் சொல்லிப்புட்டேன்” என்றாள் கஸ்தூரி.

“சே, எனக்கு செத்துரலாம் போல இருந்துச்சு. இப்பவும் இருக்கு” என்றாள் திலகம்.

ஊஞ்சலில் படுத்திருந்த பாட்டி, “அடிப்போடி துப்புகெட்டவளே. இதையெல்லாம் துடைச்சு எழுந்திருக்கக் கத்துக்க” என்றாள். பிறகு “இவங்க சொல்றதும் சரிதான் செங்கமலம். இனிமே விசாரிக்காம ஆட ஒப்புக்கக் கூடாது. மரியாதை இல்லாத எடத்துக்குப் போனா சங்கடம்தான்” என்றாள்.

“அதுவும் எப்படீங்கறீங்க?” என்றாள் கஸ்தூரி ஆத்திரத்துடன். “மூணு உருப்படி ஆடியாச்சு. பதம் பண்ண ஆரம்பிச்ச உடனே மேடைக்கே வந்துட்டான் அந்த தொரை. சாராய நாத்தம் தாங்க முடியல்லே! என் இடுப்பைப் புடிச்சுக்கிட்டு ஆட வாங்கறான்!”

“வெள்ளைக்காரன் வர்ற எடத்துக்கு அக்கா போகவே கூடாது. அவன் எதிர ஆடறது தேசத் துரோகம்!” என்று சபாபதி படபடத்தான். “கண்மண் தெரியாம நம்ம போராளிங்களை சுட்டுத் தள்ளறான். இன்னிக்கு என் கண்ணால பார்த்தேன் பாட்டி!”

உணர்ச்சிவசப்பட்டு சிவந்து பளபளத்த அவர்களுடைய முகத்தை கனகு பாட்டி யோசனையுடன் பார்த்தாள். “சரி போங்க மூணுபேரும் பலகாரத்தைத் துன்னுபிட்டு உடுப்பை மாத்திப் படுங்க.” என்றாள் சமாதானமாக.

செங்கமலம் வெகு நேரத்துக்கு என்னவோ புலம்பிக் கொண்டிருந்தாள்.

நகைகளை அவிழ்த்து உடுப்பை மாற்றிக் கொண்டு பலகாரம் செய்ய வருவதற்குள் கஸ்தூரிக்கு மாலை நடந்த சம்பவமே

மனசிலிருந்து கழண்டு கொண்டது. சிங்காரத்தின் கனிவு மிகுந்த கண்களும் தேக்கில் செதுக்கியது போன்ற அந்த உடம்பும் மனத்தை நிரப்பியது.

"உண்மையைச் சொல்லுக்கா, உனக்கு இன்னிக்குக் கேவலமா படலலே?"

திலகத்தின் குரல் கேட்டு அவள் திரும்பினாள். "எது கேவலமாகப் படல்லே?" என்றாள் கவனமில்லாமல்.

"என்னக்கா, ஜமீன் வீட்டிலே நடந்த விஷயம்தான், வேறென்ன?"

"அதைச் சொல்றியா? கேவலம்தான். அதைத்தான் உடனே எதிர்ப்பைத் தெரிவிச்சு வந்துட்டமே? அவங்கதான் கேவலம். நீச மனுஷங்க. அவங்க பேச்சு என்னை ஒண்ணும் பண்ணாது திலகம். அவங்க காறித் துப்பினா, எம்மேல படாது."

"எம்மேல படுது." என்றாள் திலகம் ஆத்திரத்துடன். "இந்தப் பொழைப்பே எனக்குப் பிடிக்கல்லேக்கா. ஓடிப் போயிடலாம்போல இருக்கு!"

கஸ்தூரி திடுக்கிட்டு அவளைப் பார்த்தாள். திலகத்தின் கண்களில் நீர் இருந்தது. "என்ன சொல்றே நீ? எங்க ஓடிப் போறது?" திலகத்தின் அருகில் சென்று அணைத்தபடி கஸ்தூரி மெல்லச் சொன்னாள். "அடிப்போடி துப்பு கெட்டவளே!" என்றாள் கனகு பாட்டியின் குரலில். திலகத்தின் முகத்தில் மெல்லிய புன்னகை அரும்பிற்று. "நானும் பெரிய ஞானி இல்லே. மரக்கட்டையும் இல்லே. ஆனா ஒரே ஒரு விஷயம்தான் என்னைத் தலை நிமிர்ந்து நிக்க வைக்குது. என்னுடைய நாட்டியம். எனக்கு அதுதான் அந்தஸ்தைக் கொடுக்குது. என்னை கேலி செய்யறவனுக்கு எந்த பவிசும் இல்லே. கலையைப் பத்தித் தெரியாத மூடம், மூர்க்கன் அவன். அவனால தொந்தரவு ஏற்பட்டுதானா அந்த சமயத்திலே சமாளிக்கணும். அதுக்காக நா ஆட மாட்டேன், பாடமாட்டேன், ஓடிப் போயிடறேன்னு சொல்றது கோழைத்தனம். உனக்கு பாட்டு

அந்த அந்தஸ்தைக் கொடுக்கும். உனக்கு நம்பிக்கை இருக்கணும் திலகம். நீ ரொம்பப் பெரிய பாடகியா வருவே நிச்சயம்!"

"எனக்கு அப்படிப்பட்ட ஆசையெல்லாம் இல்லேக்கா!"

"பாடணும்ங்கற ஆசை இருக்கா இல்லையா?"

"அது உண்டுதான். பாடாதேன்னா செத்துறுவேன்."

"அப்ப இந்த அசடங்க பேசறதெல்லாம் மறந்துடணும்."

"அதுதான் முடியமாட்டேங்குது!"

"அடிப்போடி துப்புகெட்டவளே!"

படுக்கச் சென்றதும் சிங்காரத்தைப் பற்றின நினைவும் திலகத்தைப் பற்றின கவலையும் மாறி மாறி அழைக்கழித்தன. 'துப்பாக்கிக்கும் சிறைக்கும் பயந்தவங்க இல்லே நாம' என்று அவன் சொன்ன தீரத்தை நினைத்துப் பெருமையாக இருந்தது. ஆனால் பொசுக்கென்று விவஸ்தையில்லாமல் கண்மூடியக் குரூரத்துடன் சுட்டுத்தள்ளும் வெள்ளைக்காரனின் தோட்டாவிலிருந்து அவனும் மாமாவும் தப்பிக்க வேண்டுமே என்றிருந்தது. "செத்துரலாம் போல இருக்கு" என்று திலகம் அடிக்கடி சொல்ல ஆரம்பித்திருப்பது கேட்கும்போதெல்லாம் அடிவயிற்றைப் பிசைந்தது. இவளும் சபாபதியும் ஏன் இத்தனை ரோசக்காரர்களாக இருக்கிறார்கள் என்று தோன்றிற்று. திலகத்தைவிட சிறிய வயதில் லக்ஷ்மிக்கு எத்தனை கோபம் வரும்?

"உனக்கு ஏன் கோபம் வருதில்லேன்னு எனக்குப் புரியல்லே கஸ்தூரி!" என்று ஒருமுறை லக்ஷ்மி சொன்னது நினைவுக்கு வந்தது.

கஸ்தூரி தூக்கம் வராமல் புரண்டு படுத்தவண்ணம் இருந்தாள். நமக்குத்தான் ரோசமில்லாமல் போயிற்றா என்று குழம்பிற்று. ரோசம் என்பது பலவகைப்பட்டது. எனக்கு ரோசமில்லாமல் போயிருந்தால் எல்லாரும் குழையடிக்கும் அந்த துரையின் கையை உதறி காசு வாங்கிக் கொண்ட ஆட்டத்தைப் பாதியில் விட்டு வந்திருக்க மாட்டேன். "அதுக்காக

சண்டை போட்டுகிட்டு வந்துட்டியா?" என்ற அம்மாவின் ரோசம்கெட்டதனம் எனக்கு வராது. நிச்சயமாகக் காசுக்காக எனது கலையைக் கேவலப்படுத்தமாட்டேன். இந்தக் குடும்பத்துப் போஷகர் என்று பாட்டி சொன்ன வார்த்தைக்குக் கட்டுப்பட்டு ராஜாவிடம் போகும் ஏற்பாட்டில் இருக்கிற காரணத்தால் நான் வேசி என்று ஆகிவிடமாட்டேன். நான் மானமுடன் வாழ்கிறேனா கேடுகெட்ட வாழ்வு வாழ்கிறேனா என்பது நானே எனக்குள் விதித்துக்கொள்ளும் வரையறைக்குள் அடங்குவது. கண்டவனெல்லாம் இந்த வீட்டுக்குள் நுழைந்துவிட முடியாது. எனது வாழ்வை ஆக்கிரமிப்பது நாட்டியம். அதற்கு எனக்குச் சுதந்திரமான வெளி தேவை. அது எனக்கு வாய்த்திருக்கிறது. வேறு எதைப் பற்றியும் கவலையில்லை.

தான் வித்தியாசமாக இருப்பதாகக் கொஞ்ச நாட்களாகத் தோன்ற ஆரம்பித்திருந்தது. ஆனால் தனக்குள்ளும் மாற்றம் ஏற்படுவதை அவள் சில சமயங்களில் அச்சத்துடன் உணர்ந்தாள். ராஜாவின் மெத்தனமும், சுதந்திரப் போராட்ட வீரர்களைப் பற்றி அவர் செய்யும் ஏளனமும் கலெக்டர் துரையைக்கண்டு குழையடிப்பதும் அவளுக்கு எரிச்சலூட்டின. நமக்கும் அதற்கும் சம்பந்தமில்லை என்று ஒதுக்க முடியவில்லை. ஒரு நாள் புதுக்கோட்டைக்கு வந்து பேசிவிட்டுப் போன காந்தியைப் பற்றி பரதேசி, பக்கிரி, உப்புக்காக சத்தியாக்கிரகம் இருக்கப் போறானாம். அதுக்கு வெள்ளைக்காரன் ரோசப்பட்டு இந்தா நீயே வெச்சுக்க உன் நாட்டைன்னு குடுத்துட்டுப் போயிடுவனா? என்று சொல்லிச் சிரித்தபோது மகாக் கோபம் வந்தது. வெள்ளைக்காரன் புத்தி நம்ம ஆட்களுக்கு வருமா? தேசம் குட்டிச்சுவராப் பூடும்! என்று தொடர்ந்தபோது ஆத்திரம் வந்தது. இன்றைய காற்றில் ஏதோ இருந்தது. 'நமது மண்ணில் வந்து அமர்ந்தவன் நம்மை கொள்ளையடித்து வாழ்பவன் நம்மை அடிமைபடுத்துவதை உணராமல் எத்தனைக்காலம் ஊமையராய் இருப்போம்?' என்று காந்திக் குல்லா அணிந்தவர்கள் வீதி வீதியாகச் சென்று பேசியதில் நாயனமே கதி என்று இருந்த சுந்தரமூர்த்தி

மாமாவைக்கூட வீதிக்கு இழுத்து கோஷம் போட வைக்கிறது. 'வந்தே மாதரம்' என்ற மந்திரச் சொல் சாமான்யனை உலுக்க ஆரம்பித்துவிட்டது. அதைக் கேட்கும்போது அவளுக்கே மேனி சிலிர்க்கிறது. வெள்ளைக்காரனுக்கு பயந்தகாலம் போய்விட்டது. ஆயிரக்கணக்கான பேர் இருக்கோம் என்றான் சிங்காரம். 'துப்பாக்கிக்கும் சிறைக்கும் பயந்தவங்க இல்லெ நாங்க' என்றான்.

காற்று மாறிவிட்டது. கோபம் நிறைந்த காற்று. போராளிகளின் கோபம், லக்ஷ்மியின் கோபம், திலகம், சபாபதியின் கோபம், அன்று அவளுக்கு அந்தத் துரையிடம் ஏற்பட்ட கோபம் எல்லாமாகக் கலந்த காற்று. அது ஒரு அஸ்திரம். எல்லாவற்றையும் ஏதோ ஒன்று பிணைப்பதாகத் தோன்றிற்று. எல்லாருக்குள்ளும் இருந்த சுதந்திர வேட்கை அது என்று தோன்றிற்று. 'இந்த ஊரைவிட்டுப் போனாத்தான் எனக்கு விமோசனம்' என்றாள் லக்ஷ்மி. 'ஓடிப் போயிடலாம்போல இருக்கு' என்கிறாள் திலகம். 'சுதந்திரம் வேணும்னா போராடித்தான் ஆகணும்' என்கிறான் சிங்காரம். முன்பு கோபம் வரவும் பவிசு வேணும். இப்போது பெண்ணுக்கும் வருகிறது, பள்ளனுக்கும் வருகிறது. போராடத்தான் வேணும் என்கிற வீம்பு வருகிறது. நியாயம் கிடைக்காத உலகம் என்கிற உணர்வு ஏற்பட்டிருக்கும் காலகட்டம் இது என்று கஸ்தூரி நினைத்துக்கொண்டாள். பாற்கடலின் கடைசல் இது. கொந்தளிப்பு மிகுந்தது. ஆலகால விஷம் கிடைக்குமா அமுதம் கிடைக்குமா என்று கரையில் எட்டி நின்றுதான் ஒருத்தியாகக் குழம்புவது போல இருந்தது.

கனாவில் சிங்காரம் வந்து பாட்டுப் பாடினான். தென்றல் போல தெம்மாங்கும் காதல் சொட்டும் சின்னஞ்சிறுக்கிளியேயும் பாடி சொக்கவைத்தான். "எத்தனை அழகா பாடறீங்க?" என்றாள் அவள். "வெறும் கேள்வி ஞானம் தாங்க" என்றான் பவ்யத்துடன். வெளியில் துப்பாக்கி சத்தம் கேட்கிறது. சிங்காரம் ஓடுகிறான் 'வந்தே மாதரம்' என்று கத்தியபடி. "போகாதீங்க! போகாதீங்க!"

காலையில் உலகம் சமாதான நிலைக்கு வந்துவிட்டது. அவளது நடன பயிற்சிக்கு சபாபதி வந்து அமர்ந்துவிட்டான்

மிருதங்கத்துக்கு சுறுசுறுப்பாக ரவை போட. திலகமும் பாட உட்கார்ந்தாள். கனகு பாட்டி திருப்தியுடன் வெற்றிலைச் செல்லத்தை வைத்துக்கொண்டு ஊஞ்சலில் அமர்ந்தாள். அசுர சாதகமாக வர்ணத்தை செய்து முடித்தபோது "அபாரம்மா!" என்று யாரோ கைதட்டினார்கள். கஸ்தூரி திடுக்கிட்டுத் திரும்பிப் பார்த்தாள். ஒரு நடுவயதுப் பெரியவரும் ஒரு இளைஞனும் சற்று தள்ளி மறைவாக அமர்ந்திருந்தார்கள். அவர்கள் வந்திருப்பது கனகுவுக்கும் செங்கமலத்துக்கும் தெரிந்திருந்ததாகத் தோன்றிற்று.

கஸ்தூரிக்கு நேற்றைய அனுபவம் நினைவுக்கு வந்தது. "நன்றி அய்யா யார் நீங்க?" என்றாள் ஜாக்கிரதையாக.

"சுந்தரமூர்த்தி சொல்லல்லே, பட்டணத்திலேந்து வருவாங்கன்னு?" என்றாள் செங்கமலம் மலர்ச்சியுடன். "வர்ணத்து பல்லவியிலேயே வந்துட்டாங்க. இடையிலே நிறுத்தவேண்டாம் நாங்களும் ஆட்டத்தைப் பார்க்கற மாதிரி இருக்கும்னாங்க. அதான் உனக்கு சொல்லல்லே" என்றாள். "வாங்க ஐயா இப்படி ஊஞ்சல்லே உட்காருங்க," என்று உபசரித்தாள்.

அவர்கள் வந்து அமர்ந்ததும் சபாபதியும் திலகமும் உள்ளே செல்லக் கிளம்பினார்கள்.

"தம்பி நீ ரொம்ப அருமையா வாசிச்சேப்பா" என்று பெரியவர் பாராட்டினார். "நீயும்தாம்மா, அசாத்தியமா பாடறேம்மா. நா அசந்து போயிட்டேன்."

"இத்தனை அருமையான சங்கீதத்தை நானும் கேட்டதில்லே" என்றான் அந்த இளைஞனும்.

திலகம் முகம் சிவக்க புன்னகையுடன் அவனைப் பார்த்து "நன்றிங்க" என்றாள்.

கஸ்தூரிக்கு அவர்கள் திலகத்தைப் பாராட்டியது மிகவும் சந்தோஷமாக இருந்தது.

"ரொம்பப் பெரிய பாடகியா வரவேண்டியவ அவ. என்னுடைய நாட்டியத்துக்குப் பின்பாட்டு பாடிக்கிட்டிருக்கா," என்றாள்.

“அதுக்கும் வாய்ப்பு ஏற்படுத்தினா போறது. நா அதுக்காகத்தான், உனக்கு மெட்ராசிலே வாய்ப்பை ஏற்படுத்தணும் என்கிற ஆசையிலேதான் வந்திருக்கேன். இத்தனை அற்புதமான நாட்டியத்தை மெட்ராஸ்காராளும் பார்க்க வேண்டாமா? அங்கே ஆடினா புகழும் கிடைக்கும் சன்மானமும் கிடைக்கும். சொல்ல மறந்துட்டேன். என் பேர் கோபாலய்யர். இவன் என் பிள்ளை. கல்யாணராமன்.”

“வணக்கம் ஐயா,” என்றாள் கஸ்தூரி மெல்ல. “எங்களுக்கு பட்டணத்தைப் பத்தி எதுவும் தெரியாது. எனக்கு எங்க ஆடவும் ஆட்சேபம் இல்லே. இடம் மரியாதை பட்ட இடமா இருக்கணும். பார்க்கவரவங்க ரசிகர்களா இருக்கணும்.”

கோபாலய்யர் அவளை வியப்புடன் பார்த்தார். செங்கமலம் அவசரமாகக் குறுக்கிட்டாள். “என்ன புள்ளே இது, யார் வந்திருக்கிறதுன்னு தெரியாம பேசக்கூடாது.”

கோபாலய்யர் அவளைக் கையமர்த்தி, “கஸ்தூரி ஒண்ணும் தப்பா பேசிடல்லியே. அப்படிச் சொன்னது எனக்கு ரொம்ப சந்தோஷம்” என்றார். “பொதுவா சதிர் ஆடறவாளைப் பத்தி பாமர ஜனங்களுக்கு நல்ல அபிப்பிராயம் இருக்கறதில்லே. நல்ல ஆட்டத்தையும் சங்கீதத்தையும் ரசிக்கத் தெரிஞ்சவாதான் மரியாதை காண்பிப்பா. கஸ்தூரி கவலைப்படறது ரொம்ப நியாயம். மெட்ராசியிலேயே முக்கியமா சதிர் கச்சேரி வைக்கணும்னாலே எதிர்ப்பு இருக்கும். நா அதை மாத்தணும்னு பார்க்கறேன். நா புதுசா ஒரு சபா ஆரம்பிக்கப் போறேன் இந்தப் பொங்கலன்னிக்கு. திறப்பு விழாவுக்குக் கஸ்தூரிதான் ஆடணும்.”

செங்கமலம் முந்திக்கொண்டு பேசினாள். “ரொம்ப சந்தோஷம் அய்யர்வாள். பட்டணத்து ரசிகாளுக்கு முன்னாடி ஆட கொடுத்து வெச்சிருக்கணுமே. நீங்க விவரம் தெரியாதவர் இல்லே. இங்கெல்லாம் நட்டுவனார் கச்சேரின்னு அழைச்சிட்டுப் போவார். வர்ற சன்மானத்திலே முக்கால் பங்குக்கு மேல அவருக்குப் போயிரும்.”

கஸ்தூரி தலைகுனிந்து அமர்ந்திருந்தாள். கோபால் ஐயருக்கும் செங்கமலத்துக்கும் இடையே நடக்கும் வியாபாபர ஒப்பந்தம் என்று ஒதுங்கிக் கொண்டாள். அம்மா பேராசைப்பட்டு பேசிவிடக்கூடாதே என்று கவலையாக இருந்தது.

“நீங்க அதைப்பத்திக் கவலையே படவேண்டாம்” என்றார் கோபாலய்யர். “இங்கேந்து பட்டணத்துக்குப் போக வர பயண ஏற்பாடு, அங்க தங்க வசதி, நாட்டியத்துக்கு சன்மானம் எல்லாம் உண்டு. முன்பணம் இப்பவே கொடுத்துடறேன், முன்னூறு ரூபாய், வெச்சுக்குங்கோ. முதல் வகுப்பு ரயில் டிக்கெட் தபால்லெயோ ஆள் மூலமோ கொடுத்துவிடறேன். சரிதானே?”

அவர் கொடுத்த பணத்தை வாங்கியபடி, “சரிங்கய்யா, எங்களுக்கு அஞ்சு டிக்கெட் வேண்டியிருக்கும். அம்மாவும் வருவாங்க” என்றாள் செங்கமலம்.

“ஆஹா பேஷா வரட்டும். எல்லா சௌகர்யமும் நா செஞ்சு வைக்கிறேன். கவலைப்படாமெ நிகழ்ச்சிக்கு தயார் பண்ணுங்கோ. ரெண்டரையிலேந்து மூணு மணிநேரம் வரை ஆடலாம்.”

வந்தவர்கள் மரியாதைப்பட்டவர்கள்தான் என்று கஸ்தூரிக்கு மெல்லிய திருப்தி ஏற்பட்டது. தஞ்சையைச் சுற்றி இருக்கும் மிட்டாதார்கள் ஜமீந்தார்களின் வீட்டில் கச்சேரிக்கு ஏற்பாடு செய்ய அவர்களது பணியாளர்கள்தான் பேச வருவார்கள். அவர்களே முதலாளிகள் போல நடந்துகொள்வார்கள். நீர் மோரும் பலகாரமும் கேட்டு வாங்கி மொசுக்கிவிட்டுப் போவார்கள்.

“சரிம்மா நாங்கக் கிளம்பறம்” என்று கோபாலய்யர் எழுந்தார்.

“என்ன எழுந்துட்டீங்க? ஏதாச்சும் சாப்பிட்டுட்டுப் போங்க” என்றாள் செங்கமலம்.

“நா வெளியிலே எதுவும் சாப்பிடமாட்டேம்மா” என்றார் கோபாலய்யர்.

கல்யாணராமன் கஸ்தூரியையும் திலகத்தையும் பார்த்து “கூடிய சீக்கிரம் உங்க நாட்டியத்தையும் இவருடைய பாட்டையும்

கேட்கப்போறோம்கறது எனக்கு ரொம்ப சந்தோஷமாயிருக்கு" என்றான். திலகம் மீண்டும் முகம் சிவந்தாள்.

அவர்கள் கிளம்பிச் சென்றதும் பலத்த மழை பிடித்துக் கொண்டது. "அடியே இது நல்ல சகுனம்" என்றாள் கனகு பாட்டி.

"என்னக்கா, மேற்கொண்டு இப்ப பயிற்சி உண்டா இல்லையா?" என்றான் சபாபதி.

"இல்லாம?" என்று சிரித்து கஸ்தூரி புடவைத் தலைப்பை இழுத்துச் செறுகிக் கொண்டு வந்து நின்றாள். "அதுக்குபெறகு பட்டணத்திலே என்ன ஆடலாம்னு பட்டியல் போடுவோம். என்ன திலகம்?"

திலகம் ஏதோ லாகிரியில் மிதப்பதுபோல் இருந்தது.

"ஏண்டி உன்னைத்தான், என்ன யோசனை? பட்டியல் போடலாமான்னு கேட்டேன்."

திலகம் தன்னை சமாளித்துக்கொண்டு சொன்னாள். "போடலாம்கா. லக்ஷ்மி அக்கா மெட்ராசிலேதான் இருக்கா? அவளைப் பார்க்க முடியுமான்னு திடீர்னு தோணிச்சு" என்றாள்.

"துளசி அத்தைகிட்ட போய் நா விலாசம் வாங்கிட்டு வர்றேன்" என்றான் சபாபதி.

கஸ்தூரிக்கு வெகுநாள் கழித்து லக்ஷ்மியின் நினைவு வந்தது. அவர்களிடையே இருந்த இடைவெளி இப்போது இன்னும் பெரிதாகிவிட்டதாக அச்சம் ஏற்பட்டது. ஆனால் லக்ஷ்மி தனக்கு எதிரியாக மாறும் காலம் வரும் என்று நிச்சயம் அவள் நினைக்கவில்லை.

—15—

யாரோ கூப்பிடுவதுபோல் இருந்தது. லக்ஷ்மி உலுக்கப்பட்டதுபோல நிமிர்ந்தாள். யாரும் கண்ணுக்குப் புலப்படவில்லை. மொட்டைமாடியில் வெயில் சற்று இறங்கியிருந்தது. நாலரை மணி இருக்கக்கூடும். சமுத்திரக்காற்று மெல்ல வீச ஆரம்பித்திருந்தது. மூன்று மணிக்குத்தான் மாமியின் அழைப்பைக் கேட்டு கீழே போய் மாமியின் அடையையும் காபியையும் ருசித்துச் சாப்பிட்டுவிட்டு வந்திருந்தாள். வலது கையில் இன்னமும் நெய்யும் வெல்லமுமாக அடைக்குத் தொட்டுக்கொண்டு சாப்பிட்டது மணத்தது. மாமியின் அடை ஸ்பெஷல். மொறு மொறுவென்றும் இருக்கும் மிருதுவாகவும் இருக்கும். ஊரில் அவள் சாப்பிட்ட அடை எல்லாம் வரட்டிபோல தடிமனாகக் கடித்து விழுங்கவே சிரமப்படும். பாதி அடை சாப்பிட்டால் இரவு சாப்பிட முடியாது. மாமியின் அடையை நாவும் வயிறும் இன்னும் இன்னும் என்று வெட்கமில்லாமல் கேட்கும். மாமிக்குப் பிடிகொள்ளாத பெருமை தரும். ஆனால் இரண்டோடு நிறுத்திக்கொண்டால்தான் மரியாதை. வயிற்றுக்கும்.

லக்ஷ்மி தனக்குள் சிரித்தபடி மீண்டும் படித்துக்கொண்டிருந்த புத்தகத்துக்குத் திரும்பினாள். பரீட்சைக்கு இன்னும் ஒரு மாதமே இருந்தது. கடைசி ஆண்டு. இதில் முதல் வகுப்பில் தேர்ச்சி பெறுவோம் என்கிற நம்பிக்கை அவளுக்கு இருந்தது. தேர்ச்சி பெற்றால் உடனடியாக அரசு மருத்துவமனையில் வேலைக்கு சேர்ந்துவிடலாம். வேலையில் இருந்தபடியே மகப்பேறு மருத்துவத்திற்கு விசேஷ மேற்படிப்பு படிக்கவேண்டும்.

அம்மாவை வரவழைத்து வேறு ஜாகை அமர்த்திக்கொள்ளலாம். அம்மா வர சம்மதித்தால். அம்மா இப்போது ஊரில் சௌகர்யமாக இருப்பதாகச் சொல்கிறாள். சாப்பாடு வீடு தேடி வருகிறது.

"ராணி மாதிரி இருக்கேண்டி இப்ப!" என்றாள் சென்ற விடுமுறைக்கு அவள் அபூர்வமாக நான்கு நாட்கள் சென்றபோது. பாப்பா இறந்தபிறகு அப்பாவுக்கு அம்மாவின் அண்மை தேவைப்பட்டதாகத் தோன்றிற்று. அம்மாவுக்கு பெரிய மிராசுவுடனான உறவு உணர்வுரீதியான பிணைப்பு என்று அவள் புரிந்து கொண்டிருந்தாள். ஒரு இரவு அப்பாவுக்காகக் காத்திருந்த போதில் அம்மா மொதுவாகப் பேசுவதுபோல பேசியபடியே இருந்தாள்.

"இது கேடுகெட்ட குலம்னு நீ பழிக்கறே. உண்மைதான். ஆனா நா கேட்டுக்கிட்டு வந்து இங்க பொறக்கல்லே. திமிறிக்கிட்டுப் போக எனக்குப் பாதையிருக்கல்லே. திமிறணும்னு தோணக்கூட இல்லேன்னு வெச்சுக்க. ஆனா ஒண்ணு உறுதியாச் சொல்றேன். நா வேசிப்பொழைப்பு பொழைக்கல்லே. பெரிய மிராசுக்கு என்னைப் பிடிச்சுபோனது என்னுடைய அதிர்ஷ்டம். இல்லேன்னா நாய்பட்ட பாடாத்தான் இருக்கும். நா அவருக்கு தாலிகட்டின பொண்ஜாதி இல்லையே தவிர மனப்பூர்வமா அவரைத்தான் என் புருஷனா நா நினைக்கிறேன். அவங்களும் நமக்கு உண்மையா இருக்காங்க. எத்தனை பேர் அவரைப்போல் வைப்பாட்டிக்குப் பொறந்த பொண்ணுக்கு இந்த அளவுக்கு செய்வாங்க?"

அவள் பதில் சொல்லவில்லை. அம்மா எதற்கோ நியாயம் கற்பிக்க முயற்சி செய்வதாகத் தோன்றிற்று. சட்டப்படி அம்மாவுக்கோ அவளுக்கோ எந்த உரிமையும் இல்லை என்பதைச் சொல்வதால் அம்மாவுக்கு எந்த வித்தியாசமும் இருக்கப்போவதில்லை என்று நினைத்துக் கொண்டாள். சாப்பாடு கலயத்துக்காக மிராசுவின் கொல்லையில் காத்து நின்றதெல்லாம் அம்மாவுக்கு அவமானமாகப்படாதது வியப்பாக இருந்தது. மொத்த

சமூகமே தன்னுடைய இனத்தை ஒதுக்கிக் கேவல நிலையில் வைத்திருந்ததென ரோசமோ கோபமோ அம்மாவுக்கு இல்லை. தன்னைப் போல பெண்ணும் ரோசமற்று இருக்க வேண்டும் என்று அவள் நினைத்தது அவளுடைய மிகப்பெரிய குற்றம் என்று இப்பவும் ஆத்திரம் வந்தது. மகளுடைய எதிர்காலம் எப்படி இருக்க வேண்டும் என்கிற கனவுகூட அவளுக்கு இல்லை. ஒரு ஜமீந்தாருக்கு வைப்பாட்டியாக அவளுடைய வாழ்க்கையும் தொடர்வது இயல்பான ஒன்றாக அவள் நினைத்திருக்க வேண்டும். தனது வாழ்க்கையில் எந்தவித மாற்றத்தையும் அவள் விரும்பவில்லை. மாற்றம் என்பது அச்சுறுத்தும் விஷயமாக அரண்டவள்.

“உனக்கு இருந்த வீம்புக்கும் புடிவாதத்துக்கும் எங்க கொண்டு நிறுத்துமோன்னு பயந்தேன். நீ ஒரு நாள் உருப்படியா நிப்பேன்னு நா கனாகூட காணல்லே.”

அவள் பேசாமல் மெல்லிய புன்னகையுடன் அமர்ந்திருந்தாள். அம்மாவுக்கு இன்னமும் அவளது எதிர்காலத்தைப்பற்றி நிச்சயமில்லை. கௌரவம் என்பதைப் பற்றின அளவுகோல் அம்மாவுக்கு வேறு. அவளை மாற்ற முடியாமல் போனது தனது தோல்வி என்று லக்ஷ்மிக்கு எரிச்சல் ஏற்பட்டது. ஆனால் இப்பொழுதெல்லாம் அவளைக் கண்டு அம்மாவுக்கு மெல்லிய அச்சம் இருந்ததுபோல இருந்தது. ஏதும் தப்பாகப் பேசிவிடுவோமோ என்று பயந்த மாதிரி இருந்தது.

“நா ரோசப்படல்லேன்னு உனக்கு என்மேல கோபம்னு எனக்கு விளங்குது. ரோசப்படறதுக்கும் வக்கிருக்கணும் இல்லே? ரோசப்பட்டா மிராசு வர்றதை நிறுத்திடுவாங்கன்னு நா பயந்ததை உன்னாலெ புரிஞ்சுக்க முடியாது.”

“அம்மா போதும்மா” என்றாள் அவள் கடைசியில் பொறுமை இழந்து. “பழசைப்பத்தி இப்ப என்ன பேச்சு? உன் வாழ்க்கையை ஏன் அப்படி அமைச்சுண்டேன்னு நா கேட்கல்லே. காலம் ஒரே மாதிரி இருக்க முடியாது. மாறணும் உன் சந்ததி காலத்திலேயாவது.

மாற்றத்தைக்கண்டே நீ பயப்படறேன்னுதான் எனக்குக் கோபம் வருது. அநியாயம் நடக்குதுன்னு நமக்கு உறைச்சாத்தான் நமக்குள்ள யாராவது மாற்றத்தைக் கொண்டுவரணும்னு ஆத்திரப்படுவாங்க. அதைக் கண்டு நீ பயப்பட வேண்டியதில்லே. நா இன்னும் ஆறு மாசத்திலே டாக்டர் ஆயிடுவேன். உன்னை மெட்ராசுக்கு அழைச்சிட்டுப் போறேன். நீ தலை நிமிர்ந்து நிக்கலாம். ராணி மாதிரி இருக்கலாம்."

அம்மா சின்னப் பெண்போல அழகாகச் சிரித்தாள். "நம்பத்தான் முடியல்லே, கனா மாதிரி இருக்கு. ஆனா நா இப்பவே ராணி மாதிரி இருக்கேன். உங்கப்பாவைவிட்டு என்னை வரச் சொல்றியா?"

அவள் பேசவில்லை. அது ஒரு பிரச்சினைதான் என்று புரிந்தது. இப்படிப்பட்ட விசுவாசமான வைப்பாட்டி கிடைத்தது பெரிய மிராசுவின் அதிர்ஷ்டம்.

தறிகெட்டு ஓடும் மனசைப் பிடித்து இழுத்து மீண்டும் புத்தகத்துக்குத் திருப்பியபோது "அக்கா!" என்று யாரோ அழைத்தார்கள். அவள் நிமிர்ந்து பார்த்தாள். "இந்தப் பக்கம்" என்று பக்கத்துவீட்டு மொட்டை மாடியிலிருந்து குரல் கேட்டது. "காது கேக்கல்லியா என்ன? ரொம்ப நேரமா கூப்பிடறேன்!"

அவள் சட்டென்று எழுந்து சுவரருகில் சென்றாள். அந்தப் பெண் யோகுவின் முக்காடிட்ட தலை தெரிந்தது. "அக்கா!" என்று சின்ன உற்சாகத்துடன் கூவிய அவளை பார்த்தபோது அகன்ற அழகிய கண்களில் குழந்தைத்தனமான ஆர்வம் தெரிந்தது. கரிய அடர்த்தியான வளைந்த ரப்பைகள் கண்ணின் கருமையைக் கூட்டிற்று. பாழ் நெற்றியில் விபூதிக் கீற்று ஆதி சங்கரர்போல.

லக்ஷ்மி மகிழ்ச்சியுடன், "யோகுவா? எப்படி இருக்கே?" என்றாள். "என் பேரு எப்படி தெரிஞ்சுது?" என்றாள் யோகு கண்களை அகலவிரித்து. அந்த முகத்துக்குப் பொறுத்தமில்லாத அந்த வேஷம் எத்தனை அநியாயம் என்கிற சீற்றத்தை அடக்கியபடி லக்ஷ்மி சிரித்துக்கொண்டு சொன்னாள்.

“அதோ பறக்கிறதே காக்கா, அது வந்து சொல்லிட்டுப் போச்சு!” யோகு கலகலவென்று சிரித்தாள்.

“அப்ப காக்காவோட பாஷையெல்லாம் உங்களுக்குத் தெரியுமா? நாங்க கஷ்டப்பட்டு போடற வடாத்தையெல்லாம் கொத்திண்டு போறது. சித்த அதுக்கு சொல்லுங்கோ!”

“கண்டிப்பா சொல்றேன்!” என்று லக்ஷ்மி சிரித்தாள். “ஆனா எனக்குக் கூலி வேணும்!”

“ஆத்துக்கு வாங்கோ வடாம் வறுத்துத் தரச் சொல்றேன் மாமியார்கிட்ட.”

லக்ஷ்மி ஏதும் பேசாமல் அந்தக் குழந்தை முகத்தைப் பார்த்தாள். அவள் நினைத்ததைவிட அதிக சூட்சுமம் உள்ள பெண்ணாக யோகு இருப்பது உற்சாகத்தை அளித்தது. நீள ஜடையும் பாவாடை சட்டையுமாக அவளைக் கற்பனை செய்து பார்க்கக்கூட முடியாமல் அந்தத் தலை மழிப்பும் ஒன்பது கெஜப் புடவையும் கண்ணை உறுத்தின.

“என்னவோ வாசிச்சுண்டே இருக்கேளே, என்னக்கா?”

“பரீட்சைக்குப் படிக்கிறேன் யோகு.”

“ஓ தெரியும், டாக்டர் படிப்பு படிக்கிறேள்னு மாமியார் சொல்லிண்டிருந்தார். கதைப் புஸ்தகமே வாசிக்கமாட்டேளா?”

“நீ வாசிப்பியா?”

“கிடைச்சா வாசிப்பேன். இந்தாத்திலே எல்லாம் ஸ்லோகப் புஸ்தகங்களா இருக்கு” என்றுவிட்டுச் சிரித்தாள். அது அவளுடன் பகிர்ந்து கொள்ளும் ரகசியம் போல இருந்தது.

“எங்கிட்ட ஏதாவது கதைப் புஸ்தகம் இருக்கும். பாத்து நாளைக்குத் தரேன்.”

“கண்டிப்பா?”

“கண்டிப்பா, இதே நேரம்.”

“அப்பவே கூப்பிட்டேன், உங்களுக்குக் கேட்கல்லே.”

“நீ பள்ளிக்கூடம் போய் படிச்சியோ?” என்றாள் லக்ஷ்மி மெல்லிய தயக்கத்துடன்.

“ஓ, எட்டு கிளாஸ் வரைக்கும் படிச்சேன். அதுக்குள்ளே எனக்குக் கல்யாணம் பண்ணி வெச்சுட்டா.”

யோகு தலைக் கவிழ்ந்தபடி சொன்னாள். “கல்யாணம் வேண்டாம்னு ரொம்ப அழுதேன்கா!”

“என்ன வயசு உனக்கு அப்ப?”

“பதிமூணு.”

மெல்லத் தலைநிமிர்ந்த யோகுவின் கண்களிர் நீர் படர்ந்திருந்தது. “கடன் ஒடன்பட்டு அப்பா பெரிய இடம்னு அவசரமா கல்யாணம் செஞ்சாரா, நா புக்காத்துக்கு வரதுக்குள்ளே எங்காத்துக்காரர் செத்துப் போயிட்டார்.”

லக்ஷ்மி திகைப்புடன் அந்தக் குழந்தை நூத்துக்கிழவிபோலப் பேசுவதைக் கேட்டு நின்றாள் இதற்கு என்ன மறுமொழி சொல்வது என்று விளங்காமல்.

சட்டென்று யோகுவின் உடல் மொழி மாறிற்று. உள்ளேயிருந்து யாரோ கூப்பிடுவதுபோல் இருந்தது. அவளுடைய முகத்தில் கலவரம் படர்ந்தது. கண்களை அவசரமாகத் துடைத்துக் கொண்டாள்.

“இதோ வரேன் மா!” என்று திரும்பிப் பார்க்காமல் சிட்டாய் ஓடி மறைந்தாள். கொசுவம் வைத்துக் கட்டிய புடவை தடுக்கி விழுந்திடுவாளோ என்றிருந்தது லக்ஷ்மிக்கு.

அதற்குப் பிறகு படிப்பில் கவனம் கொள்ளவில்லை. யோகுவின் சிரிப்பும் பேச்சும் நீலோத்பல விழிகளும் அவள் வாழும் வாழ்க்கையும் மிக அபத்த முரணாக தண்டமாகத் தோன்றிய வண்ணம் இருந்தது. தனக்கு இழைக்கப்பட்ட அநீதியைப் பற்றின பிரக்ஞைகூட யோகுவுக்கு இருக்குமா என்பது சந்தேகம். பள்ளிப் படிப்புப் போனதைப் பற்றிதான் அவளுக்கு வருத்தமிருக்க வேண்டும். ‘போக்கிடமில்லாத

கம்மனாட்டிக்கு வாயிருந்தா ஆபத்து' என்று ஒரு நாள் மாமி பொதுவாக யாரைப் பற்றியோ சொல்லிக் கொண்டிருந்தாள்.

'போக்கிடமில்லாத கம்மனாட்டி' - எத்தனைக் கொடூரமான வர்ணனை! யோகுவின் குழந்தை முகமும், எல்லாம் ஸ்லோகப் புஸ்தகங்கள் என்ற குரும்புச் சிரிப்பும் நினைவுக்கு வந்தது. அந்த மொட்டைத்தலையும், முரட்டுப்புடவையும் எத்தனை பெரிய தண்டனை, அவள் செய்யாத குற்றத்துக்கு! அவளை அந்த வீட்டிலிருந்து பிய்த்தெடுத்து பள்ளியில் சேர்த்துவிட வேண்டும் போல் லக்ஷ்மிக்குப் பரபரத்தது. அவளை சுமக்கும் அந்தப் புடவையை அவிழ்த்து பாவாடை சட்டை அணிவித்து, முடியை வளர்த்து ரிப்பன் கட்டி.

யோகுவின் முடியில் கலர் கலராக ரிப்பன்கள் பறந்தன. சிவப்பு, வெள்ளை நீலம்... பள்ளியிலிருந்து திரும்பி அக்கா அக்காவென்று குதூகலமாகச் சிரித்து தட்டாமாலை சுழல்கிறாள்.

'வடாத்தைத் தின்னுக்கோ, எனக்கு இப்பக் கவலையில்லேன்னு காக்காகிட்டச் சொல்றேளா?' லக்ஷ்மியின் கண்களில் நீர் நிறைந்தது. ஓவென்று அழவேண்டும் போல் இருந்தது. என்றாவது அப்படி அழமுடிந்தால் மனத்தில் நினைவு தெரிந்த நாளாய் மண்டிப் புதைந்திருக்கும் கோபங்கள் அதிர்ச்சிகள் துயரங்கள் எல்லாவற்றிற்கும் வடிகால் கிடைக்கும். ஆனால் அழுவதால் மட்டுமே அவற்றிற்கு விடிவு கிடைக்காது என்று உள்ளுணர்வின் நினைவூட்டல் அவளை பலவீனப்படுத்திற்று.

யோகுவை அந்தக் கூட்டுக்குள்ளிருந்து வெளியேற்றுவது தன் ஒருத்தியால் மட்டும் சாத்தியமில்லை என்று சோர்வு ஏற்பட்டது. 'யோகு, பள்ளிக்கூடத்திலே சேர்க்கறேன் வர்றியா?' என்றால் சிட்டுக்குருவியைப் போல பறந்து வருவாள். ஆனால் அவளைச் சுற்றி ஒரு பெரிய அரண் இருந்தது. அதைத் தாண்டி வருவது விக்கிரமாதித்தன் கதையில் வரும் ஏழுகடல் தாண்டும் சாகசம். அதற்கு ஏற்ற சூழலை உருவாக்கும் ஆர்வமோ கரிசனமோ பக்கத்து வீட்டு மாமிக்கோ மாமாவுக்கோ நிச்சயம் இருக்காது.

யோசித்துப் பார்க்கையிலே எல்லா பெண்களும் அவர்களாகப் போட்டுக்கொண்ட அல்லது போடப்பட்ட முடிச்சுகளில் சிக்குண்டு இருப்பதாகத் தோன்றிற்று. அந்த முடிச்சே சுகம் என்கிற அளவுக்கு மௌனமாக வளைய வருகிறார்கள். அநியாயத்திற்கு நியாயம் கற்பிக்கிறார்கள். அத்தனை சின்னப் பெண்ணுக்கு மொட்டையடிப்பதும் ஒன்பது கெஜப் புடவையை உடுத்தச் சொல்வதும் அநியாயம், கொடூரம் என்று ஏன் யாரும் சொல்லவில்லை? நினைக்கவில்லை? யோகு முரண்டிருப்பாள் நிச்சயம். குறைந்தபட்சம் அழுதிருப்பாள் அந்த அலங்கோலம் செய்யப்பட்டபோது. உன் தலை விதிடீ என்று அவளை அதட்டி வைத்திருப்பார்கள். துக்கிரி, போக்கிடமத்த கம்மனாட்டி... வாழ லாயக்கற்றவளுக்கு இருக்க இடமும் உண்ண உணவும் கிடைத்தாலே பெரிசு.

லக்ஷ்மிக்கும் மீண்டும் கண்ணில் நீர் நிரம்பிற்று.

யோகுவுக்கும் விமோசனம் உண்டா? மற்றவர் வந்து கரை ஏற்றுவார்கள் என்று காத்திருந்தால் கரையிலேயே ஆயுசுக்கும் காத்திருக்க வேண்டியதுதான். முதலாவது விடிவை நோக்கிச் செல்லவும் மாறுபட்ட சிந்தனை வேண்டாமா? எத்தனை தினுசான அவமானங்கள்! அவை அவமானங்கள் என்று நினைக்காதவர்களை எப்படி உலுக்குவது? என்னை எதுவும் பாதிக்காது, நான் அவதரித்திருப்பது ஒரு தெய்விகக் கைங்கர்யத்துக்கு என்று அந்த அசட்டுக் கஸ்தூரி போல இருந்தால் மாற்றம் எப்படி வரும்?

கஸ்தூரியைப் பற்றி நினைக்கும்போதெல்லாம் கோபம் வந்தது. தன்னைத்தானே ஏமாற்றிக் கொண்டு வாழும் அசட்டுப்பெண் என்று ஆற்றாமை ஏற்பட்டது. ஆனால் கஸ்தூரிக்கு இருக்கும் பயங்கள் நிஜமானவை என்று சமீபத்தில் அவள் ஊருக்குச் சென்ற சமயத்தில் கஸ்தூரியுடன் நடந்த சந்திப்பில் புரிந்தது.

அவள் சென்றபோது கஸ்தூரி வீட்டில் சென்னைக்குக் கிளம்பத் தயாராகிக் கொண்டிருந்தார்கள். அங்கு ஏதோ புதிய

சபாவில் கச்சேரிக்கு ஏற்பாடு செய்யப்பட்டிருப்பதாக கஸ்தூரியின் அம்மா சொன்னாள். அவளைக் கண்டதும் கஸ்தூரியின் முகம் மலர்ந்த மலர்ச்சி மனசுக்கு இதமாக இருந்தது. முன்பைவிட கஸ்தூரி அதிக அழகாக இருந்தாள். அவளிடம் ஏதோ ஒரு தூய்மை பளிச்சிட்டது.

அவளைக் கண்டு செங்கமலம் அத்தையும் கனகு பாட்டியும் உற்சாகம் காண்பிக்காததை லக்ஷ்மி கவனித்தாள். கலகம் ஊட்ட வந்தவள் என்று அவர்கள் அரண்டால் ஆச்சரியப்படுவதற்கில்லை. ஊர் முழுவதும் அவளை ஒரு அடங்காப்பிடாரி, ஓடுகாலி என்று சொல்வதாக அம்மா சொன்னபோது அவள் சிரித்தாள்.

"ரொம்பச் சரியான வர்ணனைம்மா!" என்றாள். "ஆமாம். நா அடங்காப்பிடாரிதான். வாயை மூடிக்கிட்டு இந்த ஒத்தைத் தெருவிலே யார் நமக்கு பிச்சை போடுவாங்கன்னு பாத்துக்கிட்டு, யார் எவ வீட்டுக்கு வந்ததுன்னு நோண்டிக்கிட்டு உட்கார்ற வாழ்க்கை கூடாதுன்னு அதுக்கு அடங்காம வெளியிலே ஓட்டமெடுத்தவ. ஓடுகாலி! ரொம்ப சரியான வார்த்தை. என்ன வேணாச் சொல்லு, நல்லா வக்கணையா பேச இவங்களுக்குத் தெரியுது."

அம்மா சொன்னதை நினைத்து நினைத்து அவளுக்குச் சிரிப்பு வந்தது.

"நீ என்னவோ பெரிய படிப்பு படிக்கிறதா உங்க அம்மா சொன்னாளே என்ன படிப்பு அது?" என்றாள் செங்கமலம்.

"டாக்டருக்குப் படிக்கிறேன் அத்தை!"

கஸ்தூரி ஆசையுடன் அவள் கையைப் பற்றியபடி நின்றாள்.

"டாக்டருக்கா?" என்றாள் கனகு பாட்டி ஆர்வத்துடன். "சரியான சமயத்துக்கு வந்தேடி. இந்த மூட்டுலே ஒரே வலிடி. என்ன மருந்து கொடுப்பியோ குடு."

லக்ஷ்மிக்குச் சிரிப்பு வந்தது. "என் படிப்பு இன்னும் முடியல்லே பாட்டி. ஆனா எங்கிட்ட ஒரு களிம்பு இருக்கு. அதைத் தடவிப் பாருங்க. கொண்டுவந்து தர்றேன்" என்றள்.

கஸ்தூரி அவளை அழைத்துக்கொண்டு மொட்டை மாடிக்குச் சென்றாள். "ரொம்ப மாறிட்டே லக்ஷ்மி, சரியான பட்டணத்துவாசி மாதிரி, சாதாரண நூல் புடைவையிலே நாகரிகமாத் தெரியறே. எப்படி இருக்கு பட்டண வாழ்க்கை?" என்றாள் பிரியத்துடன்.

"எனக்குப் பிடிச்சிருக்கு. வெளியிலே இருக்கற உலகம் ரொம்பப் பெரிசு கஸ்தூரி. மத்தவங்களோடு பழகறபோது அவங்க வாழ்க்கையைப் பார்க்கற போதுதான் எத்தனை வகையான கஷ்டங்கள், அநியாயங்கள் எல்லாம் இருக்குன்னு புலப்படுது. நீ எப்படி இருக்கே?" என்றாள் லக்ஷ்மி. கஸ்தூரி பளீரென்று சிரித்தாள். "ரொம்ப நல்லாயிருக்கேனே? நிறைய ஆடறேன். எனக்கென்ன குறைச்சல்?"

லக்ஷ்மிக்கு வியப்பாக இருந்தது. "ஒரு வெள்ளைக்கார துரை ரொம்பக் கேவலமா நடந்தான் உங்கிட்டன்னு கேள்விப்பட்டேனே?"

கஸ்தூரி மீண்டும் சிரித்தாள். "அவன் கிடக்கறான் பன்னிப் பயல். அவனையெல்லாம் சமாளிச்சு வந்ததைப்பத்திக் கேள்விப்படலியா?"

லக்ஷ்மி யோசனையுடன் அவளைப் பார்த்தாள். "இப்படி வாழற வாழ்க்கை உனக்கு அவமானமாத் தோணல்லியா?"

"நா அதைப்பத்தி நினைச்சாத்தானே?" அவளது அழகிய தோளை உலுக்கவேண்டும்போல் இருந்தது லக்ஷ்மிக்கு.

"நினைக்காம எப்படி இருப்பே?"

"அடி, உனக்குப் புரியாது. நா ஒரு கலைஞர். எனக்கு அது மட்டும்தான் முக்கியம். எவனோ ஒருத்தன் அப்படி நடந்துகிட்டான்னா அவன்கிட்டத்தான் கோளாறு என்மேல இல்லே."

"அவன் ஏன் அப்படி நடந்துக்கறான்? நீ தேவதாசின்னு அவனுக்குத் தெரியும். யார் கை பிடிச்சு இழுத்தாலும் வரவேண்டியவள்னு அவன் மனசுக்குள்ளே அபிப்பிராயம் விழுந்து போச்சு."

"அப்ப அவன்னா முட்டாள்?" என்றாள் கஸ்தூரி வெள்ளையாக. "நா சாமிக்கு மட்டுமே தாசிங்கறதுதான் நிஜம். மத்ததெல்லாம் பொய்யி. ராஜா, ஜமீந்தாருங்க, துரைங்க, யாருமே என்னை ஒண்ணும் செய்யமுடியாது. என்னுடைய கலை என்னை மீட்குது."

லக்ஷ்மிக்குத் தலையில் அடித்துக்கொள்ள வேண்டும்போல் இருந்தது. "மண்ணாங்கட்டி. உன்னையே நீ ஏமாத்திக்கறே."

கஸ்தூரியின் முகம் உணர்ச்சிவசப்பட்டு சிவந்து பளபளத்தது. "இல்லே இது சத்யம்" என்றாள் தீவிரத்துடன். "எனக்கும் சுய கௌரவம் உண்டு லக்ஷ்மி. மானங்கெட்டவள்னு நினைக்காதே. எல்லாத்தையும் துச்சமா நினைக்க என்னாலெ முடியும். நா இருக்கற ஏற்பாட்டுக்குள்ளே எனக்கு சுதந்திரம் இருக்கு. மணிக்கணக்கா நா ஆடிக்கிட்டிருக்கலாம். ஆடினது போதும்னு எவனும் என்னை அடக்க முடியாது. இந்த அகண்ட வெளி எனக்கு வேணும். இல்லேன்னா நா செத்துறுவேன். கட்டுப்பாடான சூழல்லே கலை வளர முடியாது. எனக்கு அதான் முக்கியம்."

லக்ஷ்மி யோசனையுடன் அவளைப் பார்த்து மெல்லச் சொன்னாள். "நீ உன்னைப் பத்தி மட்டும் நினைச்சு திருப்திபட்டுக்கறே. சின்ன வயசிலே எங்கம்மாவும் நானும் பட்ட அவமானத்தை நீயும் பட்டிருந்தியானா இப்படிப் பேச மாட்டே. நான் என் படிப்பு முடிஞ்சதும் ஒரு இயக்கம் ஆரம்பிக்கப் போறேன்."

"இயக்கம்னா?"

"இந்த தேவதாசி முறையைத் தடுக்கற சட்டம் வரணும். அதுக்கு ஆதரவா பேசறவங்களைக் கூட்டு சேர்க்கணும். நாட்டுக்கு சுதந்திரப் போராட்டம் நடக்குது. நமக்கு இதிலேந்து விடிவு இல்லேன்னா சுதந்திரம் வந்தும் பிரயோஜனமில்லே. சட்டம் வந்தாத்தான் இந்தக் குலத்துக்கு விமோசனம். கௌரவம்."

"சட்டம் வந்தா சமூகம் கவுரதை கொடுக்கும்னு நினைக்கிறியா?"

“கொடுக்கும் மெல்ல, மெல்ல.”

“எனக்குப் புரியல்லே” என்றாள் கஸ்தூரி குழப்பத்துடன். “கௌரவம்னா எல்லாரும் கல்யாணம் செஞ்சுக்கிட்டு குழந்தை குட்டி பெறலாம்ங்கறே?”

“ஆமாம், ஏன் கூடாது?”

கஸ்தூரி சிரித்தாள். “அடீ, எத்தனைபேர்டீ இந்த குலத்திலே பிறந்தவங்களைக் கல்யாணம் கட்டிப்பாங்க?”

“சட்டம் வந்துட்டா தன்னைப் போல அது நடக்கும்.”

கஸ்தூரி வேகமாகத் தலையசைத்தாள் அதை ஏற்க முடியாதவள்போல.

“ஆடறவங்களும் பாடறவங்களும் கல்யாணம் பண்ணிக்கிட்டா என்ன நடக்கும் தெரியுமா? பிலஹரியையும் தோடியையும் மறந்துட்டு பொரியலும் தோசையும் செஞ்சிக்கிட்டிருப்பாங்க.”

அது பெரிய ஹாஸ்யம்போல கஸ்தூரி விழுந்து விழுந்து சிரித்தாள். “நா நினைச்சா மோகன வர்ணத்துக்கு ஜதி பின்னுவேன். செஞ்சுரிட்டி ஜாவளிக்கு அபிநயம் பழகுவேன். ‘இந்தாடி, சமையலாச்சா’ன்னு உள்ளேயிருந்து ஒருத்தன் அதட்டறான்னு வெச்சுக்க இறக்கை ஒடிஞ்ச மாதிரி ஆயிடுவேன். ஐயோ எனக்கு வேண்டாண்டி அந்த கௌரவமும் புண்ணாக்கும்.”

லக்ஷ்மிக்கு ஆயாசமாக இருந்தது. “உன்னைமாதிரி எவ்வளவு பேர் இருப்பாங்கன்னு நினைக்கிறே? இந்த குலத்திலே பிறந்த காரணத்தாலெ நம்ம பெண்கள் அவமானப்படறாங்க. அவமானப்படும்படியா நடந்துக்கறாங்க. தேவதாசி முறையே ஒழிஞ்சுதுன்னா அதுக்கு சந்தர்ப்பம் இல்லாம போகும்.”

“அப்பப் பெண் கலைஞர்களே இருக்க மாட்டாங்க. அடுக்களைக்குள்ளே சிறைபட்டுப் போவாங்க!”

திடீரென்று கஸ்தூரி கலவரத்துடன் கேட்டாள்.

“உன் சட்டம் என்னை ஆடக்கூடாதுன்னு சொல்லுமா?”

“கோயில்லே ஆடக்கூடாதுன்னு சொல்லும்.”

“ஐயோ, சாமி என்ன தப்பு பண்ணிச்சு?”

லக்ஷ்மி பொறுமையுடன் சொல்ல ஆரம்பித்தாள். “சாமியில்லே சாமி பேரைச் சொல்லி மத்தவங்க. உனக்கு நா எப்படி புரிய வைக்கிறது?” கஸ்தூரிக்கு அப்படி ஒரு கோபம் வரும் என்று அவள் எதிர்பார்க்கவில்லை. “எனக்கு நீ எதுவும் விளக்க வேண்டாம். மூட்டைப்பூச்சி இருக்குன்னு வீட்டைக்கொளுத்தற வேலை உன்னுது. கலை, பக்தின்னா என்னன்னு உனக்குத் தெரியாது. கவுரதை, புண்ணாக்கு என்கிறதெல்லாம் நாம எப்படி இருக்கோம்ங்கறதைப் பொறுத்து இருக்கறதுதான். மத்தவங்களைப்பத்தி எனக்குக் கவலையில்லே. சந்நிதியிலே நா ஆடும்போது எனக்கு ஏற்படற சந்தோஷம் உனக்குப் புரியாது. சட்டம் கிட்டம்னு இங்க பேச வராதே. தயவு செய்து நீ கிளம்பு.”

கஸ்தூரியின் முகம் பளபளத்துக் கண்களில் நீர் நிறைந்திருந்தது. இப்பொழுதெல்லாம் கஸ்தூரியின் நினைவு வரும்போது அந்த முகம்தான் நினைவுக்கு வந்தது லக்ஷ்மிக்கு.

—16—

சுப்புணி இருப்புக்கொள்ளாமல் தவித்தான். அப்பாவால் எப்படி எதிலும் பட்டுக்கொள்ளாமல் இருக்க முடிகிறது என்று ஆச்சரியமாக இருந்தது. அவரைக் கண்டு சில சமயங்களில் காரணம் புரியாமல் அச்சம் ஏற்பட்டது. பல சமயங்களில் எரிச்சலும் ஏற்பட்டது.

கோயிலுக்குக் கிளம்பும் சமயத்தில் கொல்லையில் காமு பிழியப் பிழய அழுத கோலம் கண்ணில் நின்றது. இன்று காலை வரை இருவரும் கற்பனைத் தேரில் பவனி வந்துகொண்டிருந்தார்கள். நேற்று இரவு அவனுடைய மார்பில் முகத்தைப் புதைத்து அவள் செல்லமாக அவன் மூக்கைத் திருகியபடி சொன்னாள்.

"நம்ம சுந்துவுக்கு இந்த மூக்கும் இருக்கும், இந்தக் கட்டுக்குடுமியும் இருக்கும்."

"அது யாரது சுந்து?" என்றான் அவன். இதற்குமுன் வேறு ஏதோ பெயர் சொன்னதாக நினைவு.

அவள் அவன் காதைத் திருகிச் சொன்னாள். "இந்த மண்டுக்குப் பொறக்கப்போற கோண்டு!"

"கட்டின புருஷனை மண்டுன்னு சொல்ற பொம்மனாட்டிக்கு நரகம்தான் கிடைக்கும், ஜாக்கிரதை" என்றான் அவன் வாஞ்சையுடன் அவளை இறுக அணைத்து.

"நரகத்துக்குப் போயிட்டு வந்தவா சொல்லட்டும், நா மாத்திக்கறேன்."

“அப்ப நா மண்டுங்கறே?”

“இனிமே சுந்து யாருன்னு கேட்காதீங்கோ.”

“நேத்திக்கு நீ தியாகுவோ கோபுவோ சொன்னே.” அவள் முகம் கவிழ்த்துச் சிரித்தாள். “நம்ம குழந்தையை என்ன பேர் சொல்லிக் கூப்பிட்டா என்ன?”

அன்று காலை எழுந்திருக்கும்போதே வயிற்றுவலி என்கிற அலறலுடன் விடிந்தது. அம்மா ஏதோ கஷாயம் வைத்துக் கொடுத்தாள். எண்ணை நீவி விட்டாள். கடைசியில் அடுத்த ஒரு மணி நேரத்துக்குள் அவர்கள் இருவரும் கட்டியிருந்த கனவுக் கோட்டைகள் கொல்லைக் கழிவுக்குழியில் புதைந்து போயின. காமு சற்று நேரம் அழுது பிறகு சோர்ந்து கொல்லையில் வீட்டு விலக்காகும் நாளில் அவள் இருக்கும் கொட்டகையில் பனையோலைப் பாயில் சுருண்டு படுத்திருப்பதைப் பார்க்கக்கூட முடியாமல் அப்பா கூப்பிட்டவுடன் கோயிலுக்குக் கிளம்ப வேண்டியிருந்தது. அழுதுகொண்டு நிற்கும் அந்த உருவத்தை அணைத்து ஆறுதல் சொல்லவேண்டும் போல் அவனுக்குப் பரபரத்தது. இருண்ட அந்தக் கொட்டகைக்குள்ளிருந்து அவளைக் காற்றோட்டமாக கூடத்தில் படுக்கவைக்க வேண்டும் போலிருந்தது. ஜுரம் வந்து ஜன்னி கண்டாலும் வீட்டுக்குள் இருப்பவருக்குத் தெரியவராது. பூரானும் தேளும் மட்டுமே துணை இருக்கும் கொட்டைக்குள்.

“தீட்டு கண்டப்பறம் அங்கதாண்டா அவ படுக்கணும்” என்றாள் அம்மா. அப்பா விஷயம் தெரிந்ததும் ஒன்றுமே சொல்லாமல், “கோயிலுக்கு வந்து சேரு” என்றுவிட்டுப் போனார்.

அதிர்ந்து நின்ற அவன் தயங்கி நிற்பதைப் பார்த்து அம்மா சமாதானமாகச் சொன்னாள்.

“இதெல்லாம் பொம்மனாட்டி ஜன்மத்துக்கு சர்வ சகஜம். ஏன் இப்படி அலண்டு நிக்கறே? அவளுக்குப் பூஞ்சை உடம்பு. அடுத்த முறை சரியாயிடும். கவலைப்படாதே. சேஷம்னு பார்க்காம

அவளுக்குத் தனியா சமைச்சு ஆகாரமெல்லாம் நா பாத்து போடுவேன். நீ போய் கோயில் வேலையை கவனி" என்றாள்.

அவன் மனசில்லாமல் அகன்றான். 'எப்படியிருக்கேன்னு கூட கேக்கல்லெ என்று காமுவுக்கு இருக்கும்' என்று வருத்தமேற்பட்டது. கோயிலுக்குச் செல்லக் குளித்து மடி உடுத்தியபின் தீட்டுபட்ட பெண் இருக்கும் திக்கைகூடப் பார்க்கக் கூடாது என்பது நியதி. 'சே' என்று அவனுக்கு அலுத்தது. என்ன சம்பிரதாயங்கள். என்ன நியம நிஷ்டைகள். மனிதநேயம் அற்ற விலக்கல்கள். ஆனால் அதை எதிர்க்க முடியவில்லை. தீட்டு என்பது அசுத்தம். தெய்வ கைங்கர்யம் செய்பவர்கள் அதிக சுத்தத்துடன் இருக்க வேண்டும். சாத்திரம் சொல்கிறபடி. அனாச்சாரமாக இருப்பது அபச்சாரம் தெய்வ நிந்தனைக்கு ஒப்பானது. இதெல்லாம் யார் தீர்மானித்தது என்கிற கேள்விக்கே இடமில்லை. கர்ப்பக்கிரகத்தில் வேலை செய்கிறவன் நியம நிஷ்டைகளை அனுசரிக்காமல் போனால், அவனது பிறவிக்கே இழுக்கு.

அப்பா வழக்கம்போல் அர்ச்சனைகளையும் அஷ்டோத்திரங்களையும் வார்த்தை பிசகாமல் கணீரென்று சொன்னபடி பூஜையில் ஆழ்ந்தார். பக்தர்களிடமிருந்து அர்ச்சனைத் தட்டுகளை வாங்கிக் கொண்டு அவனும் இடையில் அப்பாவுடன் சேர்ந்து தோத்திரம் சொன்னான் மனசை நிலைப்படுத்தும் யத்தனத்தில். தீபாராதனை எடுத்து முடித்தவுடன் தட்டை எடுத்துச் சென்றான். கற்பூர ஒளியில் குழந்தை குறுதிக் குவியலாய் அமர்ந்திருந்தது. பிறக்காத குழந்தை. பிறக்க மறுத்த குழந்தை. அவன் தட்டை வைத்துவிட்டு, கர்பக் கிரஹத்துக்குள்ளேயே ஒரு மூலையில் அமர்ந்து குலுங்கக் குலுங்க அழ ஆரம்பித்தான்.

பெரிய குருக்கள் திடுக்கிட்டார். கூட்டம் கலையட்டும் என்று நிதானித்து மெல்லிய குரலில் கேட்டார்.

"என்னடா இது சுப்புணி, எழுந்திரு, எதுக்கு இங்க உக்காந்து அழறே?" அவனுக்குச் சொல்லத் தெரியாமல் பொங்கிப் பொங்கி அழுகை வந்தது.

"இதப்பார், இங்கே உக்காந்துண்டு சாமி சந்நிதியிலே அழப்படாது."

"சாமிகிட்ட அழாம வேற எங்கபோய் அழறது?" என்றான் அவன் லேசான ஆத்திரத்துடன். காரணம் புரியாமல் அப்பாவின் மேல் கோபம் வந்தது.

"எல்லாம் ஈஷ்வர சங்கல்பம். அழுதாதான் அவருக்குத் தெரியும்ங்கறதில்லே. எழுந்துண்டு மூஞ்சியை அலம்பிண்டு வா."

அப்பாவின் குரலில் கண்டிப்பு இருந்தது. அவருக்கு மனுஷத்தனமே இல்லை என்று மனசு குமைந்தது. அவன் எழுந்து வெளிப் பிராகாரத்தில் இருந்த கிணற்றடிக்குச் சென்று நீர் இறைத்து முகத்தைக் கழுவிக்கொண்டான். அழுதது சிறுபிள்ளைத்தனமாகத் தோன்றிற்று. ஆனால் மீண்டும் கண்களில் நீர் தளும்பிற்று.

மூலவர் சந்நிதிக்கு வந்தபோது கூட்டம் கிளம்பிப் போயிருந்தது. அமானுஷ்ய அமைதி நிலவிற்று. அவன் ஏதும் பேசாமல் ஒரு தூணுக்கருகில் அமர்ந்து கொண்டான். முழங்காலை மடித்து முகத்தைப் புதைத்துக் கொண்டான்.

'நம்ம சுந்துவுக்கு இந்த மூக்கும் குடுமியும்தான் இருக்கும்!' காமு காதுக்கருகில் கிசுகிசுத்தாள்.

சுந்து ஏன் ஏமாற்றிவிட்டான்? "என்னடா சுப்புணி, என்ன ஆயிடுத்துன்னு இப்படி அழறே?"

அவன் திடுக்கிட்டு நிமிர்ந்தான். அப்பா அவன் தோளில் கையைவைத்து அருகில் அமர்ந்திருந்தார். அவர் அவனைத் தொட்ட ஞாபகமே அவனுக்கு இல்லை. அவர் செய்யக்கூடாததை செய்ய வைத்துவிட்டதாக அவனுக்குக் கூச்சமேற்பட்டது. அவரது ஸ்பரிசம் அவனுடைய நாடி நரம்புக்குள் மின்சாரத்தைப் பாய்ச்சிற்று.

"குழந்தை ஏன் இப்படி கர்ப்பத்திலேயே கலைஞ்சு போகணும்?"

"எல்லா பிறவிக்கும் எல்லா இறப்புக்கும் நாம காரண காரியத்தைத் தேடிண்டு போக முடியாது. கர்ப்பவாசம் கொஞ்ச நாளைக்குச் செய்யணும்னு அதுக்கு விதிச்சிருக்கு. அதுக்கு ஆயுசு இல்லை. நீயும் நானும் என்ன செய்யமுடியும்? குழந்தை பிறந்து வளர்ந்து அப்புறம் செத்துப் போறதுக்கு இது எவ்வளவோ தேவலை. வயத்திலே வளறாதத்துக்கு முந்தியே போச்சே, இந்தமட்டும். உங்கம்மாவுக்கு உனக்கப்புறம் நாலு குழந்தைகள் பொறந்து மூணு நாலு வயசு வரைக்கும் இருந்து செத்துப் போச்சே? அதைவிடவா இன்னிக்கு நடந்தது கொடுமை? இதுக்குப் போய் இப்படிக் கலங்குவாளா?"

அவன் பேசாமல் இருந்தான். அவனுக்கு நன்றாக நினைவிருந்தது. அவனுக்கு அடுத்தடுத்து பிறந்த மூன்று தம்பிகள் ஒரு தங்கை. வயிறு சூம்பி இருக்கும். உற்சாகமில்லாமல் சிணுங்கிக் கொண்டே இருந்த தங்கை. ஆனால் பொம்மை மாதிரி அழகாக இருக்கும். மூன்று வயசு பொம்மை. இரண்டு நாள் ஜுரம் வந்து படுத்திருந்தது. மருத்துவர் கொடுத்த பஸ்பத்தில் குணமாகவில்லை. அப்பாவும் அம்மாவும் கையாலாகாதவர்களாய் நின்றார்கள். மாந்த்ரீகர் வந்து ஜபித்தார். மூன்றாம் நாள் பொம்மை முகம் உயிரற்று போயிற்று. அம்மா முகத்தை மூடிக்கொண்டு இரண்டு நாள் அழுதாள். தம்பிகள் ஒருவர் பின் ஒருவராகப் போனதுதான் வயிற்றெரிச்சல். அவனுடன் விளையாடிய தம்பிகள். முதுகில் குதிரை ஏறிய தம்பிகள். இரண்டு நாள் காய்ச்சல் அடிக்கும். மருத்துவரின் மருந்துக்கு மேல் அம்மா ஏதோ கஷாயம் கொடுத்துப் பார்ப்பாள் எதுவும் பலன் இல்லாமல் போகும். அம்மா அழும்போது அவனும் அழுவான்.

"சாமி அழைச்சுண்டு போயிட்டார்" என்பார் அப்பா. "அதுகளுக்கு அத்தனைதான் ஆயுசு போட்டிருக்கான், என்ன பண்ணமுடியும்?" என்று கண்ணைத் துடைத்துக் கொண்டது நேற்று போல் இருந்தது. வெகு நாள் சாமியின் இந்த விளையாட்டு அவனைக் குழப்பும். நோயில் விழுந்தால் காப்பாற்றவே முடியாத நிர்கதியில் அப்பாவும் அம்மாவும் இருப்பது பீதியை அளிக்கும்.

அவர்கள் மூவரும் எப்படியோ உயிர் பிழைத்திருப்பது ஈஸ்வரனின் கருணையால் என்று தோன்றும். நல்லவேளையாக அம்மா பிறகு கருத்தரிக்கவில்லை.

அடுத்து காமு கர்ப்பம் தரித்தால் கரு தங்குமா என்று இப்போது அவனுக்குக் கவலை ஏற்பட்டது. பிரசவம் என்பது செத்துப் பிழைக்கும் வேலை என்று ஒரு முறை அம்மா சொன்னது நினைவுக்கு வரும்போதெல்லாம் காமு பிரசவத்துக்குப்பின் உயிர் பிழைப்பாளா என்று பயம் சேர்ந்து கொண்டது. பெரிய மிராசுவுடைய பெண் பாப்பா பிரசவத்தில் செத்துப்போன சேதி இன்னும் வலம்வந்து கொண்டிருக்கிறது. கிறித்தவர்கள் நடத்தும் ஆஸ்பத்திரி ஒன்று ஊருக்குள் இருந்தது. அப்பா அங்கே கால் வைக்க அனுமதிக்கமாட்டார். 'மிராசுகூடப் போகல்லே, மாமிக்குப் பிரசவம் பார்த்த மருத்துவச்சிதான் வந்தா. பிரசவத்துக்கப்புறம் ரத்த விளாரி எடுத்ததை நிறுத்த முடியல்லே. பாப்பாவை பலிவாங்கிடுத்து. மிராச வீட்டு சாக்கடையிலே ரெண்டு நாள் ரத்தம் ஓடித்துன்னு தெருக்கார சொன்னா' என்றாள் அம்மா...

அப்பா அவனை சமாதானப்படுத்தும் தொனியில் பேசிக் கொண்டிருந்தார்.

"உலகத்திலே இது சகஜமா நடக்கிற விஷயம். ரெண்டு நாள் உடம்பு படுத்தும். அப்புறம் சரியாயிடுவா. அபிஷேகத்துக்குப் பால் கொண்டுவரக் கோனார்கிட்டச் சொல்லியிருக்கேன் அவன் பெண்டாட்டியை மூணுநாள் காமுவோட படுத்துக்கச் சொல்லியிருக்கேன்."

சட்டென்று மனசில் ஒரு ஊற்று வெடித்ததுபோல் இருந்தது. அப்பா இந்த அளவிற்கு இளகி அவன் பார்த்ததில்லை.

"அப்புறம் குழந்தைத் தன்னாலெ பிறக்கும். காமுவுக்கு பதினஞ்சு வயசுதானேடா? ஈசுவர சங்கல்பப்படி நல்லபடியா நடக்கும்."

வீட்டுக்குத் திரும்புவதற்குள் மனசு சற்று சமாதானமாகியிருந்தது.

"ஈஸ்வர சங்கல்பம்."

அப்ப நம்ம முயற்சியிலே எதுவுமே சாத்தியமில்லையா? உடம்புக்கு வந்தா சாகட்டும், இல்லே பிழைக்கட்டும் ஈஸ்வரன் பார்த்துப்பான்னு கையைக்கட்டிண்டு நிக்கவேண்டியதுதானா? தினமும் கனாவில் காமு பிரேதமாகப் படுத்திருந்தாள். சாக்கடையைப் பார்க்கவே பயமாக இருந்தது. ரத்தவாடை அடித்தது.

நான்காம் நாள் தலைக்கு நீர் விட்டுக்கொண்டு வீட்டிற்குள் வந்து காமு எப்போதும்போல் இருந்தாள். இரவு படுக்கும் போது 'அதுக்கு அத்தனைதான் ஆயுசுபோலிருக்கு' என்றாள் பெரிய மனுஷிபோல. ஒரு மாதத்துக்கேனும் அவளை தொந்தரவு செய்யக் கூடாது என்று அவன் சங்கல்பித்து கொண்டான்.

"நீ நன்னா உடம்பைத் தேத்திண்டப்புறம்தான் குழந்தையைப் பத்தி யோசிக்கணும்" என்றான். அவள் அதற்குள் தூங்கிப் போயிருந்தாள். பகல் நேரத்திலும் மணிக்கணக்காகத் தூங்கினாள். அம்மாவே அதை அனுமதிப்பதுபோல் இருந்தது.

இன்று கோயிலிலிருந்து வீட்டுக்குச் செல்லப் பிடிக்காமல் அவன் ஆற்றங்கரைக்குச் சென்றான். சமீபத்தில் பெய்திருந்த மழையில் ஆற்றில் நீர் இருந்தது. சில குழந்தைகள் ஆற்றில் நீந்திக் கொண்டிருந்தார்கள். சுப்புணி வெற்றுப் பார்வையுடன் நீரைப் பார்த்தபடி அமர்ந்திருந்தான். கொஞ்ச நாட்களாக மனத்தில் என்னென்னவோ குழப்பங்கள் அலைபாய்ந்தவண்ணம் இருந்தது. வந்தே மாதரம் என்ற கோஷங்கள் அதிகரித்திருந்தன. போலீஸின் அடிதடிகளும் கூச்சல்களும் பீதியை அளித்தது. அவன் வயசு வாலிபர்கள் நிறைய பேர் ஊர்வலத்தில் சேர்ந்திருந்தார்கள். ஊர்வலத்தின் அளவு அதிகமாகிக்கொண்டே வந்தது. மாயவரத்தில் காந்தி என்று ஒரு மகாபுருஷர் வந்து பேசினதை அடுத்த தெரு சோமு உணர்ச்சிவசப்பட்டுச் சொன்னபோது அவனுக்கும் காந்தியைப் பார்க்க வேண்டும்போல் இருந்தது. இத்தனைக்கும் அவருக்குத் தமிழ் தெரியாது. வேறு ஏதோ பாஷை, ஹிந்துஷ்தானியோ இங்கிலீஷோதான் பேசுகிறாராம். ஆனால் அவர் பேச்சை தமிழில் யாரோ மொழிபெயர்த்தார்களாம். "அதுவே எப்படி இருந்தது தெரியுமா? நாடி நரம்பையெல்லாம் உசுப்பிவிட்டுடுத்து!"

என்றான் சோமு. "அடிமைகளா வெள்ளைக்காரனுக்கு எத்தனை நாள் இருப்போம்டா? அவன் நம்மை நாயைவிடக் கேவலமா நடத்தறான். நம்ம பணத்தையெல்லாம் தன் நாட்டுக்கு எடுத்துண்டு போய் நம்மைப் பிச்சைக்காராளாக்கிட்டான். இப்ப சும்மா கிடைக்கிற உப்புக்கு வரி விதிக்கிறான். காந்தி பெரிய ஊர்வலம் போகப் போறார் அதை எதிர்த்து தண்டி என்கிற ஊர்லே. நம்ம பக்கம் ராஜகோபாலாச்சாரின்னு ஒரு பிராம்மணர் வேதாரண்யத்துக்கு நடக்கப்பேறோர். நீயும் வாயேண்டா?" என்றான் சோமு.

கோயில் வேலையும் அப்பாவின் நியமங்களும் அவனைக் கட்டிப்போட்டன. அவரிடம் அதைப் பற்றிப்பேசக்கூட அவனால் முடியாது. "எவன் ஆண்டாலும் அந்த ஈஸ்வரனுக்கு மட்டும்தான் நாம அடிமை" என்று பேசுபவரிடம் சுதந்திரப் போராட்டத்தைப் பற்றிப் பேசிப் புண்ணியம் இல்லை. அந்தப் போராட்டத்தில் பலதரப்பட்ட இனமும் ஜாதியும் கைகோர்த்திருந்தன. நாயனக்காரர் சுந்தரமூர்த்தியும் ஐம்பொன் சிலை செய்யும் ஆசாரியும் இருந்தார்கள். அப்பா எப்படி அனுமதிப்பார்?

சோமு வேறு ஒரு சேதியையும் சொன்னான், வெள்ளைக்கார துரைமார்களின் திமிரைப் பற்றிப் பேசும்போது. அதைக்கேட்டு அவனுக்கு அன்று ரத்தம் கொதித்தது. இப்பவும் நினைவு வரும் போதெல்லாம் ஆத்திரம் பொங்குகிறது.

"யாரு, சின்ன குருக்களா?"

அவன் திடுக்கிட்டுத் திரும்பினான். சுந்தரமூர்த்தியின் மகன் மாணிக்கம் நின்றிருந்தான்.

"வா மாணிக்கம், உக்காரு" என்றான் சுப்புணி புன்னகையுடன். மாணிக்கத்தின் வருகை மனசுக்கு இதமாக இருந்தது.

"இருக்கட்டும் ஐயா" என்றான் மாணிக்கம் மெல்லிய தயக்கத்துடன்.

"பரவாயில்லே உட்காரு. கோயில் வேலை முடிஞ்சுது. ராத்திரி பூஜைக்கு அப்பா போவார். இங்க சித்தக் குளுமையா இருக்குன்னு வந்தேன். உங்கப்பா எப்படி இருக்கார்?"

மாணிக்கம் சற்று எட்டி அமர்ந்துகொண்டான். "அப்பாவை சிறைபிடிச்சிட்டுப் போயிட்டாங்க!"

"ஐய்யயோ எப்ப?" என்றான் சுப்புணி அதிர்ந்து.

"நேத்து ராத்திரி. ஊர்வலம் போனாங்க வந்தே மாதரம் கோஷம் போட்டபடி. நானும் வாரேன்னு சொன்னேன். அப்பா தடுத்துட்டாங்க."

சுந்தரமூர்த்தி சிறைபட்டதைவிட தானும் கூடப்போகாதது மாணிக்கத்துக்கு வருத்தம் என்று தோன்றிற்று. மாணிக்கத்துக்கு 17 வயசு இருக்கும். மீசையின் கருமை இப்போது தெளிவாகத் தெரிந்தது. தந்தையுடன் சேர்ந்து இப்போது ஒத்து ஊத ஆரம்பித்திருந்தான். "அப்பா அற்புதமா வாசிக்கிறதைக் கேட்கும்போது எனக்கும் வாசிக்கணும்னு ஆசை வருது. அதனாலே வாசிக்கப் பழகறேன். ஆனா அவங்க மாதிரி திறமை வரணும்னா அதுக்குக் தனி கொடுப்பினை வேணும்" என்று சென்ற வாரம் அவன் சந்நிதியில் நின்றபடி சொன்னபோது ரொம்பப் பெரிய மனுஷன் போலத் தோற்றமளித்தது நினைவுக்கு வந்தது. இப்போது குழந்தைத்தனம் தெரிந்தது. அப்பாவைப் பற்றின கவலையும் அதற்குக் காரணமாக இருக்கலாம்.

"நீ அம்மாவுக்குத் துணையா இருக்கணும்னுட்டாங்க" என்று மாணிக்கம் தொடர்ந்தான். "கோயில் கைங்கர்யத்துக்கு அப்பாவுடைய அம்மாஞ்சி சொக்கலிங்கம் மாமா வருவாங்க. நா ஒத்து ஊத வரவா?"

"வா, வா, கேக்கணுமா என்ன? அப்பாகிட்ட சொல்லிடறேன்" என்ற சுப்புணி, "வேற யாரை சிறைபிடிச்சிருக்காங்க?" என்றான்.

"எனக்குத் தெரிஞ்சு சிங்காரம் அண்ணனையும் புடிச்சிட்டுப் போயிருக்காங்க."

"யாரது சிங்காரம்?"

"ஐம்பொன் சிலை செய்யற ஆசாரி, தெரியாது?"

சுப்புணிக்குப் பார்த்த நினைவு இல்லை. "ஓ, கேள்விப்பட்டேன் சுதந்திரப் போராட்டத்திலே அவனும் இருக்கானாமே?"

“ஆமாம், அப்பாவைப்போலத் தீவிரம். அப்பாதான் அவங்களை அதிலே இழுத்தது. சிங்காரம் அண்ணன் பாரதி பாட்டையும் ரொம்ப நல்லா பாடுவாங்க.”

சுப்புணிக்குதான் ஏதோ மிகப்பெரிய ஞானசூன்யத்தில் இருப்பதாகக் கூச்சம் ஏற்பட்டது.

“யாரது பாரதி?”

“சுப்பிரமணிய பாரதின்னு ஒரு புரட்சிக் கவிஞர் இருக்காரு. பாரத மாதா மேல நிறைய பாட்டுப் பாடி இருக்காரு. கேட்டாலே உடம்பெல்லாம் சிலிர்த்துப் போகுது. வெள்ளைக்காரனைக் கண்டா ஆத்திரம் பத்திக்குது. அடிபட்டு ஜெயிலுக்குப் போனா பரவாயில்லே அவனை எதிர்க்கணும்னு வேகம் வருது.”

சுப்புணி ஆச்சர்யத்துடன் மாணிக்கத்தைப் பார்த்தான். தான் எதிலும் ஒட்டாமல் கோயில் பிராகாரமும் கொல்லைக்கிணறுமே உலகம் என்று உட்கார்ந்திருப்பதாகத் தோன்றிற்று.

“அடேயப்பா, ஒரு பாட்டுப் பாடேன் கேட்போம்.”

“சிங்காரம் அண்ணனாட்டம் எனக்குப் பாடவராது” என்று கூச்சப்பட்டபடி மாணிக்கம் பாடினான்.

“பாருக்குள்ளே நல்ல நாடு, எங்கள் பாரத நாடு...”

மாணிக்கத்தின் குரலில் பெண்மை சாயல் இருந்தது. அவன் பாடப் பாட, பாட்டின் வரிகள் காற்றில் கலந்து ரீங்கரிக்க ரத்த நாளங்களை உசுப்பிவிட்டது போல சுப்புணிக்கு இருந்தது. காரணம் புரியாமல் கண்களில் இருந்து நீர் வழிந்தது.

அது முடிந்து மாணிக்கம் கணீரென்று இன்னொன்றை ஆரம்பித்தான். “வந்தே மாதரம் என்போம், எங்கள் மாநில தாயை வணங்குதும் என்போம்!”

நான்கு வரி பாடிவிட்டு மாணிக்கம் முழங்காலில் முகத்தைப் புதைத்து அழ ஆரம்பித்தான்.

பாட்டைக்கேட்ட பிரமிப்பில் அமர்ந்திருந்த சுப்புணி திடுக்கிட்டு, "ஏ, மாணிக்கம், ஏன் அழறே?" என்றான்.

மாணிக்கம் நிமிர்ந்து கண்களை புறங்கையால் துடைத்தபடி மெல்லச் சொன்னான். "அப்பாவை எப்ப வெளியிலே விடுவாங்கன்னு தெரியல்லே. செம அடி அடிச்சு இழுத்துக்கிட்டுப் போனாங்க. வெத்து முதுகிலேந்து ரத்தம் சொட்டிச்சு. சிங்காரம் அண்ணனுக்கும் நல்ல அடி."

"ஐயய்யோ, என்னடாது, எதுக்கு இத்தனை ஆபத்தான விஷயத்துக்குப் போகணும் பின்னெ?"

"போராடித்தான் சுதந்திரம் வரணும் என்பார் அப்பா. சிங்காரம் அண்ணன் அதைவிடத் தீவிரம். ரெண்டுபேரும் மாயவரத்திலே காந்தி பேசறதைக் கேட்கப் போனாங்களா, அப்பலேந்து காந்தி பக்தனா மாறிட்டாங்க. வெள்ளைக்காரனை அடிச்சுத் தொறத்தணும்னு துடிக்கிறாங்க."

"வெள்ளைக்காரன்னா அடிச்சுத் தொறத்தறான்?"

"காந்தி சொல்றாராம், அவனோடு சண்டை போடாமலே அவனைத் தொறத்தமுடியும்னு."

"அது சாத்தியமாடா? அவன் பட்டாளத்தையும் அதிகாரத்தையும் வெச்சுண்டிருக்கான்."

"இது தர்ம யுத்தம் குருக்கள் ஐயா. அதை நம்பணும். சிங்காரம் அண்ணன் சொல்ற மாதிரி எல்லாருக்கும் கிடைக்கவேண்டிய சுதந்திரப் போராட்டம். சுதந்திரம் வந்தா எல்லா மனுஷங்களும் ஒண்ணா சமமா இருப்போம்பாரு. அண்ணன். பாரதி கூட பாடியிருக்காரு."

"பாடேன் கேட்கலாம்."

"விடுதலை, விடுதலை, பறையருக்கும் இங்கு தீயர் புலையருக்கும் விடுதலை." பாரதி ஒரு பிராம்மணர் தெரியுமோ?"

சுப்புணிக்குத் தூக்கிவாரிப் போட்டது. இந்த விஷயமெல்லாம் தனக்குத் தெரியாமல் இருப்பது இருட்டில் துழாவுவது போல் இருந்தது. சட்டென்று சோமு சொன்னது நினைவுக்கு வந்தது.

அவன் இன்னொரு பிராம்மணரைப் பற்றிச் சொன்னான். அதோடு வேறு ஒரு விஷயத்தைப் பற்றியும் சொன்னான். மாணிக்கத்துக்குத் தெரிந்திருக்குமா, இந்தச் சிறுவனுக்கு?

“உனக்கு எத்தனை விஷயம் தெரிஞ்சிருக்கு மாணிக்கம். கோயிலுண்டு நானுண்டுன்னு இருக்கறதாலே பாதி தெரியாமப் போறது. கஸ்தூரியைக்கூட ஒரு துரை அவமானப்படுத்தினான்னு காதிலே விழுந்தது.”

“ஆமாம் ஐயா. கொழுப்பெடுத்தவன் வேற எப்படி நடந்துப்பான்? அக்கா அந்த ஜமீன் வீட்டுக்கு ஆடப்போகுதுன்னு தெரிஞ்ச உடனேயே அப்பா சொன்னாங்ளாம் அது அவ்வளவு கௌரவமான எடமில்லேன்னு. என்ன ஆகிடப்போகுது, ஆடிட்டுப் பணத்தை வாங்கிட்டு வரப்போறோம்னு அத்தை அனுப்பி வெச்சாங்க.”

“அப்புறம்?” என்றான் சுப்புணி ஆர்வத்துடன்.

“பாதி ஆட்டத்திலே துரை குடிபோதையிலே மேடைக்கு வந்து அக்காவுடைய கையைப் பிடிச்சு இழுத்திருக்கான்.”

“அடப்பாவி! மத்தவா சும்மா இருந்தாளா?”

“வெள்ளைக்காரன்னா அவன்? இவங்க அடிமைப் பேடிகள்னா? சிரிச்சிக்கிட்டு இருந்ததோடு அசிங்கமா வேறப் பேசினாங்கன்னு சபாபதி அண்ணன் சொல்லிச்சு.”

“என்ன அக்கிரமம்டா இது?”

“அக்கா உடனே கையை உதறி கூட வந்தவங்களைக் கிளப்பிக்கிட்டு வந்துட்டாங்க.”

சுப்புணிக்கு அப்பாடா என்றிருந்தது. சோமு இன்னும் விபரீதமாகச் சொல்லியிருந்தான்.

“தொரை ஆட்களோட தொறத்திக்கிட்டே வந்திருக்கான். வண்டிக்கார அண்ணன் முத்து சடக்குனு சிங்காரம் அண்ணன் வீட்டுக்குக் கூட்டிக்கிட்டு போய் மறைவா வெச்சுட்டாங்க. அக்கா அன்னிக்குத் தப்பிச்சது நல்ல காலம். அப்பாவுக்குக் ரொம்பக்

கோபம் வந்துடுச்சு அதைக் கேட்டு. அத மனசிலே வெச்சுக்கிட்டு நேத்து ஊர்வலத்திலே கோபமா கத்தினதாலேதான் பிடிச்சிக்கிட்டு போயிட்டாங்க."

நன்றாக இருட்டிவிட்டது. காற்று குளிர்ந்துவிட்டது. ஆனால் மாணிக்கம் சொன்ன விஷயங்களால் உடம்பு சூடேறி இருந்தது. இத்தனை பெரிய கொந்தளிப்பு நடந்து வருகிறவேளையில் 15 வயது காமுவின் முதல் கரு கலைந்து போனதற்கு தான் நிலைகுலைந்து போனது முட்டாள்தனம் என்று அவமானமேற்பட்டது.

"எலே மாணிக்கம், உங்க அப்பா வந்துட்டாப்பலே!"

யாருடைய குரலையோ கேட்டு, "வரேனையா!" என்று மாணிக்கம் சிட்டாய் பறந்து போனான்.

சுப்புணியும் எழுந்தான். வீட்டிற்குப் போவதற்கு பதில் மீண்டும் கோயிலுக்குச் சென்றான்.

அப்பா ராப்பூஜையை முடித்து தீபாராதனைக் காட்டும்போது கஸ்தூரி சந்நிதியில் நிற்பது தெரிந்தது. அவள் கோயிலுக்கு வந்து நான்கு நாட்கள் ஆகியிருந்தன. பட்டணத்துக்குக் கச்சேரி செய்யப் போயிருப்பதாக யாரோ சொன்னார்கள். அவனைப் பார்த்து புன்னகைத்தாள்.

அவனுக்கு அதன் குளிர்ச்சியில் உடம்பு லேசாகச் சிலிர்த்தது.

"பட்டணப் பயணம் எப்படி இருந்தது?" என்றான்.

"நல்லா இருந்தது சுப்புணி. ஆனா கோயில்லே ஆடினாத்தான் நிறைவா இருக்கு. எங்கே மாமாவைக் காணும், மங்களம் வாசிப்பாங்களே?"

"அவரை போலீசு புடிச்சுண்டுப் போயிடுத்து."

"ஐயய்யோ!" என்றாள் கஸ்தூரி கண்கள் அகல. "அவர் மட்டுமா... இல்லே...?"

"யாரோ சிங்காரமாமே, அவனையும் அழைச்சுண்டுப் போனான்னு கேள்வி. செம அடியாம் ரெண்டு பேருக்கும்."

"ஐயய்யோ!"

"வீட்டுக்கு வந்தாச்சு போலிருக்கு." அவள் முகம் போன போக்கைக் கண்டு அவன் திகைத்து நிற்கையில் அவள் திரும்பிப் பார்க்காமல் ஒரே ஓட்டமாக வாசலுக்கு விரைந்து வெளியேறினாள்.

—17—

கஸ்தூரிக்கு இதயம் விண்டுவிடும் போல படபடத்தது. “ரெண்டுபேருக்கும் செம அடியாம்” சுப்புணி தெரியாமல் சொல்லியிருக்கமாட்டான். “காலம் கெட்டுகெடக்கு கஸ்தூரி, எது சரி எது தப்புன்னு எதுவுமே புரியல்லே. வெள்ளைக்காரன் லேசுபட்டவன் இல்லே. அவன் போடற உதையிலே உசிருக்குதான் ஆபத்து. அந்த ஆசாரியாவது ஒண்டிக்கட்டையாம். சுந்தரமூர்த்தி பிள்ளைகுட்டிக்காரர்.”

சின்ன குருக்களின் வாக்கியம் முடிவதற்குள்ளே அவள் வாசலை எட்டியிருந்தாள். குருக்கள் இன்னும் ஏதோ சொல்வதுபோல் இருந்தது. அதை நின்று கேட்க அவளுக்குப் பொறுமை இல்லாமல் போனாலும் சொற்கள் அவளைத் துரத்தி வந்தன. அவள் கடந்து ஓடிவந்த பிராகாரத்தின் தூண்களில் மோதி உத்திரத்திற்குச் சென்றன. தூக்கம் கலைந்த வெளவால்களின் படபடக்கும் ஓசையுடன் சேர்ந்த வாசலுக்கும் உள்ளுக்குமாகச் சிதறி பயங்கரமாக எதிரொலித்தன. ‘செம அடி... செம அடி...’ அவளுக்கு பீதியில் கால்கள் பின்னிக்கொண்டன. நல்ல வேளையாக முத்து வண்டியைக் கட்டிக் கோயிலுக்கு அழைத்து வந்திருந்தான். அவனும் கிட்டத்தட்ட அதே வார்த்தையைத்தான் சொன்னான்.

“காலம் கெட்டுகிடக்கு அக்கா, தனியா கோயிலுக்கு முந்திபோல கிளம்பக்கூடாது.”

ஈஸ்வரா, ஏன் இப்படியெல்லாம் நடக்கணும்?

ராஜா ஊரில் இல்லை என்கிற சேதி இன்று பெரிய நிம்மதியை அளித்திருந்தது. கோயிலிலிருந்து திரும்பியதும் நேராகப் படுக்க வேண்டும் என்று நினைத்திருந்தாள். பட்டிணத்துக்குச் சென்று வந்த அலுப்பு இன்னும் போகவில்லை. நாளை எப்படியாவது சிங்காரத்தை சந்தித்துத் தனது பட்டணப் பிரவேசத்தைப் பற்றிச் சொல்லவேண்டும் என்று நினைத்திருந்தாள். அது எப்படி சாத்தியம் என்கிற யோசனை இல்லாமல்.

அதற்குள் சுப்புணி இப்படிப்பட்ட சேதி சொல்கிறான். கேட்ட விநாடியில் இதுநாள்வரை ஏற்பட்டிராத பரிதவிப்பு ஏற்பட்டது. ஏன் நெஞ்சு இப்படிப் பதைக்கிறது என்று புரியவில்லை. சிங்காரத்துக்கும் அவளுக்கும் என்ன தொடர்பு? அவனிடம் சேர்ந்தாற்போல் நான்கு வாக்கியங்கள் இதுவரைப் பேசவில்லை. அவன் அவளை நேரிடையாகக் கூடப் பார்த்துப் பேசியிருக்கவில்லை. கேட்ட கேள்விக்கு நிலத்தைப் பார்த்துப் பதில் சொல்கிறான். ஆனால் சுப்புணி சொன்ன "செம அடி" என்ற சொற்கள் மூளையை ஆக்கிரமித்து அவளைச் செயலிழக்கச் செய்தது.

மூச்சிறைக்க அவள் ஓடிவருவதைப் பார்த்து முத்து கலவரத்துடன் "என்ன அக்கா?" என்றான்.

அவள் தன்னை நிதானப்படுத்திக் கொண்டு, "இன்னிக்கு ஊர்வலத்திலே சுந்தரமூர்த்தி மாமாவுக்கும் அந்த ஆசாரிக்கும் செம அடியாம்." என்றாள். "கைது செஞ்சு பிறகு காயம் பலம்னு அனுப்பிட்டாங்க போல."

முத்து வியப்புடன் அவளைப் பார்த்தான். "ஐயய்யோ எனக்குத் தெரியாம போச்சே? அப்ப மாமா வூட்டுக்குப் போவோம். சிங்காரம் அண்ணனும் அங்கயே இருக்கும்."

முத்து அதை அப்பாவித்தனமாகத்தான் சொல்வது போலிருந்தது. அவள் ஏதும் பேசாமல் அவசரமாக வண்டிக்குள் அமர்ந்தாள்.

"ரெண்டு பேருக்கும் நெஞ்சுரம் ஜாஸ்தி. மாமா எத்தனை தடவை அடிபட்டாலும் திரும்ப கொடியைத் தூக்கிட்டு நிக்கிறாரு.

அவருக்கு சரியான சிஷ்யன் அண்ணன். இந்தப் போராட்டம் எப்ப முடிவுக்கு வரும்னு புரியல்லே. வெள்ளைக்காரன் ஆணி அடிச்ச மாதிரி உக்காந்திருக்கான். காந்தின்னு ஒரு ஆளு சொல்றதை நம்பி இவங்கள்ளாம் அவனை எதிர்க்கத் துணிஞ்சிருக்காங்க."

அவன் சற்று நேரம் வாயை மூடிக்கொண்டு இருக்க மாட்டானா என்றிருந்தது. இரத்தம் தோய்ந்த முகத்துடன் சிங்காரம் அவள் எதிரில் நின்றான். சாவைப் பத்தி பயந்தம்னா சுதந்திரம் எப்படிக் கிடைக்கும் என்றான். சாவைப் பத்திப் பேசாதீங்க. இப்பத்தான் உங்கப் பரிச்சயம் எனக்குக் கிடைச்சிருக்கு... அவனது வாயை அவள் பொத்துகிறாள். அவனது அதரங்களின் வெப்பம் அவளது உள்ளங்கையில் பட்டு நாடி நரம்பையெல்லாம் ஊடுருவுகிறது... பிருகதீசுவரா, அவருக்கு ஒண்ணும் ஆபத்து ஏற்படாமல் இருக்கட்டும்...

வீதி கும்மிருட்டாக இருந்தது. எல்லாரும் படுக்கப் போய்விட்டார்கள். இன்று நடந்த அமளியினால் பயந்திருப்பார்கள். குழந்தையின் அழுகுரல்கூடக் கேட்கவில்லை.

"எது சரி எது தப்புன்னு தெரியல்லே" என்று சுப்புணி சொன்னது நினைவுக்கு வந்தது. காலம் கெட்டுக்கெடக்கு. கெட்ட காலமா இது? அதனால்தான் இப்படிப்பட்ட குழப்பங்களா? சுந்தரமூர்த்தி மாமாவின் வந்தே மாதரம் கோஷங்களைக் கேட்கும் போது, பாரதியின் பாட்டைக் கேட்கும்போது ரத்த நாளமெல்லாம் புடைத்து நெஞ்சு விம்முகிறது. விடியல் கிட்ட நெருங்கிவிட்டதுபோல கண்கள் பனிக்கிறது. வெள்ளைக்காரன் கைபட்ட இடம் இன்னமும் நெருப்பாய் தகிக்கிறது. இதற்கு நடுவில், நீ கேடுகெட்ட குலத்தில் பிறந்தவ, இந்தக் குலத்தையே ஒழிக்கப்போறேன் என்று லக்ஷ்மி சொல்கிறாள். உனக்கு முதல்லே சுதந்திரம் வரட்டும் அதுக்கப்புறம்தான் நாட்டுக்கு சுதந்திரம் வர்றது அர்த்தம் தரும் என்கிறா. ஏன் கோபம் வரல்லே உனக்கு? ஏன் அவமானமா தோணல்லே? திலகத்துக்கு இருக்கிற ரோசம்

உனக்கேன் இல்லே? 'செத்துரலாம்போல இருக்கு' என்று திலகம் சொல்வதைப் போல ஏன் சொல்லல்லே?

நினைக்க நினைக்க அவளுக்குக் குழம்பிற்று. மதராஸில் அவள் கச்சேரியை ஆரம்பிப்பதற்கு முன் சபையில் யாரோ கத்தினது இப்பவும் காதில் கேட்டது.

"கோபாலய்யருக்குக் கிறுக்குத்தான் பிடிச்சுடுத்து. குடும்பத்தோட கௌரவமான மனுஷா வர்ற சதஸ்ஸுக்கு தேவடியாளையெல்லாம் சதிர் கச்சேரி செய்ய அழைக்க ஆரம்பிச்சா அனர்த்தம்தான். மங்களமான ஆரம்பத்துக்கு சதிர் கச்சேரியா? உருப்பட்டாப்பலேதான்."

மனத்தைச் சுறுக்கென்று தைத்த வார்த்தைகள். திலகம் தலையைக் குனிந்து கொண்டு உதட்டைக் கடித்த விதத்தில் அழுதுவிடுவாள் போல் இருந்தது. ஊரில் யாரும் காட்டாத ஆக்ரோஷத்தைப் பட்டிணத்து ரசிகர்கள் காட்டுவது குழப்பிற்று. இது வேறு உலகம் போல் இருந்தது. இதில் கால் பதிப்பது சாத்தியமா? ஆடப் போகிறோமா அவமானப்பட்டு ரயிலடிக்குத் திரும்பப் போகிறோமா என்று அவள் நிலைகொள்ளாமல் தவித்தபடி அவள் அரங்கத்தைப் பார்த்துக் கைக்கூப்பினாள்.

"ஐய்யாமார்களே வணக்கம், என்னை எல்லாரும் மன்னிக்கணும். எனக்குப் பட்டணத்து வழக்கம் என்னன்னு தெரியாது. எங்க ஊர்லே மங்களமான காரியத்தையல்லாம் தேவதாசிகள்தான் ஆரம்பிச்சு வைக்கிறது. சாஸ்திரப்படி நாட்டியம் கத்துகிட்டு தெய்வ சந்நிதானத்திலே ஆகம விதிப்படி ஆடறவ நான். ஆடற எடமெல்லாம் இறைவன் இருக்கற எடம்னு நம்பறவ. உங்களுக்கு என் நாட்டியத்தைப் பார்க்க சம்மதமில்லேன்னா சொல்லுங்க கிளம்பறேன்."

இரண்டுபேர் எழுந்து பேச முற்பட்டபோது கோபாலய்யர் அவர்களை அமர்த்தினார். "எல்லாரும் அமைதியா இருங்கோ தயவுசெஞ்சு. கஸ்தூரி ரொம்பப் பெரிய கலைஞர். அவருடைய நாட்டியத்தைப் பார்க்காம அபிப்பிராயம்

சொல்றது பட்டணத்து நாகரிகம் இல்லே. இதுவரைக்கும் சதிர் கச்சேரி இங்க நடக்காததாலெ எதிர்ப்பு சொல்லக்கூடாது. கலைங்கிறது தெய்விகமானது. எத்தனை உசத்தியான நாட்டியம் அவருடையதுன்னு ஆட்டத்தைப் பார்த்தா புரியும்."

எப்படியோ அரங்கம் ஒரு வழியாக அமைதி அடைந்தது.

அந்த அரங்கத்துக்குத் திருப்தியாக ஆடி முடிக்கவேண்டுமே என்கிற கவலையுடன் ஆரம்பித்த அன்றைய நடனத்துக்குக் கூரை அதிரும்படி கரகோஷம் வந்தபோது எதிர்பாராத தரிசனம் கிடைத்ததுபோல கண்கள் பனித்தன. அந்த அனுபவத்தின் பரவசம் அவளுக்கு மட்டுமே புரியும் என்று தோன்றிற்று. யார் என்ன சொன்னால் என்ன? அவையெல்லாம் ஒட்டாத பக்குவத்தைத் தான் எட்டிவிட்டதுபோல சமாதானம் ஏற்பட்டது.

"அந்த கோபாலய்யர் மாமாவும் அவங்க மகனும் இல்லேன்னா நாம திரும்பியிருக்க வேண்டியதுதான்" என்று திலகம் சொன்னபோது அவளுடைய குரலில் வழக்கத்துக்கு மீறிய உற்சாகம் தொனித்ததை அவள் கவனித்தாள். கோபாலய்யரின் மகனின் பங்களிப்பு இதில் எங்கு வந்தது என்று புரியவில்லை.

"உனக்குத் தேவைக்கு அதிகமா ரோசம் வருது!" என்று சிரித்தாள். "நம்ம ஆட்டத்தைப் பார்க்கிற வரை அவங்க சொந்த அபிப்பிராயத்தோட பேசுவாங்கதான்."

இனிமே இங்க எதிர்ப்பு இருக்காது திலகம், கச்சேரி செய்ய அடிக்கடி அழைப்பு வரும் பாரேன்."

"கோபாலய்யர் ஏற்பாடு பண்ணுற கச்சேரியை ஒத்துக்கலாம்கா" என்றாள் திலகம்.

திலகத்தின் முகத்தில் இதுவரை தென்படாத ஒரு மலர்ச்சி தெரிந்தது. காரணம் புரியாமல் அவளது அடிவயிறு துவண்டது. ஏதோ கள்ளத்தனம் திலகத்துள் புகுந்துவிட்டது போல் இருந்தது. அந்த கோபாலய்யரின் மகன் திலகத்தையே வைத்த கண் வாங்காமல் பார்ப்பதை அவள் ஆட்டத்தின் இடையிலும் கவனித்தாள்.

மேல் ஜாதிப்பையனிடம் திலகத்துக்கு ஈர்ப்பு வந்துவிட்டால் அது நல்லதற்கில்லை என்று பட்டது. கௌரதை, கௌரதை என்று அலையும் அவளுக்கு அவன் கௌரவமான வாழ்வு அளிப்பான் என்று நம்புகிறாளா என்ன? அடீ அவனை நம்பி மோசம் போகாதே என்று சொல்லவேண்டும்போல் இருந்தது. திலகத்துள் பாதி லக்ஷ்மி இருந்தாள். கலைசேவைக்காகப் பிறந்தவங்க நாம் என்று சொன்னால், நா செய்யப் போறதில்லே இந்த சேவையையும் இடியாப்பத்தையும் என்கிறாள். எப்படிப்பட்ட ஞானம் அவளுக்கு? எப்படிப்பட்ட குரல் வளம்? எல்லாவற்றையும் கௌரவத்துக்கு தாரைவார்த்து விடுவாளா? முதலாவது அந்த ஐயர் வீட்டுப் பிள்ளை இவளை கௌரவமாக வைத்துக்கொள்வானா?

கஸ்தூரி சுயநினைவுக்கு வந்தாள். வெகு சில நிமிஷங்களே பரிச்சயமான கோபாலைய்யர் மகனுக்கும் திலகத்துக்கும் முடிச்சுப் போடும் தனது விபரீத கற்பனை அசட்டுத்தனமானது என்று கூச்சமேற்பட்டது. ஆனால் திலகத்திடம் தென்பட்ட மாற்றம் அவளுள் கலவரத்தை ஏற்படுத்திற்று. உண்மையில் இன்றைய தனது பதைப்பே அவளுக்குக் கலவரத்தை அளித்தது. என்ன ஆகிவிட்டது எனக்கு?

கீழ் ஜாதி சிங்காரத்திடம் மகளுக்கு நெருக்கம் என்று செங்கமலம் அறிந்தால் அதிர்ந்து போவது மட்டுமல்ல ரகளையே நடக்கும். கோபாலைய்யர் மகனை ஏற்பாளே தவிர சிங்காரத்தை வீட்டிற்குள் படியேறக் கூட விடமாட்டாள். அவள் என்னவெல்லாம் செய்வாள் என்பது கற்பனைக்கு எட்டாத விஷயமில்லை.

மிக முக்கியமாக அவளது கடைசி அஸ்திரம் இருக்கும்.

'சாமிக்குக் கோயில்ல ஆடறவ கீழ் ஜாதிக்காரனோடு உறவு வெச்சுக்கப்படாது தெரியுமில்லே? வெளியிலே தெரிஞ்சா உன் பதவி போறது மட்டுமில்லே, ஜாதிபிரஷ்டம் பண்ணிடுவாங்கடி. அவன் காலை மட்டுமில்லே உன்காலையும் ஒடிப்பாங்க.'

கஸ்தூரி முழங்கால்களில் முகத்தைப் புதைத்துக் கொண்டாள்.

என்ன செய்யட்டும், என்ன செய்யட்டும், மனசை அடக்க முடியல்லே.

காலை ஒடிக்க நிறைய பேர் இப்ப. போலீஸ் ஒடிக்குது. வெள்ளைக்காரன் ஒடிக்கிறான். நாளைக்கு ராஜா ஒடிப்பார்.

சிங்காரம் இரத்தம் கொட்டும் காலை நொண்டிக்கொண்டு வருகிறான். வேண்டாங்க... உங்களுக்கு ஏங்க இந்த கொடுமை? போயிடுங்க. வராதீங்க...

"அக்கா வந்துட்டம்."

அவள் சரேலென்று இறங்கி மின்னலாய் சுந்தரமூர்த்தியின் வீட்டை நோக்கிப் பாய்ந்தாள். தாழ்வான நிலைப்படியில் குனிந்து உள்ளே நுழைந்ததும் கனமான இருட்டு படிந்திருந்தது. அதைவிட கனமான மௌனம் கவிந்திருந்தது. அந்த இருட்டுக்குப் பழகி கண்களைத் துழாவியபோது முற்றத்தைச் சுற்றி ஓடிய தாழ்வாரத்தின் ஓரமாக ஒரு சின்ன அகல் விளக்கு எரிந்தது. கருத்த நிழலுருவமாக ஊஞ்சலில் ஒரு உருவம் தெரிந்தது.

"மாமா!" என்ற அவள் குரல் தயங்கி வெளிப்பட்டது.

"கஸ்தூரியா?" என்றார் சுந்தரமூர்த்தி எழுந்திராமல். "நீ எதுக்கும்மா இங்க இப்ப வந்தே?" மெலிதாக வந்த அவர் குரலில் கவலையோடு மெல்லிய எரிச்சல் இருப்பதை அவள் உணர்ந்தாள்.

"சின்ன குருக்கள் ஐயா உங்களுக்கு அடிபட்டதா சொன்னாங்க. எனக்குத் தாங்கல்லே மாமா. வந்து பாக்காம இருக்க முடியல்லே. அடி ரொம்ப பலமா மாமா?"

மாமா உடனடியாக பதில் சொல்லவில்லை.

"முத்து வண்டியைக் கொல்லைப்புறம் நிறுத்து. வாசல் கதவை சாத்து."

"ரெண்டையும் செஞ்சிட்டுதான் நுழையறேன் ஐயா."

இவர்களது பேச்சும் எச்சரிக்கையும் அவளுக்கு அதிக பீதியை ஏற்படுத்திற்று.

“மாமா, சொல்லுங்க, அடி பலமா?” இருட்டில் துழாவும் போது அவர் அருகில் ஒரு உருவம் பாயில் ஒருக்கொளித்துப் படுத்திருப்பது தெரிந்தது. சிங்காரமாக இருக்கலாம் என்ற அனுமானம் நெஞ்சைப் படபடக்கவைத்தது.

“பலமான அடியில்லேன்னு நினைக்கிறேன். பக்கத்திலே இருக்கிற நம்ம நாட்டு வைத்தியர்தான் பச்சிலை அரைச்சு கட்டு போட்டாரு. ராவுக்கு வலிக்கும் பொறுத்துக்குங்கன்னாரு. உசிரை பணயம் வெச்சு இறங்குற போராட்டத்திலே வலிக்கு பயந்தா ஆகுமா புள்ளே?”

சுந்தரமூர்த்தியின் குரல் பலவீனமாக இருந்தது. ரத்த சேதம் ஆகியிருக்கும் என்று அவள் கவலைபட்டாள். பாயில் இருந்த உருவம் அசையவே இல்லை.

“கீழே யாரோ படுத்திருக்கிற மாதிரி இருக்கு?” என்றாள் அவள் ஜாக்கிரதையாக.

“அந்த ஆசாரி பையன் சிங்காரம்மா. அவனுக்குத்தான் நல்ல அடி. போலீசு அடிக்க அடிக்க ஆக்ரோஷமா கையை தூக்கிக்கிட்டு ‘வந்தே மாதரம்’னு அவன் கத்தின கத்தல் வெள்ளைக்கார போலீசை உசுப்பிவிட்டுச்சு. விளாசிப்பிட்டானுவ.”

“ஐய்யய்யோ, அப்புறம்?” அவளுக்குக் கண்களில் நீர் நிறைந்துவிட்டது. வந்தப்ப யாரையும் காணும். நல்ல வேளை வைத்தியர் ஊடு பக்கத்திலே இருந்ததா, மெல்ல நடந்து அவரைக் கூட்டியாந்தேன். சிங்காரத்துக்கு பத்து வெச்சு கட்டு போட்டிருக்காங்க. தூக்க மருந்து கொடுத்திருக்காங்க. தூங்கறான். ரெண்டு நாள்ளே சரியாயிடுவான்னு வைத்தியர் ஐயா சொன்னாங்க.

சுந்தரமூர்த்தி மிக மெல்லிய குரலில் பேசினார். அவளுக்கு அங்கேயே தங்கிவிடவேண்டும் போல இருந்தது. வேறு யாரையும் காணவில்லை அங்கு.

“அத்தை எங்கே மாமா?”

“அவளை கிராமத்துக்கு அனுப்பி வெச்சேன், இங்கே பிரச்சினை இருக்கும்னு.”

“எப்படி மாமா தனியா சமாளிப்பீங்க? ஒரு சுக்கு கஷாயம் வெச்சு கொடுக்கக்கூட ஆள் இல்லாம? நா இருந்துடவா?”

இரு என்று சொல்ல மாட்டாரா என்றிருந்தது.

“சேச்சே, நீ உடனடியா கிளம்பணும். நீ இங்க வந்ததே தப்பு. நா எப்படியோ சமாளிச்சுப்பேன். எனக்கு பலத்த அடி ஒண்ணும் இல்லே.”

அவர் பொய் சொல்கிறார் என்று தோன்றிற்று. இத்தனை பேச்சுக்கும் சிங்காரம் அசையாமல் படுத்திருப்பது கவலை அளித்தது.

முத்து முன்னால் நகர்ந்து வந்தான். “அக்கா, கிளம்புங்க, உங்களை கொண்டுவிட்டுட்டு நா இங்க வந்து படுக்கறேன். சுடுதண்ணி சுக்குதண்ணி எல்லாம் வெக்கத் தெரியும் எனக்கு. என்னங்க ஐயா?”

“சரி, அப்படியே செய். முதல்லே கஸ்தூரியை பத்திரமா கூட்டிட்டு போயிறு.”

திரும்பும் வழியில் இருவருமே பேசவில்லை. சுந்தரமூர்த்தி சொன்னதைவிட அடி பலமானதாக இருக்கவேண்டும் என்கிற பயத்தில் அந்த மௌனமே கனத்தது. வீட்டின் முன் நிறுத்தாமல் அவன் புறக்கடையோரமாக சத்தமில்லாமல் வண்டியை நிறுத்தினான். நிலைமையை உணர்ந்தது போல காளை மாடு கழுத்தைகூட அசைக்கவில்லை. “முத்து கவனமா பாத்துக்க” என்றாள் அவள் கம்மிய குரலில்.

“அசம்பாவிதம் ஏதும் நடந்துடாதுன்னு நினைக்கிறேன்.” என்றாள் அவள் ரகசிய குரலில்.

“வைத்தியர் கைராசிக்காரர்க்கா. கவலைப்படாதீங்க” என்றான் முத்து இதமாக.

பொங்கிக்கொண்டு கண்ணீர் வெடிக்கும் போல் இருந்தது. அவன் எதிரில் தன் உணர்ச்சிகளைக் காண்பிக்கக்கூடாது என்று அவள் சட்டென்று 'நீ கிளம்பு' என்று ஜாடை காண்பித்தாள். அவன் கிளம்புவதைப் பார்த்துவிட்டு வீட்டுக்குத் திரும்பப் பார்க்கையில் லேசான அதிர்ச்சியுடன் நின்றாள்.

வீட்டுக் கொல்லையில் மாமரத்தின் அடர்ந்த கருமையில் இருவர் நிற்பது கரிய நிழலாய் தெரிந்தது. அந்த இருளிலும் கூட அது ஒரு ஆண் என்பதும் கூட நிற்பது திலகம் என்பதும் புரிந்தது.

அவள் கலவரத்துடன் முத்து இதைப் பார்த்திருப்பானோ என்று திரும்பினாள். அவன் பார்வையிலிருந்து மறைந்திருந்தான். அவர்கள் ஏதோ மெல்லிய குரலில் பேசினார்கள். அது கோபாலய்யர் மகன் என்பதில் அவளுக்கு சந்தேகமில்லை. திலகம் எந்த ஆணையும் ஏறிட்டுக்கூட பார்ப்பதில்லை. அவன்தான் எப்படியோ அவளை சொக்குப்பிடி போட்டு மயக்கிவிட்டான். அவனைக் கண்ட நாளிலிருந்து திலகம் மாறிப்போனாள். அவன் ஏன் இப்படி ரகசியமாக வந்து இரவில் அவளை சந்திக்க வேண்டும் என்று அவளுக்கு திகைப்பாக இருந்தது. இது முன்கூட்டி செய்த ஏற்பாடாக இருக்கலாம் என்று பட்டது. பட்டிணத்தில் தங்கிய இரண்டு நாட்களில் திலகத்துக்கும் அவனுக்கும் இடையே இத்தனை நெருக்கம் ஏற்பட்டுவிட்டதா? அல்லது அவன் ஒரு மாதத்துக்குமுன் கோபாலைய்யருடன் வீடு தேடி வந்ததிலிருந்தே ஆரம்பித்துவிட்டதா? திலகத்துக்குள் இத்தனை கள்ளத்தனம் புகுந்துவிட்டதா என்று அவளுக்கு வருத்தமாக இருந்தது.

இன்னும் எத்தனை நேரம் அவன் கிளம்புவதற்காக தான் வெளியில் ஒளிந்திருப்பது என்று அவள் யோசனையில் ஆழ்ந்தபோது அவன் அவசரமாக வெளியேறுவது தெரிந்தது.

திலகம் உள்ளே செல்ல அவகாசம் கொடுத்துவிட்டு கஸ்தூரி சென்று இப்போது தாளிடப்பட்டிருந்த கதவைத் தட்டினாள். கனகு பாட்டிதான் கதவைத் திறந்தாள்.

“என்ன பாட்டி, படுக்கல்லே? மத்தவங்க எங்கே?”

“எல்லாம் தூங்குதுங்க, பட்டணத்துக்குப்போன அலுப்பு. அது சரி நீ என்ன கள்ளனாட்டம் கொல்லைப்புறமா வரே?”

‘அதையேன் கேக்கிறீங்க, பெரிய கதை.’ கொல்லைத் தாழ்வாரத்தில் நின்றபடியே அவள் மெல்லிய குரலில் சொன்னாள்.

விழி பிதுங்க கன்னத்தில் கையை வைத்து விவரம் கேட்ட பாட்டியைக் கண்டு அவளுக்குப் பாவமாக இருந்தது. இன்று அடுக்கடுக்காக ஏற்பட்ட தனது அதிர்ச்சியை அவள் புரிந்து கொள்வாளா என்று சோர்வு ஏற்பட்டது. அவள் படுக்கச் சென்ற போது திலகம் ஆழ்ந்த நித்திரையில் இருப்பதாகத் தோன்றிற்று.

கஸ்தூரியை உறக்கம் எப்போது தழுவியது என்று தெரியவில்லை. வழக்கத்துக்கு மாறாக விடிந்து நேரம் கழித்து விழித்துக் கொண்டபோது செங்கமலமும் கனகு பாட்டியும் அவள் எழுந்திருப்பதற்காகக் காத்திருந்தவர்கள் போல் அமர்ந்திருந்தார்கள். ஏதோ வெடிக்கக் காத்திருந்தவர்கள் போல. உள்ளுணர்வின் எச்சரிக்கையில் அவள் திலகத்தின் படுக்கையைப் பார்த்தாள். சுருட்டப்படாமல் விரித்தபடி இருந்தது.

“திலகம்? திலகம் எங்கே பாட்டி?” என்றாள். தொண்டை அடைத்து குரல் கம்மிற்று.

18

சற்று நேரம் நான் அந்த குறிப்புகளை, அம்மாவின் அழகிய சாய்ந்த ஆங்கில கையெழுத்தில் இருந்த பெயர்களைப் பார்த்தபடி இருந்தேன். காரணமில்லாமல், அல்லது காரணம் விளங்காமல் மார்பு வெகு வேகமாக அடித்துக் கொண்டது. நிச்சயமாக அம்மா எனக்கு ஏதோ சொல்ல விரும்புகிறாள் என்று தோன்றிற்று. அது சாத்தியம் என்று எனக்குப் பட்டது. அந்தத் தருணத்தில் அந்த உணர்வு மிக இயல்பானதாக உண்மையானதாக இருந்தது. அம்மா அந்த அறையிலேயே எந்த மூலையிலோ புத்தகங்களின் இடுக்கிலேயோ அருவமாக என்னைப் பார்க்கிறாள் என்று நான் நம்பத் துவங்கினேன். பரபரப்புடன் அறையைத் துழாவினேன். திரைச்சீலைகளின் அசைவில் அவளது அசைவு இருப்பதாகப் பட்டது.

'அம்மா!' என் குரல் எனக்கே காதில் விழாமல் பிசுபிசுத்தது. சற்று நேரத்துக்குப் பிறகுதான் எனது விரல்கள் நடுங்குவதை உணர்ந்தேன்.

அந்த உணர்வு என்னுள் ஒரு திகிலை ஏற்படுத்திற்று. உயிரோடு இருக்கும்போது மிக நெருக்கமான, ஆப்தமான நபராக இருப்பவர் இறந்தபின் அருவமான நிலையில் ஏன் பயத்தைக் கிளப்பவேண்டும்? 'காத்து கருப்புன்னு சொல்லுவோம். யாரை எப்ப அடிக்கும்னு யாரு கண்டா?'

நான் சட்டென்று சுதாரித்துக் கொண்டேன். அந்தக் கிழவரின் பேச்சு என்னை குழப்பிவிட்டது விந்தை மட்டுமல்ல,

அதை நம்பவும் தலைப்பட்டது அதிக விசித்திரம். அம்மா 'காத்தோ கருப்போ' இல்லை. அப்படி இருந்தாலும் என்னை அடிக்கமாட்டாள் நிச்சயம். எல்லா சம்பவங்களுக்கும் அமானுஷ்ய விளக்கம் அளிப்பது எனது அறிவியல் கல்விக்கே இழுக்கு... இந்தப் புத்தகத்தை நான் கையில் எடுத்ததும் இந்த விலாசங்கள் கண்ணில் பட்டதும் யதேச்சையானது. அறிவியல் ரீதியாக சிந்திக்கவேண்டிய சமயம் இது. எந்த 'காற்றும் கருப்பும்' துப்புதுலக்க ஆவணங்களைக் கையில் கொண்டுவந்து கொடுக்காது. அம்மாவின் மரணத்தில் நிச்சயம் மர்மம் இருந்தது. அதை நானாகக் கண்டுபிடித்தாக வேண்டும்.

C.S.I. Retreat Centre. இன்று காலையில் நான் பார்த்த கட்டடம், கிறித்துவ பாதிரிகள் கன்னியாஸ்த்ரீகள் ஆன்மிக ஓய்வெடுக்கும் இடம். அதற்கும் அம்மாவுக்கும் என்ன சம்பந்தம் இருக்கும்? அம்மா இந்து என்றுதான் நான் நினைத்து வந்திருக்கிறேன். ஓ, இந்துதான். கடவுள் படங்களோ திரு உருவங்களோ வீட்டில் வைக்காமல் போனாலும். அம்மாவும் அப்பாவும் இந்துப் பெயர்கள் கொண்டவர்கள். கிறித்துவ உறவினர்கள் யாரும் இல்லை, அப்பாவுக்கும்தான். தெற்கே விடுமுறைக்குச் செல்லும்போது அம்மாவும் அப்பாவும் நிறைய இந்து கோயில்களுக்கு ஒரு முறை சுற்றுலா சென்றது ஞாபகம் வந்தது. இவை கலைக்கோயில்கள் என்பாள் அம்மா. ஒவ்வொரு தூணையும் சிற்பத்தையும் மணிக்கணக்கில் நின்று ரசிப்பாள். அவற்றின் பின் இருந்த இதிகாச புராண கதைகள், ஸ்தல புராணங்கள் எல்லாம் அவளுக்கு அத்துப்படி. ஆனால் கடவுளை வணங்காத பகுத்தறிவுவாதி.

"நீ எப்படி நாஸ்திகவாதியானே?"

அம்மா லேசாகச் சிரித்தாள். "என் அம்மாவே நாஸ்திகவாதி. நானும் அப்படி இருக்கிறதிலே என்ன அதிசயம்?"

"பாட்டியுமா?" என்றேன் வியப்புடன். பாட்டிகள் எல்லாம் பழைமைவாதிகள் என்று என் எண்ணம். "ஏன்?"

"அதுக்குப்பின்னாலே ஒரு சரித்திரம் இருக்கு" என்றாள் ஒரு முறை. "ஒரு நாள் சொல்றேன் உனக்கு."

அப்பா இதிலெல்லாம் ஒட்டாமல் இருந்தது இப்போதுதான் எனக்கு நினைவுக்கு வருகிறது. இப்படிப்பட்ட விசாரங்களில் அவருக்கு அதிக சிரத்தை இருக்கவில்லை என்று தோன்றிற்று. அவருடைய குடும்பமே கம்யூனிஸ்ட் சித்தாந்தத்தில் ஊறிய பாரம்பர்யம் கொண்டது. 'கடவுள் இருக்காரா இல்லையா என்கிற குழப்பமே கிடையாது' என்று ஒரு முறை அவர் சிரித்தது ஞாபகம் வருகிறது. "மனுஷனுக்கு ஒரு சுமைதாங்கி வேணும் பாரத்தை இறக்க. அதுக்குத்தான் கடவுளைப் படைச்சான். அதை சுத்தி மதம் வளர்ந்துது. நா ஹிந்து, கிறிஸ்டியன், முஸ்லிம்னு சொல்றது ஒரு அடையாளமா போச்சு. நாம மனுஷங்களா இருந்தா போதும் கண்ணு!"

இப்படிப்பட்ட பெற்றோர்களுக்குப் பிறந்ததே எனது மூளைக் குழப்பத்துக்குக் காரணம் என்று இப்போது எனக்குச் சிரிப்பு வந்தது. எனது பள்ளி, பாஸ்போர்ட் எல்லா ஆவணங்களிலும் நான் இந்து என்று எழுதியது எப்படி மறந்து போயிற்று?

அம்மாவுடன் கூடப்படித்த தோழி யாராவது கன்னியாஸ்திரீயாகியிருக்கலாம். அவரைப் பார்க்க அம்மா அங்கு சென்றிருக்கலாம். எனக்கு ஏன் எல்லாமே விபரீதமாகத் தோன்றுகிறது. ஆனால் இன்று நடைபெறுவது எதுவுமே சாதாரணம் இல்லை என்று மூளை சுட்டிக்காட்டிற்று. இன்றுதான் அந்தக் காட்டிற்குள் நுழைந்தேன். மஞ்சள் புடவையும் சிவப்பு ரவிக்கையுமாக அம்மா பிரத்தியட்சமாகக் கண்ணில் தெரிந்தாள். மஞ்சு படர்ந்த காட்டிலிருந்து அவளுடைய உதவி இல்லாமல் என்னால் வெளியில் வந்திருக்கமுடியாது என்பதை அந்தக் கிழவன் கூடச் சொன்னான். "இன்னிக்கு எப்பிடி அந்தக் காட்டுக்கு வெளியிலே நீ வந்தே? யாரோ இளுத்திட்டு வந்தமாதிரி நீ எதிர வந்து நிக்கையிலே எனக்குத் தெரிஞ்சு போச்சு அதும் புண்ணியத்திலேதான் நீ வந்து நிக்கேன்னு."

இன்றுதான் அந்தக் கட்டடம் என் கண்ணில் பட்டது. வீடு திரும்பி சற்று நேரத்திற்கெல்லாம் இந்தப் புத்தகத்தைக் கைகள் எடுக்கின்றன. அம்மாவின் கையெழுத்தில் கட்டடத்தின் பெயரும் விலாசமும் எழுதப்பட்டிருக்கின்றன. இது யதேச்சையானதாக நம்பமுடியவில்லை. அந்தப் பக்கத்தையே சற்று நேரம் பார்த்தபடி அமர்ந்தேன். இன்னொரு பெயரும் இருக்கிறதே, சபாபதி. இதுவரை அம்மாவோ அப்பாவோ அந்தப் பெயரைச் சொல்லிக் கேள்விப்பட்டதில்லை. தஞ்சாவூரில் இருப்பதாக விலாசம் தெரிவித்தது. சபாபதி யார் என்று புரியவில்லை. உறவினராக இருந்தால் இரண்டுமுறை அங்கு சென்றபோது பார்க்கப் போயிருப்போம். சென்னையில் கடைசிவரை தனியாகவே வாழ்ந்த பாட்டி மட்டும்தான் எனக்குத் தெரிந்த உறவு. தாத்தா நான் பிறப்பதற்கு முன்பே இறந்துபோனார்.

"ஒரு நாள் உனக்கு சொல்றேன்" என்றாள் அம்மா. அவள் முகத்தில் இருந்த ஆழ்ந்த கோடுகளைப் பார்த்தபோது எனக்கு ஏற்பட்ட ஆர்வம் எனக்கு நினைவில் இருக்கிறது. கங்கை கொண்ட சோழபுரத்தின் மிக அழகிய கோயிலின் கோபுரத்தைப் பார்த்தபடி சற்று எட்டி இருந்த மணிமண்டபத்தில் அமர்ந்திருந்த போது அம்மா அதை ஒரு தொலைந்து போன பார்வையுடன் சொன்னாள். கோயிலின் வெளிச்சுவரில் அசாதாரண கலையழகுடன் கூடிய சிற்பங்களைப் பார்க்கும் நிலையில் ஆத்ம நண்பர்களைப் பார்த்த பரவசம் அவளது முகத்தில் ஏற்பட்டதை நான் கவனித்தேன்.

"இதுக்கு முந்தி இந்தக் கோயிலுக்கு வந்திருக்கியோ?"

அவள் இல்லை என்பதுபோல உதட்டை சுழித்தாள். "ஆனா எப்படியோ இந்த இடத்துக்கும் எனக்கும் சம்பந்தம் இருக்கிற மாதிரி இருக்கு. எங்க அம்மாவுக்கு இங்கதான் பக்கத்து ஊர். அவ கர்ப்பத்திலே நா இருந்தபோது இங்க வந்திருப்பா. அபிமன்யு மாதிரி அவ பார்த்ததெல்லாம் எனக்கு ஞாபகம் வருதுன்னு நினைக்கிறேன்! ஒவ்வொரு சிலையும் ஒவ்வொரு தூணும் நா ஏற்கனவே பார்த்தமாதிரி இருக்கு!"

நாத்திகம் பேசும் அம்மா புராணங்களையும் தன்னையும் இணைத்துப் பேசுவது வேடிக்கையாக இருக்கும். உண்மையில் அவள் நாத்திகவாதி இல்லை என்று தோன்றும்.

இந்திய அகழ் ஆய்வுத்துறையின் பராமரிப்பில் இருந்ததால் மிக நேர்த்தியாகத் துப்புரவுடன் மினுமினுத்த கோயிலின் அழகு அந்த அந்தி சாயும் வேளையில் ஒரு கிறக்கத்தை ஏற்படுத்திற்று.

“இப்ப சொல்லு!”

அவளுக்கு அது செவியில் விழவில்லை என்று தோன்றிற்று. “அம்மா, இப்ப சொல்லேன்?” என்றேன் நான் அவளது தொடையைத் தொட்டு. அவள் திடுக்கிட்டு என்னை பார்த்தாள். அவள் கண்களின் ஆழத்தில் பல ஜென்மத்துக் கதைகள் புதைந்திருப்பதாக எனக்கு விசித்திரமாகத் தோன்றிற்று.

“எதைச் சொல்லணும்?”

“நீ எப்படி நாஸ்திகவாதி ஆனேன்னு?” அம்மா அழகாகச் சிரித்தாள்.

“நா ஏன் கிறித்தவன் இல்லேன்னு பர்ட் ரண்ட் ரஸ்ஸல் ஒரு புத்தகம் எழுதின மாதிரி நா ஒரு புத்தகம் எழுதறேன் நாங்க ஏன் ஆஸ்திகவாதி இல்லேன்னு, அப்ப தெரிஞ்சுக்கோ.”

“எனக்குச் சொல்லு. நா எழுதறேன்.”

அம்மா ஒரு நெடிய பெருமூச்சு விட்டாள். “அதுக்கு நேரம் காலம்னு ஒண்ணு இருக்கு. பத்து நிமிஷத்திலே சொல்லக்கூடிய விஷயமில்லே அது. நா ரிட்டையர் ஆகி ஓய்வா இருப்பேன் பாரு அப்ப சொல்றேன். நீயும் அப்ப எல்லாத்னையும் புரிஞ்சுக்கக் கூடிய பக்குவத்தோட இருப்பே.”

“மறுபடியும் இந்தக் கோயிலுக்கு வரலாமா?”

அம்மா மென்மையாகச் சிரித்தாள். “வரலாமே?”

புத்தகத்தின் பக்கங்களை நான் இலக்கில்லாமல் புரட்டினேன். கண்களில் நீர் கோத்தது. பிறகு நாங்கள் அந்தக் கோயிலுக்குப்

போகவே இல்லை. அம்மா எனக்குக் கொடுத்த வாக்கை மறந்து போனாள். அல்லது எனக்கு எதுவும் சொல்லவேண்டிய அவசியம் இல்லை என்ற முடிவுக்கு வந்துவிட்டாள். அல்லது அவளுக்கு எதிர்பாராமல் முடிவு வந்துவிட்டது...

மீண்டும் எனக்கு திடுக்கிட்டது. இன்று எனக்கு என்ன ஆகிவிட்டது?

அந்தப் புத்தகத்தை மிக ஜாக்கிரதையாக மூடி எனது மேஜை மேல் வைத்து எழுந்தேன். வீட்டுக்குள் இருந்தால் பல யோசனைகளில் மூளை பித்துபிடித்து அலையும் என்று நிச்சயமாகத் தோன்றிற்று. மதிய உணவு வரை சற்று நடந்துவிட்டு வரலாம் என்று தோன்றிற்று. மழை இப்போது நன்றாக நின்றுவிட்டது. பளீரென்று வெயில் கூட அடித்தது. நான் நடக்கும் ஜோடுகளை அணிந்து கையில் நினைவாக கைக் குடையை எடுத்துக்கொண்டு கிளம்பும்போது வரவேற்பு அறையில் அமர்ந்து ஹிண்டு க்ராஸ்வர்டில் ஆழ்ந்திருந்த அப்பா “மறுபடியும் போறியா வெளியிலே?” என்றார்.

“கொஞ்சம் நடந்துட்டு வரேன். பக்கத்திலேதான் லேக்கைச் சுத்திப்போவேன். வந்துடறேன் சாப்பாட்டு டைமுக்கு. மொபைலை எடுத்துக்கிட்டு போறேன்” என்றேன் புன்னகையுடன்.

அப்பாவை நினைத்துப் பாவமாக இருந்தது. அம்மாவின் மரணம் அவரை நிலைகுலைய வைத்துவிட்டதாகத் தோன்றிற்று.

‘ரொம்ப மறந்து போறேன்மா’ என்றார் ஒரு நாள் குரலில் பயம் தொனிக்க. ‘வெளியிலே வழக்கம்போல நடக்கப் போனேன். திரும்பி வரது எப்படின்னு புரியல்லே. திடீர்னு தெருவே மறந்து போச்சு. எப்படியோ குருட்டாம்போக்கிலே நடந்து வந்து சேந்தேன்.’

எனக்குத் தூக்கிவாரிப்போட்டது. அன்றிலிருந்து அவர் தனியாக வெளியில் செல்லக்கூடாது என்று உத்தரவிட்டேன். தினமும் தனது நினைவாற்றலை அதிகரித்துக்கொள்ள

மணிக்கணக்கில் அமர்ந்து க்ராஸ் வர்ட் போடும் வழக்கத்தை அவராக ஏற்படுத்திக்கொண்டார். அவராக தேர்ந்தெடுத்த ஊன்றுகோல் போல. அதில் ஒரு பரிதவிப்பு தெரிந்தது. தில்லிக்குத் திரும்பியதும் அவரை மருத்துவரிடம் காண்பிக்க வேண்டும் என்று நினைத்தேன். நான் மூன்று மாதம் சர்வகலா சாலையில் விடுப்பு கேட்டு வந்திருக்கிறேன். அம்மாவின் மரணத்தின் புதிரை அவிழ்க்க வேண்டும். அப்பாவின் உடல் அசைவுகளில், குழம்பும் நடவடிக்கைகளில் தென்படும் மாறுதல்கள் கவலை அளித்தது. இரண்டிற்கும் முடிச்சு இருக்கலாம் என்று அடிமனத்தில் ஒரு அனுமானம் நெருடிற்று. அம்மாவின் மரணத்தில் ஒரு புதிர் இருந்தது எனக்கு எதேச்சையாகத்தான் தெரிந்தது. திடீரென்று மாரடைப்பு ஏற்பட்டு அவள் இறந்து போனாள் என்று நான் நினைத்திருந்தேன். செய்தி கேட்டதும் கிளம்பமுடியாமல் என்னுடைய டாக்டர் பட்டத்துக்கான நேர்முகத் தேர்வு வந்தது. அதை நான் கோட்டைவிடுவதை அம்மா நிச்சயம் விரும்பியிருக்கமாட்டாள். தவிர அப்பா ஜப்பான் போகப்போவதாக வேறு சொன்னார். அதற்குப் பிறகு பயணம் தள்ளிக்கொண்டே வந்தது. எனது புதிய வேலை, புதிய சூழல் என்று எத்தனையோ விஷயங்கள் என் உலகத்தை நிலைகுலைய வைத்திருந்தது. இரண்டு ஆண்டுகள் கழித்து தில்லிக்கு விடுப்பில் வந்தபோது அப்பாவின் முகம் பிரேதம் போல களையிழந்து போயிருந்தது. அப்போதுதான் அம்மாவின் மறைவுக்குப் பிறகு நான் அவரை உடனடியாகப் பார்க்க வராமல் போனது என்னை உலுக்கிற்று. அவரை அணைத்துக்கொண்டு நான் கண்ணீர் விட்டபோது அவர் என் முதுகை சமாதானமாகத் தட்டினார். அவரது ஸ்பரிசம் அடிமனத்தில் அடக்கி வைத்திருந்த துயரத்தைக் கிளப்பியிருக்க வேண்டும்.

நான் கண்ணீரை அடக்கமுடியாமல் விசும்பி "அம்மா ஏம்பா இப்படி நம்மை ஏமாத்திட்டாங்க?" என்றேன்.

சட்டென்று அவருடைய பிடி தளர்ந்தது. "சரியா சொன்னேம்மா. சாதாரண ஏமாத்தல் இல்லே அது. என்னாலே தலை நிமிர்ந்து

நடக்க முடியாம போச்சு. எதுக்கும்மா? நா என்ன தப்பு பண்ணினேன்?"

நான் குழப்பத்துடன் கையை விடுத்து அவரைப் பார்த்தேன். "என்னப்பா சொல்றீங்க?"

"அவ ஏம்மா தற்கொலை பண்ணிக்கணும்?"

எனக்குத் தூக்கிவாரிப் போட்டது. "என்னது, தற்கொலை பண்ணிகிட்டாங்களா? எனக்கு நீங்க சொல்லவேயில்லையே?" புதிதாக ஏமாற்றப்பட்டதுபோல என்னுள் ஆத்திரம் வெடித்தது.

"எப்படிம்மா இதையெல்லாம் அமெரிக்காவிலே இருக்கிற உனக்கு சொல்லட்டும்?"

"ஏன் சொல்லக்கூடாது? இது ரொம்ப முக்கியமான விஷயம்னு தோணல்லியா? நா உடனே வந்திருப்பேன் எப்படியாவது."

"வந்து? நீயும் அந்த போலீஸ்காரங்க என்னைத் துளைச்ச மாதிரி துளைச்சிருப்பே! எனக்கு இப்ப எல்லாமே மறந்துகூடப் போச்சு. எதுவுமே ஞாபகம் வரமாட்டேங்குது."

எனக்குத் தாங்கத்தான் இல்லை. மிகப்பெரிய அதிர்ச்சியாக இருந்தது. சுத்தமாக நம்பமுடியவில்லை. கேஸை எப்படியோ போலீஸ் மூடிவிட்டதாக அறிந்துகொண்டேன்.

அம்மாவைப் பொறுத்தவரை அப்பாவின் மனத்தில் ஒரு மென்டல் ப்ளாக் ஏற்பட்டுப் போன மாதிரி இருந்தது. எத்தனைத் துழாவிக் கேட்டாலும் 'எனக்கு நினைவில்லேம்மா!' என்கிறார் பரிதாபமாக.

அம்மாவின் மரணம். ஒரு கார் விபத்தில் இறந்திருந்தால் என்னை அலைக்கழித்திராது அவளது இழப்பு விளைவித்த துயரத்தைத்தவிர. தற்கொலை என்ற விளக்கம் கலக்கத்தை அளித்தது. அந்த நிகழ்வுக்கு நானும் அப்பாவும், மற்ற பலரும் பொறுப்பு என்கிற குற்ற உணர்வை ஏற்படுத்திற்று. அதற்குப் பின்னால் இருந்த மனசின் சூட்சுமத்தைப் புரிந்துகொள்ள முடியாத ஜடமாக இருந்தோம் என்கிற உணர்வு அவமானமாக இருந்தது.

மிக நெருக்கமான நபர்களை நாம் எப்படி மேம்போக்காக எடை போடுகிறோம் என்பது கூச்சத்தை ஏற்படுத்திற்று. சரியான புரிதல் இல்லாததாலேயே ஒரு உயிர் மாய்ந்ததோ என்று அச்சமேற்பட்டது. எத்தனை அநியாயம் அது? அம்மாவின் மரணம் மட்டும் இப்போது புதிர் இல்லை. அவளது வாழ்வே புதிராக இருக்கலாம் என்று தோன்றிற்று. என்னிடம் அவள் தனது அந்தரங்கங்களைப் பகிர்ந்துகொள்ளவே இல்லை என்பது என்னை அவள் அவமானப்படுத்தியதுபோல மெல்லிய எரிச்சல் ஏற்பட்டது. ஏன் அப்படி மூடின புத்தகமா இருந்தே? அதுக்கு ஈடுகட்டத்தான் இப்போ சங்கேதங்களைக் காட்டறியா? சரியாச் சொல்லும்மா, ப்ளீஸ்.

காலை மழைக்குப் பின் பளிச்சென்று வெயில் அடித்தது. பறவைகள் குதூகலமாகப் பறந்தன. வெள்ளை பச்சை கருநீலம்... வரிசை தப்பாமல் ஒன்றன் பின் ஒன்றாக. சாலையில் மறுபடியும் சாரி சாரியாக சைக்கிள்களை ஓட்டிக்கொண்டு செல்லும் சிறுவர் சிறுமியர் கலகலவென்ற பேச்சு. களுக்கென்ற அவர்களது சிரிப்பு. மனத்தைக் கவ்வியிருந்த மூட்டம் மெல்ல விலக ஆரம்பித்தது. நான் ஏரியை ஒட்டிய நடைபாதையில் நடந்தேன். சற்றுமுன் பெய்திருந்த பெரிய மழையினால் நடைபாதை ஈரமாக இருந்தது. எதிரில் ஓர் வயதானவர் தலையைச் சுற்றி மஃப்ளர் அணிந்து கையில் தடியைப் பிடித்து நடந்தார். அவர் வழுக்கி விழப்போகிறாரே என்று எனக்குக் கவலையாக இருந்தது.

“ஜாக்கிரதை அங்கிள்” என்றேன் மெல்ல புன்னகைத்து.

“தாங்க்யூ” என்று அவர் புன்னகைத்தார். “நா இந்த ஊர்லேயே பிறந்து வளர்ந்தவன். இதுவரை விழுந்ததில்லை. நீதான் கவனமா இருக்கணும். டூரிஸ்ட்டா?”

பெரியவர் பேசும் மனநிலையில் இருந்தது புரிந்தது. எனக்கு பேசுபவரிடமெல்லாம் பேசவேண்டும் போல் இருந்தது. “இல்லை. இங்கே எங்களுக்கு வீடு இருக்கு. கோடைக்காலத்தில் வந்து தங்குவோம். நான் அமெரிக்காவில் வேலையா இருக்கேன்.”

“அப்படியா, குட், எந்த வீடு?” என்றார் பெரியவர் ஆர்வத்துடன்.

“இங்கிருந்து ஒரு கிலோமீட்டர் தூரத்திலே வளைவிலே ரிட்ரீட்னு ஒரு வீடு இருக்கே...?”

நான் பெரியவரின் முகத்தை உன்னிப்பாகக் கவனித்தபடி எதிர்பார்ப்புடன் காத்திருந்தேன்.

அவருடைய கண்களில் மெல்லிய திகைப்பு தெரிந்தது. “யு மீன்...?” என்று ஆரம்பித்தவர், இல்லை என்பதுபோல தலையசைத்துக் கொண்டார். “நீங்க அந்த வீட்டை புதுசா வாங்கினீங்களா?”

“இல்லே. வாங்கி நிறைய வருஷம் ஆச்சு.”

அவர் என்னை சற்று நேரம் நிதானமாகப் பார்த்தார்.

“அப்ப இந்த ஏரியிலே விழுந்து இறந்தது உங்க அம்மாவா?” இந்த நேரடி கேள்வியை நான் எதிர்பார்க்கவில்லை.

“ஆமாம். நா அப்ப அமெரிக்காவிலே இருந்தேன்.”

“ஓ? வெரி ஸாரி” என்றவர் சற்று மௌனம் காத்து, “மறுபடியும் மழை வரலாம் கவனமா போம்மா” என்று தன் வழியில் சட்டென்று திரும்பி நடக்க ஆரம்பித்தார்.

எனக்கு மெலிதாக ஏமாற்றம் ஏற்பட்டது. ஏமாற்றத்தைவிட குழப்பமாக இருந்தது. ஏன் அம்மாவின் மரணத்தைப் பற்றி யாருமே பேச மாட்டேன் என்கிறார்கள். அதில் ஏதோ சொல்லப்படாத விஷயம் இருப்பதாக நம்புகிறார்களா? ‘விழுந்து இறந்தது’ உங்க அம்மாவா? தற்கொலை என்கிறாரா அல்லது அப்படி சொல்லப் பட்டது என்கிறாரா?

முனையைத் திரும்பியதும் அந்தப் பலகைக் கண்ணில் பட்டது.

C.S.I. Retreat Centre.

யாரோ பிடித்துத் தள்ளியதுபோல நான் தெருவைக் குறுக்காகக் கடந்து சென்று அதன் நுழைவாயிலின் பெரிய

மரக்கதவுகளைத் திறந்து மேட்டில் விரியும் அதன் பாதையில் நடக்க ஆரம்பித்தேன்.

பழைமையான கலோனிய பாணி கட்டடம். கண்ணாடிக் கதவுக்கப்பால் பெரிய வரவேற்பறை தெரிந்தது. அதன் ஊடாக நெடிய வராந்தாவும் அறைகளும் இருக்கும் போல் இருந்தது. வரவேற்பறையின் சோபாக்களில் சில வெள்ளைக்காரர்கள் அமர்ந்து மெல்லிய குரலில் பேசிக்கொண்டிருந்தார்கள். நான் அழைப்புமணியை அழுத்தியதும் வரவேற்பு மேஜை அருகில் குனிந்து வேலை பார்த்துக்கொண்டிருந்த கன்யாஸ்த்ரீ நிமிர்ந்து புன்னகையுடன் கதவருகில் வந்து “எஸ்?” என்றார். சிவந்த குண்டு முகம். காருண்யம் என்கிற பதத்தின் பிம்பமாய் அருள் சுரக்கும் கண்கள்.

என்ன சொல்வது என்று தெரியாமல் ஒரு விநாடி தயங்கி, மெல்ல சுதாரித்துக்கொண்டு ஆங்கிலத்தில் சொன்னேன். “நான் ஒரு துப்பு துலக்கும் வேலையாக வந்திருக்கிறேன்.”

சிரிக்கும் கண்களில் அதிர்ச்சி தென்பட்டது. “எனக்குப் புரியவில்லை, குழந்தை? என்ன விஷயம் என்று விளக்கமாகச் சொல்.” என்றார் அவர்.

நான் அவசரமாக மன்னிப்பு கேட்டபடி சொல்ல ஆரம்பித்தேன். அம்மாவின் எதிர்பாராத மரணத்தைப் பற்றி... என் குழப்பத்தைப் பற்றி. என் அம்மாவைத் தெரிந்தவர்கள் அங்கு யாராவது இருப்பார்களா என்று அறிய விரும்பி நான் அங்கு வந்ததைப் பற்றி. அம்மாவின் ஒரு குறிப்பில் இவர்களது விலாசம் எழுதப்பட்டிருப்பது பற்றி...

முன்பின் தெரியாத ஒரு நபரிடம் எப்படி எல்லாவற்றையும் மூச்சு முட்ட சொல்கிறேன் என்று எனக்கு வியப்பு ஏற்பட்டது. அவருடைய முகத்தில் தெரிந்த அன்பும் கருணையும் என்னைப் பேச வைத்ததா என்று தெரியவில்லை. நான் உணர்ச்சிவசப்பட்டிருப்பது புரிந்தது.

அவர் முகத்தில் கலவரம் தெரிந்தது. என் தோளை அணைத்து, “உள்ளே வந்து உட்கார் குழந்தை!” என்று மிக

மெல்லிய குரலில் சொன்னபடி என்னை ஓரமாக இருந்த சோஃபாவில் அமரச் செய்தார். எனக்குக் காரணம் புரியாமல் அழுகை வந்தது. அதுவரை அம்மாவின் மரணத்திற்காக யார் எதிரிலும் அழவில்லை என்று நினைவு வந்தது.

“உங்களுக்கு என் அம்மாவைத் தெரியுமா?” என்றேன் ஆவலுடன். இந்த இடத்திற்கும் அம்மாவுக்கும் ஏதோ தொடர்பிருக்க வேண்டும் என்கிற எனது குருட்டு நினைப்பு ஏமாற்றத்தில் முடியக்கூடாதே என்று மனசு படபடத்தது.

“எனக்குத் தெரியாது குழந்தை” என்றார் அவர் மென்மையாக. “உன்னுடைய குழப்பம் எனக்குப் புரிகிறது. என்னால் உனக்கு என்ன உதவி செய்யமுடியும் என்று புரியவில்லை.”

“அம்மாவைத் தெரிந்தவர்கள் யாராவது இங்கு இருப்பார்கள் இல்லையா?”

அவர் நீண்ட நேரம் யோசித்துவிட்டுச் சொன்னார். “எங்கள் மதர் சுபீரியருக்குத் தெரிந்திருக்கும். அவர் இப்போது இல்லை. காலமாகிவிட்டார்.”

நான் ஏமாற்றத்துடன் அவரைப் பார்த்தேன். “உங்களுக்கு என்ன தெரியும் என் அம்மாவைப் பற்றி?”

அவர் திடுக்கிட்டு என்னைப் பார்த்தார்.

“ஒன்றுமே தெரியாது குழந்தை. கேள்விபட்டிருக்கிறேன். அவர் மிகுந்த தாராள குணம் உடையவர் என்று சொல்வார்கள். இந்த ஸ்தாபனத்துக்கு நிறைய நன்கொடை கொடுத்திருக்கிறார்.”

எனக்குத் தூக்கிவாரிப்போட்டது. நான் மேற்கொண்டு ஏதும் கேட்பதற்கு முன் டெலிஃபோன் ஒலிக்க கன்னியாஸ்த்ரி விருக்கென்று எழுந்தார். “மன்னித்துக்கொள், எனக்கு வேலை இருக்கு. இறந்துவிட்டவர்களைப் பற்றி இத்தனை வருத்திக்கொள்ளாதே அவர்களது ஆன்மா அமைதி அடையட்டும். உன் அம்மா ஒரு நல்ல ஆன்மா.”

அவரிடம் மேற்கொண்டு ஏதும் பேசமுடியாது என்கிற நிராசை என்னைக் கவ்வியது. என்னை அறியாமல் குரலை உயர்த்தி, "ப்ளீஸ் சிஸ்டர் ஹெல்ப் மீ!" என்றேன். ஃபோனை எடுத்தபடியே அவர் தலை அசைத்தார் போய்விடு என்று விடை அளிப்பது போல. அங்கு அமர்ந்திருந்த வெள்ளைக்காரர்கள் என்னை வியப்புடன் பார்த்தார்கள்.

நான் தோற்றுப்போனவள்போல வெளியே வந்தேன். சரியும் பாதையிலே கீழே இறங்கும்போது அவர் சொன்ன வார்த்தைகள் செவியில் ரீங்கரித்தவண்ணம் இருந்தன.

'உன் அம்மா ஒரு நல்ல ஆன்மா.'

எப்படித் தெரியும்? நன்கொடை கொடுத்ததாலா? நன்கொடை கொடுக்கக் காரணம் என்ன?

நான் கனவில் நடப்பவள்போல வீட்டை அடைந்தேன். மதியச் சாப்பாட்டுக்கு இன்னும் நேரமிருந்தது. அப்பா தோட்டக்காரருடன் ஏதோ பேசிக்கொண்டிருந்தார். நான் மீண்டும் அம்மாவின் லைப்ரெரிக்குச் சென்றேன். அம்மா வழக்கமாக அமரும் சாய்வு நாற்காலியில் அமர்ந்து ஆயாசத்துடன் கண்ணை மூடிக் கொண்டேன். அம்மா ஒரு கிறித்துவ மடத்துக்கு ஏன் நன்கொடை கொடுக்கவேண்டும் என்று புரியவில்லை. இன்னும் என்னென்ன ரகசியங்களை அம்மா எனக்குச் சொல்லப்போகிறாள்? சொல்வாள் என்று எதிர்பார்ப்பது எத்தனை முட்டாள்தனம் என்ற அசதி என்னை ஆட்கொண்டது. எழுந்து பித்துபிடித்தவள்போல இலக்கில்லாமல் மீண்டும் அந்த மேஜை அறைகளைத் துழாவினேன். அதன் பின்னுக்குத் தள்ளப்பட்ட நிலையில் அம்மாவின் ராஜதந்திர பாஸ்போர்ட். ஆவலுடன் அதை பிரித்துப் பார்த்தேன். அம்மா அலுவல் காரணமாகப் பல நாடுகளுக்குச் சென்றிருந்த விவரங்களை மேலோட்டமாகப் புரட்டிப்பார்த்தேன். முதல் பக்கத்தில் இருந்த புகைப்படத்தில் அம்மா இளமையாகத் தெரிந்தாள். உறுதியும் தன்னம்பிக்கையும் மிக்க முகம். தற்கொலை செய்துகொள்ளக் கூடிய நபர் என்று

நிச்சயம் சொல்லமுடியாத தெளிவான கண்கள். அதைச் சற்று நேரம் பார்த்துவிட்டு மூடிவைக்கப்போகையில் அந்த வரி கண்ணில் தெரிந்தது.

பிறந்த ஊர்: கொடைக்கானல்.

அதிர்ச்சி நிரம்பிய கண்களில் அடுத்த வரிகள் உயிரற்று போயின.

மாநிலம்: தமிழ்நாடு

நாடு: இந்தியா.

—19—

கடல் அலைகள் ஆனந்த ஆர்ப்பரிப்பில் இருந்தன. விறுவிறுவென்று பின்னால் நகர்ந்த வேகத்துக்கு நூறு மடங்கு அதிக வேகத்துடன் முன்னால் சீறிப்பாய்ந்து கரையை மோதின. கரைக்கருகில் நீரில் நின்றிருந்த யோகுவின் முழங்காலுக்குமேல் தாக்கி தொடையை நனைக்கும்போது யோகு துள்ளிக்குதித்துப் பின்னால் நகர்ந்து சிரித்த சிரிப்பும் நீலோத்பல விழிகளில் மின்னிய மகிழ்ச்சியும் அவள் கையைப் பிடித்து நின்றிருந்த லக்ஷ்மியையும் தொற்றிக் கொண்டது. பத்து வயது குறைந்து போனதுபோல உற்சாகம் புரண்டது. யோகு இப்போது அவள் கனவில் வந்தவள். கருகருவென்ற இரட்டைப் பின்னலும் ரிப்பனுமாக, பாவாடை தாவணியும் நெற்றியில் திலகமுமாக... தூக்கியிருந்த பாவாடையின் கீழ் வெண்கல வழுவழு கால்கள் நீர்பட்டு மின்னின. அந்த வெயிலில் செப்புச் சிலைபோல் தேகமே மின்னிற்று. ஆளும் அடையாளமும் மாறிப்போன யோகு. கோயில் விக்ரகத்தின் தூய்மையுடன் ஒளிரும் யோகு...

தொலைவில் மீன்பிடி தோணிகளும் மிகத் தொலைவில் வணிகக் கப்பல்களும் தெரிந்தன.

"அக்கா அந்தத் தோணியிலே போனா எவ்வளவு நன்னா இருக்கும் இல்லே?" என்றாள் யோகு கண்ணை மறைத்த சுருண்ட முடிக்கற்றை விலக்கியபடி.

லக்ஷ்மி சிரித்தாள். "தோணி என்ன, ஒரு நாள் கப்பல்லேயே போலாம்!"

“நிஜம்மாவா?”

லக்ஷ்மி அவள் கன்னத்தை நிமிண்டிச் சிரித்தாள். “ஆசையைப் பாரு! இப்பதான் சமுத்திரக் கரைக்கே உன்னாலே வர முடிஞ்சிருக்கு.”

யோகுவின் முகம் சட்டென்று இருண்டது.

“நீங்க இல்லேன்னா முடிஞ்சிருக்காது அக்கா நிச்சயம்.”

அவள் குரலில் இருந்த விசனத்தை லக்ஷ்மி இனம் கண்டு கொள்ளுமுன் யோகு சிரித்தாள்.

“நீங்க இல்லேன்னு வெச்சுக்குங்கோ நா இன்னும் மொட்டை மாடியிலே வடகத்துக்குக் காவல் காத்துண்டு காக்காக்களை விரட்டிண்டிருப்பேன். மொட்டைத் தலையை மறைச்சிண்டு ஒன்பது கெஜ புடவையைச் சுத்திண்டு.”

லக்ஷ்மி அவளை அணைத்துக்கொண்டாள். “நீ படிச்சு பெரிய பரிட்சையெல்லாம் பாஸ் பண்ணுவே பாரு அப்ப தப்பு செய்யற மனுஷங்களை விரட்டுவே. தண்டனை கிடைக்கவெச்சு ஜெயிலுக்கு அனுப்புவே!”

யோகு கண்களை அகல விரித்தாள். “வக்கீலுக்குப் படிக்க வைப்பேளா?”

“ஆமாம். நா ஒரு காலத்திலே வக்கீலுக்குப் படிக்கணும்னு நினைச்சேன். ஏன் தெரியுமா? நாட்டியம் கத்துக்கிட்டே ஆகணும்னு எங்க அம்மா கட்டாயப்படுத்தி வாத்தியார்கிட்ட அனுப்புவா. ஆட்டத்திலே சின்னத் தப்பு பண்ணினாகூட எங்க நட்டுவனார்...”

“நீங்க நாட்டியம் கத்துண்டேளா என்ன?” என்ற யோகுவின் கண்களில் இருந்த அதிர்ச்சியைக் கண்டு அவளுக்கு விசனம் ஏற்பட்டது. “சதிர் எல்லாம்...”

“அது வேற கதை. இதைக் கேளு... சின்னத் தப்பு பண்ணினா கூட பளீர்னு கணுக்கால்லே கட்டையைப் போட்டு அடிப்பார்.

தினமும் எனக்கு அடி விழும். அப்பல்லாம் நா நினைப்பேன். வக்கீலாப் போனப்புறம், மனுஷ உரிமை மீறலுக்காக வாத்தியாரை ஜெயில்லே அடைச்சு கணுக்கால்லே அடிக்கணும்னு."

"ஐயய்யோ, ஏன் பண்ணல்லே? டாக்டரான்னா ஆயிட்டேள்?" யோகு விழுந்து விழுந்து சிரித்தாள்.

லக்ஷ்மி லேசான புன்னகையுடன் மௌனமாகத் தொடுவானத்தைப் பார்த்தாள். சற்றுமுன் தோன்றிய அதிர்ச்சியை யோகு மறந்து போனது நிம்மதியாக இருந்தது. சூரியன் தங்கத் தாம்பாளமாய் உருமாறியிருந்தது. அதன் மையத்தில் பெரிய மிராசுவின் முகம் தெரிந்தது. "பாப்பா போயிட்டா!" என்று முகத்தை மூடிக்கொண்டு விம்மினார். அவரது கண்களை அழுத்திய அங்கவஸ்திரத்தின் நுனியில் ஈரம் படர்ந்தது. "பிள்ளை பிறப்பிலே. ரத்தப் போக்கிலே!"

அப்பாவின் தோள்கள் குலுங்குகின்றன. ராஜ கம்பீரத்துடன் பவனி வரும் உருவம் நிலைகுலைந்து பதறுகிறது. அவளுக்கு அவரது தோளைப்பற்றி ஆறுதல் சொல்லவேண்டும் போல் இருக்கிறது. 'அப்பா' என்று அந்த பரந்த மார்பில் முகம் புதைக்க வேண்டும் போல் இருக்கிறது. அநியாயமாக செத்துப்போன இந்த பாப்பாவுக்கு இருந்த உரிமை அவளுக்கு இல்லை என்கிற உணர்வு குறுக்கே நிற்கிறது. பிடிவாதம் தொனிக்கும் குரலில் ஒரு கோரிக்கைதான் வைக்கமுடிகிறது. பிச்சைக்காரிபோல.

"நா டாக்டருக்குப் படிக்கணும். என்னைப் படிக்கவையுங்க. பாப்பாவுடைய முடிவு மத்த பெண்களுக்கு வரக்கூடாது."

தொடுவானத்தில் ஆரஞ்சு உருண்டையாய் சூரியன் கடலில் இறங்க ஆரம்பித்தது. அப்பாவின் முகம் நீரில் அமிழ்ந்தது.

"அக்கா, அங்க பாருங்கோ எத்தனை அழகு!"

யோகு கண்கள் விரிய, பரவசப் புன்சிரிப்புடன் அவள் கையைப் பிடித்துக்கொண்டு நின்றாள். சூரியனின் அஸ்தமனம் ஆகும் வரை இருவரும் மௌனமாக நின்றார்கள்.

யோகுவின் கண்களிலிருந்து நீர் வழிவதைக்கண்டு லக்ஷ்மி திடுக்கிட்டாள்.

“என்ன யோகு?”

“ஒண்ணுமில்லேக்கா. ரொம்ப அழகா எதையாவது பார்த்தா எனக்குக் கண்ணுலே தண்ணி வரும் ஏதோ சாமியை நேரிலே பாத்தமாதிரி. மொதமொதல்லே இந்த சமுத்திரத்தைப் பார்த்தபோது அப்படித்தான் இருந்தது. ‘ஓ’ன்னு அழணும்போல இருந்தது.”

லக்ஷ்மி பேசாமல் அவள் கையை அழுத்திப்பிடித்தாள். யோகுவை நிறுத்தமுடியாது என்று தோன்றிற்று.

“அன்னிக்கு சமுத்திரத்தைப் பாத்து நிறைய பேசினேன் தெரியுமோ? யோகம்பாள்னு பேர் வெச்சா. எந்த வகையிலே எனக்கு யோகம் சொல்லுன்னு கேட்டேன். படிப்பு நின்னுபோச்சு. பொறந்த வீட்டிலே என்னை வெச்சு காப்பாத்த நாதியில்லே. என் ஆம்படையான் எப்படிப்பட்டவர்னுகூட எனக்குத் தெரியாது. மொகம்கூட நினைவில்லேக்கா. பொசுக்குனு செத்துப்போயிட்டார்னு சேதி வருது. எல்லாரும் அழறா. எனக்கு அழுகை வரவே இல்லே. என் தலையை மொட்டை அடிச்சபோதுதான் அழுதேன். இனிமே எங்காத்திலே இருந்துட்டுப் போகட்டும்னு மாமியார் அழைச்சிண்டு வந்துட்டார். ஊரெல்லாம் எத்தனை நல்ல மனுஷிங்கறா. அங்கதான் நீ இனிமே இருக்கணும்னு அண்ணா சொல்றான். உன் தலைவிதி உன் தலைவிதின்னு எல்லாரும் சொல்றா அது ஒரு மந்திரம் மாதிரி. முன்னெபின்ன தெரியாத மனுஷா, தெரியாத ஊர். வீட்டு வேலை செஞ்சு பழக்கமே இல்லே. ஒவ்வொரு தப்புக்கும் துக்கிரின்னு திட்டு. மொட்டைத் தலையிலே குட்டு...”

தன் கண்ணில் படர்ந்த நீரை அவள் பார்த்துவிடுவாளே என்கிற யோசனையில் லக்ஷ்மி தலைகுனிந்தபடி உட்கார்ந்தாள். எத்தனை துயரத்தை இந்தப் பெண் அந்த ஒன்பது கெஜம் புடவைக்குள் அமுக்கி வைத்திருப்பாள் என்று விசனம் ஏற்பட்டது.

"தலைவிதின்னா என்னன்னு அன்னிக்கு சமுத்திரத்தைக் கேட்டேன். தலை எழுத்துங்கறது யார் எழுதறது? எழுதினவனுக்கு என் மேல் என்ன கோபம்னு கேட்டேன். என் தலைப் புண்ணைப் பாருன்னு தலைப்பை கீழே எறக்கிக் காண்பிச்சேன். கால்லே சூடு போட்டதைப் பாருன்னேன். நா என்ன தப்பு பண்ணேன்? கொலைகாரியா? கெட்டவளா? ஏன் நா கஷ்டப்படணும்?" யோகு இதையெல்லாம் எத்தனையோ தடவை சொல்லிவிட்டாள். இருந்தும் ஒவ்வொரு முறை கேட்கும்போதும் புதிதாகக் கேட்பது போல லக்ஷ்மிக்குப் பதைத்தது.

"சமுத்திரம் என்ன பதில் சொல்லித்து?"

யோகுவின் முகம் பளபளத்தது. அந்திவானச் சிவப்பு பூசியிருந்தது. மெல்லிய புன்னகைக்கீற்று அதரங்களில் படர்ந்தது.

"பயப்படாதே, நா உன் சிநேகிதின்னு சொன்னமாதிரி இருந்தது. தலைமேல வெயில் பொசுக்கித்து. கீழே தண்ணி மட்டும் ஜில்லுனு இருந்துது. தலை முழுகி தண்ணிக்குள்ளே முங்கிடலாம் போல எனக்கு வெறி வந்தது. இதைவிட பெரிசா அலை எழுந்தது. வா வான்னு கூப்பிட்டது. சத்தியமா சொல்றேன்கா. என்னைக் கூப்பிட்டது."

"இப்பக் கூப்பிடறதா?"

"இல்லே!" என்று யோகு சிரித்தாள். "கூப்பிட்டாக்கூட இப்ப போகமாட்டேன்."

"அன்னிக்கு... உனக்கு வேற வழியில்லேன்னு தோணிப் போச்சு. அசட்டுப் பெண் நீ. எனக்கு ஏன் சொல்லல்லே?"

"உங்களோடு எப்படி பேசுவேன்? நீங்க பரிட்சைக்கு மும்முரமா படிச்சிண்டிருந்தேள். ஞாயித்துக்கிழமை மட்டும்தான் மத்தியான வேளையிலே மொட்டைமாடிக்கு வந்து படிக்க உட்காருவேள். அதுக்குள்ளே என்னென்னவோ ஆயிடுத்தே?"

லக்ஷ்மி பேசாமல் அவளது தலையை வருடினாள். இந்தக் கேள்வியும் அவளது பதிலும் பல தடவை கேட்டாயிற்று.

இருந்தும் ஒவ்வொரு தடவையும் கேட்கத் தோன்றிற்று. துன்பம் வரும்போது இவ்வுலகில் நான் தனி இல்லை என்று யாரும் நினைத்துவிடக் கூடாது என்று வலியுறுத்தும் ஆதங்கம் வருகிறது. உலகில் நிகழும் தற்கொலைகள் எல்லாம் தனக்கு உதவ எவரும் இல்லை என்கிற பரிதவிப்பால் ஏற்படுவது என்று லக்ஷ்மி சொன்னதை நடராஜ ஐயரும் மாமியும் கடைசியில் புரிந்துகொண்டார்கள். ஆனால் அவள் எடுத்த முடிவுக்கு ஆதரவு கொடுக்கத் துணியவில்லை.

சின்னக் குழந்தைபோல யோகு அவளுடைய மடியில் படுத்துக் கொண்டாள். லக்ஷ்மி அவளுடைய அடர்ந்த சுருண்ட தலையை வருடியபடி இருந்தாள். இவள் ஒருத்தியை மீட்டது எதேச்சையானது, சமூகப் புரட்சி இல்லை என்று விசனம் ஏற்பட்டது. ஆனால் இதற்குக்கூட ஒரு பாரத யுத்தம் நிகழ்த்த வேண்டியிருந்தது.

பலவகைகளில் அது அவளது வாழ்வில் மறக்கமுடியாத நாள். அன்று உண்மையில் மகிழ்ச்சி நிறைந்த நாள். பரிட்சையின் முடிவுகள் வந்திருந்தது. மாகாணத்தில் அவளுக்கு இரண்டாம் இடம். அம்மாவுக்கு உடனடியாகத் தெரிவிக்க வேண்டும் அப்பாவுக்கு சொல்லி நன்றி தெரிவிக்க வேண்டும் என்று மனசு பரபரத்தது. அன்றே ரயிலேறி ஊருக்குச் செல்ல வேண்டும் என்கிற யோசனை மனத்தை வியாபித்தது. அரசு பொது மருத்துவமனையில் ஓராண்டு பணியில் இருந்தபடி மேல்படிப்பு படிக்க வேண்டும். இங்கிலாந்தில் மேல்படிப்பு படிக்க ஆதரவும் உதவியும் கிடைக்கும் என்று பேராசிரியர் டாக்டர் ருத்ரப்பா சொன்னார். அம்மா அதை நம்புவாளா என்பது சந்தேகம். பல்கலைக்கழக வளாகத்தில் ஆசிரியர்களும் சக மாணவர்களும் அதிசயமும் மகிழ்ச்சியம் தொனிக்க அவளுக்குப் பாராட்டுத் தெரிவித்தது மனத்தைக் கிறங்க வைத்திருந்தது.

மயிலாப்பூரில் இருந்த நடராஜய்யரின் வீட்டை நோக்கி செல்லும்போது மனசில் நன்றி பெருக்கெடுத்தது. சுதந்திர

போராட்ட வீரர்கள் கோஷமிடுவதுபோல இரண்டு கைகளையும் உயரத் தூக்கி 'விடுதலை!' என்று கத்த வேண்டும் போல் இருந்தது. இது எப்படிப்பட்ட தனிப்பட்ட வெற்றி என்று அம்மா புரிந்துகொள்வாளா அல்லது இன்னும் தனக்குப் பாதுகாப்பு என்று அவள் நம்பும் வளையத்திலிருந்து வெளிவர பயப்படுவாளா என்று யோசனை வந்தது.

அவள் கடற்கரை சாலையில் நடந்து வரும்போது மதிய வெயில் பொசுக்கிற்று. மாமி மத்தியான உறக்கத்தில் இருப்பாள். மூன்று மணிக்குத்தான் டிபன் செய்ய எழுந்திருப்பாள். இன்னும் அரைமணிநேரம் மெல்ல நடந்து பிறகு வீட்டை அடைய வேண்டும் என்கிற நினைப்பில் கடற்கரையில் எங்காவது நிழல் தென்படுமா என்று தேடுகையில் ஜன சந்தடி இல்லாத அந்த நேரத்தில் திடீரென்று கடற்கரையில் பெரிய கூச்சலும் குழப்பமும் கேட்டது. சமுத்திரக்கரையில் மீன்பிடி படகுக்கருகில் நான்கைந்து ஆண்கள் பெருத்த குரலிட்டு நீரிலிருந்து ஒரு உடலை இழுப்பது போல் இருந்தது. அவளை அறியாமல் உடல் விதிர்த்து பொசுக்கும் வெயிலைப் பொருட்படுத்தாமல் அவள் கரையை நோக்கி ஓடினாள். நின்றிருந்தவர்கள் மீனவர்கள் போல் இருந்தது.

"என்ன, என்னப்பா, யாரு விழுந்தது?" என்ற அவளது பதற்றத்தைக்கண்டு ஒருத்தன் சூள் கொட்டினான்.

"யாரோ பாப்பார வீட்டுப் பொண்ணு கம்மனாட்டி, உசிருவிட வந்திருக்கு."

அவள் திடுக்கிட்டு கீழே சாக்குக் குவியல் போல் கிடந்த அந்த உருவத்தைப் பார்த்தாள். தூக்கிவாரிப்போட்டது.

யோகுவா? அவள் அதிர்ச்சியுடன் கீழே குனிந்து உடலைப் புரட்டினாள். மழிக்கப்பட்ட தலை குழந்தை முகம் முரட்டு நார்மடி சேலை சாக்கை சுத்தியதுபோல புடவை விலகி இளம் மார்புக் காம்புகள் பளபளத்தன. அவள் அவசரமாகத் தலைப்பை மூடினாள்.

“அட நீ வேற இங்கெ வந்து மாட்டிக்காதெ புள்ளே. இது போலீஸ் கேசு.” என்றான் இன்னொருத்தன்.

அவனை சட்டை செய்யாமல் அவள் யோகுவின் நாடியைப் பிடித்துப் பார்த்தாள். துடிப்பு லேசாக இருந்தது. உடலைக் குப்புறத்தி முதுகை அழுத்தினாள்.

“தே நீ நவுரு. அதுக்கு வலு வேணும்” என்று அவன் வேகமாக அழுத்த யோகுவின் வாயிலிருந்தும் மூக்கிலிருந்தும் நீர் வெளிப்பட்டது. ஆனால் யோகு இன்னும் கண் திறக்கவில்லை.

“நா டாக்டர்ப்பா. பெரிய ஆஸ்பத்திரிக்கு இட்டுட்டுப் போகணும். எனக்குத் தெரிஞ்ச பொண்ணு இது. ரிக்ஷா வரைக்கும் யாராச்சும் தூக்கிட்டு வாங்க” என்றாள்.

“பொளச்சுடுமா?”

“ஆமாம்பா சீக்கிரம்!”

அவர்கள் தெருவுக்கு வருவதற்குள் ஒருத்தன் ரிக்ஷாவைப் பிடித்து வந்தான்.

அவளுக்குப் பழகிய மருத்துவமனை என்பதால் செவிலிகள் அவளைச் சூழ்ந்துகொண்டு விவரம் புரிந்து துரிதமாக உதவ வந்தார்கள். ட்யூட்டி டாக்டரை உடனடியாக வரவழைத்து கவனிக்க முடிந்தது. யோகுவைப் பார்க்கப் பார்க்க லக்ஷ்மிக்கு துக்கம் குமுறிக் கொண்டு வந்தது. இப்படிப்பட்ட முடிவுக்கு அந்தச் சிறுமி வருவாள் என்பதே அவளுக்கு மிகப்பெரிய அதிர்ச்சியாக இருந்தது. ஒரு மணி நேரம் கழித்து யோகு கண்ணைத் திறந்து அவளையும் ஆஸ்பத்திரி சூழலையும் கண்டு அலங்கமலங்க விழித்தாள்.

“எப்படி இருக்கே யோகு?” என்றாள் அவன் கனிவாக.

யோகு விருக்கென்று எழுந்தாள். ஓடப்பார்த்த அவளை கட்டுப்படுத்துவதற்கு இன்னும் இரண்டுபேர் உதவ வேண்டியிருந்தது. கட்டிலில் அவளை மீண்டும் படுக்க

வைத்தபோது ஒருக்களித்துப் படுத்து யோகு குலுங்கக் குலுங்க அழ ஆரம்பித்தாள்.

லக்ஷ்மி அவளுடைய முதுகை மெல்லத் தடவியபடி "அழாதே யோகு, என்ன ஆச்சு இன்னிக்கு?"

யோகு வெகுநேரம் பேசவில்லை. பிறகு திரும்பி அவளுடைய கரங்களைப் பிடித்துக் கொண்டாள். "அக்கா, என்னை சாகவிடுங்கோ. உங்களைக் கெஞ்சிக்கேக்கறேன் எனக்கு சாகக்கூட சுதந்திரமில்லையா?"

"இல்லே, யோகு, அது சட்டப்படி குத்தம். போலீசுக்குத் தெரிஞ்சா ஜெயில்லெ போடும்."

"பொய் சொல்றேள். என் உசிரு, அவாளுக்கு என்ன?"

"அப்படித்தான் யோகு. உனக்கு வாழத்தான் சுதந்திரம் சாகறதுக்குயில்லே"

"ஈஷ்வரா! இப்ப நா என்ன பண்ணுவேன்?"

யோகு மறுபடி முகத்தை மூடிக்கொண்டு அழுதாள். கணுக்காலிலிருந்து விலகியிருந்த புடவையின் இடைவெளியில் சூடு இழுத்த காயம் தெரிந்தது. செவிலியிடம் சொல்லி மருந்து வரவழைத்து அதன் மேல் தடவின போது "எத்தனை இடத்துக்கு மருந்து தடவுவேள்?" என்றாள் யோகு.

"என்ன ஆச்சு யோகு?" என்ற கேள்விக்கு யோகு பதில் சொல்லவே இல்லை.

"வீட்டுக்கு போகலாம் யோகு" என்றாள் லக்ஷ்மி மெல்ல.

யோகுவின் கண்களில் சட்டென்று பீதி பரவிற்று. "ஐயையோ வேண்டாம்கா. என்னை அப்படியே அந்த சமுத்திரத்திலே தள்ளிட்டுப் போயிடுங்கோ அந்த வீட்டுக்கு எந்த முகத்தை வெச்சிண்டு போவேன்?"

"நா பேசிக்கிறேன்."

"என்ன பேசுவேள்? என்ன நடந்துதுன்னு உங்களுக்குத் தெரியாது!"

“நீ சொன்னாத்தானே தெரியும் யோகு? எங்கிட்ட சொல்லு, நா யார்கிட்டயும் சொல்ல மாட்டேன்.”

அவளுடைய முகத்தைப் பார்க்காமல் கவிழ்ந்த நிலையில் யோகு ரகசியக் குரலில் சொன்னாள்.

“எங்க மாமனார் நல்லவர் இல்லே. பூஜை புனஸ்காரம்ங்கறதெல்லாம் வேஷம். ராத்திரி படுத்திண்டிருக்கறச்சே என்னைத் தொட வரரார். நேத்து நா தூங்கறச்சே என்ன பண்ணார்னு தெரியாது. புடவையெல்லாம் அவிழ்ந்திருக்கு. நா முழிச்சுண்டு குய்யோ முறையோன்னு கத்தினேன். பளார்னு கன்னத்திலே அடிச்சார். நா புடவையை சுத்திக்கறதுக்குள்ளே மாமி எழுந்துண்டு வந்தார். ‘இந்த தேவடியா என்ன பண்ணா கேளு’ங்கறார் மாமனார். நா பதறி போயிட்டேன். அவர்தான் எங்கிட்டே வந்தார்னு சொல்லச் சொல்ல அடிவிழறது. மாமி கரண்டியை சூடு பண்ணி கால்லே இழுக்கறா. ‘செத்துத் தொலை செத்துத் தொலை’ங்கறா. கார்த்தாலே யாரும் பேசல்லே. என்னை சாப்பிடவும் சொல்லல்லே. அவா மத்தியானம் தூங்கப் போற வரைக்கும் காத்துண்டிருந்தேன். பின்கட்டு வழியா தெருவுக்கு வந்தேன். சமுத்திரம் எங்கே இருக்குன்னு கூடத் தெரியாது. குருட்டாம்போக்கிலே நடந்தேன்.”

லக்ஷ்மி அதிர்ச்சியில் உறைந்து போனாள். இது அவளுடைய குலம்படும் அவமானத்தைவிட அதிகக் கொடுமை என்று கோபம் வந்தது.

“இப்ப சொல்லுங்கோ, நா அந்த வீட்டுக்கு எப்படிப் போவேன்?” அவள் சொல்வதில் நியாயம் இருப்பது அப்போதுதான் உறைத்தது.

“நீ இனிமே எங்கூட இருப்பே யோகு!”

யோகு திடுக்கிட்டு அவளைப் பார்த்தாள். “எப்படிக்கா? பக்கத்து வீடுன்னா? எங்க மாமியார் கொன்னுப்புடுவா!”

“இனிமே நா அங்க இருக்கப்போறதில்லே எப்படியும் பரிட்சை பாஸ் பண்ணிட்டேன். வேற வீடு பாத்துண்டு இருக்கப்போறேன்.

என் கூட இரு உன்னைப் படிக்க வைக்கறேன். இந்த வேஷத்தையெல்லாம் எடுத்துட்டு புது வாழ்க்கை வாழலாம்." யோகுவின் முகத்தில் குழப்பம் படர்ந்தது.

"முடியுமாக்கா? எல்லாரும் சும்மா இருப்பாளா?"

"உனக்கு படிக்கணும்னு இருக்கா இல்லையா?"

யோகுவின் கண்களில் பிரகாசம் தெரிந்தது.

"கண்டிப்பா... ஆனா..."

"ஆனாங்கற பேச்சை இனிமே எடுக்கக் கூடாது. இனிமே என் பொறுப்பு." இன்று மதியம் வரை தனது வாழ்வில் இப்படிப்பட்ட திசை திருப்பும் முடிவெடுக்கும் நேரம் வரும் என்று அவள் நினைத்திருக்க முடியாது. உடனடியாக யோகுவை யாரிடம் ஒப்படைப்பது என்று யோசிக்கையில் அவளுடன் படித்த சிஸ்டர் ஜேன் நினைவு வந்தது.

"உன்னை பத்திரமா ஒரு இடத்திலே இன்னிக்குக் கொண்டு வைக்கிறேன் அப்புறம் யோசிக்கலாம்."

சிஸ்டர் ஜேனின் அறைக்குச் சென்றபோது சிஸ்டர் எங்கோ ஊருக்குக் கிளம்ப ஆயத்தமாகியிருந்தார். லக்ஷ்மி அவரிடம் யோகுவைப்பற்றிச் சொல்லி எப்படியாவது அவளுக்குச் சில நாட்களுக்கு அடைக்கலம் தேவை என்றாள்.

அடுத்த விநாடிக்குள் பதில் வந்தது. தேவ வாக்கு போல. "நான் நாளைக்குக் காலை கொடைக்கானலுக்குக் கிளம்பறேன். என்கூட வரட்டும். அங்கே கான்வென்டிலே படிக்கட்டும்" என்றார் சிஸ்டர் ஜேன். யோகுவை கூர்ந்து பார்த்துவிட்டு, "ரெண்டு மாத்து உடுப்பு வேணுமே லக்ஷ்மி இந்தக் குழந்தைக்கு? கம்பளிச் சட்டைக்கு நான் ஏற்பாடு செய்யறேன்" என்றார்.

லக்ஷ்மி புன்னகைத்தாள். "சிஸ்டர், உங்க உதவியை நான் வாழ்நாளுக்கு மறக்கமாட்டேன். இப்பவே கடைக்குக் கிளம்பறேன்."

“என்னக்கா?” என்றாள் யோகு அவர்களது ஆங்கிலப் பேச்சு புரியாமல் அலங்கமலங்க விழித்தபடி.

யோகுவின் முகத்தை வருடி, “இனிமே உன் வாழ்க்கை மலரப் போகுது.” என்றாள் லக்ஷ்மி.

“இந்த சிஸ்டரோட நீ வேற ஊருக்குப் போறே. நல்ல பள்ளிக்கூடத்திலே படிப்பே. லீவு நாளுக்கு என்னோட வந்து இருப்பே.” என்றாள் லக்ஷ்மி.

“எப்படிக்கா?”

“உஷ், யாருக்கும் தெரியாம. முதல்லே உன் உடுப்பை மாத்தப்போறோம். இந்த சாக்கை விட்டெறிஞ்சுட்டு, பாவாடை தாவணியிலே இருப்பே!”

கண்களை அப்பாவியாக யோகு விரித்தாள். “தலை?”

“அது வேகமா வளர்ந்துடும். இப்ப ஒரு கைக்குட்டையாலெ கட்டிக்கலாம். திருப்பதி மொட்டைன்னு சொல்லு யாராவது கேட்டா!”

யோகு குழந்தையைப்போலக் கன்னங்குழிய சிரித்தாள். அடுத்த விநாடி லக்ஷ்மியை அணைத்துக் கொண்டு விசும்பினாள்.

❋———❋

20

“அம்மா போதும்மா இன்னிக்கு” என்றாள் கஸ்தூரி சோர்வுடன்.

செங்கமலம் அலுப்புடன் தம்பூராவைக் கீழே சாய்த்து வைத்தாள்.

“எத்தனை நாளைக்கு இப்பிடி அந்த எழவெடுத்த சிறுக்கிக்காக துக்கம் காப்பே? அவ போனதாலே உலகம் அஸ்தமிச்சுப் போயிருமா? நா பாடினா உனக்கு ஒத்து வராதா?”

செங்கமலத்தின் குரலில் ஆற்றாமையும் கோபமும் தொனித்தது.

கஸ்தூரிக்கு லேசாக எரிச்சல் ஏற்பட்டது. “ஏம்மா இப்பிடிப் பேசறே? பாட்டுக்காக மட்டும்தானா திலகத்துடைய உறவு?”

சபாபதி வாயைத் திறக்காமல் தலையைக் குனிந்தபடி இருந்தான். அவன் இப்படித்தான் கொஞ்ச நாட்களாக மௌனத்தில் ஆழ்ந்துவிடுகிறான் என்று நினைத்தாள். திலகமும் அவனும் ரொம்ப நெருக்கம். கிட்டத்தட்ட இரட்டையர்கள் போல. அதே பளீரிடும் திறமை. அதே ரோசம். அவனது கைவிரல்கள் மட்டும் லேசாக மிருதங்கத்தில் வருடுவதுபோல அடித்தன தகிட தகதிமி, தகிட தகதிமி...

திடீரென்று செங்கமலம் ஆத்திரத்துடன் வெடித்தாள்.

“ஒட்டு உறவுபத்தி அந்த முண்டை நினைச்சாளாடீ? அந்த நாசமாப்போற பாப்பான் பேசின பசப்பு வார்த்தையிலே மயங்கி

நம்மையெல்லாம் ஏமாத்திப்புட்டு ஓடிப்போனவளை நினைச்சா பெத்த வயிறு எப்பிடி எரியும்னு உனக்குப் புரியுமா?"

செங்கமலத்துக்குக் கோபம் வந்தால் அவளை அடக்க முடியாது. கனகு பாட்டி கற்று வைத்த நாகரிக மொழி காணாமல் போகும். சபாபதி இன்னும் தன் போக்கில் மிருதங்கத்தைத் தட்டிக்கொண்டிருந்தான். தகிட தகதிமி தகிட தகதிமி...

கஸ்தூரி முழங்காலை மடித்து அதற்குள் முகத்தைப் புதைத்துக் கொண்டாள். உள்ளே கவிந்த இருளில் வீட்டுக் கொல்லை தெரிந்தது. இருளில் நின்ற திலகத்தின் உருவமும் அவளுடன் ரகசிய குரலில் பேசியபடி நின்றிருந்த அந்த ஆணின் நிழல் உருவமும் இன்று அதிக துல்லியத்துடன் தெரிந்தன. அவளுக்கு அன்று ஏற்பட்ட அதிர்ச்சியும் அந்தக் காட்சியின் சங்கேதத்தினால் தோன்றிய விசனமும் மீண்டும் நெஞ்சைத் தாக்கின. திலகம் கிளம்பிப் போய் உருண்டுவிட்ட இந்த நான்கு மாதங்களாக படச்சுருள் விரிவதுபோல ஒவ்வொரு கணமும் அந்தக் காட்சி எதிரில் நிற்கிறது. ஒரு கனல் பந்து போல அடிவயிற்றில் அன்று அனுபவித்த அதிர்வு அமர்ந்திருக்கிறது. அம்மாவின் ஆத்திரத்தில் நியாயம் இருந்தது. ஒரே ஒரு வரியில் திலகம் உறவைத் துச்சமாக்கியிருந்தாள்.

'கௌரவமான வாழ்க்கை வாழப் போறேன். எனக்கு வாய்ப்பு கிடைச்சிருக்கு. யாரும் வருத்தப் படவேண்டாம்.'

குண்டு குண்டான கையெழுத்தில் கனகு பாட்டியின் தலைமாட்டில் கிடந்த சின்ன சீட்டு. பாட்டு எழுதும் நோட்டிலிருந்து கிழிக்கப்பட்ட தாள். கஸ்தூரிக்கு அந்த விட்டேற்றியான, சற்றும் உணர்ச்சியற்ற வரிகளைக் கண்டுத் தாங்கவில்லை. முகத்தில் அடித்தாற்போன்ற வரிகள். 'கௌரவமான வாழ்க்கை வாழப் போறேன். நீங்கள் வாழ்வது கேடுகெட்ட வாழ்க்கை' என்கிறாள் லக்ஷ்மி சொன்னதுபோல. லக்ஷ்மி வேறு யாருக்கோ பிறந்தவள். தனியாக நிற்கப் பழகிக்கொண்டவள். இவள் கூடப்பிறந்தவள் இவளது ஆளுமை வேறு. இவளுக்கு ஒரு கொடிமரம்

வேணும். அடிவயிற்றை சுழற்றிக் கொண்டு துயரம் பொங்கிற்று. 'அடிப்பாவி' என்று தலையில் அடித்துக்கொண்டு அழவேண்டும் போல் இருந்தது. அத்தனை பாசம் வைத்திருந்த தன்னிடம் கூட அவள் சொல்லாமல் ஓடிப்போனது மிகப்பெரிய ஏமாற்றமாக இருந்தது. பாட்டுப் புத்தகத்துத் தாளைக் கிழிக்கும் போது கை நடுங்கல்லே? சாமின்னு பூஜிக்கிற புத்தகம். ஒவ்வொரு நாளும் பாடி முடித்ததும் திலகம் அதைக் கண்ணில் ஒற்றிவிட்டுத்தான் உள்ளே வைப்பாள். 'என்னைப் பாடாதேன்னு சொன்னா செத்துறுவேன்'னு சொல்லுவியே? பாடச் சொல்றானா உன் புருஷன்?

செங்கமலம் இன்னும் ஆத்திரம் குறையாமல் அனத்திக் கொண்டிருந்தாள். சபாபதி இன்னும் தொடர்ந்து தட்டிக் கொண்டிருந்தான் அவள் பேச்சைக் கேட்க விரும்பாதவன் போல.

செங்கமலம் திடீரென்று ஆக்ரோஷத்துடன் வெடித்தாள்.

"எலேய் அதை நிறுத்தப்போறியா இல்லையா?"

சட்டென்று கஸ்தூரி நிமிர்ந்தாள்.

சபாபதி நிறுத்தித் அவளை ஏறிட்டுப் பார்த்து சரேலென்று எழுந்து விறுவிறுவென்று வாசலைத் தாண்டி வெளியே சென்றான். அவனுடைய பார்வையும் மௌன எதிர்ப்பும் கஸ்தூரிக்கு அடிவயிற்றைக் கலக்கிற்று.

செங்கமலம் அவன் போவதைப் பார்த்து மீண்டும் கத்தினாள். "போடா போ, உங்களையெல்லாம் ஏதோ புடிச்சு ஆட்டுது" என்றுவிட்டு கஸ்தூரியைப் பார்த்துத் தொடர்ந்தாள்.

'ஆஹா ஓஹோன்னு புகழ்ந்த அந்த பிராம்மணன் இப்ப பட்டணத்திலே நாட்டியமாட அழைப்பு வரும்போதெல்லாம் திலகம் பாட வர்றது கஷ்டம்னு சாக்கு போக்கு சொல்றான். அவ பாட வந்தா தங்களுக்கு அவமானம்னு சொல்லாம சொல்றான். அந்த வாழ்க்கைதான் கௌரவம்னு உன் தங்கச்சி

போயிட்டபொறவு அவளைப்பத்தி ஏன் நினைச்சு உறுகுறே? அவ செத்துத் தொலைஞ்சான்னு தலை முழுகாம!'

"அம்மா!" என்று பதறி கூவிய கஸ்தூரியின் கண்களிலிருந்து நீர் பெறுகிற்று. "ஏம்மா இப்படி பேசறே?"

ஊஞ்சலில் பேசாமல் சோர்ந்து அமர்ந்திருந்த கனகு பாட்டி மெல்லிய குரலில் சொன்னாள். "விடு செங்கமலம். அவ எங்கேயாவது சௌக்கியமா இருக்கட்டும். அதுதான் அவளுக்கும் புடிச்ச வாழ்க்கைன்னா இருக்கட்டுமே? காலம் மாறிகிட்டு வருது... அதை புரிஞ்சுக்கணும் நாம."

செங்கமலம் சற்று அடங்கினாள். "சௌக்கியமா இருந்தா சரி" என்று நொடிந்தாள். "ஒரு வரி கடுதாசி அவகிட்டேந்து வரல்லே. பிறந்த வீட்டுக்குக் கடிதாசி எழுதறதுகூட அகௌரவமா நினைக்கிறா போலிருக்கு."

அம்மா சொல்வதில் உண்மை இருக்குமா என்று கஸ்தூரிக்குப் பதைத்தது. திலகம் அந்த ஒற்றை வரி கடிதம் எழுதி வைத்ததோடு நிறுத்திக்கொண்டுவிட்டாள். எப்படி அப்படிக் கசந்து போயிற்று இந்த உறவு? சாத்தியமா அது? அல்லது கடிதம் எழுத சுதந்திரம் இல்லாமல் போயிற்றா?

திலகம் ஓடிப்போனபிறகு சே என்ன வார்த்தை அது என்று அவளுக்கு சங்கடம் ஏற்பட்டது. நான்கு நாட்கள் கழித்து கோபாலைய்யரிடமிருந்து ஒரு கடிதம் வந்தது. 'உங்கள் திலகம் இப்போது என் வீட்டு மருமகள். சொல்லாமல் கொள்ளாமல் என் மகன் அவளைத் திருநீர்மலைக்கு அழைத்துச் சென்று கல்யாணம் செய்து கொண்டது எனக்கும் வருத்தம்தான். நானும் இதை எதிர்பார்க்கவில்லை. ஆனால் அவள் இங்கே சௌக்கியமாக இருப்பாள் கவலைப்பட வேண்டாம்.' சுருக்கமான அந்தக் கடிதத்தை கொல்லை முற்றத்தில் வெயில் விழுந்த வெளிச்சத்தில் அமர்ந்து எல்லாரும் திரும்பத்திரும்ப வாசித்தார்கள். கண்ணீர் பெருக்கினார்கள் ஏதோ சாவுச் சேதியைக் கேட்டதுபோல. சபாபதிதான் தெளிந்துவிட்டவன்போல

கண்ணைத் துடைத்துக்கொண்டு சொன்னான். 'அக்காவுக்கு விடிவு கிடைச்சுதுன்னு நா சந்தோஷப்படறேன்' என்றான். அவளைக் கூர்மையாகப் பார்த்த பார்வையில் அவளை எதற்கோ குற்றம் சாட்டுவதாகத் தோன்றிற்று.

வெளியில் செல்லாமலே துப்பு சேகரிக்கும் சாமர்த்தியம் கொண்ட தெருவில், திலகம் கிளம்பிப் போனதைப் பற்றி யார் என்ன பேசினார்கள் அதை செங்கமலம் எப்படி சமாளித்தாள் என்று தெரியாது. அதில் அவளுக்கு சிரத்தையும் இருக்கவில்லை. லக்ஷ்மி பள்ளிக்குச் சென்றதற்கே நொடித்தவர்கள் இதைப்பற்றி வம்பளக்காமல் இருக்க மாட்டார்கள். இதென்னாடி இது கௌரதையும் புண்ணாக்கும்? தேவடியாளுக்குப் பொறந்தவளைத் தலைமேலயா வைக்கப்போறான் புருஷன்? தலையிலே குட்டி உக்காரவைப்பான் பாரு, எழுதித்தறேன்! முத்துவும் சபாபதியிடமிருந்து விஷயம் அறிந்து அதிர்ந்து போனவன் போல இருந்தான். அவனும் மற்றவர்கள் நினைத்தது போல நினைத்தானோ என்னவோ இருந்தும் அவளது விசனத்தைப் புரிந்துகொண்டு சமாதானப்படுத்துவதுபோலச் சொன்னான். "அது ரோசக்கார பொண்ணுக்கா. எனக்கு யோசனையாருந்தாலும் இப்பிடி பிச்சுக்குனு போவான்னு எதிர்பார்க்கல்லே. ஆனா பெரிய மனுஷங்க வீட்டுக்குப் போயிருக்கா நல்லா இருப்பா கவலைப்படாதீங்க."

சுந்தரமூர்த்தி மாமாதான் கலங்கிப் போனார். "இது நல்லதுக்கா கெடுதலுக்கா மாமா?" என்று அவள் அவரிடம் ஆற்றாமையுடன் கேட்டாள்.

"தெரியல்லேமா" என்றார் அவர் சோர்வுடன். "அந்தப் பையன் எப்படிப்பட்டவன்னு நமக்குத் தெரியாது. பக்குவப்பட்டவன்னா அவ தேடின விடியல் கிடைச்சுதுன்னு நினைக்கலாம்."

"அவளுடைய ஞானத்தை மதிக்கறவனா இருப்பானா?"

"சங்கீதம் மட்டுமே வாழ்க்கை இல்லேம்மா!" அவள் குழப்பத்துடன் அவரைப் பார்த்தாள்.

“நீங்க அப்படித்தான் நினைக்கறீங்களா?”

“ஆமாம்மா. நாம இப்ப சுவாசிக்கிற காத்து வேற. ரத்தத்தை உசுப்பற காத்து. முன்னெ தோணாததெல்லாம் தோண வைக்குது. வீட்டுக்குள்ளே இருக்கிறவங்களுக்கும். என்னைவிட சங்கீதம் பெரிசு. அதைவிட தேசம் பெரிசுன்னு இப்ப எனக்குத் தோணுது. முன்னெல்லாம் சங்கீதம்தான் என் உலகம். மனுஷ உரிமை. அவமானம் என்கிற விஷயமெல்லாம் தனிப்பட்டு உறைக்காது. ஏன் கல்யாணத்துக்கு நாயனம் வாசின்னு வெத்திலைப்பாக்கு வெச்சு அழைச்சவங்க, கடைசிப் பந்தி முடிஞ்சப்புறம் ஊருக்கு வெளியிலே இருக்கற மண்டபத்திலே உக்காரச் சொல்லி இருக்கிற மிச்சத்தைக் கொண்டுவந்து போடறாங்கன்னு தோணாது. சமூகத்திலே ஏற்ற தாழ்வுகள்ளாம் பெரியவங்க செஞ்சு வெச்சதுன்னு நினைச்சுப் பழகி மந்தமாயிருந்துச்சு நம்ம புத்தி. இப்ப என்னவோ புது ரத்தம் உள்ள புகுந்துவிட்டது போல இருக்கு. கேள்வி கேட்கத் தோணுது. நாட்டுக்கும் சாமான்யனுக்கும் விடுதலை கிடைக்கல்லேன்னா என் சொந்த சந்தோஷத்துக்கு அர்த்தமில்லேன்னு தோணுது. காந்தி என்ன சொல்றார் தெரியுமா? பறையனுக்கும் புலையனுக்கும் பெண்களுக்கும் நம்ம சமூகத்திலே விடுதலை கிடைக்கல்லேன்னா, நமக்கு சுதந்திரம் வந்தாலும் அர்த்தமில்லேங்கறாரு.”

அவள் குழப்பத்துடன் அவரைப் பார்த்தாள். “திலகத்துக்குப் பாட சுதந்திரம் இல்லேன்னா, அது எந்த வகையான விடுதலை மாமா?”

“அவளுடையது கௌரவப் பிரச்சினைம்மா. ஒரு கௌரவமான குடும்பத்து ஆண்பிள்ளைக்குப் பெண்டாட்டின்னு சமூகத்திலே அங்கீகாரம் கிடைக்குது இல்லே? அந்தப் பிள்ளை உனக்கு அந்த அந்தஸ்தை நா தர்றேன்னு சொல்லியிருப்பான். அதுக்கு எந்தத் தியாகமும் செய்யத் துணிஞ்சிருக்கணும் அவ.”

அவளுக்குக் காரணம் புரியாமல் நினைக்க நினைக்கக் கண்களில் நீர் நிறைந்தது. அவளால் அதை புரிந்துகொள்ள முடியவில்லை.

"என்னை யாராவது பாடாதேன்னு சொன்னா செத்துறுவேன்னு திலகம் சொல்லியிருக்கா!"

"அது இந்த பிள்ளையாண்டானைப் பார்க்கிறதுக்கு முந்தி இருக்கும்."

அவளுக்கு நினைவில்லை. காதல் மயக்கத்தில் எல்லாம் மறந்துபோனாளா? தனக்கும் அப்படி நேருமா? சட்டென்று சிங்காரம் புன்னகைத்தபடி எதிரில் நின்றான். அவனுடன் ஓடிப்போகத் தோன்றுமா நாட்டியத்தையும் சாமியையும் மறந்து? சின்னஞ்சிறு கிளியே கண்ணம்மா என்று அவன் குழைந்து பாடுகையில் அவனது அணைப்பில் ஜென்மம் முழுவதும் கழிக்கலாம் என்று தோன்றாது? அந்த நினைப்பில் அவள் முகம் சிவந்தது.

"பட்டணத்திலே இருபதாம் தேதி கச்சேரிக்குப் போறதா செங்கமலம் சொல்லிச்சே?"

அவள் சுய நினைவு வந்து ஆமாம் என்று தலையசைத்தாள்.

பட்டிணத்திலிருந்து இரண்டு கச்சேரிகளுக்கு அழைப்பு வந்தது. கோபாலைய்யரின் ஏற்பாடு என்று தோன்றிற்று. ஆனால் திலகம் பாடுவாளா என்றதற்கு நாசூக்காக மறுத்தார். தேதி காரணம் புரியாமல் தள்ளிப் போயிற்று. வருகிற 20-ஆம் தேதி என்று நிச்சயமாகியிருந்தது. பட்டிணத்துக்குப் போனதும் திலகத்தை எப்படியாவது பார்த்தாக வேண்டும் என்று இருந்தது. அவள் ஆடுகிறாள் என்றால் கச்சேரியைப் பார்க்க வர மாட்டாளா?

"உனக்கு ஒரு சேதி சொல்ல மறந்துட்டேன்" என்றார் சுந்தரமூர்த்தி. "துளசியை நேத்து பார்த்தேன். உன் சிநேகிதி லக்ஷ்மி டாக்டர் பரிட்சையிலே தேறிட்டாளாம். அந்த ஆஸ்பத்திரியிலேயே ஒரு வருஷம் வேலை பாத்து மேல் பரிட்சை எழுதப்போறாளாம். இங்கிலாந்துக்குக் கூடப் போனாலும் போவாளாம் மேல்படிப்புக்கு."

அவள் ஆர்வத்துடன் அவரைக் கண்கள் விரியப் பார்த்தாள். "அப்படியா? அவ நினைச்சதை சாதிச்சுக்கிட்டா மாமா. இந்த

வாழ்க்கை வேண்டவே வேண்டாம்னு பத்து வயசிலே சொன்னா. படிச்சாத்தான் அது முடியும்னு நினைச்சுப் போனா. பெரிய மிராசு உதவல்லேன்னா இதையெல்லாம் செஞ்சிருக்க முடியாது."

"வாஸ்தவம். ஆனா அந்த துளசி இருக்காளே, சரியான பயந்தாங்குளி. இதெல்லாம் நல்லதுக்கா கெடுதலுக்கானு புரியல்லே சுந்தரம்ங்கிறா! லக்ஷ்மியுடைய சாதனை எப்படிப்பட்டதுன்னு அவளுக்கு இன்னும் புரியல்லே."

மாமா மாறிவிட்டார் என்று கஸ்தூரி நினைத்துக் கொண்டாள். அவர் சொன்னதுபோல இந்தக் காற்று அப்படிப்பட்டதாக இருக்க வேண்டும். ஆனால் லக்ஷ்மி தன்னுடைய இயக்கத்தைப் பற்றி தன்னிடம் சொன்னதை இவரிடம் சொல்ல அவளுக்குத் தயக்கமாக இருந்தது. அது தன்னுள் ஏற்படுத்திய பீதியை இவரிடம் சொன்னால் இவருக்குப் புரியுமா, புரிந்தாலும் அதை ஆதரிப்பாரா என்று புதிதாக சந்தேகம் வந்தது.

சபாபதி வெளியே சென்றவன் இன்னும் வரவில்லை. 'வர வர அவன் போக்கே சரியில்லை' என்று செங்கமலம் முணுமுணுத்தாள். அவன் சிங்காரத்தின் வீட்டிற்குப் போயிருப்பான் என்று கஸ்தூரிக்குக் குறுகுறுத்தது. விளக்கு வைக்கும் நேரத்தில் "எந்திரு, கஸ்தூரி, அரண்மனையிலிருந்து வண்டி வந்திருக்கு." என்றாள் செங்கமலம். அவளுக்கு சோர்ந்தது. "என்ன இன்னிக்கு இத்தனை சீக்கிரம்?" என்று மட்டுமே முணுமுணுக்க முடிந்தது.

சாரட்டில் அமர்ந்து திரையை மூடி திண்டில் சாய்ந்ததும் அவள் கண்களை மூடிக்கொண்டாள். சிதறல்களாக மனத் திரையில் பிம்பங்கள் தோன்றியவண்ணம் இருந்தன. 'நா கௌரவமா வாழறேன், நீ ஏன் இப்படி மாஞ்சு போறே?' என்றாள் திலகம். 'கஸ்தூரிக்குக் கௌரவம்னா என்னன்னு தெரியாது' என்று லக்ஷ்மி சிரித்தாள். "எவன் கையைப் பிடிச்சு இழுத்தாலும் இழுத்தவனுக்குத்தான் கேவலம் எனக்கில்லேம்பா." உண்மையில்லையா அது? "நாட்டியத்துக்காகப் பொறந்தவங்க நீங்க, நான் ஞானஸ்தன் இல்லே" என்கிறான் சிங்காரம்.

என்னை உச்சியிலே வைக்காதே சிங்காரம், நா உனக்காகப் பொறந்திருக்கேன். சிங்காரம்ங்கிறது பேரோட நின்னு போச்சா? நீ அடிப்பட்டு கிடந்தப்ப என் உசிரே போயிடும்போல இருந்ததை ஒரு நாளைக்கு உனக்குச் சொல்லணும். நீ கிட்ட வரவே பயப்படறே...

சிதறல் சிதறல்களாக நினைவுகள் எண்ண ஓட்டங்கள். மனசு ஒரு நிலையில் நில்லாமல் குழம்பிக்கிடந்தது.

சாரட்டு நின்றது. அரண்மனை வந்துவிட்டதா? அவள் திரையை விலக்கிப் பார்த்தாள். இது வேறு ஏதோ கட்டடம். வெள்ளையடிக்கப்பட்ட முகப்பும் பூந்தோட்டமும் வாசலில் சீறுடை அணிந்த டவாலி சேவகர்களும்... அவளுக்குத் திடுக்கிட்டது.

"எங்கே வந்திருக்கோம் சண்முகம்?"

"ராஜா இங்கன வருவார் போல. நடக்கப்போற நாட்டிய விழாவைப்பத்தி தொரெயோட பேசணும்னு சொல்லச் சொன்னாங்க."

அவளுக்குத் தூக்கி வாரிப்போட்டது. "வேண்டாம். வேண்டாம். திரும்பிப் போயிரு. இங்கே எனக்கு என்ன வேலை?"

"ராஜா இங்ஙன அழைச்சிட்டு வரச்சொன்னார் அக்கா. கலெக்டர் பங்களாக்கா இது."

அப்படியும் இருக்கலாம் என்று நினைத்தபடி அவள் இறங்கினாள். ஆனால் எதற்கு இங்கு வைத்துப் பேசணும்? அவள் ஷண்முகத்தைப் பார்த்தாள். அவன் முகத்தில் எந்த பாவமும் காண்பிக்காமல் குனிந்த பார்வையுடன் நின்றிருந்தான். அவனுக்கும் சந்தேகமோ? ஆனால் அவன் வண்டியை அவள் சொன்னபடி திருப்புவான் என்று தோன்றவில்லை. ராஜாவின் சேவகன்.

அவள் தயங்கியபடி அகன்று விரிந்த படிக்கட்டைத் தாண்டி முன் வாசலில் நுழைந்தாள். அதை ஒட்டி விசாலமான

வரவேற்பறை இருந்தது. கதவருகில் அவள் நின்றதும் சோபாவில் அமர்ந்திருந்த வெள்ளைக்கார துரை எழுந்து கொச்சை புன்னகையுடன் கைகளை அகன்று விரித்து, "உள்ளே வா" என்றான். கொச்சை உச்சரிப்பில் பேசினாலும் தமிழ் கற்றிருந்தான் என்பதை அவள் கவனித்தாள். அவள் சந்தேகப் பார்வையுடன் அறையைத் துழாவினாள்.

"ராஜா இல்லே?"

அவன் சிரித்தான் "ராஜாமேல அத்தனை ஆசையா? வா உள்ளே அவர் வருவார்."

அவன் அவள் கையைப் பிடிக்க வந்தான். அவள் சரேலென்று நகர்ந்தாள். அவன் அப்பவும் சிரித்தான். அவளை பார்வையாலேயே நிர்வாணம் செய்து விடுபவன் போலப் மேலும் கீழுமாகப் பார்த்தான். தலையை அசைத்துச் சிலாகித்து ஏதோ ஆங்கிலத்தில் தனக்குள் சொல்லிக் கொண்டான். அவள் நுழைந்த வாசல் மூடிக்கொண்டது. விசாலமான அந்த அறையின் ஜன்னல்களும் எல்லா வாசல்களும் தரையைத் தொடும் திரைகளால் மூடிப்பட்டிருந்தன. கதவுகள் சாத்தப்பட்டிருக்கலாம் என்று அவள் நினைத்தாள். ராஜா தன்னை மிகக் கேவலமாக ஏமாத்திவிட்டார் என்று அவளுக்கு ஆத்திரம் வந்தது.

அவன் ஏதோ பழரசம் போல் ஒரு கோப்பையை நிறைத்துக் கொண்டு வந்தான்.

"இந்தா குடி!" என்று நீட்டினான்.

"நா இதையெல்லாம் குடிக்கிறதில்லை." என்றாள் அவள்.

"இது வெறும் ஜூஸ், மிக உசத்தியான வைன். சாராயம் இல்லே" என்று நீட்டியபடி நின்றதும் இவனுடன் வாதம் செய்வது அவளை பலவீனமாக்கும் என்று அவள் வாங்கிக் கொண்டாள்.

அவன் எதிரில் அமர்ந்து சாராயம் பருகியபடி அவளை வைத்தவிழி வாங்காமல் பார்த்தான்.

"ராஜா எப்ப வருவார்?"

"அட அவர் வரும்போது வரட்டும். இப்ப எங்க பாட்டு வைக்கிறேன் பாரு." என்று எழுந்தான்.

"நீ ரொம்ப நல்லா டான்ஸ் ஆடுவியாமே? எங்க மியூஸிக்குக்கு ஆடு பார்க்கலாம்!" என்று கிராமஃபோன் பெட்டியருகில் சென்று விசையைத் தட்டினான். மேற்கத்திய இசை அறையை நிறைத்தது. குழம்பிய நிலையிலும் அதை அவளால் ரசிக்க முடிந்தது. சட்டென்று அவள் சுய நினைவுக்கு வந்தாள். துரை அவள் அருகில் வந்து அவளது இடையைப் பிடித்து ஒரு கையால் அவளது கையைப் பிடித்தான். அவள் விலக முயன்றாள். "என்ன நீ? இதுவும் டான்ஸ். பாரு இப்படி" என்றவன் அவளைத் தன்னுடன் இழுத்து இசைக்கு ஏற்றபடி நகர வைத்தான். அவன் போதையில் இருந்ததை அவள் உணர்ந்துகொண்டாள். இவனிடமிருந்து சாமர்த்தியமாகத்தான் தப்பிக்கவேண்டும் என்று தோன்றிற்று. எப்படி? எல்லாக் கதவும் அடைக்கப்பட்டிருந்தால் எப்படித் தப்புவது? அவனது ஆட்டம் சுழன்று சுழன்று வந்ததை கவனித்து அவனுக்கு இசைவாக அவளும் பாதங்களை நகர்த்தி சுழல ஆரம்பித்தாள்.

அவனுக்கு உற்சாகம் கரை புரண்டு போனது.

"குட்! குட்!" என்றான். அவனது மேனி தன் மேல் அழுத்தாமல் அவள் புன்னகையுடன் பின்னால் சாய்ந்தவண்ணம் ஆடினாள். இசை வேகமெடுத்தது; சுழற்சியும் வேகமெடுத்தது. அவள் சுழலும்போது ஏதாவது கதவில் இடைவெளி தெரிகிறதா என்று கவனித்த வண்ணம் இருந்தாள். வெளியேற முடியாவிட்டால் இவனிடம் வகையாக மாட்டிக்கொள்வோம் என்று உள்ளக்குள் அச்சமேற்பட்டது. சத்தம் போட்டால் உதவ யாரும் இருக்கப் போவதில்லை. ஈசுவரா, எப்படி தப்பிப்பேன்? ஒரு கதவை ஒட்டிய திரைச்சீலை காற்றில் அசைந்தது. கதவு திறந்திருக்குமோ?

திடீரென்று வெளியே பலத்த கோஷங்கள் கேட்க ஆரம்பித்தன. "வந்தே மாதரம்! வந்தே மாதரம்!"

விடுதலை வீரர்களின் ஊர்வலம். வந்தே மாதரம்!

அவளுக்கு மேனி சிலிர்த்தது. ஒரு வெள்ளையனின் பிடியில் தான் இருப்பதை நினைத்துத் தன்மீதே வெறுப்பு வந்தது. அவமானத்தில் கண்ணில் நீர் துளிர்த்தது. ஈஷ்வரா, எப்படித் தப்பிப்பேன்?

ஊர்வலம் அருகில் நெருங்குவது போல கோஷங்களின் ஒலி அதிகரித்தது. துரையின் முகம் கோபத்தில் சிவந்து போனது. “டாம் தெம்” என்று அடிக்குரலில் கத்தினான். “எல்லாரும் சாவாங்க, முட்டாள்கள்” என்றான் அவளிடம்.

அவன் சட்டென்று வெறி பிடித்தவன்போல அவளை இறுக்கிப் பிடித்தான். அவளது முகத்தில் அதரங்களைப் பதித்து முத்தமிட ஆரம்பித்தான். அவள் அவனை விலக்கப் பார்க்கையில் அவன் முரட்டுத்தனமாக இறுக்கினான். ‘சும்மா இரு தேவடியா’ என்றான் கோபத்துடன். அவளுக்குத் தூக்கிவாரிப்போட்டது. இவனுக்கு அந்த வார்த்தையை யார் சொல்லிக் கொடுத்தது? நாபியிலிருந்து ஒரு ஜுவாலை வெடித்தது. அவள் தன்னை மூர்க்கத்துடன் விடுவித்துக்கொண்டு அவன் கன்னத்தில் அறைந்தாள். அவன் ஏதோ ஆங்கில வார்த்தைகளைச் சொல்லி, ‘பிச்’ என்றால் என்ன? திட்டியபடி அவளைத் தாக்க வந்தான். யாரோ பலமாக முன் கதவைத் தட்ட ஆரம்பித்தார்கள். “ஸர், ஸர்!”

துரையின் முகம் கோபத்தில் சிவந்து பளபளத்தது.

“யாரது? முட்டாள்?” என்று கத்தியபடி அவன் கதவை நோக்கி நகர்ந்தபோது அவள் சட்டென்று காற்றில் திரை அசைந்த கதவுக்குச் சென்று அதைத் தள்ளிப் பார்த்தாள். கதவு திறந்து கொண்டது நம்பமுடியாததாக இருந்தது. அவள் சத்தமில்லாமல் வெளியேறி வெளியிலிருந்து தாளிட்டாள். அது பங்களாவின் கொல்லைப்புறம். காய்கறி தோட்டமும் முள்வேலியுமாகத் தெரிந்தது. அவள் தலை தெறிக்க ஓடினாள். நல்லவேளையாக இருள் கவிந்திருந்தது. முள்வேலியை அடுத்து ஒரு சந்து தெரிந்தது. முள்வேலியைத் தாண்டும்போது புடவைக் கிழிந்ததை சட்டை செய்யாமல் சந்திற்குள் நுழைந்து ஓடும்போது கோஷங்கள் தெளிவாகச் செவியில் விழுந்தன.

“வந்தே மாதரம்! வெள்ளையனே வெளியேறு!”

அவளுக்கு மேனியெல்லாம் மின்சாரம் பற்றியதுபோல நடுங்கியது. சந்து பிரதான சாலையில் முடிந்தது. பெரிய ஊர்வலம் ஒன்று வருவது தெரிந்தது. சுந்தரமூர்த்தி மாமாவும் சிங்காரமும் நிச்சயம் அதில் இருப்பார்கள் என்று நினைவு வந்தது. அந்த நினைப்பே அவளுக்குப் புத்துணர்ச்சியைத் தந்தது. அவள் முதலில் சிங்காரத்தைத்தான் பார்த்தாள். கிடுகிடுவென்று ஓடி அவனருகில் நின்று கையை உயரத் தூக்கி “வந்தே மாதரம்!” என்று கூவினாள்.

அவன் திடுக்கிட்டு அவளைப் பார்த்தான். “நீங்க எப்படிங்க இங்க? ஆபத்துங்க!” என்றான் பரபரப்புடன்.

அவளுள் ஒரு இனம்புரியாத கிளுகிளுப்பு ஏற்பட்டது. “நீங்க இருக்கீங்களே எனக்கு அரணா” என்று சிரித்தாள். இன்று ஏற்பட்ட அனுபவத்துக்குப் பிறகு எப்படி சிரிக்க முடிந்தது என்று வியப்பு ஏற்பட்டது.

“சீச்சீ, இதைப்பத்தி உங்களுக்கு தெரியாது. கண்மண் தெரியாம, பொம்பளைன்னு பாக்காம அடிப்பாங்க. என்னாலே ஒண்ணும் செய்ய முடியாது.” அவன் கண்களில் அப்பட்டமான கவலை தெரிந்தது. சுந்தரமூர்த்தி மாமா இரண்டு வரிசை முன்னால் இருப்பதை அவள் கவனித்தாள். அவரும் அவளைக் கண்டு திடுக்கிட்டது தெரிந்தது. அவர் கலெக்டர் பங்களா இருந்த திசையை ஒரு முறை பார்த்தார். நிலைமையைப் புரிந்து கொண்டார் என்று அவள் உணர்ந்து கொண்டாள். எத்தனை சூட்சுமம் அவருக்கு என்று அவளுக்கு நெகிழ்ச்சி ஏற்பட்டது. அவர் ஏதும் சொல்வதற்குள் போலீஸ் தடியடியும் ‘ஐய்யோ ஐய்யோ’ என்ற கூக்குரல்களும் கேட்க ஆரம்பித்தன.

சட்டென்று சிங்காரம் அவளுடைய கையைப் பற்றி, “வாங்க ஓடணும். ஓடமுடியுமா?” என்றான்.

“நாட்டியமாடறவளுக்கு ஓடத்தெரியாதுன்னு நினைச்சீங்களா?” என்று அவள் அவனுடன் ஓட ஆரம்பித்தாள். அவள்

குரலில் இருந்த உல்லாஸத்தை அவன் கண்டுகொண்டதாகத் தெரியவில்லை. சுற்றிலுமிருந்த களேபரமும் கூக்குரல்களும் அவளுடைய புலன்களை எட்டவில்லை. அவன் கையைப் பற்றியிருந்த கதகதப்பில் அதுவரை அனுபவித்திராத லாகிரியில் மிதப்பதுபோல் இருந்தது.

போலீஸ் நுழைய முடியாத சந்துகளில் இருவரும் நுழைந்து ஓடினார்கள். கோயிலின் பின் வாசலுக்குள் நுழைந்து சிம்மக் கிணற்றுக்குச் செல்லும் துவாரத்தை அடைந்ததும் அவன் நின்றான். இதுக்குள்ளே சித்தெநேரம் ஒதுங்கி இருக்கணும். இருக்கீங்களா? நா இந்தால வெளியிலே நிக்கிறேன்" என்றான் அவன்.

அவள் குனிந்து பார்த்தாள். உள்ளே இருவர் கால் நீட்டி உட்காரலாம் போல் இடம் இருந்தது. அதற்குக்கீழ் செல்ல படிக்கட்டுகள் இருந்தன. "எப்படி? நீங்களும் கூட இருந்தாத்தான் நா உட்காருவேன். நல்லாயிருக்கே? நீங்க நிக்கிறதைப் பார்த்து போலீஸ் துரத்திவரும். ரெண்டு பேருக்கும் ஆபத்து." அவள் சொல்வதில் நியாயம் இருப்பதாக அவன் நினைத்திருக்க வேண்டும். அவன் தயங்கியபடி உள்ளே வந்து அமர்ந்தான். தொடையோடு தொடை உரசி, மூச்சோடு மூச்சு கலந்தபோது, அந்தத் தருணம் தனது வாழ்வின் மிக மகத்தான தருணம் என்பதை அவள் உணர்ந்துகொண்டாள்.

—21—

உசுப்பப்பட்டது போல திலகம் நிமிர்ந்து உட்கார்ந்தாள். கூடத்தில் கோபாலையரும் அவளுடைய கணவனும் சற்று பலத்த குரலில் பேசிக்கொண்டிருந்தார்கள். சாதாரணமாக அவர்களது பேச்சை ஒட்டுக் கேட்கும் வழக்கம் அவளுக்கு இல்லை. அது நாகரிகம் இல்லை என்று அவள் நினைப்பவள் என்பதோடு அந்த வீட்டில் தான் அன்னியம் என்ற உணர்வு அவளை சற்று எட்டி நிற்க வைத்தது. அவள் எட்டியே இருக்கவேண்டும் என்பதுதான் அவர்களது விருப்பம் என்று அவளுக்குத் தெரியும். இன்று அவர்களது பேச்சின் ஊடாக ஒலித்த அந்தப் பெயர் அவளை சுண்டி இழுத்தது. "கஸ்தூரி!" அந்தப் பெயர் காதில் விழுந்த மாத்திரத்தில் நாடி நரம்பிலெல்லாம் அவளது ஆதார சுருதி மீட்டப்பட்டது போல் இருந்தது. கண்களில் நீர் நிறைந்தது. அவள் சற்று உன்னிப்பாகக் கவனித்தாள்.

"அந்த சங்காத்தமே வேண்டாம்னுதானே பிறந்தவீடோட தொடர்பு கூடாதுன்னு வெச்சிருக்கேன்?"

"அதெல்லாம் சரிடா. ஏற்கனவே திலகம் நாட்டியத்துக்குப் பாடுவாளான்னு கஸ்தூரி கேட்டப்பல்லாம் தட்டிகழிச்சுண்டு வரேன். பாடாட்டாலும் அவளோட கச்சேரி இங்க நடக்கும்போது இவளை ஒரு தடையாவது அவளைப் பார்க்க அனுமதிக்கல்லேன்னா நன்னாயிருக்காது."

"எது நன்னாயிருக்காது?" என்றான் கல்யாணராமன். அவன் குரலில் இருந்த ஆக்ரோஷத்தை அவள் கவனித்தாள்.

“அவளுக்கு வாழ்வு கொடுத்ததுக்கு அவா சந்தோஷப்படணும். அங்கேயிருந்து தப்பிச்சு வந்தா போறும்னு வந்தவங்களுக்கு எதுக்கு அவா உறவு? அங்கே போனா உறவு மறுபடி ஒட்டிக்கும். எனக்கு சுத்தமா இஷ்டமில்லே.”

“இந்த ஒரு தடவை விட்டுப்பிடி. அடுத்த வசை முடியாதுன்னு சொல்லிட்டாப் போறது.”

அவளுக்குக் கேட்கட்டும் என்றே இருவரும் பலத்த குரலிலேயே பேசினார்கள் என்று அவள் புரிந்துகொண்டாள்.

கல்யாணராமனின் கோபம் கலந்த பேச்சோ, கோபாலய்யரின் மழுப்பலான சமாதானமோ அவளுக்கு உறைக்கவில்லை. கஸ்தூரியின் சதிர் கச்சேரி விரைவில் பட்டணத்தில் நடக்கப்போகிறது என்கிற சேதியும் அதற்கு தன்னை அழைத்துச் செல்ல அரைகுறை சம்மதத்துடன் ஏற்பாடு நடக்கிறது எனும் விவரமும் அவளுக்கு உண்மையில் மெல்லிய கலக்கத்தை ஏற்படுத்திற்று.

எந்த முகத்தை வைத்து அவர்களைப் பார்ப்பேன்? கல்யாணராமனைக் கண்ட மாத்திரத்தில் தான் மையல் கொண்டதும் அவன் மூலமே தனக்கு கௌரவ வாழ்வு கிடைக்கும் என்று நம்பி பிறந்து வளர்ந்த இடத்தை ஒரு கணப்போதில் உதறி திருடியைப் போல நடுநிசியில் முன்பின் தெரியாதவனுடன் ஓட்டம் பிடித்ததும் இன்னமும் ஏதோ வெறிபிடித்த மயக்கத்தில் செய்யத் துணிந்தது போல இருந்தது. அதை அவளாலேயே ஜீரணித்துக்கொள்ள முடியவில்லை. அப்படி ஓடிவந்தது நாதானா என்ற கேள்வி தினமும் அவளை பிரமிக்க வைக்கிறது. கனகு பாட்டியும் அம்மாவும் எப்படித் தாங்குவார்கள்? அம்மா ஆயுசுக்கும் மன்னிக்கமாட்டாள். கஸ்தூரியும் சபாபதியும் இடிந்து போயிருப்பார்கள். மூத்தவள் என்பதைவிட உற்ற தோழியாக இருந்த கஸ்தூரியிடம் கூட தனது ரகசியத்தைச் சொல்லாமல் வந்தது அந்த மயக்கத்தின் விளைவால் அல்ல. சொன்னால் எங்கே தடுத்துவிடுவாளோ என்ற பயத்தால் என்று தன்னையே

அடிக்கடி சமாதானப்படுத்திக்கொள்ள முயற்சித்தாலும் குற்ற உணர்வு இங்கு வந்து சேர்ந்த நாள் முதலாய் வாட்டுகிறது. ஆனால் அதுதான் உண்மை என்று கஸ்தூரி என்றாவது புரிந்துகொள்வாளா? எனக்கு வேற வழியில்லேக்கா, அந்தக் கேடுகெட்ட வாழ்க்கையிலேந்து தப்பிக்க என்றால் கஸ்தூரி புரிந்துகொள்ளமாட்டாள் என்று அச்சமேற்பட்டது. கண்டவனெல்லாம் கையைப் பிடிச்சு இழுக்கலாம் என்கிற சலுகை கொடுக்கற கேவல வாழக்கைக்கு நா தயாராயில்லே. இந்த உடம்புக்கு ஏற்படற இழுக்குக்கும் எனக்கும் சம்பந்தமில்லேன்னு நீ சொல்லுவே. எனக்கு நாட்டியம்தான் முக்கியம் அப்படீம்பே. ஆனா உலகம் உன்னைப் பார்க்கிற பார்வை வேற. உன் நாட்டியம் எத்தனை நாளைக்குத் தாக்குப் பிடிக்கும்? நாட்டியம் இனி ஆடமுடியாதுன்னு ஆகும்போது உனக்கு யார் துணை இருப்பாங்க? எவன் உனக்கு வாழ்வு கொடுக்க வருவான்? பெரிய மிராசு கள்ளனைப் போல ராவேளையிலே லக்ஷ்மியுடைய அம்மாவைப் பாக்கவர்ற மாதிரி ஒருத்தனுக்காகக் காத்திருப்பியா? கடைசி வரை அவன் பார்த்துப்பானா? தாசித் தெருவிலே இருக்கிற உனக்கு என்ன கௌரவம் இருக்கும்? எவன் வேணா கதவைத் தட்ட மாட்டானா?

மனசுள் நடந்த இத்தனை விவாதத்தையும் மீறி கண்களில் நீர் துளிர்த்தது. கஸ்தூரி எதிரில் நின்றாள்.

“சந்தோஷமா இருக்கியாடி திலகம்? பாடறியோ?”

திலகம் திடுக்கிட்டு சுய நினைவுக்கு வந்தாள். சந்தோஷத்துக்கும் பாடுவதற்கும் முடிச்சு இருந்தது என்று இப்போதுதான் புரிகிறது.

அன்று அது முக்கியமாகப் படவில்லை. அன்னிக்கு அந்த சதஸ்ஸிலே அந்தத் திமிர் பிடிச்ச துரை உன் கையைப் பிடிச்சு இழுத்தப்ப நான் முடிவு பண்ணிட்டேன், இந்த வாழ்வு நம்மாலே வாழ முடியாதுன்னு. லக்ஷ்மி மாதிரி படிப்புக்குப் போக வக்கில்லே. மிஞ்சிப் போனா தூக்குக் கயிறுதான் கதின்னு நா முடிவுக்கு வந்தது யாருக்கும் தெரியாது.

கல்யாணராமனைப் பார்த்த மாத்திரத்தில் மையல் ஏற்பட்டது விந்தை. அதேபோல அவனுக்கு அவளிடம் ஈர்ப்பு ஏற்பட்டதாக அவன் பட்டணத்தில் சந்தித்த சில நிமிஷப்போதில் தெரிவித்த போது மனசு இறக்கைக் கட்டிக்கொண்டு பறந்தது. உள்ளுக்குள் எச்சரிக்கை மணி ஒலித்தவண்ணம் இருந்ததை செவியில் போட்டுக்கொள்ளாமல் கற்பனைத் தோரணங்களைப் பின்ன ஆரம்பித்தது.

காதல் பொங்கும் பார்வையுடன், “இந்த சாக்கடையிலிருந்து நீ வெளியேறணும் திலகம்” என்றான்.

“எப்படி?” என்றாள் அவள் இமைகள் படக்க. தனது நிலையைக் கண்டு கண்களில் நீர் மல்க, “நா அதுக்காகத் துடிச்சுக்கிட்டிருக்கேன். வழி தெரியல்லே என்றாள்.”

அப்போதுதான் அவன் அந்த வார்த்தைகளைச் சொன்னான். “நா வழி காட்டறேன். நா உன்னைக் கல்யாணம் செய்துக்கறேன்.”

அவளால் நம்பமுடியவில்லை. திக்குமுக்காடிப் போயிற்று. எப்படி என்று மேற்கொண்டு கேட்கமுடியவில்லை. யாரோ வந்து விட்டார்கள். அவன் காணாமல் போனான். ரயிலடியில் ஒரு சிறுவன் ரகசியமாக கடிதம் கொண்டுவந்து அவளது உள்ளங்கையில் வைத்தான். அது அவளது ரவிக்கைக்குள் மறைத்து ஊருக்குத் திரும்பியதும்தான் படிக்க முடிந்தது. அவள் தப்பிக்க அவன் போட்டிருந்த திட்டம் அதில் இருந்தது.

எப்படிப்பட்ட கிளுகிளுப்பு நிறைந்த தருணம் அது! காதலனுக்காக, வாழ்வளிக்க வந்தவனுக்காக பெற்ற வீட்டைப் புறக்கணித்து ஓடுவது தவறே இல்லை என்று ஒரு துணிச்சல் ரத்த நாளங்களையெல்லாம் ஊடுருவிற்று. விடியலைத் தேடி புறப்பட்ட பயணம் அது. மேனியையும் மனசையும் மின்சாரம் பற்றியிருந்த நாள் அது. உனக்குப் புரியுதா அக்கா?

“அடீ, அதெல்லாம் இருக்கட்டும், சந்தோஷமா இருக்கியா?” இதற்கு என்னிடம் பதில் இல்லை என்று எப்படிச் சொல்வேன்?

திருநீர் மலையிலிருந்து மாலையும் கழுத்துமாக வந்து நின்ற போது திடுக்கிட்டுப் போன கோபாலைய்யர் முதலில் அவளைப்

பார்த்து உதிர்த்த வார்த்தை - உன் குலத்து புத்தியை என் பிள்ளைக்கிட்ட காண்பிச்சியா?

திடுக்கிட்டுத் துடித்துப்போன அவளுக்கு அன்று கல்யாணராமன் துணைக்கு வந்தான். "நாதான் அவளைக் கேட்டேன். கல்யாணம் பண்ணிக்கிறேன் வர சம்மதமான்னு. ஆனா பழைய சங்காத்தமே கூடாதுன்னு சத்தியம் வாங்கிண்டிருக்கேன். எனக்கு கௌரவமான வாழ்க்கை மட்டும்தான் முக்கியம் வேற எதுவுமே இல்லேன்னு வந்திருக்கா."

"பாட்டுக் கூட?"

"பாட்டுக் கூட" என்றான் கல்யாணராமன் அழுத்தமாக.

அன்று எதுவும் தப்பாகப் படவில்லை. 'இனிமே அந்த உறவே எனக்கு இல்லேன்னு சாமி சந்நிதியிலே சொல்வியா?' அவள் சிரித்தாள். இனிமே நீங்கதான் எனக்கு எல்லாம். பழசையெல்லாம் விட்டு வந்தாச்சு. கழுத்தில் ஏறிய மஞ்சள் சரடும், அதை மிகப் பெருந்தன்மையுடன் அவளுக்கு அணிவித்து மனைவி என்கிற அந்தஸ்தையும் கொடுத்த கல்யாணராமன் அவள் அதுவரைக் கேள்விப்படாத ஆதர்ஷ யுவனாகத் தோன்றினான். தன்னுடைய அதிர்ஷ்டத்தை நினைத்து நினைத்து மாய்ந்து போனாள். ஆனால் கோபாலையர் அந்த வார்த்தைகளைச் சொன்னபோது அவளைப் பிடிக்க வந்த துர்தேவதைகள் 'ததாஸ்து' என்றிருக்க வேண்டும். அவளது குலத்தைப் பற்றின நினைப்பு கல்யாணராமனின் அடிமனத்தில் நீங்காத இடம்பெறச் செய்திருக்க வேண்டும். அவளது உறவைத் துண்டிக்கவைத்தது மட்டுமல்ல, அவளது ஆதார வேரையே அசைத்துவிட்டது அவர்களது வேலையாகத்தான் இருக்க வேண்டும்.

விடியும்போதே பாட்டும் சுரமுமாக இருந்த வாழ்வு. அது மாறிவிட்டது என்பதில் அவளுக்கு வருத்தமில்லை. மாற்றம் வேண்டும், மாற்றமே விடியலுக்கு வழி என்று விரும்பி ஏற்றுக்கொண்ட வாழ்க்கை. அவள் புதிய வாழ்வுக்குத் தயாரானாள். கனகு பாட்டியின் அன்பு சுரக்கும் பரிவும் வக்கணைப்பேச்சும்,

பாசம் மிகுந்த கஸ்தூரியும் சபாபதியும் சுந்தரமூர்த்தி மாமாவும் நினைவிலிருந்து அழிக்க முடியாமல் துருத்திக்கொண்டு வழிமறைத்தாலும் அவர்களை அவள் வலுக்கட்டாயமாக ஒதுக்கப் பழகிக்கொண்டாள்.

எல்லாத்தையும் தொடைச்சுட்டுத் திரியணும்டீ என்பாள் பாட்டி. முடியல்லே பாட்டி. மன்னிச்சுடுங்க என்று இரவு தூக்கம் வராத இரவுகளில் கண்ணீர் பெருகும்போது அடிவயிற்றில் இனம்புரியாத விசனம் பந்தாக அமரும். பாடாதேன்னு யாராவது சொன்னா செத்துருவேன்னு சொன்னியே?

கேள்வி அவளை தினமும் துரத்தி அடித்தது. விடியும் போது பறவைகளின் ஒலிகேட்டதும் நாபியிலிருந்து தன்னிச்சையாகக் கிளம்பிய சங்கீதத்தை தன்னுள் அடக்கிக் குரல்வளைக்குள் திணித்து நாபிக்குத் திருப்பவேண்டியிருக்கும் என்று அவள் நினைத்திருக்கவில்லை. ‘மேடையிலே பாடப் போகமாட்டேன். ஆசையுமில்லே. ஆண்டவன் சந்நிதியில் பாடலாமோ இல்லையோ? வீட்டுக்குள்ளே. உனக்குள்ளே. சத்தம் போடாமே.’ முதலில் அவள் சிரித்தாள். எப்படி? குரல்விட்டுப் பாடினாத்தான் அது சங்கீதம். இல்லேன்னா முனகல். ‘இடத்தைக்குடுத்தா மடத்தைப் பிடிங்கற வர்க்கம் நீ. பாடுன்னா சதிராட கிளம்பமாட்டேன்னு என்ன நிச்சயம்?’

‘உனக்குள்ளே ஓடற ரத்தம் வேற.’ ‘தேவடியா குணம் போகுமா?’ ‘ராத்திரி மட்டும் நீ தேவடியாளா இருக்கணும்.’

இப்படியும் வார்த்தைகளால் சாட்டையடி அடிக்கமுடியும் என்று அவள் நினைத்திருக்கவில்லை. ஒரே வாரத்தில் அவளுடைய கனவுகள், எதிர்பார்ப்புகள் கலைந்தன.

சமையலறைக்குள்ளும் பூஜை அறைக்குள்ளும் நுழைய அவளுக்கு அனுமதி இல்லை. கல்யாணராமனின் அம்மா அவனது சிறுவயதிலேயே காலமாகிவிட்டதாக அவள் தெரிந்துகொண்டாள். சமையலுக்கு ஒரு சமையல்காரர் இருந்தார். அவரே படு ஆசாரம். அவளது நிழல் தன்மேல் பட்டாலும்

கிணற்றடிக்குச் சென்று ஆங்காரத்துடன் ஸ்நானம் செய்துவிட்டு வருவார். கோபாலய்யர் ஆரவாரமாக தினமும் பூஜை செய்வார். சென்ற புதிதில் அவள் வெளியில் எட்ட அமர்ந்து பூஜை முடிந்ததும் ஆர்வத்துடன் ஆரத்திக்கு ஒரு பாட்டு பாடவா? என்று கேட்டாள். 'பாடேன்' என்று அவர் தலையசைத்ததும் அவள் கண்களை மூடிக்கொண்டு பாட ஆரம்பித்தாள். குரல் ஒலிக்கத் துவங்கியதுமே மனசு கரைந்தது. ஊரும் கோயிலும் சாமியும் நினைவுக்கு வந்தன. கூட அமர்ந்து சபாபதி மிருதங்கம் தட்டுவது போல இருந்தது. அவளுக்குக் கண்களில் நீர் துளிர்த்தது.

தலையில் யாரோ இடித்தது போல் இருந்தது. அவள் திடுக்கிட்டு கண்விழித்தபோது கல்யாணராமன் கோபத்துடன் நின்றிருந்தான்.

"எத்தனை தடவை கூப்பிடறேன், காதிலே விழல்லியா? ஆஃபீசுக்கு நா போகவேணாமா? உடுப்பெல்லாம் ஏன் வைக்கல்லே?" என்றான்.

"போ, புருஷனுக்கு சேவை செய்யறதுதான் முக்கியம்" என்றார் கோபாலைய்யர்.

அவன் நின்ற கோலத்தைப் பார்த்து அவளுக்கு நடுக்கமேற்பட்டது. சட்டென்று எழுந்து அவன் பின்னால் சென்றாள்.

"மன்னிச்சுக்குங்கோ. மறந்துட்டேன். இதோ வைக்கறேன்" என்றாள் குழைந்து.

"இந்த பாட்டையும் கூத்தையும் ஆரம்பிச்சா இப்படித்தான் ஆகும். புருஷன் குடும்பம் எல்லாம் மறந்து போகும்" என்றான் அவன் சிடுசிடுக்கும் குரலில்.

"இனிமே அப்படி ஆகாது" என்றாள் அவள் மலர்ச்சி குறையாமல். அவனைப் புரிந்துகொள்வதே அவளுக்கு சிரமமாக இருந்தது. எப்போது சீறுவான் எப்போது படுக்கைக்கு அழைப்பான்

என்பது விளங்காத புதிராக இருந்தது. உடலுறவு என்பது இத்தனை வன்முறைகூடியது என்று அவள் எண்ணியதில்லை. கஸ்தூரியிடம் இந்த விஷயத்தைப் பற்றி அவள் பேசியதே இல்லை. அவளுக்குக் கொடுத்த கௌரவ வாழ்க்கைக்காக அவள் உடலை அவன் பலாத்காரமாக சுவீகரித்துக்கொண்டது போல இருந்தது. அதில் அவனுக்குக் குரூர திருப்தி ஏற்படுவதுபோல இருந்தது. இரவு வருமுன்பே யோனி சுருங்கிற்று அச்சத்தில். ஒரு இரவு அவள் உணர்ச்சியற்று படுத்திருந்தபோது அவன் பளார் என்று மாறி மாறி அறைந்தான். "காசு கொடுக்கறவனுக்குத்தான் இணங்குவியா? புருஷன் அலுத்துட்டானா?"

கனகு பாட்டி தனக்குப் பாடம் கற்பிக்காமல் போய்விட்டாளே என்றிருந்தது. எப்படிப் பார்ப்பேன் எல்லாரையும்? நல்லாயிருக்கியா கண்ணு? என்ற ஒரு கேள்வியில் நொறுங்கிப்போய்விடுமே மனசு? முகம் துல்லியமாகக் காட்டிவிடுமே? கௌரதை புண்ணாக்குன்னு ஓடிப்போனியே புருஷன் உன்னை வெச்சிருக்கிற லட்சணம் இதுதானா என்று அம்மா நொடிப்பாளே? சொல்லாம கொள்ளாம ஓடிப்போன சிறுக்கியைப் பார்க்க அவளுக்கு ஒண்ணும் ஏக்கமில்லை என்று சொல்வாளே முகத்தில் இடிப்பதுபோல?

அவளுக்கு நினைக்க நினைக்க நிகழ்ச்சிக்குப் போகாமல் இருப்பதே மேல் என்று தோன்றிற்று. இதுவரை கல்யாணராமன் அவளை வெளியில் அழைத்துப் போன சமயமெல்லாம் முடிவில் ஏன் போனோம் என்று சோர்வை அளித்த சம்பவங்களாகிப் போனவை தெருவில் அவள் பார்வை யார்மேல் பதிகிறது என்று அவன் கண்குத்திப் பாம்பாக இருந்து வழிமுழுவதும் கொட்டிக்கொண்டு வருவான். அவனை என்ன பார்வை? அவன் உனக்குத் தெரிஞ்சவனா? அவளுக்கு அலுத்துப் போகும். உங்களுக்கு ஏன் இப்படித் தோணுது? நா எதுக்கு இன்னொருத்தனை பார்க்கறேன்? உங்களைத்தவிர யாரும் என் மனசிலே கிடையாது... கன்னிகழியாமத்தான் உங்ககிட்ட வந்தேன். 'உன் புத்தி மாறலாம். உனக்குள்ளே இருக்கிற ரத்தம் அப்படி.' ஒரு இரவு பொறுக்க முடியவில்லை. வெடுக்கென்று

கேக்கத் துணிந்தது. 'அது தெரிஞ்சு தானே என்னைக் கட்டிக்கிட்டீங்க?' பளாரென்று கன்னத்தில் அடி விழுந்தது. பிறகு அவளை நிர்வாணமாகக் குப்புறப்படுக்க வைத்து பெல்ட்டால் மாறி மாறி விழுந்தது. இவன் ஏன் அவளைத் திருமணம் செய்து கொண்டான் என்று அவளுக்குப் புரியவில்லை.

'கௌரதை புண்ணாக்குன்னு ஓடினியே?'

கல்யாணராமன் அவளைத் திருமணம் செய்து கொண்டது அவனது வக்ர இச்சையால் என்று தோன்றிற்று. அவளுக்குக் கௌரவமான வாழ்வு கொடுக்க இல்லை நிச்சயம். ஆனால் சொல்லிக் காட்டுகிறான், ஒரு தீண்டத்தகாதவளைத் தான் மனைவியாக ஏற்றது மிகப்பெரிய தியாகமாக. அதற்காக ஆயுள் முழுவதும் அவள் தனக்கு சேவை செய்யவேண்டும் என்று எதிர்பார்க்கிறான். தாசியாக. அடிமையாக. ஒரு நாள் சொன்னானே போக்கிடமத்த தேவடியாளுக்கு இன்னும் என்ன வேணும்? வந்து படுடீ; தாசிக்குப் பிறந்தவள் காமலீலையில் வல்லவளாக இருப்பாள் என்று அவன் நினைத்திருக்க வேண்டும். அவனுடைய இச்சைக்கு அவளால் ஈடுகொடுக்கமுடியாததே அவனது கோபதாபங்களுக்குக் காரணம். இதையெல்லாம் எப்படி வெளியில் சொல்வேன்? அவனது பசப்பு வார்த்தையை நம்பி ஏமாந்தேன் என்று எப்படிச் சொல்வேன்? அவர்கள் எதிரில் நின்றால் அவள் ஏதும் சொல்லத் தேவையே இல்லை. கனகு பாட்டியின் சூட்சுமம் எவருக்கும் இல்லை. ஒரே பார்வையில் நிலைமையைப் புரிந்து கொள்வாள்.

'திரும்பி வந்துடு கண்ணு.'

இங்கிருப்பதைவிட அங்கு அனைவரின் அரவணைப்பில் காயப்படாமல் வாழலாம். போய்விட்டால் என்ன? கஸ்தூரி உடனடியாக என்னை ஸ்வீகரிப்பாள். ஊர் வாயை அடைக்கும் சாமர்த்தியம் அம்மாவுக்கு உண்டு. 'பெரிய மனுஷங்கன்னு நம்பினோம். சரிப்பட்டு வரல்லே. இட்டாந்துட்டோம்.' அதற்குமேல் பேச்சு இருக்காது. இங்குபோல இதைத் தொடாதே,

அங்கே பார்க்காதே இங்கு கால் வைக்காதே என்ற உதாசீனம் இருக்காது. கௌரவமான வாழ்க்கையை ஏற்படுத்திக்க எனக்கு வக்கு இல்லே பாட்டி.

எனக்கு புரிஞ்சு போச்சு. அதைக் கொடுக்க யாராவது மகான் பிறந்தாத்தான் உண்டு. கல்யாணராமன் மகான் இல்லை. காம வெறி பிடிச்ச மிருகம். அந்த எண்ணம் துளிர் விட்டதும் மனசு ஆவேசத்துடன் குதிபோட்டது. தப்பிக்கும் திட்டங்களைப் பின்னுவதும் அவிழ்ப்பதுமாக நேரம் நகர்ந்தது.

அன்று காலையிலிருந்தே அவளுக்குக் காரணம் புரியாமல் நெஞ்சு படபடத்தது. இத்தனைத் தன்னம்பிக்கை குறைந்து என்றுமே இருந்ததில்லை என்று தோன்றிற்று. அலுவலகம் செல்வதற்கு முன் கல்யாணராமன் முகத்தில் கொஞ்சமும் பிரசன்னமில்லாமல் சொல்லிவிட்டுப் போனான்.

"இன்னிக்கு கஸ்தூரியுடைய சதிர் கச்சேரி இருக்கு. அதுக்கு உன்னைக் கூட்டிண்டு போகணும்னு அப்பா சொல்லயிருக்கார். அழுதுவடிஞ்சுண்டு வந்து என் மானத்தை வாங்காதே. நல்ல புடவையை கட்டிக்கோ. கௌரவமான குடும்பஸ்த்ரீயா நடந்துக்கணும். அவாளைப் பாத்து கும்மாளம் போடறதெல்லாம் கூடாது."

அவளுக்குச் சிரிக்கவேண்டும்போல இருந்தது. 'கௌரவமான குடும்பஸ்த்ரீயா நடந்துக்கணும்.' அவளால் அப்படி நடிக்கத்தான் முடியும் என்று அவனுக்குத் தெரியும். அரக்கு நிறப் பட்டுப்புடவை ஒன்று இருந்தது அவன் தந்தது. அவனுடைய அம்மாவினுடையது. மிகப் பவித்ரமானது என்று அவன் சொல்வான் உன் உடம்பிற்கு அதை உடுத்தும் யோக்கியதை இல்லை என்பதுபோல.

இன்று அவனாக அந்தப் புடவையை எடுத்து ஊஞ்சலில் வைத்துவிட்டுப் போனான். கோபாலைய்யர் அதையும் சொல்லியிருப்பார் என்று தோன்றிற்று. அதை அவள் கூச்சத்துடன் எடுத்துத் தன்மீது போர்த்தி நிலைக்கண்ணாடியில் பார்த்துக்கொண்டாள். அந்த அம்மாள் எப்படிப்பட்டவள்

என்று தெரியாது. கல்யாணராமனுக்கே அவளைப்பற்றித் தெரியாது. அவள் தன்னை ஏற்றுக் கொண்டிருப்பாளா என்று யோசனை வந்தது. புடவையிலிருந்து மெல்லிய சந்தன வாசனை வந்தது. அவள் இருந்திருந்தால் கல்யாணராமன் மனிதனாக இருந்திருப்பான் என்று தோன்றிற்று.

மாலை மாமியாரின் புடவையைக் கட்டிக்கொண்டு போர்த்திய முதுகுடன் அவள் இருந்த கோலத்தைக்கண்டு அவன் சற்று சமாதானமானதுபோல் இருந்தது. கிளம்புவதற்குமுன் மீண்டும் அடிக்குரலில் சொன்னான் 'உன் ஜனங்களைப் பார்த்ததும் கொஞ்சிக் குலாவரதெல்லாம் கூடாது. நினைவு வெச்சுக்கோ நா வரல்லே. எனக்கு வேற எங்கேயோ போகணும்...' அவளுக்கு ஒரு விநாடி நம்பமுடியவில்லை. தனக்கு இத்தனை அதிர்ஷ்டம் இன்று இருக்கும் என்று நினைத்திருக்கவில்லை.

சதஸ்ஸில் கூட்டம் நிறைந்திருந்தது. கோபாலைய்யர் அவளை பின் வாசல் வழியாக கஸ்தூரி இருந்த அறைக்கு அழைத்துச் சென்றார். பிரவாகமாக உணர்ச்சிப்பெருக்கெடுக்க திலகம் உள்ளே நுழைந்தாள். கஸ்தூரி நாட்டிய உடையில் தேவதை போல் இருந்தாள். திலகத்தைக் கண்டதும் ஓடிவந்து தழுவிக்கொண்டாள். கண்ணீரை அடக்கமுடியவில்லை. பின்னால் அவளைப் பார்த்தபடி கண்ணீர் மல்க கனகு பாட்டியும் செங்கமலமும் சபாபதியும் நின்றது பார்வையில் கலங்கலாகத் தெரிந்தது.

கோபாலைய்யரிடம் செங்கமலம் ஏதோ பேச ஆரம்பிக்க, கஸ்தூரி அவளிடம் மெல்லிய குரலில் கேட்டாள்.

“திலகம், நிஜத்தைச் சொல்லு. சந்தோஷமா இருக்கியா?”

“இருக்கேங்க்கா.” எங்கே குரல் உடைந்துவிடுமோ என்று பயமாக இருந்தது.

கஸ்தூரியின் பார்வை துளைத்தது. கனகு பாட்டியின் கண்கள் ஊடுருவின. சபாபதி உணர்ச்சிவசப்பட்டு நிற்பது அவனது கலங்கிய பார்வையில் வெளிப்பட்டது.

“பாடறியோ?”

“ஓ, இவங்க வீட்டிலே இல்லாதபோது.”

“ஏன்?”

‘பாட்டோட பழைய சங்காத்தம் தொடரும்னு அவங்களுக்கு பயம்.’ கஸ்தூரி ஆற்றாமையுடன் தலையசைத்தாள். அவள் கண்கள் நீர் நிறைவதைப் பார்த்து திலகம் அவசரமாகச் சொன்னாள், “அதெல்லாம் வேணாம்னு நானேதானே கிளம்பினேன்?”

“செத்துறுவேன்னு சொன்னே!”

திலகம் லேசாகப் புன்னகைத்தாள். “நாமல்லாம் சாகத்தான் பிறந்திருக்கோம்!”

கஸ்தூரி திடுக்கிட்டதுபோல அவளைப் பார்த்தாள். “சீச்சி. சாவைப்பத்திப் பத்திப் பேசற வயசாடி உனக்கு?”

கோபாலய்யர் அவளை நோக்கி வந்துகொண்டிருந்தார். திலகம் புன்னகையுடன் கஸ்தூரியின் கையைத் தொட்டு ‘ஆட்டத்துக்கப்புறம் பார்ப்போம்’ என்றாள். கனகு பாட்டியிடமும் அம்மாவிடமும் சபாபதியிடமும் பேசமுடியாமல் சபா காரியதரிசி நிகழ்ச்சிக்கு நேரமாகிவிட்டது என்று அங்கு வந்து அவசரப்படுத்தினார். அவர்களுடன் பேச முடியாமலே போகும் என்று அவள் நினைத்திருக்கவில்லை.

ஆட்டம் வழக்கம்போல் அற்புதமாக இருந்தது. செங்கமலம் பாடப் பாட திலகத்தின் நாடி நரம்பெல்லாம் உசுப்பப்பட்டதுபோல சிலிர்த்துப் போயிற்று. கூடவே பாட்டை முனகத்தோன்றிற்று. கால்கள் தாளம் போட்டன. கைகள் ஜதியைச் சொன்னது. அக்கம் பக்கத்தில் அமர்ந்திருந்தவர்கள் அவளை கவனிப்பதை அவள் உணர்ந்து கொள்ளவில்லை. ஆட்டம் முடிந்ததும் ஒரு பரவச எல்லையைத் தொட்டுவிட்டது போல இருந்தது. திடீரென்று சபா காரியதரிசி மேடையில் தோன்றி இரண்டு வார்த்தை பேசணும் என்று ஆரம்பித்தார். “கஸ்தூரியுடைய நாட்டியம் அற்புதம்னு நீங்கள் பார்த்தீர்கள். அவருடைய தங்கை இங்கதான் இருக்கார்.

அவர் அற்புதமா பாடுவார். அவர் திருமணத்துக்குப் பிறகு பாடறதை நிறுத்திட்டாராம். இங்க நம்ம வேண்டுகோளுக்கு இணங்கி அடுத்தாப்பலே கஸ்தூரி ஆடப்போற தில்லானாவுக்குப் பாடும்படி கேட்டுக்கறேன். கோபாலய்யருடைய மருமகள் அவர்னு உங்களுக்குத் தெரிஞ்சிருக்காது. கோபாலய்யர் பரம ரசிகர். என் யோசனையை ஏத்துப்பார்னு நினைக்கிறேன்" என்றார்.

திலகத்துக்குத் தூக்கிவாரிப்போட்டது. அவள் கலவரத்துடன் மாமனாரைப் பார்த்தாள். கோபாலய்யரின் முகம் சிவந்து போயிருந்தது. மிகக் கோவத்தில் இருக்கிறார் என்று தோன்றிற்று. எழுந்து நின்று எல்லாரையும் பார்த்து, "மன்னிக்கணும். என் மருமகளுக்கு உண்மையில் உடம்பு சரியில்லை. கச்சேரியைப் பார்க்கணும்னு ஆசைப்பட்டதாலே அழைச்சிண்டு வந்தேன். இப்பக் கிளம்பிண்டே இருக்கோம்" என்றுவிட்டு கஸ்தூரியைப் பார்த்து 'ஆட்டம் தொடரட்டும்' என்று விருவிருவென்று வாசலை நோக்கி நடந்தார். இடையில் அவளைப் பார்த்து, 'கிளம்பு' என்றார்.

கடைசியாக அவள் மேடையைப் பார்த்தபோது சபாபதி அவளையே பார்த்துக்கொண்டிருந்தான். அவனுடைய விரல்கள் மிருதங்கத்தை வருடியபடி இருந்தன. தகிட தக திமி...

22

'ஜலக் ஜலக்' என்று குதிரையின் குளம்பொலி சாரட்டில் அமர்ந்திருந்த கஸ்தூரிக்கு இன்று வயிற்றைக் கலக்கிற்று. சிறிது காலமாகவே அவளுக்கு சதா சர்வ காலமும் நெஞ்சில் ஒரு படபடப்பு இருந்தவண்ணம் இருக்கிறது. கிட்டத்தட்ட திலகம் கிளம்பிப் போன சமயத்திலிருந்து. திலகம் இருந்தவரை வாழ்க்கைத் தடம்புரண்டு போகக் கூடும் என்கிற அச்சம் இருக்கவில்லை. வினோதம் அது. உண்மையில் திலகம் அவளைவிட இளையவள். ஊரில் பெயரும் மதிப்பையும் பெற்று வலம் வந்தது கஸ்தூரி. அவளைச் சுற்றியே சூரியனைச் சுற்றிய கிரகங்கள் போல வீட்டில் இருந்தவர்கள் இருப்பதான ஒரு பிரமை ஏற்படும். கஸ்தூரியின் நாட்டியத்திற்காக அந்த கிரகங்கள் சுழன்றன. பாட்டும் தாளமும் ஒலித்தது அவளுக்காக. நாட்டியப் பயிற்சியும், ஒத்திகையும் வேளாவேளைக்கு சத்துள்ள ஆகாரமும் கனகு பாட்டியின் கரிசனப் பார்வையும் அவளின் தேவைக்கு ஏற்பட்டவை. திலகத்தின் திடீர் வெளியேறல் உலகம் தடம்புரள்வதன் முதல் அறிகுறியாகத் தோன்றிற்று. தனக்கென்று தனியான சிந்தனை இருப்பதை திலகம் காண்பித்துவிட்டாள். அது கலகக் குரல். சபாபதியின் மௌனங்களும் அவனுள் ஏற்பட்டுவரும் மாற்றங்களைச் காண்பிப்பதாக அவளுக்கு கலக்கம் ஏற்பட்டது.

பட்டணத்திலிருந்து திரும்பியதிலிருந்து அந்தப் படபடப்பு அதிகரித்துவிட்டதுபோலத் தோன்றிற்று. திலகத்தின் வாடிய முகம் மனசை சதா அலைக்கழித்தது. முதலில் அவளைப் பார்த்ததுப்

லேசாக திடுக்கிட்டது. கெட்டி ஜரிகை போட்ட உயர்ந்த பட்டுச் சீலை திலகம் அணிந்திருந்தாலும் ஏதோ ஒரு சோகத்தை அதனுள் அவள் செருகி வைத்திருந்ததாகப் பதைத்தது. கண்களுக்கடியில் கருவளையம் இருந்ததோ? இளைத்து விட்டாளோ? அதிக நேரம் பேசக்கூட முடியவில்லை. பாட்டியிடமும் அம்மாவிடமும் சபாபதியுடன் கூட அவள் பேசமுடியவில்லை. கச்சேரி முடிந்ததும், பேசலாம் என்று நினைத்ததும் அந்த முட்டாள் சபா காரியதரிசியின் பகிரங்க வேண்டுகோளினால் பாழானது. "அந்த கோபாலய்யருடைய முகத்திரை இன்னிக்குக் கிழிஞ்சுபோச்சு. தான் என்னவோ ரொம்ப முற்போக்குவாதி, தன் பிள்ளைக்கு ஒரு தேவதாசியுடைய பெண்ணைக் கல்யாணம் பண்ணி வாழ்வு குடுத்தேன்னு பீத்திக்கிறார் வெளியிலே. அவருடைய பையன் அவளோட ஓடிப்போய் திருட்டுக் கல்யாணம் பண்ணிண்டு வந்தப்பறம் இந்த மனுஷன் வேற என்ன செய்ய முடியும்? அதுக்குத்தான் இன்னிக்கு ஒரு சின்ன பரிட்சை வெச்சேன். மாட்டுப்பொண்ணைப் பாடவிடுங்கோ, சும்மா ஒரே ஒரு ஜதிக்குன்னேன். விருக்குனு கிளம்பிட்டான் மனுஷன்!" என்று அவர் அவளுக்கு எதிரிலேயே வேலை மெனெக்கெட்டு யாரிடமோ சொல்வதுபோல சொன்னார்.

அவர்களுக்குள் என்ன போட்டி பொறாமையோ. ஆனால் அவருடைய வார்த்தைகளில் தெரிந்த யதார்த்தம் மனசைக் கலக்கிற்று. திலகம் உண்மையில் சிறைபட்டிருக்கிறாள் என்று புரிந்துபோனது. கனகு பாட்டி பேசவே இல்லை. செங்கமலம் கூட அதைப்பற்றிப் பேச விரும்பாதவள்போல மௌனமானாள். "நாமா அனுப்பிச்சோம்? அவளா தேடிக்கிட்ட வாழ்க்கை அது. அவளே சமாளிச்சுக்கட்டும்" என்றாள் ஒரே வாக்கியத்தில். அம்மா சொல்வதில் நியாயம் இருந்தது.

'முன்பு கேட்கத் தோணாததையெல்லாம் இப்பக் கேட்கத் தோணுது.' முன்பு சரின்னு நின்னச்சதெல்லாம் இப்ப மனசு ஏத்துக்கமாட்டேங்குது. மூத்த தலைமுறையைச் சேர்ந்த சுந்தரமூர்த்தி மாமாவுக்கே 'கேட்கத் தோணாததை கேட்கத்

தோணுது.' லக்ஷ்மியும் திலகமும் சபாபதியும் புதிய காற்றை சுவாசித்தே வளர்ந்தார்கள். பேச்சு முளைத்ததுமே கேள்வி கேட்கத் தெரிந்து கொண்டவர்கள். அவளுக்கு நெருக்கமான பெண்கள் தெரியாத பாதையில் கால் வைக்கத் துணிந்துவிட்டவர்கள். என்னால் அப்படிச் செல்ல முடியுமா? செல்ல வேண்டிய அவசியம் வருமா?

மீண்டும் நெஞ்சு படபடத்தது. அவளுள்ளும் இதுவரை உணர்ந்தறியாத மாற்றம் நிகழ்வது அச்சத்தை ஏற்படுத்திற்று. ஆனால் அந்த அச்சம் ஒரு கிறக்கத்தை ஏற்படுத்துகிறது. சடுதியில் யதார்த்தங்கள் பின்னுக்கு நகர்கின்றன.

'அக்கா அவன் ஒரு ஆசாரி, நினைவு வெச்சுக்க.' திலகத்துக்கு சூட்சுமம் அதிகம். அவள் சிங்காரம் பாடிய காவடிச்சிந்தைத் திரும்பத்திரும்ப பாடிக்கொண்டிருந்தபோது திலகம் அதைச் சொன்னாள். அன்று சிரித்து மழுப்பமுடிந்தது. 'ஆசாரியோ பூசாரியோ அவன் ஒரு கலைஞன்.' அன்று நடந்ததை நினைத்து இப்பவும் சிரிப்பு வந்தது. சிங்காரம் எத்தனைக் கூச்சப்பட்டான்! ஒரு நாள் அவளும் திலகமும் சுவாமிமலைக் கோயிலுக்குச் சென்று திரும்பும் சாலையில் வண்டியில் வந்துகொண்டிருந்தபோது யாரோ ஆண் பாடுவது கேட்கிறது. 'கொஞ்சம் வண்டியை நிறுத்தச் சொல்லுக்கா' என்கிறாள் திலகம். 'பாட்டு அருமையா இல்லே?' முத்து வண்டியை நிறுத்துகிறான். 'முன்னே பாக்கல்லே? அந்த ஆசாரிதான்க்கா. இங்கேயும் ஒரு பட்டறை இருக்கு. அழைச்சிட்டுப் போறேன் வாங்க.'

பாட்டுத் தெளிவாகக் கேட்கிறது. காவடிச் சிந்து. சொக்க வைக்கும் குரல். சந்தோஷமாக ஜிலுஜிலுவென்று துள்ளுகிறது. கஸ்தூரி அங்குவந்து நிற்பதை கவனித்து அவன் சட்டென்று நிறுத்தினான்.

'பாடுங்க, பாடுங்க, நிறுத்தாதீங்க' என்கிறாள் கஸ்தூரி. 'பாடு தம்பி' என்கிறார் ஒரு பெரியவர். 'அவுக ஆசையோடு கேக்கிறாங்க. யாருன்னு தெரியுமில்லே?'

'தெரியும்' என்று அவன் சிலை செதுக்கத் திரும்புகிறான். 'அதனாலதான் தயங்கறேன்.'

"எதுக்குத் தயக்கம்? இத்தனை அற்புதமா பாடறீங்க, என் காலு ஆடப் பரபரக்குது!"

அவன் சட்டென்று நிமிர்ந்து கேட்கிறான். 'என் பாட்டுக்கு ஆடுவீங்க?'

அவள் சிரிக்கிறாள். 'பாடித்தான் பாருங்களேன்.'

அவன் கண்களில் வியப்பு தெரிகிறது. லேசாகப் புன்னகைத்த படி பாடுகிறான். **'வள்ளிக்கணவன் பேரை, வழிப்போக்கன் சொன்னாலும் உள்ளம் குழையுதடி, கிளியே.'** திலகம் அங்கிருந்த ஒரு வெண்கலக் குண்டானில் தாளம் போட கஸ்தூரி அபிநயிக்கிறாள். எத்தனை ஆச்சரியமான அனுபவம் அது! 'அம்மாகிட்ட இதைப் பத்திச் சொல்லக்கூடாது. கொன்னுபுடுவாங்க' என்று வீடு திரும்பும் போது திலகம் எச்சரிக்கையில் அவளுக்குச் சிரிப்பு வந்தது. அன்றிரவு தூக்கம் வராமல் அந்தப் பாட்டை முணுமுணுத்தபடி அவள் புரண்டு கொண்டிருப்பதைக் கண்டு, என்னக்கா இது, பாட்டு நினைவா, அந்த ஆளு நினைவா என்று திலகம் கேட்டபோது சற்று திடுக்கிட்டது. போடி துப்பு கெட்டவளே என்று சமாளித்து சிரித்த சமயத்தில் திலகம் நினைவு படுத்தினாள். 'அவன் ஒரு ஆசாரி.'

நினைவில் அது நிற்கவே இல்லை.

அன்று அவனுடைய கைகோர்த்து ஓடி ஒளிந்தபின் எத்தனையோ காத தூரம் பயணித்துவிட்டதாகத் தோன்றிற்று. அந்தப் பயணம் ஆபத்து நிறைந்தது. இருந்தும் பித்தாய் அலையும் மனசு அதை அலட்சியம் செய்ய சித்தமாகிவிட்டது. அன்று ஓடும்போது ஏற்பட்ட கிளுகிளுப்பின் நினைவு மீண்டும் கிளுகிளுப்பை ஏற்படுத்தியது.

'நீ எதுக்கு இங்க வந்தே புள்ளே?' என்பதுபோல சுந்தரமூர்த்தி மாமாவின் கண்கள் கேட்டபோது, அவள் வேடிக்கையாக 'வந்தே

மாதரம்' என்றாள் செய்கையில். அதற்குள் களேபரம் துவங்கியது. 'உங்களுக்கு மட்டும்தான் தேசபக்தி இருக்குமா என்ன?' என்று அவள் சிங்காரத்தின் செவிகளில் மெல்லிய குரலில் சொன்னாள். இருவர் முகத்திலும் அவளைக்கண்டு பதற்றம் ஏற்பட்டதை அவளால் புரிந்துகொள்ள முடிந்தது. இவர்களுக்கு சங்கடம் கொடுக்க வந்தோமோ என்று அவள் தவிக்கையில் அவன் சட்டென்று 'வாங்க, ஓடணும்' என்று கையைப் பிடித்ததும் அவள் 'ஆடத்தெரிஞ்சவளுக்கு ஓடத்தெரியாதுன்னு நினைச்சீங்களோ?' என்று சிரித்ததும் நேற்று போல் இருக்கிறது.

அவர்கள் தலைதெறிக்க ஓடுகிறார்கள். ஓடிய ஓட்டத்தில் ஒரு சமயம் தடுக்கி விழப்போன அவளை அவன் பிடித்துக் கொள்கிறான். "அடேயப்பா உங்களுக்கு இவ்வளவு தேசபக்தி இருக்கும்னு எனக்குத் தெரியாது" என்கிறான்.

அவள் சிரிக்கிறாள். "அதுக்கு அளவுகோலெல்லாம் உண்டா என்ன?"

"தெருவிலே இறங்கி கோஷம் போடற அளவுக்கு." அவன் துருவி கேட்க முனைகிறான் என்று தெரிந்தும் அவள் மெல்லச் சொல்கிறாள். "ஆமாம், இன்னிக்கு தெருவிலே இறங்க வேண்டியதாப் போச்சு." இருளில் அவள் கண்களில் நீர் ஒளிர்வதை அவன் பார்த்திருக்க முடியாது. அவள் தலை குனிந்தபடி சொல்கிறாள் "ஒரு வெள்ளைக்கார மடையனாலே." அவன் குழப்பத்துடன் அவளைப் பார்த்துவிட்டு, "இன்னும் நாலு கல்லு நடக்கணுமே, ஏதாவது வண்டி கிடைக்குமான்னு தெரியல்லே, இந்த நேரத்திலே" என்று முணுமுணுக்கிறான். திடீரென்று குரல்கள் கேட்கின்றன. 'அதோ அங்க யாரோ போற மாதிரி இருக்கு. அதுவாத்தான் இருக்கும்.'

அவள் சட்டென்று சிங்காரத்தை உடன் இழுத்து அங்கிருந்த புதருக்குப் பின் ஒளிகிறாள். அரவம் ஓய்வதற்குக் காத்திருந்து காலிலிருந்த வெள்ளி கொலுசையும் சலங்கைக் கட்டிய ஒட்டியாணத்தையும் அவிழ்த்து தலைப்பில் கட்டி, வாங்க இப்ப

ஓடணும் என்கிறாள். பின்னால் தொடரும் ஓசை அச்சுறுத்துகிறது. 'வாங்க அந்த சிம்மக் கிணற்றுக்குள்ளே போயிரலாம்' என்று அவன் கிசுகிசுக்கின்றான். சிம்ம முகம் கொண்ட ஒரு குகைக்குள் இருவரும் நுழைந்து படிக்கட்டில் அவன் அமர அவன் தாங்கலாக அவள் அவன் மடியில் அமர்கிறாள். தொடர்ந்து வந்தவர்கள் சுற்றி சுற்றிப் பார்த்துவிட்டு 'இங்கன வரல்லே போல. வாங்கடா தோப்புக்குள்ளே எங்கேயாவது ஒளிஞ்சிருப்பா.' என்று கிளம்பிப் போகிறார்கள். அவன் ஏதோ பிரமையில் அமர்ந்திருப்பது போல் இருக்கிறது. 'படிக்கட்டு எங்கே போகும்?' என்கிறாள் அவள். 'கீழே தண்ணி இருக்கு. நிலா வெளிச்சமும் விழும். வாங்க காண்பிக்கிறேன்' என்று அவன் மீண்டும் அவள் கைப்பற்றி அழைத்துச் செல்கிறான். கீழே கிணற்று நீர் தெரிகிறது. அதில் நிலாத் துண்டு விழுந்திருக்கிறது. மெல்லிய வெளிச்சம் அமானுஷ்ய உணர்வை ஏற்படுத்துகிறது. எல்லா விகல்பங்களும், மனக் கூச்சங்களும், தடைகளும் அவமானங்களும் அர்த்தம் இழந்து கிணற்றின் ஆழத்துக்குப் பயணித்துவிட்டதுபோல் இருக்கிறது. அவனும் அவளும் மட்டுமே இருக்கும் சுவர்க்கம் அது. அவனும் அதை உணர்ந்தவன் போல உணர்ச்சிவசப்பட்டு நிற்பது அவனது உஷ்ண மூச்சில் தெரிகிறது. அவன் கூச்சம் மிக்கவன். அவனது பிறப்பு அவனுள் புகுத்தியிருக்கும் கூச்சம். அவனாக அவளை நெருங்கத் தயங்குவான் என்று அவளுக்குத் தெரியும். அவள் அவனது கழுத்தை மெல்ல வருடுகிறாள். அவனது கூச்சம் அவனுள் தகித்த வேட்கைக்கு வேலி கட்டுவதை அவளால் உணர முடிகிறது. அவளது கரங்கள் அவனைச் சுற்றிப் படரப் படர அவன் தோற்றுப்போகிறான். குனிந்து அவளது அதரங்களில் தனதைப் பதிக்கிறான். இந்த ஸ்பரிசத்துகே காத்திருந்ததுபோல அவர்களின் உடல்கள் ஆவேசத்துடன் பின்னிக் கொள்கின்றன. அவனது ஆண்மை உயிர் பெற்றுவிட்டதுபோல் இருக்கிறது. இன்று அவள் தாசி இல்லை. அவனுக்கு அடிமை என்று தோன்றுகிறது. நீரும் நிலவும் தனிமையும் கீதமிசைப்பதுபோல ஒரு லாகிரியில் இருவரும்

மிதக்கிறார்கள். உடற்சேர்க்கை இத்தனை அற்புதப் பரவசத்தை அளிப்பது என்று அவள் இதுவரை உணர்ந்திருக்கவில்லை.

மீண்டும் தெருவுக்கு வந்தபோதுதான் அவன் பழைய சிங்காரமாகியிருந்தான்.

'தப்பு நடந்து போச்சு. என்னை மன்னிச்சுக்குங்க.' அவள் பதில் சொல்லவில்லை. அதற்கு அவசியமில்லை என்று படுகிறது. எது சரி எது தப்பு? வீட்டு வாசல்வரை வந்து விடைபெறும்போது அவன் தலைக் குனிந்தபடி சொன்னான். "இன்னிக்கு நடந்ததை நீங்க மறந்துடறது நல்லது."

அது கஷ்டம் என்கிறாள் அவள் லேசாக. 'மனசுக்குப் பிடிக்காத விஷயத்தை மட்டுமே என்னாலே மறக்கமுடியும்.'

அவளால் சிம்மக்கிணறு அனுபவத்தை மறக்கமுடியவில்லை. வங்கத்தை வென்ற ராஜ ராஜேந்திர சோழன் கங்கை நீரைக் கொண்டுவந்து நிரப்பிய கிணறு. செய்த பாவங்களுக்குப் பரிகாரம் கொடுக்கும் கிணறு. தான் புனிதமடைந்ததுபோல் அவளுக்கு சிலிர்ப்பேற்படுகிறது.

அவள் சட்டென்று சுய நினைவுக்கு வந்தாள். ராஜாவின் கோபத்தை சமாளிக்கவேண்டும். வர வர அவளிடம் தனது எரிச்சலை அவர் காண்பித்து வருகிறார். ராஜாவுக்குக் கலெக்டரிடம் ஏதோ விவகாரம் இருப்பதாகத் தோன்றிற்று. அவள் அன்று கலெக்டரிடமிருந்து தப்பித்து ஓடியதிலிருந்து கலெக்டர் மிக ஆத்திரத்தில் இருப்பதாக ராஜா அவளிடம் சொன்னபோது அவள் ராஜாவிடம் முதல் முறையாக வாக்குவாதம் செய்யத் துணிந்தாள்.

'கலெக்டர் வீட்டுக்கு நீங்க வருவீங்கன்னு வண்டிக்கார ஷண்முகம் சொன்னான்னு நம்பிப் போனேன். நீங்க ஏன் வரல்லே?'

'வர முடியல்லே. திடீர்னு ஒரே தலை நோவு. வைத்தியரை வேணா கேளு. ஏன் நா வராததாலே என்ன நடந்து போச்சு?'

அவள் விவரிக்க ஆரம்பித்தபோது ராஜா அசுவாரஸ்யத்துடன் கேட்டார். "பெரிய ஆளு அவன். கொஞ்சம் இணக்கமா நடந்துகிட்டா என்ன குடிமுழுகியா போகும்?" என்று அவர் அலட்சியமாகச் சொன்னதும் அவளுக்கு அதிர்ச்சி ஏற்பட்டது. மகாக் கோபம் வந்தது. "உங்களுக்குக் கோபம் வரல்லே? நான் உங்களுக்கு மட்டுமே சொந்தம்னு தோணல்லே? வேணுமினே நீங்க அவன்கிட்ட அனுப்பிச்சதா தெரியுது, என் சம்மதம் கேட்காம. அவன் ஒரு நாயி. அந்நியன். நம்ம நாட்டுலே உட்காந்து திமிர் பிடிச்சு நிக்கிறான்."

அவர் பதற்றத்துடன் அவளுடைய வாயைப் பொத்தினார். "இன்னொருதரம் அப்படிப் பேசினே சிறையிலே கொண்டு தள்ளிடுவான் அவன். கொஞ்சம் நாக்கை அடக்கு. நீ ஓடிப் போனதுக்கு அவன் எங்கிட்ட ஆத்திரப்படறான். உங்கம்மாவுக்குத் தெரியுமே, சொல்லல்லியா?" ராஜாவின் பேச்சு அவளுக்கு அருவருப்பைத் தந்தது. அவளுக்கு ஏற்பட்ட அவமானத்தை ரோசம்கெட்ட ராஜா உணரக்கூடமாட்டார் என்கிற நினைப்பு வெறுப்பேற்படுத்தியது. பெற்றவளே உணரவில்லை, பிறகு ராஜாவிடம் அதை எப்படி எதிர்பார்ப்பது? அன்று துரையிடமிருந்து தப்பித்து நள்ளிரவில் வீடுவந்து சேர்ந்தபோது 'வந்துட்டியா?' என்று கதவைத்திறந்த செங்கமலத்தின் முகத்தில் ஒரு எதிர்பார்ப்புடன் கூடிய புன்னகை இருந்தது. கலெக்டரிடமிருந்து வந்த அழைப்பு என்று அம்மாவுக்குத் தெரிந்திருக்கும் என்று திடீரென்று அவளுக்குப் புரிந்தது. "ஆமாம், உருப்படியா. அம்மா பேராசைபடாதே. பட்டேன்னா என்னையே அழிச்சுடுவே நீ. கலெக்டர் துரைக்காகத்தான் வண்டி வந்துச்சுன்னு உனக்குத் தெரியுமா தெரியாதா?" என்று வெடித்தாள்.

"தெரியும், அதுக்கென்ன இப்ப?" என்றாள் செங்கமலம் வீம்புடன். "ராஜா ராஜான்னு பேரே தவிர, என்ன கண்டே அவர்கிட்டே? ஒரு நகை நட்டுன்னு கண்ணுலேயே காணும். ஒவ்வொருத்தி சரக்கே இல்லாதவ டாலடிக்கிறா."

"பணத்துக்காக ஒரு நாயாயிருந்தாலும் அனுப்புவியா? என்னை அந்த நிலைமைக்குத் தள்ளிடாதே. வெள்ளைக்கார

நாயி. எனக்கு நினைச்சாலே குமட்டுது. எல்லாரும் வந்தே மாதரம்னு கத்திக்கிட்டு சாக சித்தமாயிருக்காங்க."

"முட்டாள் ஜனங்க சாகட்டும். நமக்கு அதனாலே ஒரு லாபமும் இல்லே. ராஜாவைக் கோவணத்துண்டோடு விரட்டுவாங்க."

"சீ, உனக்கு வாயிலே நல்ல வார்த்தையே வரதில்லே" என்றாள் அவள் கோபத்துடன்.

ராஜாவுக்கும் அதே கவலைதான் என்று தோன்றிற்று. கலெக்டருடன் எந்த பேரத்திலோ இருப்பதாகத் தோன்றிற்று. அதற்குத்தான் அந்த நாய்க்கு எலும்புத்துண்டு வீசுவதுபோல தன்னை அவனிடம் அனுப்பினாரா? எத்தனைக் கேவலமாகி விட்டது வாழ்வு?

நினைக்க நினைக்க அவளுக்குக் குழப்பம் அதிகரித்தது. 'இதெல்லாம் எங்கே போய் முடியப்போகிறது? நாட்டியத்துக்காகப் பிறந்தவ. சாமிதான் என் புருஷன். என் புருஷன் என்னை அம்போன்னு விட்டு வேடிக்கை பார்க்கிறான். ராஜாவோட படுக்கறது ஒரு ஏற்பாடுன்னு பணிஞ்சேன். ராஜாவே என்னைப் பந்தாடத் துணிஞ்சா எப்படி சமாளிக்கிறது?' இது தனக்கு இறைவன் வைக்கும் சோதனை என்று தோன்றிற்று.

'நீ என்ன பத்தினிப் பெண்ணா' என்று ராஜாவே நினைக்கிறார். சே, என்ன மானம் கெட்ட வாழ்வு. சிங்காரமும் அப்படி நினைப்பானோ? சுப்புணி? அவனும் அப்படி நினைக்கலாம். இதையெல்லாம் நினைத்துப் பார்த்துத்தான் லக்ஷ்மி சொல்கிறாள். 'இது கேடுகெட்ட குலம். இந்த குலத்தையே ஒழிக்க சட்டம் கொண்டு வரணும்.' அவளுக்கு மீண்டும் பதற்றம் ஏற்பட்டது.

லக்ஷ்மியின் பெயர் தினசரிகளில் பிரபலமாகி வருவதாக சுந்தரமூர்த்தி மாமா நேற்று வீட்டுக்கு வந்தபோது சொன்னார். 'சுதந்திரப் போராட்டத்தைவிட பெரிய போராட்டத்தை அந்தப் பொண்ணு செய்யுது' என்றார். மலர்ச்சியுடன்.

"ஏதோ டாக்டர் படிப்பு படிக்கிறதா இல்லே சொன்னாங்க?" என்றாள் அங்கு வந்த செங்கமலம்.

"டாக்டர் படிப்பு முடிச்சு, இங்கிலாந்துக்குப் போய் பெரிய படிப்பு முடிச்சுவந்து டாக்டர் வேலை பார்க்கறா. அவளை மெச்சி அரசு மேல் சட்டசபையிலே உறுப்பினரா ஆக்கியிருக்கு. எவ்வளோ பெரிய கௌரவம் என்கிறே. அங்க அவ தேவதாசி ஒழிப்புச் சட்டத்துக்காகப் பேசற பேச்சையெல்லாம் விளாவாரியா பேப்பெர்லே போடறாங்க."

சட்டென்று விழித்துக்கொண்டவள்போல் செங்கமலம் "என்ன சொன்னே? இது என்னடா கூத்து? எப்ப?"

"கூடிய சீக்கிரம்."

"ஒழிப்பு சட்டம்னா, இனிமே கஸ்தூரி கோயில்லே ஆடமுடியாதா?"

"அமலுக்கு எப்ப வரும்னு சொல்லமுடியாது. வந்தா முடியாதுன்னுதான் நினைக்கிறேன்."

மாமா அமைதியாகத்தான் பேசினார். கஸ்தூரிக்கு திக்கென்றது. ஏற்கனவே லக்ஷ்மி இதைப்பற்றி சூசகமாகத் தெரிவித்திருந்தாலும் சட்டம் கொண்டுவரும் அளவுக்கு லக்ஷ்மியின் செல்வாக்கு ஏறியிருக்கும் என்று நம்பமுடியவில்லை. மேற்கொண்டு அவர்கள் பேசியது எதுவும் செவியில் விழவில்லை.

"அப்ப மானியம் எல்லாம் நின்னுபோகும்!"

"ஆமாம்."

செங்கமலம் தலையில் கையை வைத்துக்கொண்டு அமர்ந்திருப்பதைப் பார்க்கும்போது யாருடைய சாவுக்கோ துக்கம் காப்பதுபோல் இருந்தது.

"இதனாலே நமக்கு என்னடா லாபம்?"

"கஸ்தூரியைப் பத்தி மட்டும் நீ நினைக்கக் கூடாது செங்கமலம். இது மொத்த குலத்துக்கும் விடுதலைன்னு வெச்சுக்க. குலத் தொழிலை செய்யணும்னு யாரும் நிர்ப்பந்திக்க முடியாது. கேவலமா பேச முடியாது."

அம்மாவின் குரல் முணுமுணுப்பாக ஒலித்தது. “கோயில் மான்னியம் நின்னுபோச்சுன்னா எல்லாரும் சாப்பாட்டுக்கு என்ன செய்வாங்ன்னு நினைக்கிறே?”

சாரட்டின் பட்டுத்திரையை லேசாக விலக்கி கஸ்தூரி தெருவைப் பார்த்தாள். சிங்காரத்தின் பட்டறை தெரிந்தது. அவனைப் பார்க்க வேண்டும் என்கிற ஆவலைக் கட்டுப்படுத்த முடியாமல் ‘ஷண்முகம் சித்த வண்டியை நிறுத்து. இங்க ஆசாரிகிட்ட ஒரு ஐம்பொன் சிலை செய்யக் குடுக்கணும்’ என்றாள்.

ஷண்முகம் வண்டியை நிறுத்தி தயங்கியபடி கேட்டான். “நீங்க போகணுமா அக்கா? அவனை இங்கன கூப்பிடவா?”

“இல்லே இல்லே, தெரிஞ்சவங்கதான். நேரப்போய் சொன்னாத்தான் சரிவரும்” என்று அவள் வண்டியிலிருந்து இறங்கினாள். பட்டறையை நோக்கி அவள் செல்லும் நடையில் துள்ளல் இருந்ததை ஷண்முகம் கவனித்தான். ‘நல்லதுக்கில்லே தம்பி’ என்றான் குதிரையிடம்.

சிங்காரம் ஏதோ பாட்டை முணுமுணுத்தபடி சிலை செதுக்குவதில் இருந்தான். யாரோ ஒருத்தன் ஓடிச் சென்று அவனிடம் பேச அவன் நிமிர்ந்து கஸ்தூரியைப் பார்த்து திடுக்கிட்டு அவளருகில் விரைந்து ‘இங்க எதுக்கு வந்தீங்க?’ என்றான் மெல்லிய குரலில்.

“உங்களைப் பாக்கத்தான். ஏன் வரக்கூடாதா?” என்றாள் மெல்ல.

“கூடாது. எல்லாரும் ஒரு விதமா பேசுவாங்க.”

அவள் சட்டென்று குரலை உயர்த்தி, “எனக்குத் தெரியாது. எப்படிச் செய்வீங்களோ, எனக்கு ஒரு மாசத்திலே பறவை நாச்சியார் சிலை வேணும்” என்றாள்.

அவன் மெல்லிய வியப்புடன் புன்னகைத்து ‘எத்தனை உயரம்?’ என்றான்.

"ஒண்ணரை அடி."

"அடேயப்பா!" என்று அவன் சிரித்து சகாக்களைப் பார்த்துச் சொன்னான். "பறவை நாச்சியார் சிலை ஒண்ணரை அடிக்கு வேணுமாம் ஒரு மாசத்திலே!"

அவர்களில் சிலர், "செஞ்சுடலாம்" என்றார்கள். அவள் புன்னகையுடன் காத்திருந்தாள். "முயற்சி பண்ணலாம்" என்றான் அவன்.

"அப்புறம் மறுபடி எப்ப சந்திக்கிறது?" என்றாள் அவள் மிக மெல்லிய குரலில்.

"அதெல்லாம் வேண்டாங்க இனிமே" என்றான் அவன் அவசரமாக.

"ராத்திரி பதினோரு மணிக்கு எங்க வீட்டு கொல்லை மரத்தடியிலே காத்திருப்பேன்" என்றாள் அவள். சொல்லிவிட்டு, திரும்பிப் பாராமல் வண்டிக்குச் சென்றாள். ஷண்முகத்துடன் இரண்டுபேர் பேசிக்கொண்டு நின்றிருந்தார்கள். அவளைக் கண்டதும் நகர்ந்து சென்றார்கள். அவர்களில் ஒருத்தன் டவாலி சேவகனின் சீர் உடுப்பில் இருந்தான்.

இரவு மாமரத்தின் கீழ் கொல்லையில் அவள் காத்திருந்தாள். மெலிதாகக் காவடிச் சிந்து கேட்டது. அவளது மேனியில் ஜுவாலைப் பற்றியது.

23

நெஞ்சில் நீரு பூத்த நெருப்பாய் இருந்த அந்தக் கோபக் கனல் வெடித்து சிதறிய கங்குகளில் அடக்கமுடியாத ஒரு சக்தி பிறந்து அவளை ஆட்கொண்டது. காளி ஸ்வரூபம் என்பது இதுதான் என்று தோன்றிற்று. காளியின் சீற்றம் என்பது ஒரு உருவகம். பெண்ணின் சுயம் விழித்துக்கொண்டதன் உருவகம். அந்த உருவகத்தின் விளக்கம் நான். என்னை, எனது சமூகத்தை அடிமைத்தனத்திலிருந்து விடுவிக்க, யாதுமாகி நின்றாள் காளி. அந்த அமானுஷ்ய சூழலில் 'நான் என்பது நிஜமா கற்பனையா' என்று புரிபடாத ஒரு மயக்கம் ஏற்பட்டது. அவள் பேசி அமர்ந்ததும் அமர்வில் ஒரு அசாதாரண மௌனம் குடிகொண்டது. சம்மட்டி அடிப்பதுபோல. செயலிழந்ததுபோல. இது நிஜம் தானா அல்லது எனது பிரமையா? ஏன் எல்லாரும் சிலையாய் அமர்ந்திருக்கிறார்கள்? என் நாவிலிருந்து வந்த வார்த்தைகளுக்கு நான் பொறுப்பில்லை. ஜென்ம ஜென்மமாக மனத்தின் ஆழத்தில் புதைந்திருந்த வார்த்தைகள் அவை. இன்று வீறு கொண்டு எழுந்தன. அதன் கூர்மை குற்றமுள்ள நெஞ்சைத் துளைக்கும். அதை செரிக்க சற்று அவகாசம் அவர்களுக்கு வேண்டும். அவளுக்கு நெஞ்சு படபடத்த நிலையிலும் ஒரு குரூர திருப்தி ஏற்பட்டது. சமூகத்தை இஷ்டப்படி ஆட்டிப்படைக்கும் உரிமை கொண்டவர்களாக நினைக்கும் அந்த மேட்டுக்குடி ஆண்களுக்குக் கசையடி கொடுத்ததான சமாதானம் ஏற்பட்டது. தன்னைச் சுற்றி பார்த்தபோது ஆண்களே நிரம்பியிருந்த அந்த சபையில் எல்லோர் முகத்திலும் இரத்தம் சுண்டிப்போனது தெரிந்தது.

நினைவு தெரிந்த நாளிலிருந்து அவளுள் உருவாகியிருந்த வெறுப்புக்கு இன்று வடிவம் கிடைத்தது. மரபை எதிர்ப்பது எத்தனை பெரிய ஆபத்து நிறைந்த போராட்டம் என்று அவளுக்குத் தெரியும். இந்த சபைக்கு அவள் உறுப்பினராக்கப்பட்டதிலிருந்து இந்தத் தருணத்துக்காகக் காத்திருந்தாள். விவாதத்தை ஆரம்பிப்பதற்கு முன் பல நாட்களுக்கு ஆதரவு சேர்க்கும் பணியில் ஈடபடவேண்டியிருந்தது. மேல் ஜாதி உறுப்பினர்களின் எதிர்ப்பு இருக்கும் என்று அவர்கள் எச்சரித்திருந்தார்கள். அவள் அதற்குத் தயாராகியிருந்தாள்.

லக்ஷ்மி காத்திருந்தாள். "எத்தனை திமிர் இருந்தா இப்படிப் பேசுவ?" என்று ஒரு உறுப்பினர் முணுமுணுப்பது கேட்டது. அவள் அதை சட்டை செய்யாமல் உட்கார்ந்திருந்தாள். சற்றுமுன் தேவதாசி முறை தொடரவேண்டும் என்று நீட்டி முழக்கிப் பேசிய கனவான் முகம் சிவக்க அமர்ந்திருந்தார்.

'அவர்கள் ஆற்றுவது சமூகத் தொண்டு. ஆகம விதிப்படி அவர்களுடைய சேவை கோயிலுக்குத் தேவை. அவர்கள் இல்லாமல் போனால் தெய்வ கைங்கர்யத்துக்குக் குறை ஏற்படும். கலைகள் அழிந்திடும்' என்று அவர் துவங்கியபோது பல தலைகள் அசைத்து ஆமோதித்தன.

'தெய்வம், கலை என்கிற பேரில், ஒரு சமூகம் சுரண்டப்படுகிறது. அதை அனுமதிக்க முடியாது' என்றாள் அவள்.

"ஆண்களுக்கு சோர்வைப் போக்கும் மருந்தாக இருப்பவர்கள் தேவதாசிகள். ஆண்கள் பிறகு என்ன செய்வார்கள்?" பலர் சிரித்தார்கள். மேஜையை ஆரவாரத்துடன் தட்டினார்கள்.

அவளுடைய ஆத்திரம் கட்டுக்கடங்காமல் போயிற்று. பெரிய மிராசுவின் கொல்லையில் நிற்பதுபோல் இருந்தது. அரைமணி காத்திருந்தபின் பரிசாரகர் 'என்ன இத்தனை சீக்கிரம் வந்து நிக்கறே?' என்று கேட்கிறார். அம்மா முந்தானையை விரித்து அதில் பரிசாரகர் கொண்டுவந்துபோடும் சாப்பாட்டுப் பொட்டலத்தை வாங்குகிறாள். மிராசு திருடனைப்போல இரவு

நேரத்தில் உள்ளே நுழைகிறார். வெட்கம் கெட்ட அம்மாவின் முகத்தில் அறிவுகெட்ட பெருமிதம். கஸ்தூரியின் கையை துரை பிடித்து இழுக்கிறான். ‘ஆனா சாமிக்கு மட்டுமே நா தாசிங்கறதுதான் நிஜம்’ என்கிறாள் கஸ்தூரி. ‘அடீ நமக்கெல்லாம் கடைசி பந்தியிலேதான் சாப்பாடு’ என்கிறாள் கனகு பாட்டி. எல்லாரையும் உலுக்கவேண்டும் போல் இருக்கிறது. அம்மாவை. கஸ்தூரியை. கனகு பாட்டியை. சற்றுமுன் பேசிய அந்த மனுஷனை. அவளுக்கு மூச்சு இறைக்கிறது. நெற்றியில் வியர்வைக்கட்டி நிற்கிறது. திமிர் பிடித்தவர்கள் நிற்கும் வரிசையைப் பார்த்து சொல்கிறாள்.

‘ஐயோ பாவம், ஒரு மாறுதலுக்கு உங்கள் வீட்டுப் பெண்களை அனுப்புங்களேன் அந்த வேலைக்கு?’ அதற்குப் பிறகு சபையில் அமளிதுமளி ஆயிற்று.

முடிவில் கோயிலுடன் இணைக்கப்படும் தேவதாசிகளின் வாழ்க்கை முறைக்கு முடிவுகட்டும் விதமாக தேவதாசி தடுப்புச் சட்டத்துக்குத் தீர்மானம் நிறைவேற்றப்பட்டது. கோயில் நிலங்கள் மான்யமாகப் பெறுவது ரத்து செய்யும் அதிகாரத்தை இந்து சமய அறநிலைத்துறைக்கு வழங்கப்படும் என்றது தீர்மானம்.

தீர்மானத்தை எதிர்த்து பல தேவதாசிகள் ஒன்று சேர்ந்து குரல் எழுப்பினார்கள். அவளுக்கு வருத்தமாக இருந்தது. அவர்கள் பெரிய கலைஞர்கள். பெங்களூர் நாகரத்னம்மாவும் வீணை தனமும் அவளுடைய பெண்களும் வேறு சிலரை சேர்த்து அவளது செய்கை அநியாயமானது என்றார்கள். இது அவர்களுக்கு இழைக்கப்படும் அவமானம் என்றார்கள். தேவதாசிகள் பூஜாரிகளுக்கு சமானமானவர்கள்; நிலமும் மான்யமும் கிடைப்பது அவர்களது தெய்வ கைங்கர்யத்துக்காக. அதைப் பறிப்பதும் கோயிலிலிருந்து அவர்களை விலக்குவதும் என்ன நியாயம்?

அவள் தீர்மானமாக இருந்தாள். நிலத்துடன் கூடிய தொடர்பே அவர்களை கோயிலுடன் பிணைப்பது. பிணைக்கைதிகளாக

வைப்பது. அவர்கள் அதிலிருந்து வெளியேறமுடியாமல் தடுப்பது. மேல் ஜாதி ஆண் சமூகத்தின் ஏற்பாட்டில் நடக்கும் உளவியல் கைது அது. அந்த நிலத்தின் மூலம் அந்த சமூகத்துப் பெண்கள் அடிமை சாஸனம் எழுதிக்கொள்கிறார்கள். பிரபலமடைந்த உண்மையான கலைஞர்களுக்கும் ஆற்றல் இல்லாதவர்களுக்கும் சமூகத்தில் போட்டி பொறாமையைத் தூண்டும் அமைப்பு அது. வம்பும் தும்பும் வன்மமும் துரோகமும் வாழ்க்கையின் வியூகங்களாகிப் போகும் அவலத்தினிடையே மேல் ஜாதி ஆண்கள் சுரண்டல் போதாது என்று அந்த சமூகத்தைச் சேர்ந்த நட்டுவனார்களாலும் சுரண்டப்படும் இனம் அது. என்னை விட இதைத் துல்லியமாக உணர்பவர்கள் யாரும் இருக்கமுடியாது.

'கலைகள் அழிந்துபோகும்!' போகட்டும். அவளுக்குக் கண்மூடித்தனமாகக் கோபம் வந்தது. ஒரு சமூகத்தின் தன்மானம் அழிவதைவிட கலைகள் அழிவது கொடுமையில்லை. பாட்டொலியும் சலங்கை ஒலியும் காதில் விழும்போதெல்லாம் அவளுக்கு வெறுப்பேற்பட்டது. சட்டசபையில் இந்த அமர்க்களம் எல்லாம் நடக்கும் போதுதான் ஒரு சங்கீத சபா கஸ்தூரியை அழைத்து ஒரு சதிர் கச்சேரிக்கு ஏற்பாடு செய்தது அவளுக்குத் தெரிய வந்தது. முதல் முறை பலத்த எதிர்ப்பு என்று பத்திரிகை சொன்னது. அவளுடைய நாட்டியத்தை வானளாவப் புகழ்ந்தது. திலகத்தைப் பற்றின ஒரு குறிப்பு அவளுக்கு வியப்பை ஏற்படுத்திற்று. சபா காரியதரிசியாக இருந்தவரின் மருமகள் என்று குறிப்பிடப்பட்டு இருந்தது. அவளைப் பாட கோபாலைய்யர் அனுமதிக்கவில்லை என்று செய்தியில் இருந்தது. அந்தச் செய்தி அவளுள் லேசான சலனத்தை ஏன் ஏற்படுத்துகிறது என்று அவள் குழம்பினாள். திலகம் மேல் ஜாதி ஆணைக் கல்யாணம் செய்துகொண்டது எப்படி என்று வியப்பேற்பட்டது. அவளுக்கு அது விடுதலையா அல்லது இன்னொரு சிறையாக இருக்குமா என்ற கேள்வி சற்று நேரம் குடைந்தது. தாசி குலத்தில் பிறந்தவளை திருமணம் செய்துகொள்ளும் பெருந்தன்மை வரத்துவங்கிவிட்டதா? திலகம் கஸ்தூரி வாழ்ந்த வாழ்க்கையை

வெறுத்தாள். என்று அவளுக்குத் தெரியும். ஊரிலும் மாற்றம் வருகிறதா என்ன?

மருத்துவ பரீட்சை தேறி வேறு ஜாகை பார்த்து டாக்டர் பணியில் மும்முரமான பிறகு அம்மாவும் பெரிய மிராசும் எப்பவாவது அவளை நேரில் பார்க்க வருவதால் ஊருக்குப்போகும் வாய்ப்பே இல்லாமல் போயிற்று. அம்மா ஒரு முறை வந்தபோது சொன்னாள். "அந்தப் பிள்ளையோடு திலகத்துக்கு எப்படி சிநேகிதம் ஆச்சுன்னு தெரியாது. ஒரு நாள் சொல்லாம கொள்ளாம ஓடிப்போயிடுத்து பட்டணத்துக்கு. செங்கமலம் பெரிய இடத்திலே கல்யாணம் கட்டிக்கிட்டா, ரகசியமான்னு மழுப்பிட்டா. ரொம்ப நல்லா பாடும் அது. கஸ்தூரிக்குப் பெரிய இழப்பு அது."

"பாட்டு முக்கியமில்லேம்மா. கௌரவமான வாழ்க்கை வாழணும்னு திலகம் ஏங்கினது எனக்குத் தெரியும்." என்றாள் லக்ஷ்மி.

'எது கௌரவம் எது அகௌரவம்ங்கற ஆராய்ச்சியிலே நா இல்லே கண்ணு. என் காலம் கழிஞ்சுபோச்சு. உன்னைப்பத்தி கவலைப்பட்டேன். நீ உனக்கு ஒரு வழியை ஏற்பாடு பண்ணிக்கிட்டே நல்லதோ கெட்டதோ எனக்கு இன்னும் புரியல்லே. எத்தனை பேராலே அப்படி உறுதியா இருக்கமுடியும்? ஆனா இப்ப நடக்கற விஷயமெல்லாம் முன்னெ கேள்விப்படாததா இருக்கு. மனசைக் கலக்குது. உன் மேல நம்ம சனங்க ரொம்பக் கோபமா இருக்காங்க. மான்யம் போச்சுன்னா என்ன செய்யறதுன்னு தவிக்கிறாங்க. ஏண்டி உனக்கு இந்த வேலையெல்லாம்? டாக்டருக்குப் படிக்கணும்னு பிடிவாதம் புடிச்சு படிச்சே. அத்தோடு நிக்கவேண்டியதுதானே?' என்றாள் துளசி.

அம்மாவுடன் மேற்கொண்டு விவாதத்தில் ஈடுபடுவதில் எந்த லாபமும் இல்லை என்று அவளுக்கு சோர்வேற்பட்டது.

"காந்தி காந்தின்னு ஒருத்தர் இருக்கறது தெரியுமோ இல்லையோ? சிவனேன்னு வக்கீல் தொழில் செஞ்சு சம்பாதிச்சு சௌக்கியமா இருக்கலாமோல்லியோ? ஏன் இப்படி சுதந்திர போராட்டத்திலே

இருக்கார்? பட்டினி கிடக்கறார். ப்ரிட்டிஷ்காரன்கிட்ட அடிவாங்கி ஜெயிலுக்குப் போறார்? ஏன்?"

"அதுக்கும் உனக்கும் என்னடி சம்பந்தம்?"

"நிறைய சம்பந்தம் இருக்கு. குரல் கொடுக்கவேண்டிய விஷயத்துக்கெல்லாம் இப்ப குரல் கொடுக்கல்லேன்னா அவருடைய விடுதலை போராட்டத்துக்கு அர்த்தமில்லாம போயிறும்."

'அவுக போராட்டத்திலே நீயும் போறியா?'

"போறேனோ இல்லையோ ஆதரவு கொடுக்கறேன். நிச்சயம். வெள்ளைக்காரனை துரத்தினா போறாது. நம்ம சமூகத்திலே இருக்கற, மனசிலே இருக்கற பிசாசுகளையெல்லாம் விரட்டணும். எல்லா விரட்டலையும் இப்பவே செய்யணும். வெள்ளைக்காரன் நாட்டைவிட்டு கிளம்பவேண்டிய காலம் வந்துடுத்து அம்மா!"

துளசி வியப்புடன் சிரித்தாள். 'நா நம்ப மாட்டேன்.' "இதுதான் உங்கட்ட பிரச்சினை. நா சொன்னது எதைத்தான் நீ நம்பினே?"

அம்மா இன்னொன்றையும் சொன்னாள். "அந்த காந்தி பெரிய ஆளா இருப்பார் போலிருக்கு. நம்ம ஊர்லேயும் காந்தி குல்லா போட்டுக்கிட்டு ஊர்வலம் போறாங்க. வந்தே மாதரம்னு கோஷம் போட்டுக்கிட்டு. அந்த நாயனக்காரர் சுந்தரமூர்த்திகூட நிறைய தடவை அடிபட்டு ஜெயிலுக்குப் போயிட்டு வந்திருக்கார். ஒரு நாள் கஸ்தூரிகூட ஒரு ஊர்வலத்திலே இருந்ததைப் பார்த்ததா நம்ம கோனார் பையன் வந்து சொன்னான்."

அவளுக்குத் தூக்கிவாரிப்போட்டது. "கஸ்தூரியா? அடி சக்கை. அப்ப நல்லதுதான். கடைசியிலே என்னோட போராட்டத்தை அவளும் ஆதரிப்பா."

'என்ன போராட்டமோ!' என்றாள் துளசி அலுப்புடன். 'நீ ரொம்ப மூர்க்கமா இருக்கற மாதிரி இருக்கு.'

அவளுடைய மூர்க்கம் அதிகரித்து வந்தது. மிகத் தீவிரமாக அவள் முனையாவிட்டால் அரைகுறை வெற்றி அதிக ஆபத்தானது என்று தோன்றிற்று. அதுவரை பட்டிணத்து ஜனங்கள்

நாட்டியத்தில் ஆர்வம் காட்டாமல் இருந்தவர்கள் தேவதாசிகளை பெரிய நிகழ்ச்சிகளுக்கும் செல்வந்தர்வீட்டு விழாக்களுக்கும் அழைக்க ஆரம்பித்திருப்பதும் இன்ன தேவதாசி வருகிறார் என்று விளம்பரப்படுத்தியதும் அவளுக்கு எரிச்சலை ஏற்படுத்திற்று. சபாக்களில் பிராம்மண வகுப்பைச் சேர்ந்தவர்கள் நாட்டியத்தை ஆதரிக்க வேண்டும் என்று சம்மேளனம் நடத்திப் பேசினார்கள். அந்த வகுப்பைச் சேர்ந்த ஒருத்தர் தேவதாசிகளிடம் கற்று பெண் வேடம் அணிந்து நாட்டியம் ஆட ஆரம்பித்திருந்தார். அவளுக்குச் சிரிப்பு வந்தது. ரொம்ப நல்லதாப் போச்சு. இனிமே தேவதாசிகள் நாட்டியம் ஆடத் தேவையில்லை. அவள் எதிர்பாராத வகையில் தேவதாசிகளின் சதிர் பிரபலமடைவதாக அவள் கவலைப்பட்டாள். கோயிலில் அவர்கள் ஆடுவதை நிறுத்தினால் அவர்களது ஆட்டம் நின்றுபோகும் என்று யோசனை வந்தது. உடனேயே ஆவேசமான முனைப்புடன் காரியத்தில் இறங்கினாள். ஆங்கிலேயே நண்பர்களும் அதிகாரிகளும் அவளுக்கு முழு ஒத்துழைப்பு கொடுத்தார்கள். தேவதாசி வாழ்க்கையைப் பற்றி அவளிடமிருந்து கேள்விபட்டு அவர்கள் அதிர்ந்திருந்தார்கள். கோயிலில் தேவதாசிகள் ஆடும் மரபு அடியோடு நிறுத்தப்படவேண்டும் என்று சட்டசபையில் தீர்மானம் கொண்டுவர அவள் முயற்சித்தபோது மீண்டும் உயர் சாதியினரிடமிருந்து எதிர்ப்பு வந்தது. கடைசியில் தீர்மானம் நிறைவேறியது. அன்று இரவு கஸ்தூரி கனவில் வந்தாள். 'நா இனிமே என்ன செய்வேன்னு நினைச்சே?' என்று அழுதாள்.

"சுதந்திரப் போராட்டத்தில் சேரு. காந்தி உப்பு சத்தியாகிரகத்துக்குப் போறார். நாமும் போகலாம். புது உலகம் பிறக்கப்போறது கஸ்தூரி!"

யோகுவிடமிருந்து கடிதம் வந்திருந்தது.

'பரிட்சை முடிந்துவிட்டது. குளிர் குறைந்து கொடைக்கானல் மிகவும் ரம்யமாக இருக்கிறது. மதராஸ் வெயில் கொளுத்துமே? இங்கே வந்து கொஞ்ச நாட்கள்

இருங்களேன் அக்கா? வேலை வேலை என்று எத்தனை நாட்கள் ஓய்வே இல்லாமல் அலைவீர்கள்? உங்களை நேரில் பார்க்கவேண்டும் போல் இருக்கிறது. உங்களைப் பற்றி தினசரிகளில் படிக்கும்போது ரொம்பப் பெருமையாக இருக்கிறது. நான் படிப்பை முடித்தபிறகு ஏதாவது உருப்படியாகச் செய்ய வேண்டும். மதர் சுப்பீரியர் இங்கேயே ஆசிரியை வேலை செய்யலாம் என்கிறார். இவர்கள் எல்லாம் எத்தனை பிரியமானவர்களாக இருக்கிறார்கள் அக்கா! இதுவே வேறு உலகம் போல இருக்கிறது. உங்களுக்கு நான் ஆயுளுக்கும் கடமைப்பட்டவள். எனக்குப் புதுப் பிறவி கொடுத்தவர் நீங்கள். வாழ்க்கைக்கு அர்த்தம் கொடுத்தவர் நீங்கள்.'

அவளிடமிருந்து கடிதம் வரும்போதெல்லாம் லக்ஷ்மிக்கு மிதமிஞ்சிய சமாதானம் ஏற்பட்டது. பெருமையாகக் கூட இருந்தது. நாட்டுக்கு விடுதலை எப்போது கிடைக்குமோ தெரியாது. யோகுவுக்குப் புதிய உலகம் பிறந்துவிட்டது. புதிய பிறவியாக ஆச்சரியமான விவேகத்துடன் அவள் உருவாகி வருவதைக் கண்டு இதுதான் நான் செய்த உருப்படியான வேலை என்று திருப்தி ஏற்பட்டது.

கொடைக்கானலுக்குப் போகலாம்தான். ஆனால் சுதந்திரப் போராட்டம் வலுவாகிவரும் காலகட்டத்தில் விடுமுறையைப் பற்றி நினைக்கவே கூச்சம் ஏற்பட்டது. மகாத்மா காந்தி உப்பு சத்யாகிரகத்துக்காக தண்டி யாத்திரைக்குக் கிளம்பியிருந்தார். காந்தியின் அறைகூவல் கேட்டு தமிழ்நாட்டில் ராஜகோபாலாச்சாரி என்ற பிராம்மணரின் தலைமையில் தெற்கில் இருப்பவர்கள் சேர்ந்து வேதாரண்யத்துக்கு நடந்து செல்லப்போகிறார்கள். சாமான்ய உப்புக்கு பிரிட்டிஷ் அரசு வரி விதித்ததை எதிர்த்துப் போராட்டம். அவர்களே உப்பளத்துக்குச் சென்று உப்பு காய்ச்சப்போகிறார்கள்.

உப்பு சுதந்திர எழுச்சியின் அடையாளம் என்று புரிந்துகொள்ளாத அரசு ஏளனமாகச் சிரித்தது. ஆனால் கோவணம் அணிந்த காந்தி கூப்பிட்டவுடன் தேசமே திரண்டு அவரைப் பின்தொடர்ந்தபோது அரண்டது. சாமான்யனையும் அன்றாடங்காய்ச்சியையும் உசுப்பும் வகையில் உப்பை ஆயுதமாக்கியது எத்தனை அற்புதமான வியூகம் என்று நினைக்க நினைக்க லக்ஷ்மிக்கு ஆச்சரியம் ஏற்பட்டது. அவளுடன் வேலைபார்த்த டாக்டர் ரங்கநாதன் வேதாரண்யத்துக்குப் போகப் போவதாகச் சொன்னார். நீயும் வாயேன் லக்ஷ்மி, நிறைய பெண்கள் கலந்துக்கறாங்க என்றார். அவளுக்கும் அதில் கலந்துகொள்ள விருப்பம். ஆனால் மருத்துவமனை பணியைவிட்டுப் செல்ல முடியவில்லை.

காந்தியின் செய்கைகளை ஆங்கில அரசு மிகக் கவலையுடன் பார்த்தது. ஆயுதமில்லாத அஹிம்சைவழி போராளியை எதிர்ப்பது அதிக சிரமமாக இருக்கும் என்று அது நினைத்திருக்கவில்லை. காந்தி நாளுக்கு நாள் உபத்திரமாகிப் போனார். அவர் உயிருக்கு ஆபத்து வந்துவிடக்கூடாது என்று மேலிடத்திலிருந்து கட்டளை. ஆனால் சாரி சாரியாக ஜனங்கள் அந்த மனிதர் பின் ஓடுகிறார்கள். கோஷம் போடுகிறார்கள். 'ஒரு கன்னத்தில் அடித்தால் இன்னொரு கன்னத்தைக் காட்டுங்கள்' என்கிறார் காந்தி. ஏசு சொன்னது போல. 'கண்ணுக்குக் கண் குத்தி பல்லுக்குப் பல் என்று பிடுங்கினால் உலகமே குருடாகிப் போகும்.' அவர் சொல்லும் வாக்கு இப்போது தேவ வாக்கு. 'ஹும்! போட்டு அடியுங்கள் முட்டாள்களை! சிறையில் அடையுங்கள்! வந்தே மாதரம்' என்று கோஷமிட்டுச் சென்ற உப்பு சத்யாக்கிரகிகள் மோசமாக அடிபட்டார்கள். சட்டம் ஒழுங்கு பிரச்சினையைக் கிளப்பினார் என்று காந்தி சிறையிலடைக்கப்பட்டார்.

மருத்துவமனைக்குக் கிளம்பிக்கொண்டிருந்த சமயத்தில் காந்தி கைதான செய்தி வந்தது. அவளுக்கு மகா ஆத்திரம் வந்தது.

அமைதியாக நடத்தப்பட்ட ஒரு போராட்டத்தில் ஈடுபட்ட அந்த மாமனிதரை எந்த முகாந்திரமுமில்லாமல் பேடித்தனமாக

ஆங்கிலேயே அரசு கைது செய்ததற்குத் தனது எதிர்ப்பைக் காண்பிக்க ஒரு வழிதான் புலப்பட்டது. ப்ரிட்டிஷ் அரசின் அதிகாரத்தின் கீழ் நடக்கும் மாநில சட்டசபையின் உறுப்பினராக இருப்பது கேவலம் என்று பட்டது. அதன் உறுப்பினராக செயலாற்ற நினைத்ததன் பணியைக் கிட்டத்தட்ட முடித்து விட்டாள். அவள் போட்ட தீர்மானம் நிறைவேறிவிட்டது. சட்டமாகி அமலுக்கு வரவேண்டியது பாக்கி. அது தன்னைப் போல வரும் என்று அவளுக்கு நம்பிக்கை இருந்தது. தனது ராஜினாமாவை சபா நாயகரிடம் எழுத்து மூலம் தெரிவித்துவிட்டு அவள் மருத்துவமனைக்குத் திரும்பினாள்.

வேதாரண்யத்திலிருந்து ரங்கநாதன் திரும்பியிருந்தார். அவர் முகத்தில் புதிய ஒளி தெரிந்தது. 'அது ஒரு மகத்தான அனுபவம் லக்ஷ்மி' என்றார் உணர்ச்சிவசப்பட்டு. “போலீஸ் அடிக்க அடிக்க கீழே விழுந்து எழுந்து நிற்கும்போது எப்படி இருக்கு தெரியுமோ? ஒவ்வொரு அடியும் நரம்பிலே சக்தியைக் கூட்டற மாதிரி இருக்கும். அமைதிப் போராட்டத்துக்கு இருக்கிற சக்திக்கு முன்னாலே தடியடியும் துப்பாக்கிச் சூடும் கலகலத்துப் போயிறப்போவுது. எனக்கு நம்பிக்கை இருக்கு. வெள்ளைக்காரனுக்கு வேற வழியில்லே. அவன் கிளம்பித்தான் ஆகணும்.”

“நா அதைச் சொன்னா எங்கம்மா நம்பமாட்டேங்கறாங்க” என்றாள் புன்னகையுடன். ரங்கநாதனின் பேச்சு இதுவரை அனுபவித்திராத நெகிழ்ச்சியை ஏற்படுத்திற்று.

'அவன் போனா பாதுகாப்பு போயிடும்னு நினைக்கிறவங்க நிறையபேர்.' என்றார் ரங்கநாதன் சமாதானமாக. “நமக்கு நிர்வாகத் திறமை இருக்காதுன்னு நினைக்கிறாங்க. இங்க இன்னொரு பயம் ஆரம்பிச்சு இருக்கு. வெள்ளைக்காரனுக்குப் பதில் வடக்கத்திக்காரன் அடிமைப்படுத்துவான்னு. சுதந்திரம் கிடைச்சப்பறம் எல்லாருக்கும் சம உரிமை கிடைக்கும்னு நம்பமாட்டேன்கிறாங்க.”

ரங்கநாதனை புதிய சுவாரஸ்யத்துடன் அவள் பார்த்தாள். அவர் இன்னும் என்னவோ பேசிக்கொண்டிருந்தார்.

'வேதாரண்யத்திலே எனக்கு உன் ஞாபகம் அடிக்கடி வந்தது.' அவளுக்கு திடுக்கிட்டது. 'ஏன்?'

'நீயும் கூட இருந்தா நல்லாயிருக்கும்னு தோணிச்சு.' அவள் சிரித்தாள். 'பிக்னிக் போன மாதிரியில்லே பேசறீங்க?'

அவர் கூச்சத்துடன் சிரித்தார். 'பிக்னிக் இல்லைதான். நீயும் அடிவாங்கியிருப்பே. அதைக் தடுக்க என்னாலே முடிஞ்சிருக்காது. ஆனா அது ஒரு அனுபவம். உன்னுடைய தன்னலமில்லாத சேவைகளைப் பார்த்து நா ரொம்ப ஆச்சரியப்படறேன் லக்ஷ்மி. நீ ஒரு பிறவி சத்யாகிரஹி! சுதந்திரப் போராட்டத்திலே நீ பங்கு எடுக்கணும். நீ சட்டசபை உறுப்பினரா இருக்கறது குறுக்க நிக்குமோ என்னவோ?'

"நா ராஜிநாமா பண்ணிட்டேனே, காந்தி கைதான சேதியைக் கேட்ட உடனே?" என்றாள் அவள் புன்னகையுடன்.

ரங்கநாதன் முகத்தில் அசாதாரண ஒளி தென்பட்டது. 'உண்மையாவா?' என்று கண்கள் விரிய கேட்டார். 'அது ரொம்பப் பெரிய விஷயம் லக்ஷ்மி! அத்தனை சுலபமா யாரும் பதவியைத் துறக்கமாட்டாங்க. நேர்மையான போராளி நீ. என் சந்தோஷத்தை எப்படிச் சொல்றதுன்னு தெரியல்லே.' அவர் சட்டென்று அவளுடைய கைகளை இறுகப் பிடித்துக் குலுக்கினார். அந்தக் குலுக்கலில் அவர் வாய்விட்டுச் சொல்லாத சேதிகள் பல இருந்ததாகத் தோன்றிற்று.

அவளுக்கு வேடிக்கையாக இருக்கும். இருவரும் தொழில் ரீதியாகவும் போராட்டங்களின் காரணமாகவும் பலமுறை சந்திக்கும் போதெல்லாம் மருத்துவம் பற்றியும் நாட்டு நடப்பைப்பற்றியும் மட்டுமே பேசுவது வழக்கம். அவள் சந்தித்த மற்ற ஆண்களிலிருந்து ரங்கநாதன் வித்தியாசமானவர் என்று அவள் நினைப்பாள். அநாவசியமான பேச்சோ வம்போ கிடையாது என்பது பெரிய நிம்மதி அவளைப் பொறுத்தவரை.

அவரின் பூர்வோத்திரம் அவளுக்குத் தெரியாது. அவர் ஒரு கெட்டிக்கார நேர்மையான மருத்துவர், காந்தி பக்தர் என்பதைத் தவிர, மேற்கொண்டு அறிய அவளுக்கு ஆர்வமுமில்லை நேரமுமில்லை.

காந்தி விடுதலை ஆனார். ரங்கநாதன் அவளைத் தேடிக் கொண்டு பரபரப்புடன் வந்தார்.

"இன்னிக்கு காந்தி மகாத்மாவுடைய பொதுக்கூட்டம் மெரினா கடற்கரையிலே நடக்கப் போகுது. நான் போகப் போறேன். நீயும் வரியா?" என்றார். ஆர்வத்துடன் அவள் தலையசைத்தாள்.

அவருடைய உற்சாகம் அவளையும் தொற்றிக் கொண்டது. கடற்கரை மணற்பரப்பு மனிதத் தலைகளாக உருமாறியிருந்தது. சாலையில் போலீஸ் தொப்பிகள் நிரம்பியிருந்தன. காந்தியின் வார்த்தைகளுக்கு மந்திரச் சக்தி இருந்தது. ரங்கநாதன் லக்ஷ்மி உணர்ச்சிவசப்பட்டு நின்றதைக் கண்டு நெகிழ்ச்சியுடன் அவளிடம் சொன்னார். "நாம அதிர்ஷ்டம் செய்தவங்க லக்ஷ்மி. காந்தி வாழற காலகட்டத்திலே வாழறோம். இது உண்மையிலே ஒரு பொற்காலம். பல ரொம்பப் பெரிய அறிவு ஜீவிகள், தேசாபிமானிகள், தியாகிகள். ஞானிகள் வாழற காலகட்டம் இது. நாம் சுவாசிக்கிற காத்துலே அவங்களுடைய மூச்சும் கலந்திருக்கு."

'உண்மைதான் ரங்கநாதன்' என்றாள் அவள். 'நம்மைச் சுத்தி ரொம்பப் பெரிய அறியாமையும் இருக்கு.'

'எல்லாத்துக்கும் முடிவு கிடைக்கும். எனக்கு நம்பிக்கை இருக்கு.'

அவள் மௌனமாக நடந்தாள். அவளுக்கு நம்பவேண்டும் போல் இருந்தது. ரங்கநாதனிடம் ஏதோ ஒரு ஆற்றல் இருந்தது. துடுப்பை இழந்தவனுக்கு நம்பிக்கை அளிக்கும் ஆற்றல்.

அவள் மெல்லச் சிரித்தாள். 'உங்க கூட இருந்தா எல்லாமே சாத்தியம்னு நினைக்கவைக்கிறீங்க.'

"சாத்தியம்னு நினைச்சாத்தான் எதுவும் சாத்தியம். நீயே இருக்கியே அதற்கு உதாரணமா!"

'ரொம்பப் போராடினேன்னு உங்களுக்குத் தெரியாது.'

'தெரியாது. ஆனா நம்பறேன். போராடாம எந்த வெற்றியும் இல்லே லக்ஷ்மி. இப்ப என் போராட்டத்தைப் பத்தி உனக்குத் தெரியாது.'

அவள் வியப்புடன் அவரைப் பார்த்தாள். இருளில் அவருடைய முகபாவம் தெரியவில்லை. கடற்கரையில் இருந்த கூட்டம் கலைந்து விட்டது. சில்லென்ற காற்றில் மயிற்கற்றைகள் பறந்தன. சேலைத் தலைப்பை அவள் இழுத்து மூடி தலையைக் கைகளால் கோதினாள்.

'என்ன போராட்டம்?' என்றாள் மெல்ல.

அவர் உடனே பதில் சொல்லாமல் நடந்தார். "என்னவோ சொன்னியே, என்கூட இருந்தா எல்லாமே சாத்தியம்னு நினைக்கத் தோணுதுன்னு?"

அவளுக்கு சிரிப்பு வந்தது. அவர் என்ன சொல்ல வருகிறார் என்று புரியவில்லை.

"என்கூடவே இருந்துட்டா?" அவளுக்குத் தூக்கிவாரிப் போட்டது.

"என்ன சொல்றீங்க டாக்டர்?" என்றாள் மெல்லிய கோபத்துடன். தன்னுடைய பூர்வோத்திரம் தெரிந்தே இவர் தனக்கு வைப்பாட்டியாக இரு என்று சொல்கிறார் என்று ஆத்திரம் வந்தது. சே, என்ன ஆண்கள்!

'கோபப்படாதே லக்ஷ்மி, எனக்கு மனைவியா இருப்பியான்னு கேட்கிறேன்.'

அவளுக்கு வியப்பேற்பட்டது. "திருமணமாகாதவரா நீங்க?"

'ஆமாம். நீ என்ன நினைச்சே, கடவுளே, காந்தி பக்தனா வேஷம் போடறவன், போக்கிரின்னு நினைச்சியா? காந்தி

வழியிலே நம்பிக்கை உள்ள விசால பார்வை இருக்கக் கூடிய பெண் கிடைச்சாத்தான் கல்யாணம் என்கிற வைராக்கியத்திலே நா இருந்து வந்தவன். உன்னை சந்திக்கிற வரை அப்படிப்பட்ட பெண் கிடைக்கிறது ரொம்பக் கஷ்டமான காரியம்னு முடிவுக்கு வந்திருந்தேன்.'

"என்னைப் பத்தி உங்களுக்கு என்ன தெரியும்? என் பூர்வோத்திரத்தைப் பத்தி என்ன தெரியும்?"

அவளுக்குக் குரல் கம்மிப் போயிற்று.

'எனக்கு உன் பூர்வோத்திரம் பத்தி எதுவும் வேணாம். நீ ஒரு லட்சியப்பெண். உன் நிஜ பிம்பம்தான் எனக்கு முக்கியம்.'

"இல்லே. நீங்க தெரிஞ்சுக்கணும். எங்க அம்மா ஒரு தேவதாசி. என்னுடைய அப்பா பகிரங்கமா பொது இடத்திலே என்னைத் தன் பெண்ணுனு சொல்லக் கூச்சப்படுவார். தகப்பன் பேர்சொல்ல முடியாதவ நா." சொல்லி முடிப்பதற்குள் மார்பு படபடத்தது. அவமானத்தில் கண்களில் நீர் பெருகிற்று.

ரங்கநாதன் சற்று நேரம் மௌனமாக இருந்தார். அதிர்ச்சி அடைந்திருப்பார் நிச்சயம். காந்தியவாதிக்கு இந்த அதிர்ச்சி தேவைதான் என்று அவள் கிடுகிடுவென்று முன்னால் நடந்தாள். கிட்டத்தட்ட ஓடினாள்.

காரணம் புரியாமல் திலகத்தின் நினைவு வந்தது.

—24—

எதிரில் கூடை நிறைய பூ இருந்தது. அரளியும், மல்லிகையும், கனகாம்பரமுமாக. மருகொழுந்தும் துளசியும் சேர்ந்து கம்மென்று மணத்தது. கோபாலையர் மாலையிலும் பூஜை செய்வார். அதற்கு அவள் தினமும் தொடுத்து வைப்பாள். இன்று கோயிலில் லட்சார்ச்சனைக்குக் கொடுத்திருப்பதாகச் சொல்லிவிட்டு போனார். கோயிலுக்குப் போகவேண்டிய பூக்கள். திலகத்தின் கைகள் இயந்திர கதியில் தொடுத்துக் கொண்டிருந்தன. ஊரில் கனகு பாட்டியின் கைவண்ணம் அலாதி. மல்லிகைக்கு என்று ஒரு பின்னல். அரளிக்கென்று ஒரு வகைப் பின்னல். சவந்தியும் அரளியும் மருக்கொழுந்தும் சேர்த்து அடர்த்தியான மாலை. இது சிவனுக்கு விசேஷம் என்கிற விவரணையுடன் அதைச் சொல்லும் போது பாட்டியின் முகத்தில் அலாதியான பிரகாசம் தெரியும். ஜதிக்குப் பாதமும் குரலும் கோர்வை கொடுக்கும் அழகு தெரியும் அவள் பூக்களை நிறம்பார்த்து அழகியலுடன் பிணைக்கும் போது. பூத்தொடுக்கும் கரங்களே பூச்சரங்களாக மாறியிருக்கும். உதிரிப் பூக்களை அப்படியே எடுத்து கோபாலையர் அர்ச்சிப்பதை கவனித்து 'நா மாலையா கட்டித் தரவா?' என்று திலகம் ஆசையுடன் எடுத்துக்கொண்ட வேலை இது. அவள் கட்டும் மாலைகளைப் பார்த்து கோபாலையர் மெச்சிப் பாராட்டியபோது பெரிய விருது கிடைத்ததுபோல் இருந்தது. கடவுள் விக்கிரகங்களின் மீது மாலைகள் அமர்ந்திருப்பதைத் தொலைவிலிருந்து பார்க்கையில் மனசு பரவசப்பட்டு கண்கள் கசியும். பூ கட்டும் போது பாடத்

தோன்றும். கல்யாணராமனும் கோபாலைய்யரும் வீட்டில் இல்லாத நேரமாக இருக்கும் என்பதால், மனசு கட்டை உதறி உயரப் பறக்கும்.

இன்றும் அவர்கள் இல்லை. இருந்தும் மனசு சுணங்கிற்று. சுணங்கிப் பல மாதங்கள் இருக்கும் என்று அவள் நினைத்துக் கொண்டாள். பாட ஆரம்பித்தால் வார்த்தைகள் தடுமாறுகின்றன. வரிகள் மறந்து போகின்றன. பேசுவது கூட மறந்து போகுமோ என்று சந்தேகம் வருகிறது. மண் போனால் மொழிபோகும் என்று பாட்டி சொல்வாள். பல சமயங்களில் வார்த்தைகளைக் சேர்க்க நினைத்து, ஒவ்வொரு அட்சரமும் நாவுக்குள் மடங்கிக் கொள்கிறது. தனக்குள் ஏதோ மிகப்பெரிய மாற்றம் நிகழ்வதாக அவளுக்கு பீதி ஏற்பட்டது. அசைவுகளைக் கண்டு அச்சம் ஏற்பட்டது. கால் ஜோடிகளின் ஒலி காதில் விழுந்தால் அறைக்குள் ஒதுங்கவேண்டும் போல் இருந்தது. கண்ணாடியில் தெரியும் பிம்பம் அவளுடையது அல்ல. அங்கு இருப்பது யாரோ. அந்த பிம்பத்தின் கண்டத்திலிருந்து குரலே வருவதில்லை. 'திலகத்துக் குரல் அலாதியானது. தேனொழுகும் குரல். பட்டுப்போல வழுக்கும் குழையும் குரல். ஜரிகையின் தங்க ரேக்கு நட்சத்திரங்களாக தெறிக்கும் ஜாலம் கொண்டது. அடீ, எத்தனையோ ஜென்மம் எடுத்து பூஜை பண்ணித்தான் உனக்கு இந்தக் குரல் வந்திருக்கு' என்பாள் பாட்டி. அதைப் போஷிக்கணும்.

'அது காணாம போச்சு பாட்டி.' என்றாள் அவள் கனகாம்பரத்தை மல்லிகையுடன் இணைத்தபடி.

'கண்டுபிடிடீ' என்றாள் பாட்டி மல்லிகையாகச் சிரித்து.

'முடியாது பாட்டி. அதைத் துரத்திட்டாங்க.'

'அடப்போடீ துப்பு கெட்டவளே! பின்ன மடியிலே வெச்சு கொண்டாடுவாங்களோ? உனக்கு என்ன வேணும்னு போனே?'

திலகம் மெல்லத் தலையசைத்துக்கொண்டாள். 'என்ன நினைச்சேனோ அது கிடைக்கல்லே. அதனாலேதான் நானா

தொலைச்சதை நினைச்சு மனசு ஏங்குது. அன்னிக்கு உங்களைப் பாக்கவிடாம கிளப்பிட்டாங்க. பார்த்திருந்தா வாய் தவறி என் ரகசியம் வெளிப்பட்டிருக்கும். எங்கூட வந்துடுடீ என்றிருப்பீங்க. கப்புனு கிளம்பியிருப்பேன். இப்ப நாதியே இல்லாதமாதிரி இருக்கு. துடைச்சுத் திறியணும்டீன்னு சொல்வீங்க. முயற்சி பண்றேன் பாட்டி...'

அவளுடைய செவிகள் கூர்மையாயின. யாரோ பாடுகிறார்கள். கூர்மையாக கவனித்தபோது பரிச்சயமான பாட்டு. அன்று சபாபதி பாடிக்காண்பித்த பாரதி பாட்டு. சின்னஞ்சிறு கிளியே கண்ணம்மா. சட்டென்று மனசு லேசாயிற்று. மடங்கி இருந்த சிறகுகள் மெல்ல விரிந்தன. குரல் கண்டத்திலிருந்து விடுபடுவது வியப்பாக இருந்தது. **'ஓடி வருகையில் கண்ணம்மா உள்ளம் குளிருதடி...'** சில்லென்று மனத்துள் சாரல் அடித்தது. அதரங்களில் புன்னகை அரும்பிற்று. கூடவே பாட்டை முணுமுணுக்க ஆரம்பித்தாள். பாடியவர் ஒவ்வொரு வரியையும் இரண்டு முறை பாடியதால் பாட்டு மனனம் ஆகிவிட்டது. அவளுக்கு உற்சாசம் பீறிட்டது, அந்த உணர்வு அவளது கட்டுக்குள் இல்லாததுபோல. குரல் விசுவரூபம் எடுத்து அவளிடமிருந்து விலகிப் போய் தனிப்பட்ட ஆளுமை அடைந்துவிட்டது. அவள் அதற்கு அடிமைப்பட்டுவிட்டதாகத் தோன்றிற்று.

'கன்னத்தில் முத்தமிட்டால் உள்ளம்தான் கள்வெறிக் கொள்ளுதடி...' கஸ்தூரி இதற்கு அபிநயம் செய்தால் எப்படி இருக்கும்?

'கன்னத்தில் முத்தமிட்டால், உள்ளந்தா...ன்' அவள் எதிரில் இருந்த பூக்கூடை சடாரென்று உருண்டு எட்ட விழுந்தது. குனிந்திருந்த அவள் கண்களில் அப்போதுதான் இரு கால்களும் வேஷ்டியின் ஜரிகைக் கரையும் தெரிந்தன. அவள் திடுக்கிட்டு நிமிர்ந்தாள். கல்யாணராமனின் முகம் ஏன் இப்படி விகாரமாகிப் போயிற்று என்று அவள் யோசித்தாள்.

"என்னடி முறைக்கிறே? எழுந்து உள்ளே போ!" என்றான் அவன் அடிக்குரலில். அவள் பீதியில் உறைந்து போனாள்.

தடுமாறியபடி பூக்களை அள்ளிக் கூடையில் போடப்போகையில் அவன் அவளை எட்டி உதைத்தான் "உள்ளே போடி வெட்கம் கெட்ட நாயே!"

கீழே விழாமல் இருக்க அவள் சுவரைப் பிடித்துக்கொண்டு மௌனமாக எழுந்து உள்ளே சென்றாள். மார்பு படபடத்தது. மூளைத் தனது இயக்கத்தை நிறுத்திக்கொண்டிருந்தது. அவன் அவளைத் தொடர்ந்து வந்தான். அவளது பீதி அதிகரித்தது. என்ன செய்யப் போகிறான்?

"எதுக்கு வாசல்லே போய் உக்காரரே கண்ட ஆபாசப் பாட்டைப் பாடிண்டு, ஏதாவது வாடிக்கைக் கிடைக்குமான்னு பார்க்கவா?"

அவள் கண்ணீரை விழுங்கிக் கொண்டு சொன்னாள், "உள்ளே காத்தே இல்லே."

"ஓகோ பெரிய சீமாட்டி இவ. பின்கட்டிலே திறந்த முற்றம் இருக்கே? அங்க உக்கார்றது. வாசல் பக்கம் எதுக்குப் போகணும் அதுவும் அப்படி ஒரு பாட்டைப் பாடிண்டு? பிறவி புத்தி உன்னைவிட்டுப் போகாதே?"

"மகாகவி சுப்பிரமணிய பாரதி பாட்டு, ஆபாசப்பாட்டு இல்லே" என்று அவள் மெல்ல முணுமுணுத்தாள்.

"உன் மேதாவித்தனத்தைக் காட்டறியா? ஏன் உனக்கு அவன் பாடினது வேற ஒண்ணும் தெரியாதா? இதைப் பொறுக்கத் தோணறதே ஏன்?"

அவன் துண்டை உதறி தோளில் போட்டுக்கொண்டு முற்றத்துக் கிணற்றடிக்குச் சென்றபோது அவள் "ஈஸ்வரா!" என்று கண்ணை மூடிக்கொண்டாள். எத்தனை ஜென்மத்துக்கு இந்தப் பழியைத் தாங்கவேண்டும்?

கன்னத்தில் நீர் பெருகி ஓடுவதை தடுக்கமுடியவில்லை. அவன் உள்ளே வரும் அரவம் கேட்டு அவள் முகத்தைத் துடைத்துக் கொண்டாள். அவன் சிடுசிடுத்தபடி, "சரி சரி, எப்பப்

பார்த்தாலும் மூதேவி மாதிரி அழுதுண்டு நிக்காதே. அப்பா இன்னிக்குக் கோயில்லே லட்சார்ச்சனைக்குக் கொடுத்திருக்கார் தெரியுமோல்லியோ? உன்னைக் கூட்டிண்டு வரச் சொன்னார். கிளம்பு. முகத்தை அலம்பிப் புடைவையை மாத்திண்டு வா. அழுதுவடிஞ்சுண்டு வந்து என் மானத்தை வாங்காதே."

இயந்திரகதியில் அவள் அவன் சொன்னபடி தயாரானாள். மனசு மரத்துப் போயிருந்தது. கனப்பொழுதுக்கு இன்று பாட்டைக் கேட்ட மாத்திரத்தில் விழித்துக்கொண்டிருந்தது, அவன் உள்ளே நுழைந்ததுமே இறுகிப்போயிற்று. கோபாலய்யர் முன்னால் செல்ல அவள் குனிந்த தலை நிமிராமல் கல்யாணராமனைத் தொடர்ந்து கோவிலுக்குள் சென்றாள். சாமி சன்னிதியில் பெண்கள் பக்கம் நின்றுகொண்டு கர்பக்கிரகத்தைப் பார்க்கும்போது ஊர் ஞாபகம் வந்தது. குருக்கள் ஐய்யாவும் சுப்புணியும் நினைவுக்கு வந்தார்கள். சுந்தரமூர்த்தி மாமா இழைத்து இழைத்து சரகுண பாலிம்ப வாசித்தார். உற்சவ மூர்த்தி கிளம்புகிறார். அவள் பின்னால் நின்று பாட கஸ்தூரி ஆடுகிறாள்.

அவள் எதிரில் கற்பூரத்தட்டைப் பிடித்தபடி குருக்கள் ஏதோ சொல்கிறார். அவள் சுயநினைவுக்கு வந்து கற்பூரத்தைக் கண்களில் ஒற்றிக்கொண்டாள். அவளிடமிருந்து பதில் வராததால் குருக்கள் கோபாலய்யரிடம் திரும்பி "சாமிக்கு ரெண்டு பாட்டு பாடச் சொல்லுங்கோண்ணா" என்றார்.

அவள் திடுக்கிட்டு உறைந்து நின்றாள். கோபாலய்யர் அவளை ஒரு பார்வை பார்த்துவிட்டு, "இப்பல்லாம் அவ பாடறதே இல்லை ஓய்" என்றார்.

"என்ன கச்சேரியா பண்ணச் சொல்றேன்? இன்னிக்கு ஓதுவார் வரல்லே. தேவாரம் திருவாசகம் பாடினா ஆண்டவனுக்குப் ப்ரீதி" என்றார் குருக்கள் விடாப்பிடியாக.

"சரி, ஒரு பாட்டு பாடு" என்றார் கோபாலய்யர் அவளைப் பார்த்து, அவள் சங்கடத்துடன் கல்யாணராமனைப் பார்த்தாள். அவன் எங்கேயோ பார்த்தபடி இருந்தான்.

கூட்டம் அவளையே எதிர்பார்ப்புடன் பார்த்துக் கொண்டிருந்தது. சட்டென்று அவளது தயக்கம் விலகிப்போனது வியப்பாக இருந்தது.

அவள் கண்களை மூடிக்கொண்டாள். சாமி சன்னிதியில் பாடுவதை அவன் தடுக்கமுடியாது. நாபியிலிருந்து பீறிட்டுக்கொண்டு எழுந்து குரல், குண்டலினியிலிருந்து விழித்துக்கொண்ட நாகம் போல.

"நாதபிந்து கலாதி நமோ நம...!"

பாடப் பாட அனந்தகோடி தேவதைகள் பூமாரி பொழிவது போல உடம்பு சிலிர்த்தது.

பாடல் முடிந்ததும் அதில் கிறங்கி அவள் கண்மூடியே நின்றாள்.

"ஆகா சுவாமிகளே இது தெய்விகக்குரல். பாட்டை நிறுத்தச் சொல்லாதேங்கோ" என்ற குருக்களின் வார்த்தைகள் செவியில் விழுந்ததும் அவள் யதார்த்தத்துக்கு வந்தாள். குருக்கள் கொடுத்த பிரசாதத்தை வாங்கிக் கண்களில் ஒற்றிக்கொண்டு அவள் திரும்பினாள். கல்யாணராமன் இனம்புரியாத எரிச்சலுடன் அவளைப் பார்த்தபடி இருந்தான். ஈசனே இவன் கண்களில் திருமணத்துக்கு முன் இருந்த காதல் எங்கே போயிற்று? அவளைச் சுற்றி இருந்த பெண்கள் 'ரொம்ப நன்னா பாடறேம்மா, யார்கிட்ட சிட்சை?' என்று கேட்க ஆரம்பித்ததும் அவள் செல்லத் துவங்கினாள். அங்கிருந்த ஆண் கும்பல் அவளை சுவாரஸ்யத்துடன் பார்ப்பதை அவள் சங்கடத்துடன் உணர்ந்தாள்.

இருட்டிவிட்டது. சாலையில் வெளிச்சம் அதிகம் இல்லாமல் இருண்டிருந்தது. வீட்டிற்கு நடந்து செல்லும் தூரம்தான். கல்யாணராமனின் மனநிலை என்னவோ அவளுக்கு அதைப் பற்றின யோசனை எழவில்லை. சன்னிதியில் நின்று பாடும்போது ஏற்பட்ட பரவசம் தேகம் பூராவும் வியாபித்திருந்தது. அவர்கள்

முன்னால் நடந்து செல்வதை கவனித்தோ கவனிக்காமலோ பின்னால் யாரோ பேசிக்கொண்டு வந்தார்கள்.

"என்ன சாரீரம் பார்த்தேளோ அந்தப் பெண்ணுக்கு? சும்மா ஜிலுஜிலுன்னு, சொக்கவைக்கிற குரல்!"

"என்னதான் சொல்லு, அந்தக் குலத்திலே பிறந்தவாகிட்டதான் கலை இப்படி ஜொலிக்கும்!"

"என்ன சொல்றேள்?"

"தெரியாதா உனக்கு? தாசி கஸ்தூரியுடைய தங்கை அது!"

"அடி சக்கை! அதான் குரலே மயக்கறது. பாக்கவும் சித்திரம் போல இருக்கா. கோபாலய்யர் பிள்ளைக்குப் பண்ணிண்டாரா? பெரிய மனசுதான்."

"மனசாவது ஒண்ணாவது. பிள்ளை அவளோடு ஓடிப் போனப்புறம் என்ன பண்ண முடியும்?"

திலகத்துக்கு தேகமெல்லாம் நடுங்கிற்று. இருட்டில் கல்யாணராமனின் முகம் தெரியவில்லை. அவன் நடையில் வேகமெடுத்ததில் ஒரு மூர்க்கம் இருந்தது. ஈஷ்வரா! இப்படிப்பட்ட திகில் பிடித்த வாழ்வை வாழ நேரிடும் என்று ஏன் அவளுக்குத் தோன்றாமல் போயிற்று? கனகு பாட்டியிடம் சொல்லிக்கொள்ளாமல் வந்தது தப்பு. அவள் எச்சரித்திருப்பாள் நிச்சயம். ஆனால் அன்று அவளை ஆட்டிப்படைத்தது ஒரு பிசாசு. மோகமும் வெறியும் அறுத்தெறியும் துணிச்சலும் கொண்ட பிசாசு. அது யாருடைய எச்சரிக்கையையும் நம்பி இருக்காது.

வீட்டிற்குள் நுழைந்ததுமே கல்யாணராமன் வாசற்கதவை சாத்தினான். கோபாலய்யர் வேறு எங்கோ சென்று வருவதாகச் சொல்லியிருந்தார். அவளைத் தரதரவென்று இழுத்துக்கொண்டு படுக்கை அறைக்குச் சென்றான். 'பாடுன்னோண்ணே மேடை கிடைச்சுதுன்னு மேனா மினுக்கணுமா தேவடியா?' என்றான். அவன் பெல்ட்டை உருவுவதைப் பார்த்து அவள் பீதியுடன் சொன்னாள்.

"ஒரே ஒரு பாட்டைத் தானே பாடினேன், உங்கப்பா பாடுன்னு சொன்னதாலே?"

"பதில் பேசறியாடி கழுதை?" சுளீரென்று அவள் முதுகில் அடி விழுந்தது.

"அம்மா!" என்று அவள் கூவினாள் வலிபொறுக்க முடியாமல்.

"வாயைத் திறந்தா விழும் இன்னும்."

"நா என்ன தப்பு பண்ணேன்னு சொல்லுங்க!"

அவன் வீறுகொண்டு மறுபடி பெல்டை வீச வந்தான்.

"நீங்க எதுக்கு என்னைக் கல்யாணம் செய்துகிட்டீங்க என்னை இப்படி சித்தரவதை செய்யவா?"

"சித்திரவதை நீ படறியா? நான்னா படறேன்?"

அவன் அவள் சற்றும் எதிர்பாராமல் தன்னுடைய தலையை மடேர் மடேர் என்று இரு கைகளாலும் வெறி பிடித்தவன் போல அடித்துக்கொண்டான்.

"நாந்தான் முட்டாள். உன்னைக் கல்யாணம் செஞ்சுண்டது என் தப்பு. உன் பேச்சைக் கேட்டு மயங்கினேன். உன் குலத்துக்கும் எனக்கும் சம்பந்தமிருக்காதுன்னு நினைச்சேன். அது கூடவே வருது. தெருவிலே ஆபீசிலே, கோவில்லே, ஜனத்து நாக்கிலே உக்காந்துண்டு ஞாபகப்படுத்தறது. எலே அவ தாசிடா என்கிறது. உன்னை ஏமாத்தறது அவ குலத்தொழில் என்கிறது."

அவளுக்குக் கண்களில் நீர் நிறைந்தது. அவனை நினைத்துப் பாவமாகக் கூட இருந்தது.

"இத்தனை நாளாச்சு. என்னைப் பார்த்தா ஏமாத்தறவளா தெரியுதா?"

"உன் ரத்தத்தை என்ன செய்ய முடியும்? அதை எப்படி மாத்தறது?"

இதற்கு என்ன பதில் சொல்வது என்று புரியாமல் அவள் சோர்வுடன் மௌனமாக நகர்ந்தாள்.

“எங்க போறே?”

“புடவை மாத்தணும்ங்க.”

இது எதற்கு என்று புரியாமல் அவள் சேலையை அவிழ்க்க ஆரம்பித்தாள். அவன் அவளையே பார்த்தபடி அமர்ந்திருந்தான்.

“உம் ரவிக்கையைக் கழட்டு.”

உடலுறவு கொள்ளும் வெறியில் இருக்கிறான் என்று அவள் நினைத்தாள். இன்று அவனை சமாதானம் செய்யவேண்டும். இணக்கமாக மையலுடன் அவனது புண்பட்ட அகங்காரத்துக்கு மருந்து தடவ வேண்டும்.

அவள் நிர்வாணமாக நின்றாள்.

அவன் ஒரு விநாடி அவளை மேலும் கீழுமாகப் பார்த்து, “குப்புறப் படு” என்றான். அவள் படுத்தாள். அவனுக்காக அவள் காத்திருக்கையில் அவன் பின்பக்கமாக துணியைப் பந்தாக இறுக்கி அவளது வாயைக் கட்டினான். அவன் கட்டிமுடிப்பதற்குள் அவன் என்ன செய்ய இருக்கிறான் என்று புரிந்து அவள் பயத்தில் கண்களை மூடிக்கொண்டாள்.

அவன் பெல்டை சுழற்றி சுழற்றி அடிக்க ஆரம்பித்தான். அவளது உடல் விதிர்த்தவண்ணம் இருந்தது கண்களில் தீப்பிழம்புகள் தீப்பட்டதுபோல அதிர்வலைகள் ஏற்பட்டன. வலியின் ஓலம் துணிச்சுருளுக்குள் புதைந்தது.

நான்கு நாட்களுக்கு அசையமுடியவில்லை. மதியம் சாப்பிடும் வேளைக்கு வீட்டைக் கூட்டும் பெண், அஞ்சலை இலையில் சாப்பாட்டை வைத்துவிட்டுச் செல்வாள். அதற்குப் பிறகு அவளுக்கு என்ன வேண்டும் என்று யாரும் கேட்க மாட்டார்கள். என்ன உடம்புக்கு என்று கூட யாரும் கேட்கவில்லை. கல்யாணராமன் என்ன சொன்னான் என்று அவளுக்குத் தெரியாது. யாரிடமாவது பேசமாட்டோமா என்றிருந்தது.

அக்கம்பக்கத்தில் யார் இருக்கிறார்கள் என்று அவளுக்குத் தெரியாது. அஞ்சலைகூட ஒதுங்கியே இருந்தது ஏன் என்று

அடிக்கடி யோசனைவரும். கொஞ்சநஞ்சம் உடம்பில் தெம்பிருந்த சமயம் அது. இப்போது அந்த யோசனை மழுங்கிப் போயிருந்தது. யோசனை செய்யும் திறனே மழுங்கிப் போயிருந்தது. உடம்பு இயந்திரமாயிருந்தது. கல்யாணராமனின் சொல்படி கட்டைப் பாவைபோல தலையசைத்தது. பேச்சு நின்றது. சோறு கிடைக்கும் போது உண்டது. கண்ணை மூடினால் ஊர் தெருக்கள் நகர்ந்தன. கனகு பாட்டியும் செங்கமலமும் கஸ்தூரியும் சபாபதியும் கண்ணுக்குள் அமர்ந்தார்கள். கடந்தகாலம் ஒன்றே இருந்தது. நிகழ்காலம் இல்லை. எதிர்காலமும் இல்லை.

சட்டென்று புலன்கள் விழித்துக்கொண்டன. யாரோ தாசி என்கிறார்கள். தன்னை ஏச வந்திருக்கிறார்களா? அவள் உடம்பு குறுகி முழங்கால்களை இறுக்கிக் கொண்டாள்.

“லக்ஷ்மின்னு பேரு.”

அவள் விருக்கென்று எழுந்து கதவருகில் சென்று நின்றாள். கூடத்தில் கோபாலய்யரிடம் யாரோ பேசிக்கொண்டிருந்தார்கள்.

“தாசியுடைய பெண்ணுன்னா சொல்றேள்?”

“ஆமா ஓய்.”

“அவளா டாக்டர் படிப்பு படிச்சிருக்கா? நம்பவே முடியல்லியே?”

“அதிசயமாத்தான் இருக்கு. அதுமட்டுமில்லே, மேல் சபையிலே மெம்பர் வேற. என்னமா பேசறாங்கறேள்? ஆனானப்பட்ட சத்ய மூர்த்தியையே எதிர்த்துப் பேசற துணிச்சல் வந்துடுத்துன்னா பாத்துக்குங்கோ.”

“என்ன சொன்னாளாம்?”

“தேவதாசி ஒழிப்புச் சட்டம் வரணும்னு அவதானே ஏககூச்சல் போட்டிண்டிருக்கா? சமூகத்திலே, களைச்சுப்போன ஆண்களுக்கு, மனசுக்கும் உடலுக்கும் விஷ்ராந்தியைத் தேடி அலைய வேண்டாம்னு இப்படி ஒரு குலத்தைப் பெரியவா ஏற்படுத்தியிருக்கான்னு நம்ம ஆள் சொல்லியிருக்கார்.

தேவதாசிகள் ஒழிப்புச் சட்டம் வந்துதுன்னா ஆண்கள் என்ன பண்றதுன்னு கேட்டாராம். ரொம்ப சரி, இத்தனை நாள் தேவதாசிகள் செஞ்சா, அவாளுக்கு ஓய்வு வேணும். அந்த சேவை தேவையோல்லியோ, அப்ப பிராம்மண குலத்துப் பெண்களை அதுக்குத் தயார் பண்ணுங்களேன்னு இவ பதிலுக்குக் கேட்டாளாம்."

திலகம் புன்னகைத்துக்கொண்டாள். லக்ஷ்மி அப்படிப் பேசக் கூடியவள்தான். அத்தனை பெரிய ஆளாகிவிட்டாளா என்ன?

"அடேயப்பா, அத்தனைத் துணிச்சலா?"

"திமிரு சாமி, திமிரு. படிச்ச திமிர். தடுப்புச் சட்டம் வந்துடுத்துன்னு வெச்சுக்குங்கோ, கோவில் ஆகமங்கள் எல்லாம் அழிஞ்சு போகும், அவ்வளவுதான்..."

"கலையே போயிடும் ஓய்!"

"அதான் சொல்றேன். அதோடு, சட்டம் வந்தா அவாளுக்குக் கிடைக்கிற கோவில் நிலம் மான்யம் எல்லாம் போகும். அப்புறம் அந்த குலத்துப் பெண்கள் என்ன செய்வா? உங்களைமாதிரி பெரிய மனசு எத்தனை பேருக்கு இருக்கும்?"

திலகத்தின் மார்பு வேகமாக அடித்துக்கொண்டது.

"நடுத்தெருவிலே நிக்கவேண்டியதுதான். இல்லேன்ன விபச்சாரம் இருக்கவே இருக்கு! ரகசியமா செஞ்சவா போர்டு போட்டுண்டு செய்வா!"

கோபாலய்யரின் குரலில் ஒரு குரூரம் தொனித்தது. திலகத்துக்குத் தலை சுற்றிற்று. மண்டை வெடித்துவிடும்போல இருந்தது. இருகைகளாலும் தலையைப் பிடித்தபடி சுவரோரமாகச் சாய்ந்து அமர்ந்தாள். உண்மையாகவா? முன்பைவிடக் கேவலமாகிப் போகுமா? நடுத்தெருவில் நிற்கவேண்டிவருமா? சிதறல்கள் என்னென்னவோ பிம்பங்கள் கண்முன் ஆடின. கஸ்தூரியும் செங்கமலமும் தெருவோரம் நின்றார்கள். சபாபதி மத்தளம் கொட்டினான். வாங்க, வாங்க, ஐய்யா மாரே. எங்கக்கா

எத்தனை அழகு பாருங்க. அனுபவிச்சாத்தான் தெரியும். அம்மாவுக்குப் வயசாகல்லே... வாங்க வாங்க... "தேவடியா, தேவடியா" என்று கல்யாணராமன் அடிக்க வந்தான். சாட்டையாக பெல்ட் சுழன்றது. ராஜா சிரித்தார். 'எவன் காசு கொடுக்கறானோ அவன் கிட்ட போ. நா இப்ப ஒண்ணும் செய்யமுடியாது.' கலெக்டர் துரை வா வா என்றான்.

'எதுக்கு வாசல்லே போய் உட்காரரே, ஏதாவது வாடிக்கைக் கிடைக்குமான்னு பார்க்கவா?'

'ஓ' என்று அலற வேண்டும்போல் இருந்தது. குமுறி குமுறி அழவேண்டும் போல் இருந்தது.

நாதி இல்லாம போச்சு... விடிவு இல்லாம போச்சு... கஸ்தூரி நாம ஏமாந்துட்டம். இந்தக் குலம் அழியத்தான் வேணும். நம்மோடு அழியணும் கஸ்தூரி...

அஞ்சலை உள்ளே தள்ளிவைத்த சாப்பாடு அப்படியே இருந்தது. இலையோரங்கள் காய்ந்து சுருண்டுக்கொண்டன.

அன்று மாலை படுக்கையறைக்குள் நுழைந்த கல்யாணராமன் திடுக்கிட்டான். 'அடப்பாவி!' என்றான் அடிக்குரலில்.

—25—

உதயகால பூஜைக்கு ஆடும்போது மனசு எப்போதும் நிர்மலமாக இருக்கும். ஆண்டவன் விழிக்கும்போது என் மீதுதான் அவரது பார்வை விழும் என்ற நினைப்பு மனநிறைவைக் கொடுக்கும். அப்படிப்பட்ட அசட்டு உணர்வுகளுக்கு ஏதேனும் தத்துவார்த்த விளக்கம் உண்டா, பிரத்தியேக ஆசி கிடைக்குமா என்று கஸ்தூரிக்கு இன்று முதல்முறையாக விசாரணை ஏற்பட்டது. காரணம் புரியாமல் விடிந்ததிலிருந்து மனசில் விசனம் குடி கொண்டிருந்தது அதற்குக் காரணமாக இருக்கலாம். தெய்வத்தின் திரு உருவத்திற்குமுன் என்றும் உணர்ந்திராத ஒரு பலவீனம் ஆட்கொண்டது. கண்ணுக்கும் புலன்களுக்கும் எட்டாத அந்த சக்தியின் முன் தான் ஒரு தூசு என்று தோன்றிற்று. அதன் பூடகமே அச்சத்தை ஏற்படுத்திற்று. சோதனைகளைத் தாங்கும் பக்குவம் எனக்கில்லை. நா தப்பு செஞ்சிருந்தா என்னை மட்டும் தண்டிக்கணும் அய்யனே. தாங்கிக்குவேன். என் மேல பிரியம் வெச்சவங்களை தண்டிக்காதே. அதைத் தாங்கமுடியாது அப்பனே... என்னுடைய பிரார்த்தனை உனக்கு எட்டுமோ?

பெரிய குருக்கள் தீபாராதனையைச் சுழற்றி சுழற்றி மூவரின் முகத்தின் மீது ஆட்டி ஒளிபரப்புகையில் ஆலயத்தின் மணி ஓசை ஜகத்தைத் தட்டி எழுப்புவதுபோல ஒலிக்க ஆரம்பித்தது. அவளுக்கு உடம்பு சிலிர்த்துக் கண்களில் நீர் நிறைந்தது.

“என்ன கஸ்தூரி, என்ன விஷயம்?” என்றார் குருக்கள் கற்பூரத்தட்டை நீட்டியபடி.

அவள் அவசரமாகக் கண்களைத் துடைத்துக்கொண்டாள். தீபத்தைக் கண்களில் ஒற்றி, "என்னவோ தெரியல்லே சாமி. மனசு காரணம் புரியாம சங்கடப்படுது." என்றாள். சொல்லும்போதே கண்களிலிருந்து நீர் பெருகிற்று.

"காலம் அப்படி இருக்கு கஸ்தூரி. நீயோ நானோ என்ன செய்யமுடியும்?" என்றார் குருக்கள் இதமாக. "போராட்டம், அடிதடிங்கறது சகஜமாப் போச்சு. இன்னிப்போது சரியாப் போணுமேப்பா ஈசுவரான்னு இருக்கு. நேத்து சுந்தரமூர்த்திக்கு நல்ல அடியாம். இன்னிக்கு நாயனம் வாசிக்க வரல்லே! நீ கவனிக்கல்லியா?"

அவளுக்குக்குத் தூக்கிவாரிப்போட்டது. "அப்படியா? நா ஏதோ யோசனையிலே இருந்துட்டேன். போய் பார்க்கறேன். அவருக்கு மட்டும்தான் அடியா?" என்றாள் அவள் தயக்கத்துடன்.

"இல்லே. அவரோட ஒரு பிள்ளையாண்டான் இப்பல்லாம் காந்தி குல்லா போட்டுண்டு போறானே ஒரு ஆசாரி, அவனுக்கும் அடியாம்!"

"அய்யய்யோ!" என்றாள் அவள் கண்கள் பீதியில் விரிய.

"உனக்குத் தெரியுமா அவனை?" என்றார் குருக்கள் வியப்புடன்.

"பார்த்திருக்கேன் அய்யா. ஒரு ஐம்பொன் சிலை செய்யக்கூடக் கொடுத்திருக்கேன்" என்றாள் அவள் படபடக்கும் தனது மனசை அடக்கிக்கொண்டு.

"சரிதான். இந்த சுதந்திர வெறி எல்லாரையும் பிடிச்சு ஆட்டறது. சுப்புணிக்கு மட்டும் இந்தக்கோயில் கட்டுப்பாடு இல்லேன்னு வெச்சுக்கோ அவனும் கிளம்பியிருப்பான் வேதாரண்யத்துக்கு."

"அங்க என்ன நடக்குது?"

"உனக்குத் தெரியாதா? காந்தி தண்டி உப்பு சத்யாக்கிரகம்னு ஆரம்பிச்சிருக்காராமே அதுக்காக இங்க ஒரு அய்யங்கார்

பிராம்மணன் எல்லாரையும் கிளப்பிண்டு வேதாரண்யத்துக்குக் கிளம்பியிருக்கார். அதுக்கு கிளம்பணும்னு சுந்தரமூர்த்தி இருக்கச்சேதான் இப்படி அடி வாங்கிண்டு படுத்திருக்கார். சுப்புணி அவரைப் பார்க்கத்தான் போனான் கார்த்தாலேயே."

"நா போய் பார்க்கணும் அய்யா. கிளம்பறேன்" என்று ஓட்டமும் நடையுமாக அவள் வெளியேறுவதை குருக்கள் யோசனையுடன் பார்த்தார்.

அவள் பதற்றத்துடன் வருவதைப் பார்த்து முத்து கவலையுடன் "என்னக்கா?" என்றான். அவள் சடாரென்று வண்டிக்குள் ஏறி "சுந்தரமூர்த்தி மாமா அடிபட்டுக் கிடக்காராம். போய் பாக்கணும் சடுதியா!" என்றாள்.

முத்து சற்று நேரம் வாயே திறக்காமல் வண்டியைச் செலுத்தினான். "நேத்து விளக்கு வெக்கிற நேரம் வரை நா அவர் கூட இருந்தேனே? அப்ப அடி இல்லையே?" என்றான் மெள்ள.

அவள் காதில் அது விழவில்லை. இன்று விடிந்ததிலிருந்து மனசு சஞ்சலப்படுவதற்கு இந்தச் செய்திதான் காரணமாக இருக்கவேண்டும் என்று தோன்றிற்று. ஈஷ்வரா, என்ன சோதனையெல்லாம் நடக்கவிருக்கு? சிங்காரத்துக்கு பட்ட அடி பலமாக இருக்குமோ? சுதந்திரப் போராட்டத்திலே சாகறதுக்குக் குடுத்து வெச்சிருக்கணும் என்றான் ஒரு முறை. உயிர்களைக் காவு வாங்கியும் சுதந்திரம் கிடைக்காமல் போனால் யாருக்கு என்ன லாபம்? முதல் முறையாக அவள் உண்மைக் காதல் எனும் அமுதை ருசிக்க ஆரம்பித்திருக்கும் சமயத்தில் மனத்தை சஞ்சலப்படுத்தும் விதத்தில் என்னவெல்லாமோ அதிர்வலைகள் தன்னைச் சுற்றிப் படர்வதை அவள் பிரத்தியட்சமாக உணர்ந்தாள். உண்மையில் அவள் அதில் தலைக்குப்புற விழுவதற்குமுன் அவற்றின் சாத்தியங்களை தீவிரமாகச் சிந்தித்திருக்க வேண்டும். மனசை களவு கொடுப்பதற்குமுன் அதைப் பூட்டி வைத்திருக்க வேண்டும். ஆனால் மனசு அவளது அறிவின் ஆஞ்ஞைக்காகக் காத்திருக்கவில்லை. உள்ளுணர்வு இடையிடையே எச்சரித்தும்,

சுற்றிலுமிருந்தவர் தமது சமிக்ஞையால் தெரிவித்தும் அந்த அசட்டு மனசு எட்ட நின்று கைக்கொட்டிச் சிரித்தது. அசட்டையாக ஒதுக்கிற்று. அவனது திடமான புஜங்களுக்குள் சிறைபட அவளது அங்கங்கள் துடித்தன. மார்பு பூரித்து அவனது தொடுதலுக்குக் காத்திருந்தது.

அவனது உஷ்ணம் மிகுந்த ஸ்பரிசத்திற்கு மந்திர சக்தி இருந்தது. காமக்கேளிக்கையில் கைதேர்ந்த சாகசங்களை கனகு பாட்டி அவளுக்குப் பயில்வித்திருந்தாலும், சிங்காரமே அவளை அவளுக்குத் தெரிந்திராத பல ரகசிய வாயில்களுக்கு இட்டுச் செல்வதாகத் தோன்றிற்று. உடற்சேர்க்கை என்பது இத்தகைய ஆனந்த எல்லைக்கு அவளை அழைத்துச் செல்லும் என்று அவளுக்குத் தெரிந்திருக்கவில்லை. கனகு பாட்டி அடிக்கடி அவளுக்கு ஆசைகாட்டிய சொர்க்கவாசல் இதுதான் என்று தோன்றும். ராஜாவுடன் படுப்பது வெறும் ஏற்பாடு. உணர்வு நிலையிலிருந்து விலகி நின்று அவள் செய்யும் ஏமாற்றுக்கலை. சிங்காரம் அவளின் பெண்மைக்கு முழுமையான அர்த்தத்தைக் கொடுத்தான். ஆனால் அவனுடனான உறவு ஆபத்தானது. அதை ஒவ்வொரு விநாடியும் அவளால் உணர முடிந்தது. அன்று கனகு பாட்டி எச்சரித்தாள். ஆனால் அன்று இருந்த நிலையில் சிரித்து மழுப்ப முடிந்தது. ஆனால் இன்னும் எத்தனை நாட்கள் தாக்குப் பிடிக்கமுடியும் என்று அச்சமேற்பட்டது.

அன்று இரவு கொல்லையில் அவளது அணைப்பிலிருந்து விடுவித்துக்கொண்டு சிங்காரம் கிளம்பியதும் கஸ்தூரி கொல்லைக் கதவை மெல்ல சாத்திவிட்டு உள்ளே நுழைந்தபோது கனகு பாட்டி வழிமறைத்து நின்றிருந்தாள். லேசாக திடுக்கிட்டு, பிறகு சமாளித்துக் கொண்டு சிரித்தபடியே கஸ்தூரி மெல்லிய குரலில், "அர்த்த ராத்திரியிலே யாரைப் பார்க்க இங்க வர்றீங்க பாட்டி?" என்றாள்.

"அதைத்தான் நா உன்னைக் கேக்கறேன்!" என்றாள் கனகு அதே குரலில்.

“ரகசியமா வெச்சுக்கறதுன்னா சொல்றேன்” என்றாள் கஸ்தூரி. கொல்லையில் ஒரு மர பெஞ்சி இருந்தது. பாட்டியின் கையைப் பிடித்து அதில் அமர்த்தி தானும் அமர்ந்தாள்.

“பாட்டி, நாட்டியத்திலே சிருங்கார பாவம் வரணும்னா, அதை அனுபவிச்சாத்தானே வரும்?”

“அடியே, விஷயத்துக்கு வா, எனக்கே காது குத்தாதே.” கஸ்தூரி சோர்வுடன் பெருமூச்சு விட்டாள். “அந்த ராஜாவைப் பார்த்தாலே எனக்கு சிருங்காரமெல்லாம் காணாம போயிடுது. நீங்க சொன்னீங்களா, அது ஏற்பாடுன்னு, அதை அப்படித்தான் நானும் நினைக்கிறேன்.”

“விஷயத்துக்கு வாடி!”

“வரேன். இப்பத்தான் சிருங்காரம்னா என்னன்னு ஒரு ஆளு புரிய வெச்சிருக்கார்.”

“வாசல் வழியா வராமெ கொல்லை வழியா வருவானேன்?””

“வாச வழியா வந்தா நீங்க உள்ளே விடமாட்டீங்களே?”

“யாருடீ அப்படிப்பட்ட ஆளு?”

“சாமி சிலை செய்யற ஆசாரி!”

“என்னது?” கனகு பாட்டி திடுக்கிட்டது அவளது குரலில் வெளிப்பட்டது. “ஏண்டி, அறிவிருக்கா? உனக்கிருக்கிற அந்தஸ்துக்கு ஒரு ஆசாரியா கிடைச்சான்?”

“அவர் ஒரு கலைஞன் பாட்டி, சுத்தமான கலைஞன்.”

“மண்ணாங்கட்டி!” என்றாள் கனகு கோபத்துடன். “சாமிக்குக் கோயில்ல ஆடறவ நீ. அது யாருக்கும் கிடைக்காத அந்தஸ்து. அதுக்கு ஏகப்பட்ட கட்டுப்பாடுகள் இருக்குன்னு தெரியுமா தெரியாதா? கீழ் ஜாதியிலே உறவு வெச்சுக்கப்படாது தெரியுமில்லே? வெளியிலே தெரிஞ்சா உன் பதவி போறது மட்டுமில்லே. ஜாதிப்பிரஷ்டம் பண்ணிடுவாங்கடீ. அவன் காலை ஒடிப்பாங்க. கொலைகூட...”

அவள் சட்டென்று பாட்டியின் வாயைப் பொத்தினாள் "வேண்டாம் அப்படிச் சொல்லாதீங்க. எனக்குத் தெரியுது பாட்டி. ஆனா என் மனசு அவரைத்தான் விரும்புது. அவர் பயப்படத்தான் செஞ்சாரு. வேணாம் மறந்துடுங்கன்னாரு. எனக்குத்தான் என்னை அடக்கிக்கத் தெரியல்லே."

அவளுக்குச் சொல்லி முடிப்பதற்குள் அழுகை வந்தது.

கனகுப் பாட்டி இளகவில்லை. கறாராகச் சொன்னாள். "இதப்பாரு, இதெல்லாம் உணாச்சிவசப்பட்டு விளையாடற விஷயமில்லே. தெரிஞ்சுக்க. நீ கோயில் தேவதாசி. மனசை அடக்கத் தெரியாதவ இந்தப் பதவியை வகிக்க முடியாது. இதெல்லாம் நல்லதுக்கில்லே, சொல்லிப்புட்டேன். தெய்வ குத்தம் டீ அது!"

பாட்டியின் குரலில் உண்மையான பதற்றம் இருந்தது. அதற்குப் பிறகு பாட்டி போகவரக் கண்காணித்தபடி இருந்தாள். சிங்காரத்தைப் பார்த்து எத்தனையோ நாட்களாகி விட்டன. பாட்டி சொல்வதில் நியாயம் இருந்தது. அவளுக்குப் பொறுப்பு இருந்தது. விதிகளை அவள் உணர்வாள். ஆனால் அது தெய்வ குத்தம் எப்படி ஆகும் என்று ஒப்புக்கொள்ள முடியவில்லை. உயர் ஜாதி போட்ட விதியல்லவா அது? இன்று குருக்கள் சேதி சொன்னதும் உடம்பு பதறி தன்னிச்சையாக அவனைக் காணச் செல்கிறது.

'ஈஸ்வரா நா என்ன செய்யட்டும்?'

சுந்தரமூர்த்தி மாமாவின் வீடு வந்துவிட்டது. கஸ்தூரி அவசரமாக இறங்கி உள்ளே நுழைந்தாள். முற்றத்தில் பாயில் சுந்தரமூர்த்தி படுத்திருந்தார் தலையில் கட்டுடன். சிங்காரம் பெரிய தலைக்கட்டுடன் சுவரில் சாய்ந்த நிலையில் இருந்தான். அவள் நுழைவதைக் கண்டு நிமிர்ந்து உட்கார்ந்தான்.

"என்னது, என்ன ஆச்சு?" என்றாள் அவள் படபடப்புடன்.

சுந்தரமூர்த்தி கண்களைத் திறந்து உட்கார எத்தனித்தார். "வேண்டாம் படுங்க. என்ன ஆச்சு? ஊர்வலத்திலே அடிச்சாங்களா? மறுபடி போனீங்களா?"

சுந்தரமூர்த்தி பதில் சொல்லாமல் கண்களை மூடிக்கொண்டார். "ஊர்வலத்துக்குப் போனபோது கிடைச்ச அடிதான்" என்றான் சிங்காரம் மெள்ள. சுந்தரமூர்த்தியைப் பார்த்துவிட்டு தலையைக் குனிந்துகொண்டான்.

அதற்குள் அங்கே வந்த முத்து, "என்னங்கய்யா இது, நேத்து சாயங்காலம் பொழுது சாஞ்சு உங்களைப் பார்த்தேனே, நேத்து ஊர்வலம் சீக்கிரம் கலைஞ்சு போச்சே?" என்றான் மாமாவையும் சிங்காரத்தையும் மாறி மாறிப் பார்த்து.

கஸ்தூரி அவர்களை சந்தேகத்துடன் பார்த்தாள். "என்ன விஷயம் மாமா?"

"ஒண்ணுமில்லே கஸ்தூரி, அடிக்குப் பழக்கப்பட்ட உடம்பு இப்ப இது." என்றார் சுந்தரமூத்தி.

"எப்ப நடந்தது இது? யார் அடிச்சது?"

"நேத்து ராத்திரி," என்றாள் அடுக்களையிலிருந்து அங்கு வந்த சுந்தரமூர்த்தியின் மனைவி. "போலீசு துரத்தி எல்லாரும் கிளம்பிப் போனப்பறம் இவங்க ரெண்டுபேரும் ஆத்தங்கரையிலேந்து வந்துகிட்டிருந்தப்ப யாரோ காத்துக்கிட்டு நின்னாப்பலே இவங்க ரெண்டு பேரையும் அடிச்சிருக்காங்க."

"யாரு?" என்றாள் கஸ்தூரி கண்கள் பீதியில் விரிய.

"யாரு கண்டா? யார் மேல என்ன விரோதமோ? யாரைப் பழிவாங்கணும்னு நினைச்சாங்களோ? நல்லவேளை உசிரு கெட்டியா இருந்ததாலே தப்பிச்சுது". மாமியின் கண்களிலிருந்து பொல பொலவென்று நீர் வழிவதை கஸ்தூரி திகைப்புடன் பார்த்தாள். 'நீதான் காரணம்' என்கிறாளா?

'அவன் காலை ஒடிப்பாங்க. கொலைகூட...'

கஸ்தூரி பீதியுடன் மாமாவையும் சிங்காரத்தையும் மாறி மாறிப் பார்த்து கண்களைப் பொத்திக்கொண்டு விசும்பினாள்.

"நீ என்ன, வந்த புள்ளையைக் கலவரப்படுத்திக்கிட்டு" என்று மாமியை அதட்டிவிட்டு, "இதுக்கெல்லாம் காரண காரியம்னு

ஏதும் கிடையாது பொண்ணே. நாங்க ரெண்டுபேர்தான் அதிகமா கூச்சல் போடறோம்னு போலீசுக்கு கோவம். கோழைங்க. கூட்டத்து நடுவிலே உதைக்க தைர்யமில்லாம இருட்டிலே மறைஞ்சு வந்து தாக்கறாங்க. நாங்க ஜாக்கிரதையா இருப்போம் நீ வீட்டுக்கு போ கஸ்தூரி." என்றார் சுந்தரமூர்த்தி.

அவள் இருவரையும் ஒரு பார்வை பார்த்துவிட்டு, "ஜாக்கிரதை மாமா" என்றாள். "நீங்க எங்கயோ வேதாரண்யத்துக்குப் போறதா கேள்விப்பட்டேன்?"

"போறதாத்தான் இருந்தோம் விடியற்காலை. அதுக்குள்ள இப்படி ஆச்சு. உனக்கு யாரு சொன்னது?"

"குருக்கள் ஐய்யா."

"ஓ, சரிதான், சித்த முன்னதான் சுப்புணி வந்தாப்பலே."

"வாங்கக்கா" என்றான் முத்து. "போலீசு கண்காணிச்சுக்கிட்டே இருக்கு."

மீண்டும் "ஜாக்கிரதை" என்று பொதுவாகச் சொல்லிவிட்டு அவள் வாசலுக்குச் செல்லும் போது, "பறவை நாச்சியார் சிலை ரெண்டு நாள்ளே தயாராயிரும். கொடுத்தனுப்பறேன். முத்துவை அனுப்புங்க" என்றான் சிங்காரம். அவளுக்கு மீண்டும் கண்களில் நீர் நிரம்பிற்று. வண்டியில் வீடு திரும்பும்போது மனசு பலவித யோசனைகளில் ஊஞ்சலாடிற்று.

'போலீஸ் கண்காணிச்சுக்கிட்டே இருக்கு.'

எதற்கு? போராட்டக்காரர்கள் என்பது மட்டும் காரணமா? அவள் ஏன் கண்காணிக்கப்பட வேண்டும்? யார் செய்கிறார்கள் அதை? கலெக்டரின் அதிகாரத்தின் கீழ் போலீஸ் இருந்தது. ராஜாவும் இருப்பதுதான் வினை. இருவரும் சேர்ந்து அவளைக் கண்காணிக்கிறார்கள். கலெக்டரை விரோதிச்சுக்கிட்டா நல்லதில்லே என்றாள் அம்மா. தேவதாசி, கீழ்ஜாதிக்காரனோடு உறவு வெச்சுக்கறது நல்லதில்லே என்றாள் கனகு பாட்டி. இரண்டு வகையில் அவள் குற்றவாளி.

முத்து வாயைத் திறக்கவில்லை. அவனும் அவள்தான் குற்றவாளி என்று நினைப்பான். அவள்மீது அவனுக்கு இருந்த மரியாதைகூடக் குறைந்திருக்கும். அவள் தீவிர யோசனையில் ஆழ்ந்தாள்.

இன்று ஒப்புக்குத்தான் பயிற்சி செய்யமுடிந்தது. செங்கமலம் கூட ஏதோ சோர்வில் இருந்தாள். மதிய உணவுக்குப்பின் என்றுமில்லாமல் படுக்கவேணும் போல் இருந்தது. உடலும் மனசும் சோர்ந்திருக்க கண்கள் மூடிக்கொண்டன. உறக்கமும் விழிப்புமாக விரலிடுக்கில் சரியும் மணலைப்போல மனசு கண்காணாத ஆழத்தில் சறுக்கியபடி இருந்தது. இருண்ட குகை துவாரங்களைத் துழாவிற்று. ஏதோ ஒரு குகைக்குள் திலகத்தின் குரல் கேட்டது. அவள் ஆவலுடன் அதை நோக்கி ஓடுகிறாள். திலகத்தின் உருவம் நிழலாய் தெரிகிறது. அவள் ஓட ஓட உருவம் பின்னுக்கு நகர்கிறது. பாட்டா அது அழுகுரலா?

"இதற்கோ நான் பெண் பிறந்தேனோ?" சாவேரியில் இழைத்து இழைத்து உலகத்துத் துயரையெல்லாம் ஏந்தி... திலகம், திலகம்...!

கஸ்தூரி விருக்கென்று எழுந்தாள். உடம்பு தெப்பமாய் நனைந்திருந்தது. மார்பு படபடவென்று அடித்துக்கொண்டது. விசித்து விசித்து அழத்தோன்றிற்று. அரவம் கேட்டு கனகு பாட்டி எழுந்து, "என்ன கண்ணு, கஸ்தூரிம்மா, ஏன் அழுகறே?" என்றாள்.

கஸ்தூரி சட்டென்று தன்னை சமாளித்துக்கொண்டாள். "ஏதோ கனா பாட்டி. திலகம் வந்தமாதிரி இருந்துச்சு."

"அதுக்கு அழுவானேன்? வருவா திலகம். ஒருவேளை கர்ப்பமா இருக்கோ என்னவோ?"

"இல்லே பாட்டி, ரொம்ப சோகமா இருந்துச்சு முகம். அவ சந்தோஷமா இல்லே பாட்டி."

கனகு பெருமூச்சு விட்டாள். "அவளா தேடிக்கிட்ட தலையெழுத்துடீம்மா. என்ன செய்யமுடியும்?"

"கூட்டிட்டு வந்துரலாம் பாட்டி."

"ஆகட்டும். யோசிப்பம் அதைப்பத்தி."

அன்று முழுவதும் அதே யோசனையாக இருந்தது. 'திலகம் திரும்பி வந்துவிட்டால் ஆச்சரியமாக எல்லா பிரச்சினைகளும் தீர்ந்துவிடும் என்று தோன்றியது. மனசை ஒரு கட்டுக்குள் கொண்டுவருவது சாத்தியம். பட்ட காயங்கள் போதும். என்னால் மற்றவர்கள் அனுபவிக்கும் தண்டனை போதும். அதற்கு நான் காரணமாக இருக்கமாட்டேன். திலகம் நிச்சயமாக மகிழ்ச்சியுடன் இல்லை என்று தோன்றிற்று. லக்ஷ்மியைப் பார்த்தால் சொல்ல வேண்டும். இந்த குலத்திலே பிறந்தவ சாமான்ய வாழ்க்கை வாழறது அத்தனை சுலபமில்லேன்னு சொல்லணும் உன்னைப் போல படிச்சு வாழ்க்கையை மாத்திக்கிட்டாலொழிய...'

இரவு கதவு தட்டப்படும் ஓசை கேட்டது. திலகம் வந்து விட்டாளா என்று மனசு துள்ளியது. 'திலகமா?' என்றபடி அவள் கதவைத் திறந்தாள். வெளியில் யாரோ ஒரு புதிய ஆள் நின்றிருந்தார்.

"யாரு?"

"எம்பேரு பஞ்சாபகேசன். பட்டணத்திலேந்து வரேன். கோபாலய்யர் அனுப்பினார்."

"வாங்க உள்ளே" என்று அவள் புன்னகையுடன் அழைத்தாள்.

அவர் தயக்கத்துடன் உள்ளே வந்து ஊஞ்சலில் அமர்ந்தார். பாட்டியும் செங்கமலமும் 'யாரு?' என்றபடி வந்தார்கள். 'கோபாலய்யர் அனுப்பினாராம்' என்றாள் கஸ்தூரி.

"வாங்கய்யா, பால் சாப்பிடுறீங்களா?" என்றாள் செங்கமலம். அதற்குள் கஸ்தூரி பால் எடுத்துவரச் சென்றிருந்தாள்.

பஞ்சாபகேசன் வெகுநேரம் மௌனமாக இருந்ததுபோல் இருந்தது. கஸ்தூரி பால் எடுத்து வருவதைக்கண்டு, "பால் எல்லாம் வேண்டாம்மா. எப்படிச் சொல்றதுன்னு சங்கடமா இருக்கு, உங்க பொண்ணு திலகம் காலமாயிட்டா!" என்றார் தலை குனிந்து.

கஸ்தூரியின் கையிலிருந்து லோட்டா கீழே விழுந்தது. கூடத்தில் தரையில் பால் தாறுமாறாகக் கிளையெடுத்து ஓடிற்று.

"என்னது? என்னய்யா சொல்றீங்க?" என்று கனகுவும் செங்கமலமும் ஒரு குரலாய் கத்தினார்கள்.

கஸ்தூரி பேசமுடியாமல் தரையில் அமர்ந்து விசும்பி விசும்பி அழ ஆரம்பித்தாள். இதைச் சொல்லத்தான் வந்தியாடி கனாவிலே? "என்னய்யா, என்ன உடம்புக்கு வந்துது சொல்லுங்க. தலைவலின்னு கூட அவ படுத்ததில்லே. எப்ப செத்துப்போனா, அந்த பிராம்மணன் ஒரு தந்தி அடிக்கக் கூடாதா?" என்றாள் செங்கமலம் கோபமும் ஆற்றாமையுமாக.

"சாதாரண சாவுன்னா செஞ்சிருப்பார்."

"அப்படின்னா?"

"உங்க பொண்ணு தூக்குப் போட்டுண்டுட்டா!"

"என்னது?" என்று செங்கமலம் உயர்ந்த குரலில் ஆரம்பித்து. நிலைமையின் விபரீதத்தை உணர்ந்தவளாகக் குரலைத் தாழ்த்தி துக்கம் பொங்க வெடித்தாள். "நா நம்ப மாட்டேன். எதுக்காகத் தூக்குப்போட்டுக்கணும்?"

"அதுதான் கோபாலய்யருக்குப் புரியல்லே. ரொம்ப தயாள குணம் அவருக்கு. அவர் பாத்துவெச்சு பண்ண கல்யாணம் இல்லே இது இத்தனைக்கும். சமூகத்திலே பொல்லாப்பு இருக்கும்னு தெரிஞ்சும் அந்தப் பொண்ணை ஊரறிய மாட்டுப்பொண்ணா ஏத்துண்டார்."

கஸ்தூரியும் அங்கு வந்த அவளுடன் ஒண்டிக்கொண்டு அமர்ந்த சபாபதியும் மௌனமாகக் கண்ணீர் விட, கனகுபாட்டி 'அடிப்பாவி, அடிப்பாவி தாங்கலைம்மா' என்று அழுது புலம்பிக் கொண்டிருந்தாள்.

"என்னாலெ நம்பமுடியல்லே" என்றாள் செங்கமலம் மறுபடி. "எப்ப நடந்துதுன்னு நீங்க இன்னும் சொல்லல்லே!"

"நாலு நாள் ஆச்சு."

"நாலு நாளா? சேதி சொல்ல இப்ப வர்ரீங்களா? முகமுழிக்குக் கூட வழியில்லாம பண்ணிட்டீங்களேய்யா?" என்றாள் செங்கமலம் கோவத்துடன்.

"என் மேல நீங்க கோவப்பட்டா நா என்ன செய்யட்டும்? போலீசு அது இதுன்னு ஏக அமர்க்களமா போச்சு. அவருடைய செல்வாக்கினாலே, காதும் காதும் வெச்சாப்பலே முடிக்க வேண்டியிருந்தது. நீங்க அங்க வந்து சிரமப்படவேண்டாம்னு சொல்லச் சொன்னார் கோபாலையர்."

கஸ்தூரிக்கு திடீரென்று மகா ஆத்திரம் வந்தது. "அவங்க சரியா வெச்சிருந்தா அவ ஏன்யா தூக்குபோட்டுக்கறா? மகா மானி அவ. என்ன நடந்துதோ? அவருக்குத் குத்த உணர்ச்சி. அதான் வர வேண்டாம்கறார். எங்களுக்கு இனிமே என்ன வெச்சிருக்கு அங்க? ஏதும் தப்பு நடக்கல்லேன்னா அவர்னா எங்களை சமாதானப்படுத்த வந்திருக்கணும்?"

"சரி விடு கஸ்தூரி." என்றாள் கனகு பாட்டி. "இந்த மனுஷன் கிட்ட ஏதும் சொல்லி என்ன ஆகப்போவுது. நீங்க கிளம்புங்க ஐயா. சேதி சொன்னீங்களே போதும்."

அவர் உடனடியாக வெளியேறினார். கஸ்தூரிக்கு ஆத்திரம் தணியவில்லை. "தற்கொலை இல்லே அது கொலை!"

"என்னடி சொல்றே?"

"கொலை செஞ்சுட்டாங்கம்மா, கொலை. எனக்குத் தெரியும். பாடக்கூடாதுன்னான் அவ புருஷன். அவ மனசை ஒடிச்சான். இன்னும் என்னென்ன செஞ்சானோ! வெளியிலே சொல்ல முடியாமெ அவ செத்துப்போனா."

"கௌரதை புண்ணாக்குன்னு நம்ம பொண்ணு ஓடினாளே, சொல்லாம கொள்ளாம போனாளே, அப்பவே நா முட்டிக்கிட்டேன், இது சரிவராதுன்னு. மேட்டுக்குடியிலே பிறந்தவன் எவன்டீ உன்னை கௌரவமா நடத்துவான்? பெரிய மிராசு ரகசியமாத்தான் துளசிகிட்ட வருவாரு. பகிரங்கமா அவ என் வெப்பாட்டின்னுகூட

சொல்வாரா? லக்ஷ்மி தன் பொண்ணுன்னு சொல்வாரா? அது பொறுக்காமதானே லக்ஷ்மி படிக்கப்போனா? கல்யாணம் கார்த்திகை தனக்கு விடிவு கொடுக்கும்னு போனாளா?"

கனகுபாட்டி கண்ணீர் சிந்தியபடி இருந்தாளே தவிர வாயே திறக்கவில்லை. கஸ்தூரி எழுந்து அவளிடம் சென்று, "படுங்க பாட்டி. நாம குடுத்துவெச்சது அவ்வளவுதான்" என்றாள்.

அன்று நடு இரவில் கொல்லையில் ஏதோ ஓசை கேட்டு சபாபதி ஓடிச்சென்று பார்த்தான்.

"அக்கா, அம்மா. பாட்டி விழுந்துட்டாங்க" என்று கத்தினான். கிணற்றடியில் கனகு பாட்டி குப்புற விழுந்திருந்தாள். அவளை மல்லாந்து சபாபதி படுக்கவைத்தான்.

மூக்கருகில் விரலை வைத்து "மூச்சு இல்லேக்கா" என்றான்.

26

கொடைக்கானல். அம்மா பிறந்த ஊர் இது. அதுவரை எனக்குத் தெரிந்திருக்கவில்லை. சென்னையில் பாட்டி வேலை பார்த்ததால் அங்குதான் அம்மா பிறந்திருப்பாள் என்று நான் நினைத்திருந்தேன். அங்கிருந்து இங்கு ஏன் பாட்டி பிள்ளை பிறப்புக்கு வந்தாள்? இத்தனைக்கும் பாட்டியே ஒரு டாக்டர். அவள் வேலை பார்த்த மருத்துவமனையில் இல்லாத வசதியா இங்கிருந்திருக்கும்? எனக்குப் புரியவில்லை. நான் அறிந்தவரை பாட்டி மிக திடமான மனுஷி. வெட்டொன்று துண்டிரண்டாகப் பேசுபவள். அந்தக் காலகட்டத்தில் எந்தப் பெண்ணும் செய்ய முடியாத சாதனைகளைச் செய்தவள் என்று அம்மா அவளைப் பற்றிச் சொல்லும்போது எனக்கு பிரமிப்பாக இருக்கும். இருந்தும் நான் பாட்டியுடன் அதிகம் பழகும் வாய்ப்பு கிட்டவில்லை. அநேகமாக என் வாழ்வு வடக்கே ஹாஸ்டலில் கழிந்துபோனது. அம்மா அரசாங்கத்தில் பெரிய வேலையில் இருந்ததால் விடுப்பு எடுத்து ஊருக்குப் போவது எந்த வகையிலாவது தள்ளிப்போகும். என்னைத் தனியாக அவள் தெற்கே அனுப்பியதே இல்லை. அம்மா என்னை வேண்டுமென்றே ஒதுக்கிவைத்தாளா என்ன? என் குடும்ப சரித்திர பக்கங்களில் எத்தனை ரகசியங்கள் புதைந்திருக்கும்? நான் குழம்பியபடி அம்மாவின் பாஸ்போர்ட்டைத் திருப்பியபடி இருந்தேன்.

ஜோன் எனக்கு ஒரு பத்திரிகை சேதி சொன்னது நினைவுக்கு வந்தது. உனக்கு ஒரு விஷயம் தெரியுமோ? “சார்லி சாப்ளின் தான் பிறந்த ஊர் லண்டன்னு சொல்வார். அவர் இறந்தபோது

கூட அவர் லண்டனில் பிறந்தவர் என்றுதான் இரங்கல் குறிப்புகள் தெரிவித்தன. ஆனா சமீபத்திலே பூட்டப்பட்டிருந்த அவருடைய ஒரு பீரோவிலேந்து அவருடைய மகளோ, பேரனோ ஒரு பழைய டைரியைக் கண்டுபிடித்திருக்கிறார்கள். அதில் சாப்ளின் கைப்பட எழுதியிருக்கார், தான் ஒரு ஜிப்ஸி காம்ப்லே பிறந்ததாக. தான் ஜிப்ஸி குலத்திலே பிறந்தவன் என்கிறதை மறைத்து சாகும்வரை வாழ்ந்தார் என்று நினைக்கும்போது எனக்குப் புரிகிறது என் அம்மா ஏன் தன் பிறப்பை மறைத்தாள் என்று."

நான் சுய நினைவுக்கு வந்தேன். ஜோன் சொன்னது இப்போது என் நினைவுக்கு வருவது விசித்திரம். அந்த தகவலுக்கும் என் அம்மாவுக்கும் எந்த சம்பந்தமுமில்லை. அம்மா ஏன் மறைக்க வேண்டும்? பாஸ்போர்ட்டில் தெளிவாக இருக்கிறதே? நான் கேட்காததால் அவள் சொல்லவில்லை. கொடைக்கானலில் ஏன் அவள் வீடு வாங்கினாள் என்பதில்கூட எனக்கு கேள்வி கேட்கத் தோன்றவில்லை. தெற்கில் பிறந்தவள், கோடைகால விடுமுறையைக் கழிக்க தெற்கில் ஒரு குளுமையான இடத்தைத் தேடி வருவது எனக்கு ஒன்றும் வியப்பை அளித்ததில்லை.

பிறந்த இடம்: கொடைக்கானல். அந்த கிறித்துவ மடத்திற்கும் அவளது பிறப்பிற்கும் ஏதேனும் சம்பந்தம் இருக்குமா? பாட்டிக்கு அவர்கள் நண்பர்களாக இருந்திருக்க வேண்டும். அம்மா பிறந்தது மே மாதத்தில். சென்னையில் சுட்டெரிக்கும் வெயில் காலம். பிரசவத்துக்குப் பாட்டி இங்கு வந்திருக்கலாம். அதுதான் அம்மா செய்த நன்கொடைக்குக் காரணமாக இருக்கும். டயரியில் அதன் விலாசம் இருந்ததே ஒழிய வேறு எந்தக் குறிப்பும் இல்லை. அப்பாவுக்கு ஏதேனும் தெரிந்திருக்குமா என்று யோசித்தபடி நான் கீழே சென்றேன். வரவேற்பறையில் அப்பாவைக் காணும். வாசல் கேட்டருகில் நின்று யாரையோ பார்த்து சத்தம் போட்டுக்கொண்டிருந்தார். எனக்கு வியப்பாக இருந்தது. யார் என்று அருகில் சென்று பார்க்கப் போனேன்.

"ஓடு, இனிமே இங்கே வரக்கூடாது!"

ஒரு சிறுவன் ஓட்டமெடுத்தான். நான் கேட்டுக்கருகில் செல்லத் துவங்கினேன். நடுவில் அந்தச் சிறுவன் திரும்பிப் பார்த்தான். எனக்குத் தூக்கிவாரிப்போட்டது. அன்று அந்தக் கிழவியுடன் பார்த்த சிறுவன். இங்கு எதற்கு வந்தான்?

அப்பா வீட்டை நோக்கித் திரும்பினார்.

“என்னப்பா? யார் அது?”

“யாரோ போக்கிரி” என்றார் அப்பா கோபத்துடன். அவரை அத்தனைக் கோபமாக நான் பார்த்ததில்லை.

‘சின்னப்பையனாட்டம் இருக்கு?’

“சின்னவனாவது பெரியவனாவது. சில்மிசம் பிடிச்ச பயலுங்க. இந்த வீட்டு முன்னாலே நின்னு துழாவி துழாவிப் பாக்கறான். எதுக்கு நிக்கணும்?”

‘இதுக்கும் முந்தி வந்திருக்கானா?’

‘ஆமாங்கறேன். ரெண்டு தடவை பார்த்து விரட்டியிருக்கேன்.’

“எதுக்கு வருது அந்தப் பிள்ளை?”

“யாரு கண்டா?”

எனக்கு ஆச்சரியமாக இருந்தது. அந்தப் பையனுக்கு என்ன தெரியும்? யாரைப் பார்க்கக் காத்து நின்றான்? என்னையா? ஏதானும் சொல்ல விரும்புகிறானா? எனக்குக் குறுகுறுத்தது. நான் அவனைப் பார்க்காமல் போனேனே என்றிருந்தது. இன்று மாலை நடக்கப் போகும்போது தென்படுவானா என்று தெரியவில்லை.

அப்பா இப்போது இருக்கும் மனநிலையில் அவரிடம் ஏதும் பேச முடியாது என்று எனக்குப் புரிந்தது. ஆனால் அவர் அந்தப் பையனைப் பார்த்து ஏன் இத்தனை பதற்றமடைந்தார் என்று புரியவில்லை.

“உள்ளே வாங்கப்பா, இதுக்காக நீங்க ஏன் இத்தனை அப்செட் ஆறீங்க?” என்று அவரது கையைப் பிடித்து உள்ளே

வந்தேன். “நம்ம தோட்டக்காரருக்கோ வேலைக்காரிக்கோ தெரிஞ்ச பையனா இருக்கலாம்.”

அப்பா எதுவும் பேசவில்லை. தனக்குள் மூழ்கிப் போனவராகத் தெரிந்தார். பிறகு என்னைப் பார்த்து மெல்லச் சொன்னார். “நா படுக்கறேன் சித்த நேரம்.”

அவரது அறைக்குச் செல்வதற்கு முன், என்னைப் பார்த்து, “நா தில்லிக்குப் போயிடறேன்மா. நீ வேணா இங்க இருந்துக்கோ. எனக்கு இந்தக் குளிரும் ஒத்துக்கல்லே” என்றார்.

நான் வியப்புடன் அவரைப் பார்த்தேன். இந்தப் பையனின் வருகை அவரை ஏன் இத்தனை பாதிக்கிறது? தீவிர யோசனை என்னை வருத்திற்று. அப்பாவுக்கு என்ன ஆகிவிட்டது? அவர் உள்ளே செல்வதை கவனித்தபடி அவரைப் பின்தொடர்ந்தேன். அவர் காலில் அணிந்திருந்த ஜோடுகளை நிதானமாகக் கழற்றி, கட்டில்மேல் படுக்கும்வரைக் காத்திருந்து கால்மாட்டில் மடித்து வைக்கப்பட்டிருந்த கம்பளியால் போர்த்தினேன்.

‘தாங்க்யூ’ என்று லேசாகப் புன்னகைத்தபடி கண்களை மூடிக் கொண்டார். நான் அருகில் இருந்த நாற்காலியில் அமர்ந்து அவருடைய நெற்றியை மெல்ல வருடியபடி இருந்தேன். அவரது நெற்றியின் இரு விளிம்பிலும் இரு சிறிய நரம்புகள் லேசாகத் துடித்தன.

நான் ‘ரிலாக்ஸ்’ என்றேன் ஏன் சொல்கிறேன் என்று விளங்காமல். ‘ரிலாக்ஸ்... ரிலாக்ஸ்’

எனக்கு அம்மாவைத் தெரிந்த அளவுக்குக்கூட அப்பாவைத் தெரியாது என்று தோன்றிற்று. இவரை இந்தச் சூழல் மிகவும் பாதிக்கிறது என்று எனக்குத் தெரியும். அம்மாவின் அசாதாரண முடிவு நிகழ்ந்த இடம் என்கிற நிலையில் அது புரிந்துகொள்ளக் கூடியது. அவருக்கு இங்கு வர இஷ்டமே இல்லை. அவரைக் கட்டாயப்படுத்தி அழைத்து வந்தது தவறாகக்கூட இருக்கலாம். துப்பு துலக்க அவரது இருப்பு சௌகர்யமாக இருக்கும்

என்று நான் நினைத்தது நடக்கவில்லை. அப்பா முன்னுக்குப் பின் முரணாகப் பேசினார். எனக்குத் தெரியாத விஷயங்கள் அவருக்கு நிச்சயமாகத் தெரிந்திருக்கும். எதைக்கேட்டாலும் நினைவில்லை என்றார். அவர் நடிப்பதாகத் தெரியவில்லை. அம்னீஷியா என்கிற நோய் இயற்கையாக ஏற்பட்டதா அவராக வரவழைத்துக்கொண்டதா என்று எனக்குத் தீவிர யோசனை வந்தது அல்லது வேறு ஏதாவது பார்கின்ஸன், அல்ஜைமர் போன்ற வியாதியின் அறிகுறிகளா? அம்மா இறந்த சம்பவம் அவருள் துக்கத்தை ஏற்படுத்துவதற்கு பதில் ஒரு எரிச்சலை ஏற்படுத்தியிருப்பதாகத் தோன்றிற்று. ஒரு சுமையை ஏற்றியிருந்தது. அம்மாவைப் பற்றின பேச்சை எடுப்பதையே அவர் விரும்பவில்லை. அது மாபெரும் சோகம் என்று நான் நினைத்தேன்.

"என்னைப் பழிவாங்கிட்டாம்மா? எதற்கு? நா என்னம்மா தப்புசெஞ்சேன்?"

எனக்குப் புரியவில்லை. இது அவிழ்க்க முடியாத சிக்கலாகத் தோன்றிற்று. அம்மாவுக்கும் அப்பாவுக்கும் கருத்து வேற்றுமைகள் இருந்திருக்கும். ஆனால் அவை ஆழமானவை அல்ல. ஆரோக்கியமானவை. இரு அறிவு ஜீவிகளுக்கு இடையே இருக்கக்கூடியவை. அவர் அவர்களிடையே இருந்த பந்தத்தில் குறுக்கிடவில்லை. அப்பா தாராளவாதி. அம்மா முழு சுதந்திரத்துடன் தனது பணியில் ஈடுபட்டாள். பல நாடுகளுக்குச் சென்றாள். அவளது மரணத்துக்கும் அவர்களது தாம்பத்தியத்துக்கும் முடிச்சுபோட எனக்குத் தயக்கமாக இருந்தது.

"தலை நிமிர்ந்து நடக்க முடியல்லே. சேதி தெரிஞ்சதும் ஒண்ணும் புரியல்லே."

"அன்னிக்கு அம்மா எப்படி இருந்தாங்க?"

அவரது கண்கள் மேகம் படர்ந்து வெறுமையைத் துழாவும். "நினைவே இல்லே. இப்படி செய்வான்னு தெரிஞ்சிருந்தா கவனமாப் பார்த்திருப்பேனோ என்னவோ? மூளையே மழுங்கிப்போன

மாதிரி திக்குன்னுச்சு. ஆனா எல்லாரும் என்னை சந்தேகத்தோட பார்க்கிறாங்க..."

இந்த ஊர்க்காரர்கள் அப்படித்தான் நினைக்கிறார்கள் என்று தோன்றிற்று. அந்தக் கிழவன் அன்று சொன்னதில் அது தெரிந்தது. 'பெரிய பங்களாக்குள்ளெ என்ன நடக்குதுன்னு யாரு கண்டா?'

அப்பா உறங்கிப்போனார். நான் எழுந்து வெளியே வந்தேன். சற்று நேரம் தோட்டத்தில் உலாவினேன். கையகல ரோஜா மலர்கள் உல்லாசமாகக் காற்றில் அசைந்தன. அம்மாவுக்கு ரோஜா என்றால் பித்து. யோசித்துப் பார்க்கும் போது அம்மா மிக ரசனையுள்ளவள் என்று நினைவுக்கு வந்தது. உடை உடுக்கும் விதத்தில், வீட்டை அலங்கரிப்பதில் சில சமயங்களில் ஏதேனும் பாட்டை முணு முணுப்பாள். மிக அழகிய குரலாக இருக்கும். ஆனால் அவள் முறையாகக் கற்கவில்லை என்று தெரியும்.

'எங்கம்மாவுக்குப் பாட்டு டான்ஸ்னா பிடிக்காது!' என்று சிரித்தாள் ஒரு முறை, 'நீ ஏன் பாட்டு கற்கவில்லை' என்று கேட்டபோது. அதிலிருந்து எனக்குப் பாட்டின் மேல் மதிப்பு போயிற்று. மகா இறுகிப்போன மனுஷி என்று பட்டது. சங்கீதத்தை நிராகரித்த ஔரங்கசீப்பை வரலாற்றுப் பிரியர்களுக்குக் கூடப் பிடிக்காது. பாட்டியும் ஒரு சிக்கலான மனுஷியாக இருந்திருக்கவேண்டும். என்னைப் பார்க்கும்போதெல்லாம் பாட்டியின் முகத்தில் ஏதோ தீவிர யோசனை தோன்றுவதுபோல் இருக்கும். எனக்கு மிக நீண்ட முடி. அது எனக்கு மிகப் பெருமையான விஷயம். முடியை வெட்டிக்கொள் என்று பாட்டி சொல்வது எனக்கு எரிச்சலை ஏற்படுத்தும். நான் பிடிவாதமாக மறுத்தேன். அமெரிக்காவில் இன்றுகூட என் முடியைக் கண்டு பாராட்டாதவர்கள் இல்லை.

"பாட்டிக்கு ஏன் பாட்டும் டான்சும் பிடிக்காது?"

"அது ஒரு பெரிய கதை!"

"என்ன கதை?"

“லுக். எனக்கு இப்ப நேரமில்லே. நீ பெரியவளானப்புறம்...”

“நீ ரிட்டையர் ஆனப்புறம்...”

அம்மா சிரித்தாள். அம்மா சொல்லாமல் விட்டுப்போன விஷயங்கள் ஒரு இதிகாசமோ புராணக்கதையாகவோ இருக்கலாம். பாட்டி ஒரு அபூர்வ மனுஷி என்பதில் சந்தேகமில்லை. அசாதாரண துணிச்சல் கொண்டவள், தேச சரித்திரத்தில் இடம் பெற்றவள் என்று அம்மா சில நேரங்களில் பெருமையாகச் சொல்லக் கேட்டிருக்கிறேன். ஆனால் பாட்டியைப் பற்றி அதிகம் தெரிந்துகொள்ள நான் ஆர்வம் காட்டியத்தில்லை. என்னைப் பார்க்கும்போதெல்லாம் பாட்டியின் கண்களில் தெரிந்த சஞ்சலம் என்னை அச்சுறுத்தும். என்னை என்ன காரணத்தாலோ அவள் ஒதுக்கினாள் என்று தோன்றும். எனக்கு சமயம் கிடைக்கும்போது அவளைப் பற்றியும் அவளுடைய செயல்களையும் ஆய்வு செய்யவேண்டும் என்று இப்போது தோன்றிற்று; ஜோன் தனது மூதாதையரைப் பற்றி சொல்வதுபோல.

அப்பா சொன்னதை மனசு அசைபோட்டபடி இருந்தது. தில்லி திரும்பிவிடுகிறேன் என்கிறார். அவர் கிளம்பிப் போவது நல்லது என்று தோன்றிற்று. அங்கு பழகிய கார் டிரைவர், சமையல்காரர் எல்லாரும் இருக்கிறார்கள். அவரைப்பற்றிக் கவலைப்படத் தேவையில்லை. நான் இங்கு இருக்கவேண்டியது அவசியம் என்று எனக்குத் தோன்றிற்று. மீண்டும் ஒரு முறை அந்த கிறித்துவ சென்டருக்குச் சென்று பார்க்கவேண்டும்.

ஓ, ஒரு நடை தஞ்சாவூருக்குச் செல்ல வேண்டும். மதுரையோ தஞ்சாவூரோ. அந்த டைரியில் அந்தப் பக்கத்தை சரியாகப் பார்க்க வேண்டும் சபாபதி யார் என்று விசாரிக்க வேண்டும்.

நான் மாலையில் வழக்கம்போல ஏரியைச் சுற்றி நடக்கச் செல்வதற்காகத் தயாரானேன். அப்பாவிடம் சொல்லிவிட்டுப் போகலாம் என்று அவர் எழுந்துவிட்டாரா என்று பார்க்கச் சென்றேன். அவர் எழுந்திருந்தார். கண்ணாடி ஜன்னலுக்கு அருகில் இருந்த நாற்காலியில் அமர்ந்து வெளியே தெரிந்த

தோட்டத்தையோ ஆகாயத்தையோ பார்த்தபடி இருந்தார். இனம்புரியாத அனுதாபம் எனக்கு ஏற்பட்டது. நான் சத்தமில்லாமல் அவர் அருகில் சென்று அவரது தோள்களின் மேல் கையை வைத்தேன். அவர் திடுக்கிடவில்லை. அது தினமும் நடக்கும் நிகழ்வுபோல தலையைத் திருப்பாமல் சொன்னார், "அந்த மேகத்திலேந்து உங்கம்மா எட்டிப்பார்த்தா!"

என் திகைப்பை மறைத்தபடி நான் சிநேகிதமாகச் சிரித்தேன். "எங்கெப்பா?"

"அதோ அங்க, இப்பத்தான் தெரிஞ்சுது. மறைஞ்சுபோச்சு."

"எனக்குக் கூட அப்படித்தான் தோணுது, தண்ணியிலே. ஆகாசத்துலே."

"பேச முடிஞ்சா கேப்பேன் ஏன் அப்படிப் பண்ணேன்னு."

"விடுங்கப்பா. அதெப்பத்தியே நினைச்சுக்கிட்டிருக்கிறதிலே லாபமில்லே. ஏதோ மர்மம் இருக்கு என்னன்னு புரியல்லே. அதைத்தான் கண்டுபிடிக்கணும்னு பாக்கறேன்."

அப்பா நிராசையுடன் தலையசைத்தார். "கஷ்டம். உங்கம்மாவே ஒரு மர்மம். எனக்கே அவளைக் கடைசிவரை புரிஞ்சுக்க முடியல்லே."

எனக்குச் சட்டென்று ஒரு யோசனை வந்தது. "அப்பா வாங்க கொஞ்சம் நடந்துட்டு வரலாம். உங்களுக்கு நடக்க சிரமமா இருந்தா நடுவிலே உக்கார்ந்துக்கலாம் லேக்கைப் பார்த்த பெஞ்சிலே..."

'சரி' என்று அப்பா எழுந்தார். நிதானமாக ஜோடுகளை அணிந்தார். கழுத்தில் மஃப்ளர் குல்லாய் அணிந்து தயாரானதும் இருவரும் கணேசனிடம் சொல்லிவிட்டுக் கிளம்பினோம்.

"டிபன் காப்பி சாப்பிடல்லே?" என்றான்.

"வந்து சாப்பிடறோம்."

அப்பா வருகிறேன் என்று கிளம்பும்போது அந்த வாய்ப்பை நழுவ விட எனக்கு விருப்பமில்லை.

லேக்கைச் சுற்றிக் கோலாகலமாக இருந்தது. சைக்கிள் சவாரி செய்பவர்களின் சிரிப்பும் பேச்சும் நடை பயில்பவர்களின் சுறுசுறுப்பான நடையும், வழியில் தென்படுபவர்களைப் பார்த்துத் தெரிந்தவரோ அன்னியமோ வித்தியாசமில்லாமல் 'ஹை!' என்றும் 'குட் ஈவனிங்' என்றும் புன்னகைத்தபடி நகர்ந்தவர்களைப் பார்த்தபடி நடந்தோம்... நானும் அப்பாவுமே பாரத்தைச் சுமப்பவர்கள் போல எங்களுள் மூழ்கிய விசாரத்துடன் நடப்பதாகத் தோன்றிற்று. இந்த நிலைக்கு எங்களை ஆளாக்கிவிட்ட அம்மாவை நினைத்து வருத்தமேற்பட்டது. அப்பா மௌனமாக நடந்தார். அவரைத் தாண்டிச் சென்ற சிறுவர்களைப் பார்த்து லேசாகப் புன்னகைத்தார். சற்று நடந்ததும் வேலியில் தெரிந்த அந்த இடைவெளியில் இருவரும் கைக்கோத்தபடி இறங்கி பெஞ்சில் அமர்ந்தோம். மாலை வெயிலில் ஏரி வைரமாய் ஜொலித்தது. யாரோ எரிந்த கல்லிலிருந்து நீர் குமுழிகள் விரிந்த வண்ணம் இருந்தன. நான் ஏரியையே சற்று நேரம் பார்த்தேன் அம்மாவின் முகம் தெரிகிறதா என்கிற பைத்தியக்கார எதிர்பார்ப்பில்.

"உங்கம்மா மர்மமான மனுஷி" என்றார் அப்பா இடையில் சம்பாஷணை நின்று போனதன் உணர்வில்லாதவர் போல. "உனக்கு மகாபாரதக் கதை தெரியுமோ? சாந்தனு மகாராஜா கங்கையைப் பார்த்து ஆசைப்பட்டு கல்யாணம் செய்துக்க நினைச்சபோது கங்கை கண்டிஷன் போட்டா, நா என்ன செஞ்சாலும் நீ என்னைக் கேள்வி கேட்கக்கூடாதுன்னு. அப்படித்தான் கிட்டத்தட்ட உங்க அம்மாவும் கண்டிஷன் போட்டா. சாந்தனு கேள்வி கேட்டான். கங்கை கிளம்பிப்போனா. ஆனா கடைசி வரை நா எந்தக் கேள்வியும் உங்கம்மாவைக் கேட்கல்லே. அப்படியும் ஏன் போனா?"

அப்பா பேசப் பேச எனக்கு அதிர்ச்சி ஏற்பட்டது. எனக்குச் சற்றும் தெரியாத ஒரு ரகசியத்தை அவர் எதிர்பாராமல் அவிழ்ப்பது போல் இருந்தது.

"அம்மா கண்டிஷன் போட்டாளா? எதுக்கு?"

“ஏதோ அசட்டுக் கண்டிஷன். பரஸ்பரம் அவங்கவங்க அந்தரங்கத்தைப் பாதுகாத்துக்கணும். நானும் உங்களுடைய பூர்வோத்தரத்தைக் கேட்க மாட்டேன். உங்க விஷயத்திலே தலையிடமாட்டேன். நீங்களும் என் விஷயங்கள்லே தலையிடக் கூடாதுன்னா. எனக்குப் பூரண சுதந்திரம் இருந்தாத்தான் இந்த கல்யாணத்துக்கு சம்மதிப்பேன்னா.” எனக்கு அது சம்மதம்தான். “அவளை எனக்கு ரொம்பப் பிடிச்சுப்போச்சு. நா அப்பா அம்மா இல்லாம அநாதை இல்லத்திலே வளர்ந்தவன். மத நம்பிக்கை இல்லாதவன். அவளுடைய எண்ணங்கள் எனக்கு ஒண்ணும் தப்பாவே படல்லே. உங்க பாட்டி ஏற்கனவே ரொம்பப் பிரபலம். அவங்க ஒரு தேவதாசியுடைய மகள்னு எல்லாருக்கும் தெரியும். நா அதைப் பத்தி உங்கம்மாகிட்ட பேசினதே இல்லே.”

எனக்குத் தூக்கிவாரிப்போட்டது. “பாட்டியோட அம்மா தேவதாசியா? எனக்குத் தெரியாதே. பின்னே பாட்டிதானே தேவதாசி ஒழிப்புச் சட்டம் கொண்டுவரத் தீவிரமா இருந்தாங்க?”

“அதனாலெத்தான் தீவிரம்னு நினைக்கிறேன். ஆனா இதப் பத்தியெல்லாம் கூட உங்க அம்மாகிட்ட நா பேசினதில்லே.”

“அம்மாவை எங்க முதல்லே சந்திச்சீங்க?”

“ஒரு கான்ப்ரன்ஸிலே. ரொம்ப நல்லா பேசினா. எனக்குப் பார்த்த உடனேயே பிடிச்சுப் போச்சு. நிறைய தடவை சந்தித்தோம். உங்கம்மாவுக்கும் என்னைப் பிடிச்சிருந்தது. கல்யாணத்துக்கப்புறம் அவ கண்டிஷன்படிதான் வாழ்ந்தோம். உன்னை ஹாஸ்டல்லே போட எனக்கு இஷ்டமில்லே. அவ பிடிவாதமா இருந்தா. அதுக்கும் சரின்னேன்.”

நான் திகைப்புடன் அப்பா சொல்வதைக் கேட்டபடி இருந்தேன்.

“ஒரு சமயம் அப்படித்தான் அவ தஞ்சாவூருக்குப் போயிட்டு வரேன், யாரையோ பாக்கணும்னா. யாரைப் பாக்கணும் ஏன் பாக்கணும்னுகூட நா கேட்கல்லே.”

எனக்குத் தூக்கிவாரிப் போட்டது. “அம்மா தஞ்சாவூருக்குப் போனாளா? எப்ப?”

“போனாளான்னு எனக்குத் தெரியாது. கொடைக்கானலுக்கு வரதுக்கு நாலு மாசம் முந்தி. நா இந்தோனீஷியா போயிருந்தேன். அப்புறம் அவளைக் கேட்க மறந்துபோச்சு. ஒருவேளை அவ பாட்டி, மாமா யாரையாவது பார்க்க நினைச்சாளோ என்னவோ?”

நான் நிமிர்ந்து உட்கார்ந்தேன். “சபாபதின்னு யாரையாவது உங்களுக்குத் தெரியுமா?”

அப்பா புருவங்களைக் குவித்து யோசித்தார். “சபாபதியா? ஊஹூம் எனக்கு யாரையும் தெரியாது. அவ சொன்னதா எனக்கு நினைவும் இல்லே.”

“ஒரு புத்தகத்திலே அம்மாவுடைய கையெழுத்தில் ஒரு விலாசம் இருக்கு. சபாபதிங்கற பேர்லே. தஞ்சாவூர் அட்ரெஸ்.”

அப்பா அசிரத்தையுடன் தலை அசைத்தார். இருக்கலாம். “எனக்கு இப்ப அதைப் பத்தித் தெரிஞ்சுக்கணும் என்கிற ஆர்வம் இல்லே. அவளோ போயிட்டா. இப்ப தெரிஞ்சு என்ன ஆகணும்? என் விஷயத்திலே தலையிடக்கூடாதும்பா. ஏன் அந்தமாதிரி ஒரு முடிவுக்கு வந்தேன்னு கேட்கறதுக்குக் கூட எனக்கு உரிமை இல்லேன்னு சில சமயம் தோணுது.”

நான் திகைப்பு அடங்காமல் அமர்ந்திருந்தேன். என்ன மாதிரி தம்பதிகள் இவர்கள் என்கிற வியப்பு என்னைத் துளைத்தது. கணவன் மனைவிக்கிடையே இப்படிப்பட்ட நெருக்கமற்ற உறவு எப்படி நீடிக்க முடிந்தது? அப்பாவின் அபரிதமான பொறுமையாலா? அல்லது அன்பினாலா? ஆனால் கடைசியில் அம்மா தன்னை ஏமாற்றிவிட்டாள் என்கிற உணர்வைத்தான் அப்பாவால் தாங்க முடியவில்லை என்று நான் புரிந்துகொண்டேன். அம்மாவை அவர் இப்போது வெறுத்தால் ஆச்சரியப்படுவதற்கில்லை.

‘எனக்கு ஆர்வம் இல்லே.’

மிதமிஞ்சிய அலுப்பின் வார்த்தைகள் அவை என்று தோன்றிற்று. அவரை இங்கு அழைத்து வந்தது என் தவறு என்று தோன்றிற்று.

“நீங்க சொன்ன மாதிரி டில்லிக்குக் கிளம்பிப் போங்கப்பா. நா இங்க கொஞ்ச நாள் இருந்துட்டு டில்லிக்கு வரேன்.” என்றேன்.

என்னை அவர் திரும்பி மேகம் படர்ந்த கண்களுடன் பார்த்தார்.

“நீயும் அவளுடைய சாவைப் பத்திக் குழப்பிக்க கூடாதும்மா. சில சாவுகள் இப்படித்தான் நடக்குது காரணம் புரியாம. நாம மனோதத்துவவாதிகள் மாதிரி அலசமுடியாது. உன் வாழ்க்கையைப் பத்தி நீ இனிமே நினைக்கணும். என்னோட வந்து கொஞ்ச நாள் இரு. என்னோட வந்துடு.”

“வரேம்பா. கொஞ்சம் டைம் குடுங்க.”

“உன் இஷ்டம்.” என்றார் அப்பா சோர்வுடன்.

அதற்கு அடுத்த நாட்கள் அப்பாவிற்கு தில்லி திரும்ப ஏற்பாடு செய்வதிலும் அவருடைய உடைகளைப் பாக் செய்ய உதவுவதிலும் கழிந்தன. மாலையும் காலையும் நான் நடக்கச் செல்வது நிற்கவில்லை என்றாலும் குறிப்பிடும்படியாக எதுவும் நிகழவில்லை. அந்தச் சிறுவன் கண்ணில் படவே இல்லை. கிறித்துவ சென்டருக்குப் பிறகு போகலாம் என்று ஒத்திப்போட்டேன். மதுரைக்குக் காரில் செல்லும் வழியில் அப்பா அநேகமாகத் தூங்கிக்கொண்டிருந்தார். விமான நிலையத்தில் கிளம்புவதற்கு முன் என் கைகளை அழுத்தி, “ஜாக்கிரதையா இரு. தனியா தெரியாத இடத்துக்குப் போகாதே. எனக்கு இப்ப இருக்கிறது நீ ஒருத்திதான்” என்றார். “ஒண்ணு நீ புரிஞ்சுக்கணும். புதிரை அவிழ்க்கப்போய் அதிக சங்கடம்தான் ஏற்படும். நீ காயம் படக்கூடாது.”

எனக்குக் கண்களில் நீர் நிறைந்தது. இத்தகைய நெருக்கம் அப்பா என்னிடம் என்றும் காண்பித்ததில்லை. “கவலைப்படாதீங்க. ஒண்ணும் தெரியல்லேன்னா சீக்கிரம் திரும்பிடுவேன்.”

“என்ன தெரிஞ்சுக்க விரும்பறேன்னு எனக்கு புரியல்லேம்மா.”

“எனக்கும் குழப்பமாத்தான் இருக்கு” என்று பலவீனமாகச் சிரித்தேன்.

கொடைக்கானல் நோக்கி கார் திரும்பியது. வீட்டுக்குச் செல்லும் வழியில் காவல் நிலையம் இருந்தது. இதற்கு முன் நான் இருமுறை சென்றபோது கான்ஸ்டேபில்கள்தான் இருந்தார்கள் ஊருக்குப் புதிதாக வந்தவர்கள். அம்மாவின் கேசைப்பற்றித் தெரியுமா என்றதற்கு பழைய ரெக்கார்டுகளைப் பார்த்துச் சொன்னார்கள். ‘தற்கொலைக் கேசும்மா. மூடிட்டாங்க கேசை. இப்படி இந்த ஊர்லே நடக்கறதுதான்’ என்று சூள் கொட்டினார்கள். இன்று நுழைந்து பார்ப்போம் என்று வண்டியை நிறுத்தச் சொன்னேன். உள்ளே இன்ஸ்பெக்டர் அமர்ந்திருந்தார். நான் நேரிடையாக விஷயத்துக்கு வந்தேன்.

“ஓ அந்த கேசா? நாதான் ஹாண்டில் பண்ணேன், என்ன கேக்கணும்? அது க்ளோஸ் பண்ணியாச்சே? தற்கொலைன்னு முடிவுக்கு வந்தப்புறம் வேற என்ன செய்யமுடியும்?”

நான் தயக்கத்துடன் கேட்டேன். “அவங்க தற்கொலை பண்ணிகிட்டாங்கன்னு நிச்சயமா எப்படிச் சொல்றீங்க?”

இன்ஸ்பெக்டருக்குச் சுரீரென்று கோபம் வந்தது. “பின்னே கொலைங்கிறீங்களா? உங்களுக்கு யார்மேலாவது சந்தேகமா? உங்கப்பாவே கொலை செஞ்சிருப்பார் எங்கிறீங்களா? அன்னிக்கு அவரை நீங்கப் பார்த்திருக்கணும். பேச்சே வரல்லே. அப்படிப்பட்ட அதிர்ச்சியிலே இருந்தாங்க. அவர் வீட்டிலே இருந்ததுக்கு சாட்சியும் இருக்கு. ரெண்டு வருஷம் கழிச்சு அமெரிக்காவிலேந்து நிதானமா வந்து எப்படி அப்படி ஒரு முடிவுக்கு வந்தீங்கங்கிறீங்க. நாங்க முட்டாள்களா?”

இவருக்கு ஏன் இப்படிக் கோபம் வருகிறது என்று நான் திகைத்தேன். “ஸாரி” என்று முணுமுணுத்தேன். “அவங்க தற்கொலை பண்ணிக்கிட்டாங்கன்னு சமீபத்திலேதான் தெரிஞ்சுது.”

மேஜைமேல் இருந்த பேப்பர் வெயிட்டை உருட்டியபடி இன்ஸ்பெக்டர் சொன்னார், "உங்கம்மாவுக்கு மனநிலை சரியாயிருக்கல்லேன்னு எங்களுக்கு ஒரு நம்பகமான ஆள் சொன்னாங்க."

நான் திடுக்கிட்டேன். "யார் சொன்னது?"

"நீங்களே வேணா போய் கேளுங்க. இருக்காங்களோ இல்லையோ?"

"யாரு? எங்கே?"

"அந்தக் கிறித்துவ சென்டர் இருக்கே, அங்கே ஒரு வயசான அம்மா இருந்தாங்க."

"யாரு, மதர் சுப்பீரியரா?"

"இல்லே, இவங்க கன்யாஸ்த்ரீ இல்லே. அவங்க டீச்சர். என்னவோ பேரு..."

இன்ஸ்பெக்டர் தலையைச் சொறிந்தபடி யோசனையில் ஆழ்ந்தார்.

நெஞ்சு படபடக்க நான் காத்திருந்தேன்.

"ஆ, அவங்க பேரு யோகாம்பாள்."

27

அரண்மனையின் இரட்டைக்குதிரை பூட்டிய சாரட்டில் பட்டு மெத்தையில் அமர்ந்து பயணிக்கையில் அவளுடைய மனசு வெறுமையாக இருந்தது. யார் போனாலும் யார் வந்தாலும் வாழ்க தன்னைப் போல ஓடுகிறது கண்ணுக்குத் தெரியாத ஒரு கையின் அசைவினால். இந்தக் குதிரைகள் கடிவாளம் கட்டி ஓடுவதுபோல, அவளைச் சுற்றி இருக்கும் பலவிதக் கொந்தளிப்புகளுக்கு நடுவில் இழப்புகளுக்கு இடையில் ராஜாவின் அழைப்பிற்குத் தான் இணங்க வேண்டியதன் அபத்தத்தை நினைத்து கஸ்தூரிக்கு சோர்வு ஏற்பட்டது.

திலகம் இறந்ததற்கும் கனகு பாட்டி சாவுக்கும் அனுசரிக்க வேண்டியிருந்த துக்கத்திற்கு இடமளிப்பது ராஜாவுக்குப் பெரும் இடையூறாக இருப்பதான உணர்வை அவர் ஏற்படுத்தியபோது முதல் முறையாக தனது பிறப்பின் மீது அவளுக்கு எரிச்சல் வந்தது. ‘சீச்சீ, என்னக் கேவலப் பிழைப்பு இது. இதையெல்லாம் உதறிவிட்டு என்னால் என்றாவது வெளியேற முடியுமா?’ அவளுடைய நாட்டியம், கோயில் ஆகமங்கள், சேவைகள், அவளது இறை பணி. ராஜாவின் போஷணை எல்லாம் ஒன்றுக்கொன்று பிணைக்கப்பட்டிருந்தன. ஒன்றை புறக்கணித்தால் மற்றவை போகும். கோயில் நிர்வாகத்தின் அதிபதியான ராஜாவின் அடிமை அவள். அவளுடைய பதவியும் அந்தஸ்தும் அவருடைய கனிந்த பார்வையில் தொடர்வது. அந்தப் பார்வையில் கோளாறு வரும்படி நடந்துகொண்டால் கனகு பாட்டி எச்சரித்ததுபோல பதவி போகும். கோயிலில் இனி ஆடக் கூடாது என்று தடை

விதிக்கப்படும். லக்ஷ்மி சட்டம் கொண்டு வருமுன்பே அது அவளுக்கு நடக்கலாம்.

ஒருமுறை சிங்காரம்கூடச் சொன்னான். “இந்த சமூகத்திலே வாழறவங்க நாம. அதோட ரொம்ப மோதினா என்னைவிட உங்களுக்கு அதிக சேதம் ஏற்படும்.” அவர்கள் இருவரும் ஒருமுறை மாந்தோப்பில் ரகசியமாக சந்தித்தபோது யாரோ வேவு பார்ப்பதாக உணர்வதாகச் சொன்னான்.

ராஜா வேவு பார்க்கிறார் நிச்சயம். அதன் விளைவு எப்படி இருக்கும் என்று சொல்லமுடியாது. இதை எப்படி சமாளிப்பது என்று யோசித்தபடி அவள் வண்டியிலிருந்து இறங்கி ராஜாவின் அறையை நோக்கி நிதானமாக நடந்தாள். ராஜா எதிர்பார்ப்புடன் சாய்வு நாற்காலியில் அமர்ந்திருந்தார். உணர்ச்சியற்று தெரிந்த அவளது முகத்தை கூர்ந்து பார்த்து, அவள் ‘வணக்கம் ஐயா’ என்பதை கவனிக்காதவர் போல “வா கஸ்தூரி” என்றார். “இப்பல்லாம் என்ன இஷ்டமில்லாம வர்ற மாதிரி இருக்கு?”

அவள் சுய நினைவு வந்தவளாகப் பளிச்சென்று சிரித்தாள். “ஐயோ, அதெல்லாம் இல்லீங்க. இன்னிக்கு நாட்டியப் பயிற்சி ரொம்ப நேரம் நடந்துச்சு. அதிலே ஒருவேளை முகம் களைச்சிருக்கோ என்னவோ.”

“நாள் முழுக்க பயிற்சியா?” என்ற கேள்வியில் ஏளனம் தொனித்தது. அவள் அதை சட்டை செய்யாமல் “ஆமாங்க” என்றாள்.

“அப்பக் களைச்சுத்தான் போகும்.”

இன்று ஜாக்கிரதையாக நிலவரத்தை சமாளிக்கவேணும் என்று அவள் உணர்ந்துகொண்டாள். பால் செம்பிலிருந்து குங்குமப்பூ மணக்கும் பாலை வெள்ளி லோட்டாவில் ஊற்றி அவரிடம் நீட்டியபடி கொஞ்சலாகச் சொன்னாள் “இன்னிக்கு புதுசா கத்துக்கிட்டதை ஆடிக் காண்பிக்கவா?”

சட்டென்று இளகிப் போகும் வழக்கமான ஆள் இல்லை இன்று. “வேண்டாம். ஏற்கனவே களைச்சிருக்கே!”

கஸ்தூரி மையலுடன் சிரித்தாள். “ஐயோ, உங்க எதிர ஆடறதிலே என்னங்க களைப்பு? ரொம்ப நல்ல வர்ணம்.” என்றுவிட்டு ‘மாமோஹ லாகிரி மீறுதே’ என்று அவள் சரசமாக ஆட ஆரம்பித்ததும் தன்னை அறியாமல் ரசிக்க ஆரம்பித்த ராஜா சட்டென்று சுய நினைவு வந்தவர்போல, “போதும் போதும் நிறுத்து.” என்றார் லேசான விறைப்புடன். “உன்னோடு பேசவேண்டியது இருக்கு.”

அவள் விசனப்பார்வையுடன் கேட்டாள், “என்ன விஷயம்? ராஜாவுக்கு ஏதோ கோபமாட்டு இருக்கு?” அவளைக் கூர்மையுடன் பார்த்து ராஜா லேசான கோபக்குரலில் சொன்னார். “உன்னைக் கண்ட இடத்திலேயெல்லாம் பார்க்கறதா காதிலே விழுது.”

“நல்ல வேடிக்கை. உங்களைவிட்டா எனக்குப் போக்கிடமெங்கே? அந்தக் கதையெல்லாம் நம்பறீங்களா?”

“தாசி குலத்திலே பிறந்தவளை பதிவிரதையா இருக்கணும்னு நா எதிர்பார்க்க முடியுமா? ஆனா நீ எனக்கு துரோகம் பண்ணினா நா கோபப்படாம இருக்கமுடியாது.”

அவளுக்குச் சுரீரென்று ரோசம் வந்தது. துரோகம் என்கிற வார்த்தையை இவர் உபயோகிப்பது எத்தனை அபத்தம் என்று பட்டது. இவருடைய இச்சைக்கு நான் அடிமை மட்டுமல்ல, இவரது உடைமையும் கூட. என்னை அவர் எப்படி வேண்டுமானாலும் உபயோகிக்கலாம், கூட்டிக்கொடுப்பது உள்பட. இவர் போஷகர் இல்லை. ஆக்கிரமிப்பாளர்.

“ஐயா, உங்களுக்கே இது நல்லா இருக்கா? இப்படிப்பட்டவங்க எந்த எண்ணத்திலே அந்த கலெக்டர் துரைகிட்ட அனுப்பினீங்க? என்னைத் தொட நினைக்கமாட்டான்னு நினைச்சீங்களா? அன்னிக்கு என்ன நடந்ததுன்னு அவன் சொல்லல்லே?”

ராஜா சற்று நிதானித்தார். “அவன் உன் நாட்டியத்தைப் பாக்கணும்னுதான் சொன்னான். நீ அதுக்குள்ளே அவன்கிட்டேந்து தப்பிச்சு ஓடினியாமே அவனை அவமானப்படுத்தற மாதிரி. அவன் மகா கோபத்திலே இருக்கான்.”

“அன்னிக்குத் தப்பிக்கல்லேன்னா, என்னை அவன் குதறி எடுத்திருப்பான். என்னைத் தேவடியா வாடிங்கறான். உங்களை நா என் போஷகரா நினைச்சிருக்கேன். என்னை அத்தனைக் கேவலத்துக்கு நீங்க எப்படித் தள்ளலாம்? தெரிஞ்சுதானே அனுப்பினீங்க?”

அவள் முகத்தைப் பொத்திக்கொண்டு விசும்ப ஆரம்பித்தாள் திடீரென்று அவளை ஒரு பலவீனம் ஆட்கொண்டது. பாட்டி எச்சரித்தது ரூபமெடுத்து அச்சுறுத்தியது.

ராஜா சற்று நேரம் மௌனமாக இருந்தார். “சரி அவனாவது வெள்ளைக்காரன். நம்மை ஆளறவன். அவனுக்கு நா கட்டுப்பட்டு இருக்கவேண்டியிருக்கு. நீ கண்ட கீழ் ஜாதிப் பயலோடு சுத்தறதா சேதி வருது.”

அவள் சட்டென்று கைகளை அகற்றி அவரைப் பார்த்தாள். கண்களிலிருந்து நீர்வழிந்ததில் மை கரைந்து கன்னத்தில் கோடிட்டிருந்தது.

“சந்தேகப் பார்வை வந்திடுச்சின்னா எல்லாம் தப்பாத் தோணும். ஆமாம் நா ஒரு ஐம்பொன் சிலை செய்யற ஆசாரியைப் பார்க்க ரெண்டு தடவை போனேன். பரவை நாச்சியார் சிலை செய்யச் சொல்லியிருக்கேன். அது உண்மையா இல்லையான்னு போய் விசாரிக்கச் சொல்லுங்க.”

ராஜா அவளைக் கூர்ந்து பார்த்தார். “அதைத் தவிர வேற உறவு இல்லேங்கறே?”

“இல்லே.”

“சாமி முன்னால சத்தியம் செய்வியா?”

அவள் திடுக்கிட்டு அவரைப் பார்த்தாள். “ஆண்டவனே இது என்ன சோதனை?”

கண்களில் மீண்டும் நீர் நிறைந்தது. “இதைவிட ஒரு அவமானம் வேற எதுவும் எனக்கு இருக்கமுடியாது. ஐயா, வேணாம், தயவு செஞ்சு என்னை அவமானப்படுத்தாதீங்க.”

அவள் முழங்காலுக்குள் முகத்தை கவிழ்த்து சுவரோரம் அமர்ந்தாள். ஆண்டவன் எதிரில் எப்படிச் சொல்வாள்? இப்படி ஒரு இக்கட்டு வரும் என்று அவள் யோசிக்கவில்லை.

“கோயில் தேவதாசி ஒரு கீழ் ஜாதிக்காரனோடு உறவு வெச்சிருக்கான்னு எல்லாரும் நினைச்சாங்கன்னா, கோயில் நிர்வாகம் உன்னுடைய அந்தஸ்தை பறிச்சுடும். இனிமே நீ கோயில்லே ஆடக்கூடாதுங்கும்.”

“நீங்க என்னை நம்பணும். நிர்வாகத்துக்குத் தலைமை தாங்கரவங்க நீங்கதான்.”

அவள் குரல் பலவீனமாகியிருந்தது. ஏற்கனவே நிர்வாகம் கூடி முடிவெடுத்துவிட்டதாக அவளுக்கு அச்சமேற்பட்டது. ‘கலெக்டர் துரை கையைப் பிடிச்சு இழுத்தான்னு தெரிஞ்சா கோயில் நிர்வாகம் ஒண்ணும் சொல்லாதா? அவன் மிலேச்சன்னு சொல்லாது?’

கேள்வி கேட்கமுடியாமல் நாக்கு சுருண்டது. சிங்காரத்துடன் எனக்கு உறவு இல்லை என்று சந்நிதியில் பொய்சொல்ல முடியாது.

வெகு நேரம் கழித்து அவள் அருகில் வந்து ராஜா எழுப்பினார். இன்று தப்பித்தோம் என்று தோன்றிற்று. அன்று தனக்குத் தெரிந்த எல்லா வித்தைகளையும் காட்டி அவரைத் திருப்திபடுத்த முயன்றாள். அவள் கிளம்பும் வேளையில் ராஜா மெல்லச் சொன்னார்.

“எனக்கும் உனக்கும் உள்ள உறவு இப்படியே இருக்கும். ஆனா கோயில் விவகாரத்தில் உனக்கு என்னாலெ உதவ முடியாது. எப்ப சந்நிதியில் எல்லார் முன்னாலெயும் நீ உன்மேல் தப்பில்லேன்னு சாமி சத்தியம் செய்ய முடியாதுன்னு சொல்றியோ அதுவே உன்னைக் குற்றவாளின்னு நிரூபிக்கும். நிர்வாகம் எடுத்த முடிவு சரிதானு சொல்றதைத் தவிர எனக்கு வேற வழியில்லே. பரம்பரையா வந்திருக்கிற விதிகளை நான் மாத்தமுடியாது.”

அவள் முகத்தைப் பார்க்கத் தெம்பில்லாமல் அவர் மறுபக்கம் திரும்பிப் பார்த்தார்.

போகிற வழியெல்லாம் உடம்பு விதிர்த்தபடி இருந்தது. யார் அவன் என்று ராஜா கேட்கவில்லை. ஏற்கனவே அறிந்திருக்க வேண்டும். 'நீ எனக்கு துரோகம் பண்ணா என்னாலே கோபப்படாமெ இருக்கமுடியாது' என்று சொன்ன வார்த்தைகள் அச்சுறுத்தின.

'பரம்பரையா வந்திருக்கிற விதிகளை நா மாத்த முடியாது.' அது உண்மைதான் என்று அவளுக்குத் தெரியும். கோயில் ஆகம விதிகள் கடுமையானவை. ஆனால் இந்த விதிகளை விதித்தவர்கள் யார்? நிர்வாகத்தைக் கையில் வைத்திருக்கும் மேல் ஜாதிக்காரர்கள் நிலச் சுவாந்தாரர்கள், அரசர்கள். தேவதாசியைத் தாங்கள் மட்டும் அனுபவிக்கத் தேவையான விதிகள் அல்லவா? அவளைத் தங்கள் கட்டுப்பாட்டுக்குள் வைக்கும் தந்திரமல்லவா?

லக்ஷ்மியின் சிந்தனை தன்னுள் மிகத் தாமதமாக நுழைந்திருப்பதாக அவளுக்கு வருத்தமேற்பட்டது. 'நா பட்ட அவமானம் நீ பட்டிருந்தேன்னா என் கோபம் புரியும்' என்பாள் லக்ஷ்மி. இப்போது எனக்கு ஏற்பட்டிருக்கும் அவமானம் முன் எப்போதும் எந்த தேவதாசிக்கும் ஏற்பட்டிராது என்று கஸ்தூரி நினைத்துக்கொண்டாள். ஆனால் தெய்வ சந்நிதியின் முன் ஆடும்போது அவளுக்கு ஏற்படும் பரவசம் சத்தியமானது. அது ஆன்மிக தரிசனம். முக்தி கொடுக்கும் தரிசனம். அவளுடைய ஈடுபாடும் கரிசனமும் அந்த சர்வேஷ்வரனுக்குத் தெரியாதா? அவர் படைத்த ஒரு ஜீவனிடம் நான் பிரியம் வைத்தது குற்றமா? அசூயைப் பிடித்த மனிதர்கள் அவளுக்குக் கொடுக்கும் தண்டனை அல்லவா இது? தன்னால் கோயில் விதிகளை மாற்றமுடியாது என்கிறார் ராஜா. ஆனால் எனக்கும் உனக்கும் உள்ள உறவு இப்படியே இருக்கும் என்கிறார். அவளுக்கு தேகமெங்கும் கூசிற்று. அபிமன்யு மாட்டிக்கொண்ட பத்ம வியூகம் போல் இருந்தது. அதிலிருந்து மீள முடியுமா? கண்களிலிருந்து பொல பொலவென்று நீர் வழிந்தது. அவள் திரையை விலக்கிப் பார்த்தாள். விடிந்து விட்டது. உதய கால பூஜை ஆரம்பிக்கும் வேளை ஆலயத்தின் மணியோசைக் கேட்டது. இன்று உத்சவ மூர்த்தி உலா செல்லும்போதுதான் அவளது சேவை இருந்தது.

அவள் சட்டென்று திரையை விலக்கி, "ஷண்முகம், வண்டியைக் கோயில் எதிர நிறுத்து. சாமியைக் கும்பிடணும்போல இருக்கு" என்றாள். ஷண்முகம் எதுவும் சொல்லாமல் நிறுத்தினான்.

அவள் ஓட்டமும் நடையுமாகக் கிணற்றடிக்குச் சென்று யாரோ சேந்தி வைத்திருந்த குடத்து நீரைத் தலையில் விட்டுக்கொண்டாள். உடம்பு முழுவதும் நனைந்த நிலையில் கண்களிலிருந்து நீர் வழிந்த வண்ணம் இருந்தது. புடவையின் கொசுவத்து நீரைப் பிழிந்து நேராக சந்நிதிக்கு ஓடினாள். ஈரப்புடவை உடம்போடு ஒட்டி வழியெங்கும் நீர்த்திவலைகளைச் சொட்டியபடி கோலமிட்டது. பெரிய குருக்களுக்கு பதிலாக சுப்புணி தீபாராதனை காட்டிக் கொண்டிருந்தான். சந்நிதியில் யாருமே இல்லை. இறைவன் அவளுக்குப் பிரத்தியேகமாகக் காட்சி தருவதுபோல அவளுக்கு மேனி சிலிர்த்தது. தீபத்தைக் கண்ணில் ஒற்றி சந்நிதியைப் பார்த்த சுப்புணி திடுக்கிட்டான். தீபத்தட்டை அவள் முன் நீட்டி, "கஸ்தூரி, என்ன இது இந்தக் கோலத்திலே, என்ன ஆச்சு? ஏன் அழறே?" என்றான்.

தீபத்தைக் கண்ணில் ஒற்றியபடி அவனை மிதமிஞ்சிய சோகத்துடன் அவள் பார்த்தாள்.

"சுப்புணி, என்னை இனிமே கோயில்லே ஆடக் கூடாதுங்கறாங்க. என்னைப் பாவிங்கறாங்க. யாரும் வர்றதுக்கு முந்தி ஒரே ஒரு முறை என்னை ஆடவிடுங்க சுப்புணி."

சுப்புணி அதிர்ந்துபோய் அவளைப் பார்த்தான். "யார் சொன்னது உன்னை ஆடக்கூடாதுன்னு? உனக்கு இல்லாத பாத்தியதையா?" என்றான் லேசான கோபத்துடன்.

"என் பாத்தியதையெல்லாம் பறிச்சுட்டாங்களாம் சுப்புணி. என் நடத்தையிலே அவங்களுக்கு சந்தேகம் வந்துடுத்துய்யா. கோயில் விதியை மீறிட்டதா சொல்றாங்க."

சுப்புணி குழப்பத்துடன் அவளைப் பார்த்தான். "எனக்கு ஒண்ணும் புரியல்லே. அப்பா என்கிட்ட ஒண்ணுமே சொல்லல்லே.

ஜுரம் அவருக்கு. அதனாலேதான் இன்னிக்கு நா வந்தேன் பூஜைக்கு."

"அதுவும் நல்லதுக்குதான். சுப்புணி, தயவு செய்து, ஒரே ஒரு தடவை, ஐயன் முன்னாலே சந்நிதியிலே என் காணிக்கையை செலுத்தவிடுங்க. கடைசியா ஒரு முறை... தாங்கலை சுப்புணி. நெஞ்சு வெடிச்சுடும்போல இருக்கு... எங்கேயும் எனக்கு இடமில்லாம போச்சு சுப்புணி..."

சுப்புணி அவளை ஆற்றாமையுடன் பார்த்தபடி நின்றான். "ஆடு கஸ்தூரி. நீ ஆடல்லேன்னா அந்த ஈஷ்வரனுக்கே பொறுக்காது. ஆடு."

கஸ்தூரியின் முகத்தில் பளீரென்று புன்னகை விரிந்தது. "நன்றி அய்யா. சுப்புணி."

அவள் ஆட ஆரம்பித்தாள். 'பவளச் செவ்வாயும், குமிழ் சிரிப்பும்...' இறைவன் பிரத்யட்சமானதுபோல அவளுள் பரவசம் படர்ந்தது. கண்கள் பனிக்க சுப்புணி பார்த்தபடி அமர்ந்திருந்தான்.

"உன் கலையிலே தெய்வாம்சம் இருக்கு. நீ ஆடக்கூடாதுன்னு சொல்ல அவாளுக்கு என்ன அதிகாரம் இருக்கு?" என்றான் அவள் சேவித்து முடித்தவுடன்.

அவள் அவனைப் பார்த்து மெல்லப் புன்னகைத்து 'நன்றி சுப்புணி' என்று கிளம்பினாள்.

ஈரத்தலையும் ஈர உடையுமாக உள்ளே நுழையும் மகளைக் கண்டு செங்கமலம் திடுக்கிட்டாள். 'ஓ, இந்த அம்மாவை சமாளிப்பது அதிக கஷ்டம்' என்று நினைத்தபடி கஸ்தூரி உடை மாற்றச் சென்றாள். சந்நிதியில் ஆடிய பிறகு கண்ணீர் வற்றிவிட்டது. இனி அழுது புலம்பி ஏதும் ஆகப்போவதில்லை. ஏதோ ஒரு அற்புதம் நிகழக் காத்திருக்க முடியாது. அது பைத்தியக்காரத்தனம் என்று எப்போதோ புரிந்துவிட்டது. அப்பரும் சுந்தரரும் இருந்த காலம் இல்லை இது. இது கொந்தளிப்பு மிகுந்த காலகட்டம். ஆண்டவன் காணாமல் போயிருக்க வேண்டும் மனிதர்களிடம் பொறுப்பைக் கொடுத்துவிட்டு.

நிதானமாக உடைமாற்றும்போது பாட்டியின் நினைவு வந்தது. என்னை எப்படிப்பட்ட இருட்டிலே வெச்சிருந்தீங்க பாட்டி, உங்க மேலதான் தப்பு. கோயில்தான் உலகம் சாமிதான் புருஷன்னு சொல்லி சொல்லி என் மூளையைக் கலங்கடிச்சீங்க. நீ நித்திய சுமங்கலி, மத்த உறவெல்லாம் பொய்யின்னீங்க. இப்ப கோயிலோட உறவே பொய்யின்னு ஆயிடுச்சு. எனக்குக் குடுக்கப்பட்ட அந்தஸ்தே மத்தவங்க சௌகர்யத்துக்கான ஏற்பாடுன்னு தெரியாம நான் ஒரு பித்துக்குளியாட்டம் வாழ்ந்திருக்கேன் பாட்டி. ஒருத்தர்மேல பிரியம் வைக்கக்கூட எனக்கு சுதந்திரம் இருக்காதுன்னு புரியாம போச்சு. லக்ஷ்மி யோசிச்சமாதிரி என்னாலெ ஏன் யோசிக்க முடியல்லே?

அவள் கூடத்துக்கு வந்தபோது சுந்தரமூர்த்தி மாமா ஊஞ்சலில் உட்கார்ந்திருந்தார். செங்கமலம் பேயறைந்த முகத்துடன் அவரருகில் அமர்ந்திருந்தாள். கஸ்தூரியைக் கண்டதும் வெடித்தாள்.

"சுந்தரம் ஏதோ சொல்றானே அது உண்மையா?"

"என்ன சொல்றாங்க மாமா?" என்றாள் அவள் நிதானமாக.

"கோவில் தேவதாசிங்கிற பதவியைப் பறிச்சுட்டாங்களாமே?"

"அப்படித்தான் நானும் கேள்விப்படறேன்."

"ராஜா சொன்னாரா?"

"ஆமாம்" என்றாள் அவள் தலை குனிந்து.

"என்ன காரணமாம்? ராஜா தலையிட்டுச் சொல்ல முடியாத அளவுக்கு என்ன தப்பு செஞ்சே?"

செங்கமலத்தின் குரலில் கோபமும் துக்கமும் ஆத்திரமும் கொப்புளித்தன. "எனக்குத் தெரியல்லேம்மா. என் மனசறிஞ்சு ஒரு தப்பும் செய்யல்லே."

"சாமி எதிர பூ வெச்சு சத்தியம் பண்றேன்னு சொல்ல வேண்டியதுதானே? அப்ப நம்புவாங்களா இல்லையா?"

அவள் சட்டென்று அவளை நிமிர்ந்து பார்த்தாள். “என்னாலெ முடியாது. அப்படிச் செய்யறது எனக்குக் கேவலம்.”

“பதவி போயி சந்தி சிரிக்கிறது கேவலமில்லையா உனக்கு?” என்றாள் செங்கமலம் கோபத்துடன்.

“மாமாவைக் கேளு. தேவதாசி ஒழிப்புச் சட்டம் தீர்மானம் போட்டாச்சு. அது அமல்படுத்தப்படும்போது எப்படியும் இந்தப் பதவி போகும்.”

“அவ சொல்றது சரிதான்க்கா.” என்றார் சுந்தரமூர்த்தி.

“அது சட்டத்தினாலே போச்சுன்னு இருக்கும். இது கெட்ட பேர் வாங்கிக்கிட்டு வெளியிலே துரத்தப்பட்டு வந்தமாதிரி இல்லே இருக்கும்? எனக்கு நாக்கைப் பிடுங்கிக்கலாம் போல இருக்கு!”

கஸ்தூரிக்குக் கோபத்தைக் கட்டுப்படுத்த முடியவில்லை. மாமா எதிரில் உட்கார்ந்திருப்பது கூட மறந்துபோனது. “நம்மளை அடிமைப்படுத்தி வெச்சிருக்கிற வெள்ளைக்கார துரைகிட்ட என்னை அனுப்பும்போது நாக்கைப் புடிங்கிக்கத் தோணல்ல? பணம் கொழுத்த எந்த ஜமீந்தார் கூப்பிடுவான்னு காத்திருக்கறது நாக்கைப் பிடிங்கிக்கலாம் போல இல்லே? நீயும் பாட்டியும் சொல்லிச் சொல்லி பசப்பினீங்களே ராஜாவோட படுக்கறது ஒரு ஏற்பாடுன்னு. எனக்கு நேத்து ராத்திரி நாக்கைப் பிடுங்கி சாகமாட்டமான்னு இருந்துச்சு.”

செங்கமலம் வாயடைத்துப் போனதுபோல அமர்ந்திருந்தாள். ‘நீ என்ன தப்பு செஞ்சே’ என்று அவள் மறுபடி கேட்கவில்லை. யாருமே எதுவும் பேசவில்லை. மாமா ஏதோ தீவிர யோசனையில் இருப்பதுபோலத் தெரிந்தார். சிங்காரத்துடனான அவளது நட்பைப் பற்றி அவருக்குத் தெரியாமல் இருந்திராது. அதைத் தடுக்கவோ அவளை எச்சரிக்கவோ அவர் முயன்றதில்லை. செங்கமலத்துக்குத் தெரிந்தால் எல்லா அவமானத்தைவிட அதுதான் மகாப்பெரிய அவமானம் என்று நினைப்பாள்.

“இந்தமாதிரியெல்லாம் ஆகும்னு நா நினைக்கவே இல்லே சுந்தரம்.” என்றாள் செங்கமலம் மெல்ல. “கலெக்டரையும்

ராஜாவையும் பெரிய மனுஷங்களையும் பகைச்சுக்கறது நல்லதுக்கில்லேன்னு எனக்கு மனசிலே அடிச்சுக்கிட்டுத்தான் இருந்துச்சு. இவ என்ன வேணா சொல்லட்டும். இந்த குலத்திலே பிறந்தவங்க மான ரோசத்தை விட்டுத்தான் இருக்கணும். திலகத்து கதை அப்படி ஆச்சு. இவ கதை இப்படி கேவலமா முடியும்னு சத்தியமா நினைக்கல்லே."

கஸ்தூரி எதுவும் காதில் விழாததுபோல் அமர்ந்திருந்தாள்.

"நீ ஒண்ணு புரிஞ்சுக்கணும் அக்கா" என்று சுந்தரமூர்த்தி ஆரம்பித்தார். "அந்த மாதிரியான வாழ்க்கைத்தான் கேவலமானது. நாம ரொம்ப காலமா அதை வாய்மூடி ஏத்துக்கிட்டம். இப்ப காத்து மாறிப்போச்சு. கோயிலுக்கு எதிரா இயக்கங்கள் ஆரம்பிச்சிருக்கு. நாஸ்திகவாதம் தலைதூக்கியிருக்கு. சுதந்திரப்பேச்சிருக்கு எங்க பார்த்தாலும். "பறையனுக்கு இங்கு தீயர் புலையனுக்கும் விடுதலைன்னு" ஒரு பிராம்மணர் பாடறாரு. எல்லாரும் சமம்னு ஆகறப்ப, இந்த மாதிரி அமைப்பெல்லாம் ஒழியணும். சட்டம் வர்றது நல்லது. சாப்பாட்டுக்கு என்ன வழின்னு குறுக்கு வழியைத் தேடறதுதான் அவமானம். வேற தொழில் செய்வோம். மேடையிலே பாடலாம். நாயனம் வாசிக்கலாம். ஆடலாம். அப்படி சம்பாதிக்கறதிலே என்ன தப்பு? நம்ம குலமெல்லாம் இனிமே படிக்கணும் அந்த லக்ஷ்மி செஞ்சமாதிரி. புதுசா தொழில் கத்துக்கணும். யாரையும் நம்பி நாம இல்லேன்னு காண்பிக்கணும். சுதந்திரம் வரும் பாரு, அப்ப எல்லாம் சாத்தியம்."

செங்கமலம் தீவிரமாகத் தலையசைத்தாள். "நீ என்னவோ சொல்றே. எனக்கு எதிர்காலம் சூன்யமாத் தெரியுது. நல்லவேளை அம்மா உசிரோட இல்லே."

"கொஞ்ச காலத்துக்கு அப்படித்தான் இருக்கும். சிரமமாத்தான் இருக்கும். தேசத்துக்கு சுதந்திரம் வந்தா போறாது, எல்லா சமூகத்துக்கும் வரணும். மெல்ல நிமிர்ந்துடுவோம்."

"அது என்ன சுதந்திரமோ, எனக்கு ஒண்ணும் புரியல்லே."

மறுநாள் மாலை விளக்கு வைக்கும் நேரத்தில் முத்து கஸ்தூரியிடம் வந்து மெல்லிய குரலில் சொன்னான். "அக்கா

நீங்க செய்யக் குடுத்த பரவை நாச்சியார் சிலை தயாராயிடுச்சாம். சுந்தரமூர்த்தி மாமா வீட்டிலே வெச்சிருக்காங்களாம். நா போயி எடுத்தாறவா?"

"மாமா வீட்டுக்குத் தானே? நானும் வரேன் முத்து" என்ற அவள் செங்கமலத்திடம் சொல்லிவிட்டு கிளம்பினாள். தூரத்தில் எங்கோ 'வந்தே மாதரம்' கோஷம் கேட்டது.

"ஊர்வலமா என்ன? மாமா கிளம்பியிருப்பாரோ?"

"பார்ப்போம். வரச்சொன்னாங்க. இருப்பார் நிச்சயம். அப்பறம் இன்னொன்னு சொல்ல மறந்துட்டேன். லக்ஷ்மி அக்கா வந்திருக்காங்களாம்."

"அப்படியா?" என்றாள் அவள் வியப்புடன். "பார்த்து ரொம்ப நாளாச்சு. சிலையை வாங்கிக்கிட்டு அவளைப் போய் பாப்பம்." லக்ஷ்மியைப் பார்க்க வேண்டியது அவசியம். நீ சொன்னபடி ஆயிடுச்சு என்று சொல்லவேண்டும். இனிமே ஆகவேண்டியதைப் பார்னு சொல்வா.

சுந்தரமூர்த்தி வீட்டின் உள்ளே மாமாவைக் காணோம். சிங்காரம் அமர்ந்திருந்தான். அவளுக்கு சட்டென்று முகத்தில் மலர்ச்சி ஏற்பட்டது. சற்று தடுமாற்றத்துடன் அவள் மெல்லிய குரலில் சொன்னாள்.

"கோவில்லெ என் பதவி போயிடுச்சு சிங்காரம்." என்றாள்.

"தெரியும்" என்றான் அவன் தலைகுனிந்து. "உங்களுக்கு எத்தனை பெரிய துக்கமா இருக்கும்னு தெரியும். துக்கம் மட்டுமில்லாமல் அவமானம். அதுக்கு நாதான் காரணம் என்கிறதும் தெரியும். என்னை மன்னிச்சுக்குங்க. ரொம்பப் பெரிய தப்பு செஞ்சுட்டேன். என் நிலைமை தெரியாம நெருப்போட விளையாடின மாதிரி இருக்கு. எனக்கு மன்னிப்பே கிடையாது."

அவனது குரல் உடைந்துபோயிற்று. முகத்தில் மிதமிஞ்சிய வேதனை தெரிந்தது.

"நீங்க வருத்தப்படறதிலே அர்த்தமில்லே. விதிகள் எல்லாம் கடுமைன்னு சொல்றாங்க. கொடுமைன்னு இப்ப புரியுது.

ஆனா இது ஒரு வகையிலே விடுதலை. சாமியே அதுக்கு ஏற்பாடு செஞ்சிருக்கோ என்னவோ? கோவில்லே இனிமே ஆடத் தேவையில்லேன்னா, நம்ம சிநேகத்துக்கு யாரும் தடை சொல்லமுடியாது."

அவன் அவளை வியப்புடன் பார்த்து விசனத்துடன் சிரித்தான்.

"அது அவ்வளவு சுளு இல்லே. நாட்டுக்கு விடுதலைக் கிடைச்சாதான் என் சமூகத்துக்கு விடிவு. அதைப் பாக்க எனக்குக் கொடுப்பினை இருக்குமான்னு தெரியாது."

அவளுக்கு அடிவயிறு துவண்டது. ஏன் இப்படிப் பேசுகிறான்? அவன் அருகில் சென்று அவனது தலையை தனது மார்பில் அழுத்தி சமாதானம் செய்ய வேண்டும் போல் இருந்தது. 'மனுஷத் தராசிலே மட்டுமில்லே சமூகப் பார்வையிலேயும் இப்ப நீங்களும் நானும் ஒண்ணு' என்று சொல்லவேண்டும்போல் இருந்தது. ஆனால் அவன் சற்று எட்டியே நின்றான். இடையில் ஒரு சுவரை அவனாக எழுப்ப நினைத்ததுபோல் இருந்தது. சுவர் எழும்பியிருந்தது. பக்கத்தில் பழைய துணியால் மூடி வைத்திருந்த சிலையைத் திறந்து அவளிடம் சொன்னான். "முடிச்சுட்டேன். நீங்க எடுத்துட்டுப் போலாம்."

சிலை பளபளவென்று அசாதாரண அழகுடன் நின்றது.

"எத்தனை அழகா செஞ்சிருக்கீங்க, நீங்க தெய்விகக் கலைஞர்" என்றாள் அவள் மகிழ்ச்சியுடன்.

"நன்றிங்க, முகத்தை செய்யும்போது உங்க சாயல்தான் வந்தது. என் நினைவா உங்ககிட்ட இருக்கட்டும்."

ஏன் இப்படிப் பேசுகிறான்?

அவனை அணைத்துக்கொள்ள அவளுக்குப் பரபரத்தது. ஆனால் அவன் சட்டென்று நகர்ந்தான்.

"எலேய், எல்லாரும் போறாங்களாம், நீ வர்றியான்னு கேக்கறாங்க." என்று யாரோ அவன் பெயரைச் சொல்லாமல் அழைத்தார்கள்.

“நா கிளம்பணும். ஊர்வலத்துக்கு” என்று அவன் ஒரே விநாடி அவளை நிதானித்துப் பார்த்து வெளியேறினான்.

“ஜாக்கிரதை சிங்காரம்” என்றாள் அவள்.

அவன் மீண்டும் உள்ளே நுழைந்து ஆணியில் மாட்டியிருந்த காந்தி குல்லாவை அணிந்து ‘வந்தே மாதரம்!’ என்று ஒரு தீவிரத்துடன் சொல்லிவிட்டு மறைந்தான்.

அவன் கிளம்பியபிறகு அவளை ஒரு வெறுமைச் சூழ்ந்தது காரணம் புரியாமல். வாசலுக்கு வந்து சிலையுடன் அவள் வண்டியில் ஏறுவதைப் பல கண்கள் பார்ப்பதுபோல் இருந்தது. அவள் அதைப் பற்றிக் கவலைப்படாமல் “போகலாம் முத்து” என்றாள். பிரதான வீதியில் ஊர்வலம் சென்றது. ‘வந்தே மாதரம்’ என்ற கோஷம் வானை முட்டிற்று.

“இந்த கோஷத்தைக் கேட்டாலே உடம்பெல்லாம் சிலிர்த்துப் போகுதுக்கா” என்றான் முத்து. “சந்துலே நுழைஞ்சு வீட்டுக்குப் போயிறலாமா?”

“வண்டியை ஓரமா நிறுத்திட்டு வா முத்து, நாமளும் கலந்துப்பம்.”

“ஐயோ வேணாங்கா. உங்களுக்கு ஆபத்தாயிறும்.”

“அதெல்லாம் இல்லே வா. மகாத்மா காந்தியோட நிறைய பொம்பளைங்களும் போராங்களாம்.”

வண்டியில் முத்து ரகசியமாகச் செருகி வைத்திருந்த காந்தி குல்லாவை இருவரும் மாட்டிக்கொண்டு ஊர்வலத்தில் கலந்து கொண்டார்கள். எல்லாரும் ‘வந்தே மாதரம், வெள்ளையனே வெளியேறு’ என்று கோஷமிட்டபோது அவளும் உற்சாகத்துடன் கோஷமிட்டாள். போலீஸ் ஜீப்பின் ஒலியும் விசில் ஓசையும் தொடர்ந்து வந்தது. ஊர்வலம் அச்சமற்று முன்னால் சென்றது. திடீரென்று பாட்டுச் சத்தம் கேட்டது.

‘வந்தே மாதரம் என்போம், எங்கள் மாநிலத் தாயை வணங்குவதும் என்போம்.’

சிங்காரத்தின் குரல். கணீரென்று உணர்ச்சி பொங்க. அவளுக்கு மேனி சிலிர்த்து மயிர்கூச்சலெடுத்தது. அவள் பரபரப்புடன் முன்னால் செல்ல யத்தனித்தாள்.

முத்து அவளை இழுத்துப் பிடித்தான். "ஆபத்து. போகாதீங்க."

துப்பாக்கி சத்தம் ஒலிக்க ஆரம்பித்தது. கண்ணீர் புகைக் கிளம்பியது. ஊர்வலம் கலவரத்துடன் சிதறி ஓட ஆரம்பித்தது. பாட்டு தொடர்ந்து கேட்டது. **'வந்தே மாதரம் என்போம்'** அண்ட சராசரத்தில் ஒலி பரவி ரீங்கரித்தது... வந்தே மாதரம்... அவன் மட்டும் ஒற்றை ஆளாகக் கையில் கொடியைப் பிடித்தபடி...

வேண்டாம், போகாதே சிங்காரம்...

"ஷூட் த பாஸ்டர்ட்ஸ். ஷூட் ஹிம்!"

மீண்டும் மீண்டும் துப்பாக்கி சத்தம். பாட்டு நின்றது. ஊர்வலம் காணாமல் போயிருந்தது. ஜீப் ஓசையும் துப்பாக்கி ஓசையும் நின்றுவிட்டது. முத்துவும் கஸ்தூரியும் மட்டுமே இருப்பதுபோல் இருந்தது. புகை மண்டலத்தில் எதுவும் கண்ணுக்குத் தெரியவில்லை. அதைத் துழாவிக்கொண்டு அவள் பார்த்தாள்.

நான்கைந்து உடல்கள் உயிரற்று கிடந்தன. சிங்காரத்தின் உடல் தனியாக முன்னால் கிடந்தது. மண்நிற சட்டை ரத்த நிறமாகி இருந்தது. கண்கள் மூடி இருந்தன. அதரங்கள் புன்னகைப்பதுபோல் தோன்றிற்று. முத்து அவனது மூக்கருகில் விரல் வைத்துப் பார்த்து உதட்டைப் பிதுக்கினான். அவள் விழிகள் பிதுங்கப் பார்த்தாள். இதயம் விண்டுவிட்டது போலக் கேவல் எழுந்தது. வேண்டுமென்றே இவன் சாவைத் தழுவினான் என்று தோன்றிற்று. அவன் முகத்தை வருடக் குனிந்தாள்.

ஜீப் வரும் ஓசை கேட்டு முத்து அவளை சந்துக்குள் இழுத்தான். அவள் முத்துவை அணைத்து விசித்து அழ ஆரம்பித்தாள். திரும்பித் தெருவுக்கு வந்தபோது உடல்களைப் போலீஸ் தூக்கிச் சென்றிருந்தது.

முத்து கட்டாயப்படுத்தி அவளை வண்டியில் ஏற்றினான். "லக்ஷ்மி வீட்டுக்கு அழைச்சிட்டுப் போ முத்து" என்றாள் திடீரென்று.

மூளை செயலிழந்து போயிருந்தது. அவள் கண்மூடியபடி அமர்ந்திருந்தாள். வண்டியை நிறுத்தி முத்து லக்ஷ்மியின் வீட்டுக் கதவைத் தட்டினான்.

“கஸ்தூரி!” என்று யாரோ பிரபஞ்சத்தின் கருணையெல்லாம் குழைத்ததுபோல அழைத்ததைக் கேட்டு கஸ்தூரி கண்விழித்தாள்.

“வா கஸ்தூரி!” என்று அவளைக் கைத்தாங்கலாகப் பிடித்து வண்டியிலிருந்து இறக்கி லக்ஷ்மி உள்ளே அழைத்துச் சென்றாள். கஸ்தூரி அவளை அணைத்த நிலையில் மூர்ச்சையானாள்.

அவள் கண்விழித்தபோது லக்ஷ்மி அவளது நாடியைப் பிடித்தபடி உட்கார்ந்திருந்தாள். கழுத்தில் பாம்புபோல் ஏதோ தொங்கிற்று.

கஸ்தூரி வெறிபிடித்தவள் போல் அவள் கைகளைப் பிடித்துக் கொண்டாள். “லக்ஷ்மி என்னை எங்கேயாவது அழைச்சுக்கிட்டுப் போயிடு. கண்காணாத எடத்துக்கு. கொஞ்ச நாளுக்காவது.”

கண்களிலிருந்து ஆறாக நீர் வழிந்தது.

28

தூக்கமும் விழிப்புமாக இருந்தது. ஜன்னல் வழியாக ஒரு கீற்று சாம்பல் பூத்த வெளிச்சம் உள்ளே நுழைந்திருந்தது. உயிர் எங்கேயோ அந்தரத்தில் நிற்பதுபோல் இருந்தது. பொம்மலாட்டக்காரனின் கையில் சிக்கிய நூல் கயிற்றைப்போல. அவன் பிடியை விட்டால் பொம்மை தரையில் படுக்கும். உயிர் பிரியும். வானில் கலந்துபோகும். அநாயாசமாக பிடியை அவன் தளர்த்தாமல் உட்கார்ந்திருப்பது விந்தையாக இருக்கிறது. போதுமே இன்னும் ஏன் ஊசலாடுது? ஒரே ஒரு அதிர்ச்சியைத் தாங்கமுடியாமல் கனகு பாட்டி பொசுக்குன்னு செத்துப்போனாளே, என் உயிர் ஏன் இப்படி பசையாய் ஒட்டிக்கொண்டிருக்கு, அத்தனை இடிகளையும் தாங்கிக்கிட்டு? **'நான் ஒரு விளையாட்டு பொம்மையா'** என்ற பாடலுக்கு ஆடியது நினைவுக்கு வந்தது. அது எந்த யுகத்திலோ நடந்தது. ஆனால் பாட்டைக் கேட்டால் பாதங்களும் கைகளும் தன்னிச்சையாகத் தாளம் போடுகின்றன. அவை அவளது கட்டுக்குள் இல்லாத உறுப்புகளாக செயல்பட்டன.

நட்டுவனார் ஐயா சாகற சமயத்திலே கூட கட்டையை யார் மேலேயோ வீசறமாதிரி கையை அசைச்சுக்கிட்டு இருந்தாராம். இதை லக்ஷ்மிகிட்ட சொன்னபோது பெரிசா சிரிச்சா. "நா வக்கீலுக்குப் படிக்காதது அவர் செஞ்ச நல்லகாலம். இல்லேன்னா கம்பி எண்ண வெச்சிருப்பேன். ஈவு இரக்கமில்லாத மனுஷன்! தன்னுடைய ஏமாத்தத்தை நம்பமேல காமிப்பார்."

"என்ன ஏமாத்தம்?"

“காரணத்துக்கு என்ன குறைச்சல்? சமூகத்திலே அவருக்கு என்ன அந்தஸ்து இருந்துச்சு, அத்தனை ஞானம் உள்ளவருக்கு?”

லக்ஷ்மி எல்லாவற்றையும் அலசினாள். காரண காரியங்களைப் புட்டு வைத்தாள். கேட்கக் கேட்க மலைப்பாக இருக்கும். சிலது விளங்கும் பலது விளங்காது. ஏற்கவும் இயலாது.

“எல்லாத்தையும் மறந்துடு கஸ்தூரி. பந்தம் பாசம் எல்லாத்தையும் துறக்கப் பழகு. எதுவும் உன்னுது இல்லேன்னு நினைச்சுக்கோ.”

முடியல்லே லக்ஷ்மி. நா சன்யாசி இல்லே. மனசை ரொம்பக் கட்டுப்படுத்தி வாழறேன். இருந்தும் முடியல்லே. பாட்டும் பரதமும் ரத்தத்துக்குள்ளே இருக்கு. பட்ட வேதனையெல்லாம் தனி. இது தனின்னு தோணுது. யாரையும் எதையும் மறக்கமுடியல்லே. திலகம் இப்பவும் எதிர உக்காந்து பாடறமாதிரி இருக்கு. அப்ப வேற எதுவும் ஞாபகம் வராது. உலகமே ஆனந்தமயமாத் தோணும். உன்னோட நிறைய சண்டை போட்டேன். நீ என் வாழ்க்கையைக் கெடுக்க வந்தவள்னு நினைச்சேன். என்னை மன்னிச்சுக்கன்னு உம் மடியிலே படுத்து அழணும்னு நினைப்பேன். அதெல்லாம் செய்யவே முடியாம நீ ஒதுங்கிட்டே. உன்னைப் பாக்கணும்னு நா துடிச்ச துடிப்பு அந்த ஆண்டவனுக்குத்தான் தெரியும். கடைசி வரை நீகூட என்னைவந்து பாக்காமியே போய் சேர்ந்துட்டே. நீதான் பந்தம் பாசம் எல்லாத்தையும் துறந்துட்டதா படுது... நாஸ்திகம் பேசற உனக்கு எல்லாம் சாத்தியப்பட்டுது. ஆச்சரியமில்லே?

ஜன்னலுக்கு வெளியே தெரிந்த ஆகாயத் திட்டில் பல முகங்கள் நிழலாய் வந்து போகின்றன. ‘வாசலிது வாசலிது’ என்று கனகு பாட்டி சொல்கிறாள். சொர்க்கவாசல்டீ அது... பாட்டி, எனக்கு எந்த வாசலும் தெரியல்லே, எல்லாம் அடைச்சிருக்கு. வள்ளிக்கணவன் பேரை, வழிப்போக்கர் சொன்னாலும்... காவடிச் சிந்துக்கா, எத்தனை அழகாப் பாடறாரு அந்த ஆள்! சிங்காரமா பாடறது? அட அட, என்ன குரல்... அங்கமெல்லாம் விதிர்க்கிறது.

'வந்தே மாதரம் என்போம்! நம் பாரதத் தாயை வணங்குதும் என்போம்' இதைக்கேட்டா உடம்பெல்லாம் சிலிர்க்குது அக்கா... வா முத்து நாமும் போவோம்... வேண்டாங்கா, ஆபத்துக்கா... துப்பாக்கிச் சூடு... காதைப் பிளக்கிறது ஒலி. ரத்த ஆறு ஓடுகிறது. வேண்டாம் சிங்காரம், என்னைவிட்டுப் போகாதே... அடிவயிற்றிலிருந்து கேவல் எழுகிறது.

முதுகு குலுங்கிக் குலுங்கி விழுகிறது.

"அத்தை அழறாங்களா என்ன? அத்தை ஏன் அழறீங்க?"

"கிழம் அழுதா உனக்கு என்ன போச்சு? யார் சாவுக்கு அழுதோ. அது செத்தா நாம ஒரு சொட்டு கண்ணீர் விடப்போறதில்லே."

"செந்தில், ஆனாலும் உனக்கு இத்தனைக் குரூரம் மனசிலே இருக்கக்கூடாது."

அவளுக்கு எதுவும் செவியில் விழவில்லை. மூலையில் மேஜையில் பரவை நாச்சியாரை யாரோ போர்த்தி வைத்திருக்கிறார்கள். அந்தத் துணியை அகற்றவேண்டும்போல் இருக்கிறது. 'உங்க சாயல்லே செஞ்சேன்' செவியில் காவடிச் சிந்து ஒலிக்கிறது. உளி சத்தம் கேட்கிறது. எத்தனை நல்லா பாடறீங்க! 'உங்களை மாதிரி நா ஞானஸ்தன் இல்லீங்க... கேள்வி ஞானம்தான்...'

அவளுக்குச் சிரிப்புப் பொத்துக்கொள்கிறது... அதுவும் ஞானம்தானே... அத்தை இப்ப சிரிக்கிறாங்க... நம்மளை சந்தி சிரிக்கவெச்சது பத்தாதுன்னு நினைப்புபோல...

விழிகள் யார் வரவுக்கோ காத்திருக்கிறது. யார் அது என்று திட்டமாக நினைவில்லை. லக்ஷ்மிக்குத் தெரிந்திருக்கும். என்னென்னவோ சிதறல் சிதறலாகக் காட்சிகள் மனக்கண்ணில் தோன்றி தட்டாமாலையாய் சுழன்றன. ஆனால் ஏதோ ஒன்று தெளிவாகத் தெரியாமல் நழுவியபடி இருந்தது. வாழ்வின் பின் பகுதி முழுவதும் மனத்திரையிலிருந்து அழிந்திருந்தது. எப்படி

என்று குழப்பம் ஏற்பட்டது. முன் பகுதி இழை பிசகாமல் விரிந்த வண்ணம் இருந்தது. நடுத்தெருவில் மார்பெல்லாம் சிவப்பாக நனைந்து பார்த்த அந்த உடல் மட்டுமே அவளது வாழ்வின் கடைசி அத்தியாமாகத் தோன்றிற்று. அதுக்கப்புறம் என்ன நடந்துச்சு? ஏன் அந்தப் பகுதி காணாமெயே போச்சு? எதுவுமே நினைவு இல்லே. ஆனா இந்த உசிருமட்டும் எதுக்கோ காத்திருக்கு. உனக்காத்தான் இருக்கும்.

லக்ஷ்மி எனக்குச் சொல்லேன், எப்ப வருவே? நீ வரமாட்டே எனக்குத் தெரியும். நீ எதிர வந்தா என்ன நடக்கும்னு சொல்ல முடியாது. நா எத்தனை பாவப்பட்ட ஜென்மம்னு உங்கிட்ட சொல்லக் கூட எனக்கு அருகதை இல்லே. சாவும் வரமாட்டேங்குது. இத்தனை நாள் நா உசிரோடு எப்படி இருக்கேன்னு புரியல்லே. அதுக்கு ஒரு காரணம் இருக்கணும்னு புரியல்லே?

லக்ஷ்மியின் கரங்களில் அன்று மயங்கி விழுந்தது நினைவில் மங்கலாக இருந்தது. மனசும் உடம்பும் ஒரேயடியாகச் சோர்ந்து கிழிந்த நார்போல் ஆகியிருந்தது. இந்த உடலின் பராமரிப்பைக் கூடத் தன்னால் மேற்கொள்ள முடியாது என்று தோன்றிற்று. செங்கமலத்திடம் லக்ஷ்மி என்ன சொன்னாளோ கிளம்பும்போது அம்மா அவளைப் பார்க்கக்கூட வரவில்லை. அவளுடைய உடைகள் அடங்கிய பெட்டியுடன் வந்த சபாபதி மட்டும் சற்று நேரம் அழுதபடி நின்றான்.

"நீ திரும்ப வந்துடு அக்கா, உன்னை நா பாத்துப்பேன்..." அவளால் எதுவுமே பேசமுடியல்லை. வார்த்தைகள் எல்லாம் மறந்துபோன மாதிரி இருந்தது.

கண்ணீர் மல்க நின்ற சபாபதி. நல்ல பையன். அப்பல்லாம் பாசம் நிறைய. இப்ப அதெல்லாம் பத்தாம்பசலித்தனமா போச்சு. உம்பிள்ளை என்னை வெறுக்கறான். என்னைக் கொலை பண்ணாம இருக்கறது ஆச்சரியம். நா தனியா படுத்திருக்கற சமயத்திலே அவன் வந்தான்னா குலை நடுங்குது. நா என்னடா செய்வேன்? இந்தக் குலத்திலே பிறந்தது என் குத்தமா?

“ஏ கிழவி, இன்னும் எத்தனை நாள் உசிரோட இருப்பே?” நா என்ன செய்யட்டும்? விஷத்தை வேணா குடுடா… ‘அப்படித்தான் செய்யணும்போல இருக்கு…’

லக்ஷ்மி எங்கேயோ அவளே ஓட்டிக்கொண்டு வந்த வாகனத்தில் அமர்த்தி அழைத்துப்போனாள். அவளுக்குப் புகைமூட்டம்போல இருந்தது எல்லாமே. எதுவும் மனத்தில் பதியவில்லை.

வளைந்து வளைந்து சென்ற மலைப்பாதை. அப்படிப் பயணித்துப் பழக்கமில்லாமல் வழி முழுவதும் வாந்தி எடுத்தாள். லக்ஷ்மி எதையோ தித்திப்பாக வாயில் வைத்தவண்ணம் இருந்தாள்.

என்ன லக்ஷ்மி இந்த இடம் இத்தனைக் குளுருது? உடம்பு வெடவெடவென்று நடுங்கிற்று. ஆமாம் குளிர் ஊருதான். ஆனா ரொம்பப் பாதுகாப்பான எடம். நீ சொன்னியே கண் காணாத இடம். இதப்பாரு இந்தப் பொண்ணு யோகுன்னு பேரு, உனக்கு துணையா இருப்பா. இங்க வாத்தியார் வேலை பாக்கறா. அவளும் கஷ்டப்பட்டவ. நிதானமா அவ கதையைக்கேளு.

யோகுவா அது யாரு? அதுவும் புகைமூட்டம். அருள் சுரக்கும் முகம். எப்பவும் குனிந்தபடி, புன்னகைத்தபடி, அவளை அணைத்தபடி.

யோகு பேசிக்கிட்டே இருப்பா. எத்தனை நல்ல பெண். அவளுடைய கதை என்னன்னு நினைவில்லே.

‘அக்கா மட்டும் இல்லேன்னா நா என்னிக்கோ செத்திருப்பேன்.’

நானும்தான்.

லக்ஷ்மி நீ எத்தனை பேருக்கு வாழ்க்கைக் குடுத்தே? உனக்குன்னு வாழ்க்கை அமைச்சுக்கப் போறதில்லையா?

‘என் வாழ்க்கைக்கு என்ன குறைச்சல்?’ என்று லக்ஷ்மி சிரிக்கிறாள். ‘டாக்டருக்குப் படிக்கணும்னு நினைச்சேன். படிச்சேன். வேலை பார்க்கிறேன். பெண்களுக்கு பிரசவகால வசதி

இப்ப என்னால முடிஞ்ச அளவு செஞ்சிட்டுவரேன். அப்புறம் நினைச்சபடி சட்டம் கொணந்தாச்சு நீ பயந்து செத்தாலும்...'

'அதெல்லாம் சரிதான், உனக்குன்னு வாழ்க்கை வேணாமாடி?'

'சுத்தி வளைச்சு ஏன் பேசறே? எங்கூட வேலை செய்யற ஒரு டாக்டரைக் கல்யாணம் செய்துக்கப்போறேன்.'

'அப்படிச் சொல்லு! யார் அந்த தைர்யசாலி?'

லக்ஷ்மி சிரித்துக்கொண்டே சொல்கிறாள். "கதையிலே வர்ற கதாநாயகன் மாதிரி அந்த ஆள் என்னைக் கல்யாணம் செய்துக்கறியான்னு கேட்டார். என்னைப் பத்தி உமக்கு என்னய்யா தெரியும்னு ஒரு கேள்வி கேட்டு உசுப்பிவிட்டேன். நா ஒரு தேவதாசியோட பொண்ணுன்னு சொல்லிட்டு அதிர்ச்சி கொடுத்தது போதும்னு திரும்பிப் பார்க்காம விடுதிக்குப் போயிட்டேன். மறுபடி அந்த ஆசாமி என் திசைக்கே வரமாட்டாருன்னு நினைச்சேன். மறுநாள் பழியா வந்து நிக்கறாரு. 'நீ யாருடைய பொண்ணானா எனக்கு என்ன, அதெல்லாம் விசாரிச்சா நா உன்மேலப் பிரியம் வைக்கணும்' அப்படின்னாரு. சரி போயிட்டுப் போவுது ரொம்ப உருகறாருன்னு கல்யாணத்துக்கு சம்மதிச்சேன்."

அவளுக்குச் சிரிப்பு வந்தது. "அடேயப்பா, நிஜத்தைச் சொல்லு. உனக்கு அவர்மேலப் பிரியம் இல்லையா?"

மறுபடியும் சிரிப்பு. "பிரியம் இல்லேன்னா சரின்னு சொல்ல மாட்டேன் கஸ்தூரி!"

"என்னைக் கூப்பிடுவியா கல்யாணத்துக்கு?"

"யாரையுமே கூப்பிடப் போறதில்லே. பதிவுக் கல்யாணம்."

"நல்ல கூத்து, உன் கல்யாணத்திலே லாலி பாடி, ஊஞ்சல் ஆட்டி, பாலும் பழமும் குடுக்கணும்னு நினைச்சேன்."

"அந்தக் கூத்தே கிடையாது. மறந்துடு."

'லக்ஷ்மி, ஏன் என்னைப் பார்க்காமியே போனே? என்னையும் பார்க்கவிடல்லே. எத்தனை வருஷம், என் மனசு எத்தனை ஆதங்கப்படுதுன்னு ஏன் புரியல்லே?'

கண்கள் எதையோ வெறித்துத் துழாவுகின்றன. துல்லிய ஓசைக்கெல்லாம் செவி மடல்கள் விரிகின்றன.

"யாரைத் தேடறீங்க அத்தை?"

'தெரியல்லே' தலை இருபுறமும் தலையணையில் ஆடுகிறது. வார்த்தைகள் தடுமாறுகின்றன.

"லக்ஷ்மி லக்ஷ்மி..."

"யாருப்பா லக்ஷ்மி? அத்தை அதையே முணுமுணுக்கறாங்க."

"லக்ஷ்மி இறந்துபோய் நிறைய வருஷம் ஆச்சும்மா."

"அவங்க வரமாட்டாங்க அத்தே. மேல போயாச்சு."

தலை மீண்டும் இடமும் வலமுமாக அசையறது. அத்தை நம்பல்லே. வாசக்கதவை யாரோ தட்டறாங்க. செந்தில் போய் பாரேன்.

சட்டென்று புலன்கள் விழிக்கின்றன. வாசலில் யாரோ நிக்கறாங்க. யார் அது, லக்ஷ்மியா? யோகுவா? கடைசியிலே என் நினைப்பு வந்துதா ரெண்டு பேருக்கும்?

"யாரது?"

"மிஸ்டர் சபாபதி இருக்காரா?"

"நீங்க யாரு?"

"டாக்டர் லக்ஷ்மியுடைய மகள்."

"எங்களுக்கு அப்படி யாரையும் தெரியாது."

"மிஸ்டர் சபாபதிக்குத் தெரிஞ்சிருக்கும். அவங்க இருக்காங்களா?"

"உங்களுக்கு என்ன வேணும்?"

"எனக்கு அவரைப் பாக்கணும்."

"என்ன விஷயமாப் பாக்கணும்?"

"என்ன தம்பி இத்தனைக் கேள்வி கேட்கிறீங்க? நா டில்லியிலேந்து அதுக்காக வந்திருக்கேன்."

“அதுதான் எதுக்காகன்னு கேக்கறேன். பத்திரிகைக்காரங்க இப்படித்தான் கதை அளந்துட்டு வருவாங்க. இல்லாததையும் பொல்லாததையும் எழுதறாங்க.”

“நா பத்திரிகைக்காரி இல்லே. மத்திய அரசுலே வேலை பார்க்கறேன். ரிட்டையர் ஆகிற வயசு. இன்னும் என்ன வேணும்?”

“யாரோட வம்பு செஞ்சிக்கிட்டிருக்கான் இந்த செந்தில்? யாருடா அங்கே?”

“வணக்கம் மாமா, சபாபதி மாமாதானே?”

“யாரும்மா?”

“நாதான் லக்ஷ்மியுடைய பெண் மாமா, தாரிணி.”

சற்று நேரம் சபாபதி பேசவில்லை. திகைப்புடன் தனது வழுக்கைத் தலையைத் தடவி எதிரில் நிற்பவளைப் பார்த்தார்.

“ஓ, வாம்மா, உள்ளே வா. பார்த்ததே இல்லே. இங்கே எப்படி...?”

“கஸ்தூரிம்மா படுத்தபடுக்கையா இருக்கறதா கேள்விப்பட்டேன்...”

“செந்தில், நீ கொஞ்சம் உள்ளெ போ...”

“யாருப்பா டாக்டர் லக்ஷ்மி?”

“அத்தையோட சிநேகிதி.”

“அப்பா சும்மா வம்பை விலைக்கு வாங்கறீங்க. நமக்கு அந்தப் பழைய சங்காத்தமே கூடாது. இவங்களை வெளியே அனுப்புங்க.”

“செந்தில் நீ செத்த உள்ளே போ. அவனை நீ தப்பா நினைக்கக்கூடாதும்மா. உள்ளே வா. அக்காவுக்கு இப்ப தெளிவான நினைவெல்லாம் இல்லே. ரொம்ப வருஷமாவே இல்லே. உசிரு இழுபறியா இருக்கு. நீ இப்ப வந்தது ஆச்சரியமா இருக்கு.”

“பேசறாங்களோ?”

“எப்பவாவது. ரொம்பப் பழைய சமாச்சாரம் மட்டும் நினைவு இருக்கு. சுதந்திரப் போராட்டம் நடக்கிற சமயத்திலே அந்த கலாட்டாவெயெல்லாம் பார்த்து அவங்களுக்கு அதிர்ச்சி ஏற்பட்டுப்போச்சு. கிட்டத்தட்ட புத்தி சுவாதீனமில்லாம ஆயிடுச்சு. கொஞ்ச காலம் உங்கம்மாதான் வேற ஊர்லே வெச்சிருந்தாங்க. அப்புறம் நா அழைச்சிட்டு வந்தேன்.”

அறைக்குள் ஜன்னல் வழியாக இறங்கிய ஒளி நான்கு ஐந்து நேர் கோடுகளாகப் பிரிந்து தரையைத் தொட்டன. அந்தப் பரப்பில் ஒரு தேவதை நின்றிருந்தது. லக்ஷ்மியா, சிங்காரமா, திலகமா?

“அக்கா உன்னைப் பார்க்க லக்ஷ்மியுடைய பெண் தாரிணி வந்திருக்கா...!”

பஞ்சடைத்த கண்கள் குரல் வந்த திசையைப் பார்த்தன.

யாரோ தேவதைதான். புன்னகையுடன். கைகூப்பியபடி. அருகில் வருகிறது. அவளுடைய உலர்ந்த கைகளைத் தனது பிடிக்குள் வைத்துக்கொள்கிறது ஏதோ மல்லிகைப் பொட்டலத்தை வைப்பதுபோல. அவளது நரம்புகளின் ஊடாக மின்சாரம் பாய்கிறது. யாரு, யாரு, யாரு...? கண்கள் விரிகின்றன. அவளுக்கே தெரியாத ஒரு ஒளி பாய்வதுபோல் இருக்கிறது.

“நாதான் கஸ்தூரிம்மா, நாதான்...”

அழாதேன்னு சொல்லணும்போல இருக்கு. அந்தப் பெண்ணின் கன்னத்திலே வழியற தண்ணியைத் தொடைச்சு விடணும் போல இருக்கு. அழாதே...

அந்த முகம் குனிந்து அவள் கன்னத்தில் முத்தமிடுகிறது. உடம்பெல்லாம் பன்னீர் மழைத்துளி தடவின மாதிரி.

‘வந்தியா, வந்தியா, போயிடாதே... என்னைவிட்டுப் போயிடாதே...’

அந்தக் கைகளைவிட மனசு வரவில்லை.

"அத்தை, கையை விடுங்க, அந்தக்கா கிளம்பணும்."

"இது பார்றா தடுக்கறது...? தலை இடமும் வலமுமாக அசைகிறது. அத்தைக்கு நீங்க கிளம்பறதிலே இஷ்டமில்லே. கொஞ்ச நேரம் இருங்க."

அந்தக் கைகள் அவளது கையை வருடியபடி இருக்கின்றன. அவளுக்கு மனசில் அசாதாரண அமைதி படர்கிறது. அதரங்களில் புன்னகை மலர்கிறது. குனிந்து அவளையே பார்க்கும் அந்த அன்பு சுரக்கும் முகத்தைப் பார்த்துக்கொண்டே இருக்கவேண்டும்போல். மெல்ல புலன்கள் இளகி உறக்கம் ஆட்கொண்டது.

"கஸ்தூரிம்மாவுடைய புகைப்படம் ஏதாவது இருந்தா குடுங்க."

"எல்லாத்தையும் தூக்கிப்போட்டாச்சும்மா. பழைய நினைவோட அடையாளம் ஒண்ணுகூட வேணாம்கிற அளவுக்கு வெறுத்துப் போச்சு."

"இப்பவுமா?"

"அதெயேன் கேக்கறே. என் பிள்ளைக்கு அந்தப் பேச்சை எடுத்தாலே பத்திக்கிட்டு வரும். இன்னும் ரெண்டு தலைமுறைக்கு அந்த வெறுப்பு போகாது. இப்ப யாரும் பாடறதில்லே, ஆடறதில்லே. பட்ட அவமானம் அப்படி." சபாபதி மிக மெல்லிய குரலில் பேசினார்.

"இந்தா, இதை எடுத்திட்டுப் போ."

"என்னது?"

"பரவை நாச்சியார் சிலை. அக்காவுடையது."

"ரெண்டு மாசம் கழிஞ்சு கொடைக்கானலுக்கு வருவேன். அப்ப மறுபடி வந்து பார்க்கறேன் கஸ்தூரிம்மா உயிரோட இருந்தா."

"யாருப்பா அது, இத்தனை வருஷம் வராம இப்ப வந்து அழுவறாங்க? நீங்க சிலையை வேற குடுக்கறீங்க?"

சபாபதியிடமிருந்து பதில் ஏதும் வரவில்லை வெகு நேரத்துக்கு. “இப்பவாவது வந்தாளே, விடு. இனிமே அவ வந்ததைப் பத்திப் பேசக்கூடாது.”

யாரோ எதிரில் நிற்பதுபோல் இருந்தது. தியானம் கலைந்து சுப்பிரமணிய குருக்கள் கண்களைத் திறந்தார். சண்முகம் நின்றிருந்தான். “கஸ்தூரி அம்மா காலமாயிட்டாங்களாம்.”

குருக்கள் நிதானமாக எழுந்தார். சொர்க்க வாசல் கடைசிலே திறந்துதா கஸ்தூரி என்று முணுமுணுத்து கர்ப்பக்கிரகத்தின் வாசலைப் பூட்டினார்.

29

என்னுள் ஏற்பட்ட பரபரப்பில் கால்கள் பின்னிக்கொண்டு நடையின் வேகம் தடைபட்டது. சென்ற முறை நான் அந்த C.S.I. Retreat சென்டருக்குச் சென்றபோது அம்மாவுக்குத் தெரிந்தவர் இப்போது யாருமே இல்லை என்று அந்த கன்னியாஸ்த்ரீ சொன்னார். அந்த இன்ஸ்பெக்டர் இங்கு ஆசிரியையாய் இருக்கும் ஒரு இந்து ஸ்த்ரீ அம்மாவைப் பற்றிச் சொன்னதாகச் சொல்கிறார்.

'இப்ப இருக்காரோ இல்லையோ!' என்று வேறு சொன்னார். வயதான அம்மாளாக இருக்கவேண்டும். என்னுடைய அதிர்ஷ்டம் அவரும் இறந்துபோயிருந்தால் துப்பு துலக்கத் தேவையான ஒரு வாய்ப்பு நழுவிப் போகும். அந்த சிஸ்டர் இந்த அம்மாளைப் பற்றி ஏன் சொல்லவில்லை? வேண்டுமென்றே சொல்லவில்லையா அல்லது தெரியாமல் இருந்திருக்குமா? தெரியாமல் இருக்கமுடியாது. அவர்களுடையது சிறிய உலகம். நான் ஒரு கான்வென்டில்தான் படித்தேன். கன்னியர் மடத்தில் நடக்கும் பல விசயங்களை சுவாரஸ்யத்துடன் நானும் என் சிநேகிதிகளும் அலசுவோம். அர்ப்பண உணர்வுடன் அதில் நுழைந்த யௌவனத்தைத் துறந்து எப்படி சன்னியாச வாழ்வு வாழ்கிறார்கள் என்று பிரமிப்பு ஏற்படும். ஆனால் அந்த உலகத்திலும் ஏமாற்றங்கள் உண்டு. ஆசாபாசங்களைத் துறப்பது எளிமையானது இல்லை என்று உணர அதிக காலம் பிடிக்காது. அதனாலேயே மனத்தை திசை திருப்ப, பள்ளி நடத்துகிறார்கள். மருத்துவமனையில் பணி செய்கிறார்கள். இருந்தும் அவர்களது

வாழ்வு தனிமை நிறைந்தது. ரகசியங்கள் கொண்டது. அச்சங்கள் நிறைந்தது. அதுதான் அவர்களை அதிக எச்சரிக்கையுடன் இருக்க வைக்கிறது. அந்த யோகாம்பாள் கன்னியாஸ்த்ரீயாக இருந்திருந்தால் வேலை மெனக்கெட்டு போலீசிடம் சென்று அம்மாவுக்கு மனநிலை சரியில்லை என்று சொல்லியிருப்பாரா என்பது சந்தேகம்.

எனக்குக் காரணம் புரியாமல் அந்த யோகாம்பாள் மீது எரிச்சல் ஏற்பட்டது. அம்மாவுக்கு மனநிலை சரியாக இருக்கவில்லை என்று எப்படிச் சொன்னார்? போலீஸ் துப்பு துலக்கிவிடாமல் செய்ததைப் போல் எனக்கு சந்தேகம் வந்தது. எதை மறைக்க அப்படிச் சொன்னார்? அவருக்கும் அம்மாவுக்கும் எப்படிப்பட்ட தொடர்பு இருந்தது?

நான் அவசர அவசரமாக நடந்தேன். கிட்டதட்ட ஓடினேன். C.S.I. Retreat Centre பலகைக் கண்ணில் பட்டதும் மார்பு அதிகமாகப் படபடத்தது. கட்டடத்துக்குச் செல்லும் அந்த மேடான வளைந்த பாதையில் நடந்தேன். அன்று பார்த்த அதே சிஸ்டர் வரவேற்பில் இருந்தால் என்னை அதிக சந்தேகத்துடன் விரட்டியடிப்பாரோ என்று தயக்கம் ஏற்பட்டது. அதை எப்படி சமாளிப்பது என்று எனக்குள் ஒத்திகைப் பார்த்தபடி கண்ணாடிக் கதவருகில் சென்று விலகியிருந்த திரைச் சீலை வழியாக உள்ளே பார்த்தேன். இன்று நல்ல காலம் வேறு ஒரு சிஸ்டர் வரவேற்பில் இருந்தார். நான் மெல்ல உள்ளே நுழைந்து புன்னகையுடன், “குட் மார்னிங் சிஸ்டர்” என்றேன். அன்று பார்த்த சிஸ்டரைவிட அதிகமான கருணைப் புன்னகையுடன் என்னைக் கண்டு ‘குட்மார்னிங்?’ என்றார் கேள்விகுறியுடன். கண்கள் கூர்மையாக இருந்தன.

“இங்கு யோகாம்பாள் என்று ஒருத்தர் இருக்கிறாரா?” என்றேன் ஆங்கிலத்தில்.

“ஆமாம், என்ன அவரைப்பற்றி?”

யோகாம்பாள் உயிருடன் இருக்கிறார் என்பதும் அங்கே இருக்கிறார் என்பதும் எனக்குப் பெரிய நிம்மதியை அளித்தது.

“அவரை நான் பார்க்கலாமா?” சிஸ்டர் அவசரமாகத் தலையாட்டினார் முடியாது என்று.

“ஓ டியர். அவரால் யாரையும் பார்க்கமுடியாது. ரொம்ப உடம்பு சரியில்லாமல் படுக்கையில் இருக்கிறார்.”

எனக்குப் பெரிய ஏமாற்றமாக இருந்தது. கன்னியாஸ்த்ரீகளின் பிடிவாதம் தளர்த்தமுடியாது என்று எனக்குத் தெரியும். “அதனாலேயே நான் அவரைப் பார்க்கவேண்டியது முக்கியம் சிஸ்டர்.” என்றேன்.

“முடியாது குழந்தை. அதற்கு அனுமதியில்லை. நீ யார், எதற்கு அவரைப் பார்க்கணும்?”

இவரிடம் எல்லா விவரங்களையும் சொல்ல எனக்குத் தயக்கமாக இருந்தது. உண்மையைச் சொன்னால் நிச்சயமாக அன்று அந்த சிஸ்டர் விரட்டியதைப்போல் விரட்டிவிடுவார்.

நான் ஒரு சிறிய தாளில் ‘தாரிணியின் பெண்’ என்று எழுதி, “நான் அவருக்குத் தெரிந்தவரின் மகள். சரி பரவாயில்லை, இந்தச் சீட்டை அவரிடம் காண்பியுங்கள் போதும்” என்று அவரிடம் நீட்டினேன். அதை அவர் ஒருமுறை பார்த்துவிட்டு உதட்டை பிதுக்கி தலையசைத்தபடி சொன்னார்.

“அவருக்கு என்ன வயசு தெரியுமா? சரியான நினைவு இல்லே. ரொம்ப பலவீனமா இருக்கார். பேச முடியாது. அநேகமாய் சரி நா குடுத்தனுப்புகிறேன் நீ உட்கார் அங்கே.”

இந்த சிஸ்டருக்கு அம்மாவின் பெயர் எந்த சந்தேகத்தையும் கிளப்பாதது லேசான வியப்பை அளித்தது. ஒருவேளை சமீபத்தில் இங்கு வந்தவராக இருக்கவேண்டும். இன்று என்னுடைய அதிர்ஷ்ட நாள். அதுகூட அம்மாவின் ஏற்பாடாக இருக்கலாம். யோகாம்பாள் கூப்பிடுவது அம்மாவின் கையில் இருப்பதாக எனக்குப் பைத்தியக்காரத்தனமாகத் தோன்றிற்று. அம்மா தனது டயரியின் அந்த பக்கத்தில் C.S.I. Retreat என்கிற வார்த்தைகளை எழுதியிருப்பது எதேச்சையாக என் பார்வையில்

பட்டிருக்காவிட்டால் எனக்கு இதைப் பற்றித் தெரிய வந்திருக்காது. என் கண்ணில் அந்த வார்த்தைகள் பட்டதே எதேச்சையானது இல்லை என்று நான் உறுதியாக நம்பத்துவங்கிட்டேன். நான் தலை குனிந்தபடி என்னுள் ஆழ்ந்த யோசனையுடன் அமர்ந்திருந்தேன். வரவேற்பறை சோபாக்களில் சில வெளிநாட்டவர்கள் அமர்ந்து புத்தகங்களில் மூழ்கியிருந்தார்கள். அங்கு இருந்த அமைதி அசாதாரணமாக இருந்தது. இந்த வளாகத்தில்தான் அம்மா எந்த அறையிலோ பிறந்திருக்கவேண்டும். யோகாம்பாளுக்குத் தெரிந்திருக்குமா?

என் தோளை யாரோ தொடுவதை உணர்ந்து நிமிர்ந்தேன். அதே சிஸ்டர் புன்னகையுடன் ரகசியமாகச் சொன்னார். “உன்னைப் பார்க்க விரும்புகிறார். ஆச்சரியம்தான். வா. ஆனால் ஐந்து நிமிஷம்தான் நேரம் தர முடியும்.”

எனக்குத் திக்கு முக்காடிப் போயிற்று. அவர் கைகளை அழுத்திப்பிடித்து “நன்றி சிஸ்டர், நன்றி” என்றேன். பல தாழ்வாரங்களைக் கடந்து வெளியில் இருந்த ஒரு கட்டடத்துக்குள் நுழைந்து வெளிச்சம் நிறைந்த ஒரு மிகத்துப்புரவான அறைக்குள் என்னை விட்டுவிட்டு, ‘ஐந்தே நிமிஷம்’ என்று மறுபடியும் சொல்லி கதவை சாத்தினார். சாத்துவதற்கு முன் “உனக்கு மிக அழகான முடி குழந்தை” என்று எனது நீண்ட பின்னலைத் தொட்டுச் சிரித்தார். பாட்டி எனது முடியை வெட்ட வேண்டும் என்று சொன்னது எனக்கு நினைவு வந்தது. சட்டென்று என் கவனம் கட்டிலில் படுத்திருந்த அந்த வயோதிக உருவத்தின் மீது படிந்தது. ஒரு பறவை படுத்திருந்தது போல பிரமையேற்பட்டது. கண்களில் மட்டும் அசாதாரண ஒளி தெரிந்தது. ராமாயணத்து ஜடாயுவின் நினைவு விசித்திரமாக வந்தது. அவரது பார்வை மிக ஆர்வத்துடன் என்மேல் பதிந்து திகைப்புடன் உறைந்து போனதாகத் தோன்றிற்று. நான் விரைந்து அவர் அருகில் சென்றேன். கட்டிலுக்கு அருகில் ஒரு நாற்காலி இருந்தது. அவர் என் அசைவையே திகைப்பு மாறாமல் பார்த்துக்கொண்டிருந்தார் நினைவலைகள் உசுப்பப்பட்டது போல. வயது எண்பதுக்குமேல்

இருக்கும். எனக்குக் கொடுக்கப்பட்ட நேரம் ஐந்தே நிமிஷம் என்கிற உணர்வில், "எங்க அம்மாவைத் தெரியுமா உங்களுக்கு?" என்றேன் அவருடைய கைகளைப் பிடித்து. அவர் புன்னகையுடன் தெரியும் என்று சைகையில் தலையாட்டினார். எனது மார்பின் மேல் சரிந்து விழுந்திருந்த ஜடையை ஆர்வத்துடன் எலும்பாக இருந்த தனது கரத்தால் வருடினார். நுனியில் சுருண்டு இருந்த வளையத்தில் விரல் இடுக்கில் மாட்டிக்கொண்டு என்னைப் பார்த்தார்.

எனது படபடப்பை அடக்கமுடியாமல் உடனடியாக விஷயத்துக்கு வந்தேன். "அம்மாவுக்கு மனநிலை சரியாயிருக்கல்லே அதனாலே தற்கொலை பண்ணிக்கிட்டான்னு நீங்க போலீசுக்கிட்ட சொன்னதா இன்ஸ்பெக்டர் சொன்னார். சொன்னீங்களா?"

அவரை நான் அதட்டிக் கேட்பதாக பயந்துவிடுவாரோ என்று எனக்குக் கவலை ஏற்பட்டது. நேரம் அதிகமில்லை என்ற நினைப்பு என்னை நாசூக்கை மறந்து பேசவைத்துவிட்டதாகக் கூச்சமேற்பட்டது.

எனது நேரடிக் கேள்வியை எதிர்பாராதது அவர் சற்றுத் தடுமாற்றத்துடன் தனது விரல்களை விடுவித்ததிலிருந்து தெரிந்தது.

என்னவோ சொல்ல எத்தனித்து உதடுகள் நிராசையுடன் மூடிக்கொண்டன. அவருக்கு சட்டென்று கண்களிலிருந்து நீர் வழிய ஆரம்பித்தது. எனக்கும் கண்ணில் நீர் நிறைந்தது.

"அம்மா தற்கொலை செய்துவிட்டதா நீங்க நினைக்கிறீங்களா?"

ஆமாம் என்பதுபோல அவர் விசனத்துடன் தலை அசைத்தார். "அது உண்மையாக இருக்க முடியாது" என்றேன் உத்வேகத்துடன். "என் அம்மா ரொம்ப தைரியசாலி. அவங்க தற்கொலை செய்துக்குற அளவுக்கு மனசை எதுவும் பாதிச்சிருக்கும்னு நா நினைக்கல்லே."

கண்ணீர் மட்டுமே பதிலாக வந்தது. எனக்கு ஏமாற்றமாக இருந்தது. அவரால் உண்மையிலேயே பேசமுடியவில்லை என்று

புரிந்தது. மறுபடி உதட்டைக்குவித்து ஏதோ சொல்ல முயன்று தோற்றவராய் சோர்வுடன், உனக்குப் புரியாது அல்லது தெரியாது என்பதுபோல வருத்தம் தோன்ற முகத்தை அசைத்தார்.

"சாகறதுக்கு முந்தி உங்களை அம்மா பார்க்க வந்தாங்களா?"

'ஆமாம்' என்கிற விதத்தில் மறுபடி தலை அசைந்தது.

"அப்ப அம்மா மனசு பாதிச்ச மாதிரி இருந்தாங்களா?"

ஆமாம் ஆமாம் என்பதுபோல தலை வேகமாக அசைந்தது. கை விரல்கள் அழுததுபோல கண்களுக்குக் கீழ் கோடிட்டுக் காண்பித்தன.

எனக்குக் குழப்பமாக இருந்தது. "அம்மா எதுக்கு அப்செட் ஆகணும்? என்ன காரணம்?"

உதட்டைப்பிதுக்கி தலையசைத்தார். சொல்வதற்கு ஒன்றுமில்லை என்கிறாரா? நெற்றியை சுட்டிக் காண்பித்தார். தலையெழுத்து என்று அர்த்தமா? மிகப் பிரயாசைப்பட்டு உதடுகளைக் குவித்து, மிக மெல்லிய குரலில் 'விதி' என்றார். எனக்கு எதுவும் புரியவில்லை. கிறித்தவ மடத்தில் பல வருஷங்களாக வேலை பார்க்கும் இவர் விதியைப் பற்றிப் பேசுவது வியப்பாக இருந்தது. அம்மா இதையெல்லாம் நம்பினவள் இல்லை. மேற்கொண்டு இவரிடம் என்ன விவரம் கிடைக்கும் என்று நான் ஆயாசப்பட்டேன். இவரை இந்த நிலையில் தொந்தரவு செய்வதுகூட தவறு என்று எனக்குக் கூச்சமேற்பட்டது. என்னைப் பார்க்க ஒப்புக்கொண்டதே பெரிது என்று தோன்றிற்று. அம்மாவுக்கு மிக நெருக்கமானவராக இருக்கவேண்டும். இல்லாவிட்டால் என்னைப் பார்க்க விரும்பியிருக்க மாட்டார். அந்தக் கண்ணீர் வராது. அதுவே என்னை நெகிழ்வித்தது.

சபாபதியைப் பற்றி இவருக்குத் தெரிந்திருக்குமா என்று யோசித்தேன். அவருக்கு ஏற்கனவே அசதியில் கண்கள் மூடி மூடித் திறந்தன. நான் சற்று நேரம் காத்திருந்தேன். இவருக்குப்

பேச இயலாமல் இருப்பது என்னுடைய துர்ப்பாக்கியம் என்று விசனம் ஏற்பட்டது. இவர் சொன்னதுபோல எனது விதியாக இருக்கலாம். அம்மாவைப் பற்றி எனக்குத் தெரியாத பல விஷயங்கள் இவருக்குத் தெரிந்திருக்கவேண்டும். இப்படி ஒரு ஆப்தமானவர் இங்கு இருப்பதைப் பற்றி அம்மா என்னிடம் எதுவுமே சொல்லவில்லை. யோகாம்பாள் என்னையே பார்ப்பதை உணர்ந்தேன். 'எல்லாத்தையும் மறந்துடு' என்பதுபோல கையை அசைத்தார். என்னை சமாதானப்படுத்துவதுபோல என் கரங்களை லேசாகத் தட்டினார். அந்த ஸ்பரிசத்தில் நான் மீண்டும் உணர்ச்சிவசப்பட்டேன். ஓசைப்படாமல் கண்ணீர் பெருக்கினேன். முன்பின் எனக்குப் பரிச்சயமில்லாத இந்தக் கிழவி மட்டும் இந்த உலகில் எனக்காக வருத்தப்படுபவர் ஆப்தமானவர் என்று தோன்றிற்று. அம்மாவை உங்களுக்கு எப்படித் தெரியும்? அம்மாவைப் பற்றி என்ன தெரியும் என்று கேள்விகள் உள்ளே துருத்திக்கொண்டு நின்றன. அவர் என் கைகளை சமாதானப்படுத்துவது போல தடவிக்கொண்டே இருந்தார். என்னைவிட்டுப் பார்வை அகலாமல் சோகத்துடன். என் முகத்தில் அம்மாவைக் கண்டவர்போல ஏதோ ஒரு திகைப்பு இருந்ததை உணர்ந்தேன். முகத்தைத் துடைத்துக்கொண்டு நான் மேற்கொண்டு ஏதும் பேசுவதற்குமுன், சிஸ்டர் அவசரமாக உள்ளே நுழைந்தார். 'பத்து நிமிஷம் ஆகிவிட்டது குழந்தை கிளம்பு, டாக்டர் சொன்னதை மீறி உன்னை நான் அனுப்பினேன். கிளம்பு' என்றார்.

நான் கடைசியாக யோகாம்பாளை ஒரு முறை பார்த்தேன். அவருடைய கண்கள் என் மீது படிந்திருந்தன. போய் வா என்பதுபோல கையை அசைத்தார். பிறகு கண்களை மூடிக்கொண்டார். நான் சிஸ்டருக்கு நன்றி தெரிவித்துவிட்டுக் கிளம்பினேன். கிளம்புவதற்குமுன் சிஸ்டர் சொன்னார். "அவர் அதிக நாள் உயிரோடு இருக்கமாட்டார் என்று டாக்டர் சொன்னார். அவருக்கு தொண்டையில் கேன்சர். நீ அதிர்ஷ்டசாலி, அவரை அதற்குள் சந்தித்தாய்."

வீட்டை நோக்கி நடக்கையில் மிதமிஞ்சிய ஏமாற்றம் என்னை ஆட்கொண்டது. யோகாம்பாளைப் பார்த்ததில் என் குழப்பம் அதிகரித்துவிட்டதாகப்பட்டது. அம்மா ஏன் அவரிடம் சென்று அழுதாள், அவள் அழும் அளவுக்கு என்ன நடந்தது என்று புரியவில்லை. அப்பாவுக்கும் அவளுக்கும் ஏதாவது மனஸ்தாபம் ஏற்பட்டாலும் அதை வெளியில் போய் சொல்லி அழும் அளவுக்கு பலவீனமானவள் இல்லை. அதைத் தானாகவே தீர்த்துக்கொள்வளே தவிர வயதான ஒரு நபரிடம் எத்தனை நெருக்கமானாலும் போய் சொல்வாளா என்றிருந்தது. அம்மாவின் ஆளுமையுடன் அதைப் பொருத்திப் பார்க்கமுடியவில்லை.

கரிய மேகங்கள் சரசரவென்று நகர்ந்து குளிர்ந்த காற்று வீச ஆரம்பித்தது. மழை வந்தாலும் வரலாம் என்று நான் வேகமாக நடக்க ஆரம்பித்தேன். மேகங்கள் நகர்வதை அண்ணாந்து பார்த்தேன். உங்களுக்கு அம்மாவைப் பத்தி ஏதேனும் தெரியுமா என்றேன். வேகமாக நகர்ந்தவண்ணம் அவை இருந்தன. முழு ஆகாயத்தையும் கருமையாக்கின. பொட்டு பொட்டாகக் கண்ணீர் உகுத்தன. நான் வீட்டை நோக்கி ஓடினேன். வீட்டு வாசலிலேயே கணேசன் நின்றிருந்தான். என்னைப் பார்த்து நிம்மதியுடன் புன்னகை பூத்தான். "மழை வரும்போல இருக்கே உங்களைக் காணுமேன்னு இப்பத்தான் நினைச்சேன்" என்று சிரித்தான். உனக்கு ஏதாவது தெரியுமா என் அம்மாவைப் பத்தி என்று கேட்க வேண்டும் போல் இருந்தது. இவன் வேலைக்குப் புதிதாக வந்திருப்பவன். எனக்கு ஏன் இப்படி மனசு பித்துப்பிடித்து அலைகிறது என்று கவலை ஏற்பட்டது. முன்பு வேலை செய்தவர்கள் யாருமே இப்பொழுது இல்லை.

"டிபன் எப்ப சாப்பிடுவீங்க?"

"என்ன டிபன்?"

"இட்லி, தோசை சட்னி சாம்பார். வேற ஏதாச்சும் வேணும்னா சொல்லுங்க."

"சரிதான் இதுவே அதிகம். எட்டு மணி ஆகட்டும்." என்றபடி நான் மாடிக்குச் சென்றேன்.

மீண்டும் இலக்கில்லாமல் அம்மாவின் வாசக அறைக்குச் சென்றேன். அங்கு அமர்ந்திருக்கும் அம்மாவிடம் பேசுவதுபோல 'அம்மா நீ கண்ணாமூச்சி விளையாட்டு விளையாடறே. எனக்கு இன்னும் புரியல்லே நீ ஏன் செத்துப்போனேன்னு.' என்றேன் பலக்க. அம்மாவின் மேல் கோபம் வந்தது. எத்தனை மர்மங்கள் நிறைந்த ஒரு வாழ்க்கை வாழ்ந்திருக்கிறாள். கடைசியில் மர்மமான முடிவைத் தேடிக்கொண்டாள். பெற்ற பெண்ணிடமோ கொண்ட புருசனிடமோ எதையும் பகிர்ந்துகொள்ளாமல்... சாந்துனு ராஜாவிடம் உறுதிமொழி வாங்கிக்கொண்ட கங்கையைப் போல. அப்பா எத்தனை பொறுமைசாலி!

என்ன நடந்திருக்கும் என்று அவளுடைய மனசு தற்கொலை செய்துகொள்ளும் அளவுக்கு? யோகாம்பாள் சொல்வதை என்னால் ஜீரணித்துக்கொள்ளமுடியவில்லை. எதற்கு வேலை மெனெக்கெட்டு போலீசிடம் சென்று சொன்னார்?

என்னிடம் அந்த போலீஸ் இன்ஸ்பெக்டர் மொபைல் எண் இருந்தது. உடனடியாகச் சுழற்றினேன். அவர் லைனில் வந்ததும் "நா இன்னிக்கு யோகாம்பாளைப் பார்த்தேன்" என்றேன்.

"ஓ, உயிரோடத்தான் இருக்காங்களா? என்ன சொன்னாங்க?" என்றார்.

"பேச முடியல்லே அவருக்கு. ஆனா நீங்க சொன்னதைத்தான் அவங்க ஜாடையிலே சொன்னாங்க."

"அப்ப விடுங்க. நாங்க எடுத்த முடிவு சரிதானே?"

"அது சரி, ஆனா அந்தம்மா அவங்களா வந்து சொன்னது எனக்கு ஆச்சரியமா இருக்கு" என்றேன்.

"அட, அவங்க எங்க வந்தாங்க, உங்கம்மா அந்த சென்டருக்கு அடிக்கடி போவாங்கன்னு கேள்விப்பட்டு அங்க போய் விசாரிச்சபோது இவங்க தயங்கிக்கிட்டுச் சொன்னாங்க. முதல்லே உங்க அப்பாமேல சந்தேகம் வந்துச்சு எங்களுக்கு. குடும்பத் தகராறுன்னு நினைச்சோம். யோகாம்பாள்தான் சொன்னாங்க,

அவ புருஷன் மேல தப்பே இல்லே, குடும்பத் தகராறு ஒண்ணுமில்லே. அவளுக்கு மனசு கலங்கிப் போயிருந்தது எனக்குத் தெரியும்னாங்க. சிலசமயங்கள்லே திடீர்னு அப்படி ஆகும்னாங்க. அவங்க மனோதத்துவம் படிச்சவங்களாம். அதிலே டாக்டர் பட்டம் வாங்கியிருக்காங்க."

எனக்குத் தூக்கிவாரிப்போட்டது. அம்மா உண்மையிலேயே எனக்குத் தெரியாத வகையில் பலவீனமாகியிருப்பாளா? லேக்கில் அவள் இறந்து கிடந்த சேதிகேட்டு யோகாம்பாள் அப்படிப்பட்ட முடிவுக்கு வந்தாரா? அதனாலேயே அப்பாவைக் காப்பதற்காக யோகாம்பாள் அப்படி திட்டவட்டமாகச் சொல்லியிருப்பாரா? எனக்குக் குழப்பம் அதிகமாயிற்று. இப்போது அம்மா தற்கொலை செய்துகொண்டதற்கு என்ன காரணம் என்று கண்டுபிடிக்க வேண்டிய ஆரம்பக்கட்டத்திற்கே நான் திரும்பிவிட்டதை உணர்ந்தேன். அம்மா காட்டியதாக நான் நினைத்த சூசகங்கள் எல்லாம் எனது கற்பனை.

நான் மீண்டும் அந்த மேஜையின் உள் அறையைத் துழாவினேன். அந்த டைரியைப் பிரித்தேன். பிரித்த இடத்தில் சபாபதி என்று இருந்தது தஞ்சாவூர் விலாசத்துடன். நான் சட்டென்று அறையைச் சுற்றிப் பார்த்தேன் அம்மா தென்படுகிறாளா என்கிற ஆர்வத்துடன். தஞ்சாவூரில் இருக்கிறது மர்மம் என்கிறாளா? மழைக் காற்றில் திரைச்சீலைகள் மேலும் கீழுமாகப் பறந்தன. அறையின் மூலையில் இருந்த ஒரு அழகிய ஐம்பொன் சிலைமீது திரைச்சீலை சிக்கிக் கொண்டது. அதை நான் விலக்கி கூர்ந்து பார்த்தேன். அம்மா தெற்கில் அதை வாங்கியிருக்க வேண்டும். அது ஒரு பெண் சிலை. புராண பாத்திரமாக இருக்கலாம். மிகப் பழைய சிலை.

நான் மீண்டும் மேஜையடிக்கு வந்து டயரியைத் திருப்பித் திருப்பி பார்த்தேன். அம்மா இறந்த அன்றைய தேதியில் எழுதப்பட்ட அந்த வரிகளைத் தவிர வேறு இல்லை. சரம் சரமாகக் கம்பியைக் கோர்த்ததுபோல மழை. முதல் தாளின் பக்கம் அவசரமாகக் கிழித்ததுபோல தாறுமாறாக இருந்தது.

யார் கிழித்திருப்பார்கள்? அப்பாவை இதிலிருந்து முழுவதும் விலக்குவது சரிதானா?

நான் மேஜையின் கீழ் அறையைத் துழாவினேன். மேஜை இடுக்கில் ஏதோ தட்டுப்பட்டது. டயரியின் கிழிந்த ஒரு பக்கம். நான் பரபரப்புடன் அதை எடுத்தேன் கசங்கி சுருண்டிருந்த அதில் அம்மாவின் சாய்ந்த ஆங்கில எழுத்துக்கள் - கஸ்தூரிம்மா பாஸ்ட் அவே. கஸ்தூரிம்மா இறந்துவிட்டார். அம்மா இறந்த தினத்திற்கு முந்தைய நாள் தேதித்தாள் அது.

◈◈◈

கொடைக்கானல் தணுப்புக்குப் பழகியிருந்த எனக்கு தஞ்சாவூரின் சூடு அசாத்தியமாக இருந்தது. நான் விலாசத்தில் இருந்த வீட்டு வாசலின் முன் நின்று வியப்புடன் பார்த்தேன். மிகச் சாதாரண சந்து அது. மிகப் பழைமையான வீடு. திண்ணையுடன். நான் கதவைத் தட்டிவிட்டுக் காத்திருந்தேன். 'யாரது' என்ற ஒரு வயதான குரல் கேட்டபின் கதவு திறந்தது. வயதானவர் ஒருத்தர் நின்றிருந்தார். சபாபதியாக இருக்க வேண்டும்.

என்னைக் கண்டதும் தூக்கிவாரிப்போட்டவர் போலத் தடுமாறினது எனக்கு விசித்திரமாக இருந்தது. நான் முன்னால் தொங்கிய எனது ஜடையைப் பின்னால் தள்ளிவிட்டு, 'மிஸ்டர் சபாபதி?' என்றேன்.

"ஆமாம், நீ யாரும்மா?"

"நா தாரணியுடைய மகள், மாயா."

அவர் அதிர்ச்சி குறையாமல் முணுமுணுத்தார். "தாரிணிக்கு மக இருக்கான்னு தெரியாது."

"உள்ளே வரலாமா?" என்றேன் நான் பொறுமை இழந்து.

"வா வா, என்ன விஷயமா வந்திருக்கே?" என்று அவர் தடுமாற்றத்துடன் கேட்டார். "வீட்டிலே யாருமில்லே. மக எங்கேயோ போயிருக்கா."

வீட்டிற்குள் இருண்டிருந்தது. பெரியவர் ஒரு பாயை விரித்துப் போட்டார். நான் அதில் அமர்ந்தேன் அவர் அங்கிருந்த ஒரே ஒரு மர நாற்காலியில் அமர்ந்தார்.

"எங்கம்மா இங்க வந்திருந்தாங்களா?" என்றேன்.

"ஆ, அது ரொம்ப நாளாயிருக்குமே ரெண்டு வருஷமிருக்குமே?"

"எதுக்காக வந்தாங்க?"

"இதென்னம்மா என்னைக் கேட்கறே? உங்கம்மாவையே கேட்கவேண்டியதுதானே?"

"அவங்க இல்லே. இறந்துட்டாங்க."

அவர் அதிர்ச்சியுடன் பார்த்தார். "இறந்துட்டாளா? எப்ப?"

நான் என் உணர்ச்சிகளை அடக்கிக் கொண்டு சொன்னேன். "ஒரு வருஷத்துக்கு மேல ஆச்சு. எதுக்கு வந்தாங்க?"

"எங்க அக்கா ரொம்ப சீக்கா இருக்கிறதா கேள்விப்பட்டு பாக்க வந்தா."

"யாரு உங்க அக்கா?"

"கஸ்தூரின்னு பேரு. உங்க பாட்டி லக்ஷ்மியும் எங்க அக்காவும் ரொம்ப சிநேகிதம். எப்படியோ கேள்விபட்டு வந்தான்னு வெச்சுக்கயேன்? நா கூட அக்கா நினைவா ஒரு சிலை குடுத்தேன், பரவை நாச்சியார் சிலை."

எனக்கு திகைப்பு அதிகமாயிற்று. வாசக அறையில் நான் பார்த்த சிலை. "அதுக்கு முந்தி உங்களைப் பார்க்க அம்மா வந்திருக்காங்களா?"

"இல்லே பார்த்ததேயில்லே. உங்கம்மா வந்து போனப்புறம் அக்கா காலமாயிட்டாங்க ஒருமுறை உங்கம்மா ஃபோன் பண்ணினா, வரவான்னு. அவசியமில்லேன்னு அக்கா இறந்துபோன சேதியைச் சொன்னோம். அதுக்கப்புறம் அவகிட்டேந்து ஃபோன் ஒண்ணும் வரல்லே. எனக்கு தாரிணியைப்பத்தி மறந்துபோச்சு. என் ஒரே மகன் ஒரு பஸ் விபத்திலே இறந்துபோனான்.

வேலை விஷயமா வத்தலகுண்டுக்குப் போனான். திரும்பிவர்ற சமயத்திலே பள்ளத்திலே பஸ் விழுந்துடுச்சு. அன்னிக்கு ரொம்பப் பெரிய மழையாம் அங்கல்லாம். மூணுநாள் கழிச்சுதான் சேதியே வந்தது..."

அவர் நிறுத்தாமல் அந்த விபத்தைப்பற்றிப் பேசினார். பெரிய அதிர்ச்சியில் இருக்கவேண்டும் பாவம்.

நான் சோர்வுடன் சொன்னேன். "உங்க மகன் விபத்திலே இறந்தார். எங்கம்மா தற்கொலை செஞ்சுகிட்டாங்க..."

"என்ன கூத்து?" என்று கிட்டத்தட்ட அவர் கத்தினார் விழிகள் அகல. "எதுக்கு?"

"அதுதான் விளங்கல்லே. ஏதாவது விளக்கம் கிடைக்குமான்னு பாக்கத்தான் இங்க வந்தேன். உங்க விலாசம் அம்மாவுடைய டயரியிலே எழுதிவெச்சிருந்தது."

சபாபதியின் கண்களில் நீர் படர்ந்தது. பீதி குடிகொண்டது. "எனக்கும் ஒண்ணும் புரியல்லே. இந்த வீட்டை என்னென்னவோ ஆட்டிப்படைக்குது. விதிம்மா விதி." என்று மடேர் மடேர் என்று நெற்றியில் அடித்துக்கொண்டார். "யாருடைய சாபமோ தெரியல்லே. சின்ன வயசிலே என்னுடைய இன்னொரு அக்கா, கஸ்தூரிக்குத் தங்கச்சி தூக்குப் போட்டுக்கிட்டா."

நான் கலவரத்துடன் அவர் அருகில் சென்று அவரது தோளைத் தொட்டேன். அவர் குலுங்கக் குலுங்க அழ ஆரம்பித்தார். "இன்னும் என்னவெல்லாம் பார்க்க இருக்கோ."

நான் சங்கடத்துடன் அவரைப் பார்த்தவண்ணம் இருந்தேன். அந்த இருண்ட சூழலில் எனக்கே பித்து பிடித்துவிடும் போல் இருந்தது. "சங்கடப்படாதீங்க சார், நானே ரொம்பக் கலங்கிப் போய்தான் வந்திருக்கேன்." அவருக்கு நான் பேசியது காதில் விழவே இல்லை. தலையை திகைப்புடன் அசைத்தபடி இருந்தார். "சாபக்கேடு மாதிரிதான் இருக்கு. என் வீட்டை மட்டும் ஆட்டுது... மத்த குடும்பங்கள்ளாம் எப்படியோ சமாளிச்சுக்கிட்டுது. படிக்கப்

போறாங்க. கல்யாணம் கார்த்தின்னு செஞ்சிக்கிட்டாங்க. இங்க மட்டும் எதுக்கும் வக்கில்லாம போச்சு. பெண்ணுக்கும் கல்யாணம் ஆகல்லே. பிள்ளைக்கும் ஆகல்லே. கடைசியிலே செத்தும் போனான். ஜென்மாந்திர பழியை சுமக்கறமாதிரி இருக்கு. யாரோ செஞ்ச சாமி குத்தத்துக்கு...”

அவர் பேசுவது எனக்கு ஒன்றும் புரியவில்லை.

“உங்களுக்கு யோகாம்பாள்னு யாரையாவது தெரியுமா, கொடைக்கானல்லே?” என்றேன்.

அவர் திடுக்கிட்டு என்னைப் பார்த்தார். “யாரு? எனக்கு யாரையும் அப்படித் தெரியாதும்மா. நீ கிளம்பும்மா.”

நான் ஏமாற்றத்துடன் எழுந்தேன். “மன்னிச்சுக்குங்க, உங்களை தொந்தரவு செஞ்சுட்டேன் போலிருக்கு.”

“உனக்கு உன் விசாரம், எனக்கு என் விசாரம். உங்கம்மா படிச்சவ, அவ ஏன் தற்கொலை பண்ணிக்கிட்டான்னு எனக்கு எப்படித் தெரியும்? எங்களுக்கு நூறாயிரம் யோசனை இருக்கு. பழைய சரித்திர பாரத்தையே தாங்கமுடியல்லே. இப்ப புதுசா எதிலேயும் நா தலையிட்டுக்க முடியாது. பழைய சங்காத்தமே கூடாதும்பான் என் பிள்ளை. தாரிணியை உள்ளே விட்டதே அவனுக்கு இஷ்டமில்லே.”

“ஏன்?”

“அதான் சொல்றேன் இல்லே? நீ கிளம்பு.”

தொலைபேசி மூலையில் இருந்தது. “உங்க ஃபோன் நம்பர் தரமுடியுமா?” “எதுக்கும்மா, அதெல்லாம் அவசியமில்லே” என்றார் அவர் தயக்கத்துடன். பிறகு இளகி, “அதும்மேல எழுதி வெச்சிருக்கு நீயே குறிச்சுக்க” என்றார். நான் அவசரமாகக் குறித்துக்கொண்டு, “ஸாரி சார், உங்களைத் தொந்தரவு செஞ்சதுக்கு மன்னிச்சுக்குங்க” என்றுவிட்டு வெளியேறினேன்.

அன்று நான் நுழைந்த அடர்ந்த காட்டைவிட நான் இப்போது சிக்கியிருந்த மனக்குழப்பம் அதிக மூட்டம் கொண்டதாகத்

தோன்றிற்று. சபாபதியின் பேச்சு என்னை அடியோடு குழப்பிற்று. அவர் எதற்கு அப்படித் தலையில் அடித்துக்கொண்டு அழுதார் என்று புரியவில்லை. சாமிக்குத்தம் என்று என்னவோ சொன்னார். அம்மா இருந்திருந்தால் சரியான கிறுக்கு என்று சிரித்திருப்பாள். 'உங்கம்மா படிச்சவ, எதுக்குத் தற்கொலை பண்ணிகிட்டா?' அதானே? அது புரியாமல்தான் இப்படித் தவிக்கிறேன் என்று யாரிடம் சொல்லி அழுவது?

'சிலசமயம் திடீர்னு மனசு பேதலிக்கும்னாங்க. மனோதத்துவம் படிச்சவங்க அவங்க.'

யோகாம்பாள் இப்போது அதை விளக்கும் நிலையில் இல்லை. பாட்டியுடைய சிநேகிதி இறந்த செய்தி அம்மாவை ஏன் அந்த நிலைக்கு ஆக்கவேண்டும்? சபாபதி தலையில் அடித்துக் கொண்டதுபோல எனக்கும் அடித்துக்கொள்ள வேண்டும்போல இருந்தது.

நாக்கு வறண்டு போயிருந்தது. தெருமுனையில் ஒரு குளிர்பானக் கடையிருந்தது. ஒரு ஃபான்டாவை வாங்கி நிதானமாகக் குடிக்க ஆரம்பித்தேன்.

"வெளியூரா?"

நான் திடுக்கிட்டு நிமிர்ந்தேன். அதற்கு பதில் சொல்வதா வேண்டாமா என்று கேள்விகேட்ட கடைக்காரரை மௌனமாகப் பார்த்தேன்.

"கஸ்தூரிம்மா வீட்டுக்குப் போயிருந்தீங்க போலிருக்கு?"

"அவங்களைத் தெரியுமா உங்களுக்கு?" என்றேன்.

"எனக்குப் பரிச்சியமில்லே. ஒருகாலத்திலே தேவதாசி கஸ்தூரியுடைய நாட்டியம் ரொம்பப் பிரசித்தம்னு எங்க அப்பா சொல்வாங்க."

என்னுள் ஏற்பட்ட திகைப்பை விழுங்கிக் கொண்டு நான் புன்னகையுடன் காசைக் கொடுத்துவிட்டு நகர்ந்தேன். சபாபதி மடேர் மடேர் என்று தலையில் அடித்துக்கொண்ட காட்சி என்னைத் துரத்தியபடி இருந்தது.

ஊர் வந்து சேர்ந்ததும் குளித்து உடைமாற்றி கணேசன் வற்புறுத்தி அளித்த டிபனை சாப்பிட்டு நான் வெளியில் கிளம்பினேன். எதுவும் யோசிக்காமல் எனது கால்கள் C.S.I.Retreat Centre ஐ நோக்கி நடந்தன. வரவேற்பில் நல்லவேளை அன்று பார்த்த சிஸ்டரே இருந்தார். என்னைப்பார்த்து வருத்தத்துடன் புன்னகைத்தார். “யோகாம்பாள் இறந்துவிட்டார்” என்றார். என் அதிர்ச்சியை மறைக்க முடியவில்லை. “அடக் கடவுளே!” என்றேன் ஏமாற்றத்துடன். “என்றைக்கு?”

“நீ வந்துபோன இரண்டு நாளைக்கெல்லாம். இரு, நல்லவேளை நீ வந்தது. உன் விலாசம் எனக்குத் தெரியவில்லை. அவர் உனக்காக ஒரு கவரை வைத்திருக்கிறார்” என்று அங்கிருந்த மேஜையைத் திறந்து ஒரு கவரை நீட்டினார். அதன் மேல் ‘மாயாவுக்குக் கொடுக்கப்படவேண்டியது’ என்று எழுதப்பட்டிருந்தது. நான் வியப்புடன் அதைப் பிரித்தேன். உள்ளே ஒரு மிகப் பழைய புகைப்படம் கருப்பு வெள்ளையில்.

ஃப்ரேம் போட்டு இருந்தது.

இரண்டு பெண்கள், ஒரு பெண்ணின் கையில் ஒரு சிறு குழந்தை இரண்டு மாதம் இருக்கும் அல்லது அதைவிடக் குறைவாக. ஒரு விஷயம் என்னைத் தாக்கிற்று. குழந்தை வைத்திருந்த பெண். அவளுடைய முகம், முன்னால் தொங்கிய நீண்ட ஜடை.

ஆர்வத்துடன் புகைப்படத்தை எட்டிப் பார்த்த சிஸ்டர் வியப்புடன் சொன்னார், “யார் இந்தப் பெண், உன்னை மாதிரி இல்லை?”

நான் மாபெரும் அதிர்ச்சியில் இருந்தேன். பதில் சொல்ல இயலாமல் படத்தின் ஃப்ரேமை அகற்றினேன். படத்தின் பின்னால் ஆங்கிலத்தில் எழுதப்பட்டிருந்தது. கஸ்தூரி குழந்தை தாரிணியுடன், நான்.

சிஸ்டர் சொன்னார், “அவர் உன் பாட்டியாக இருக்க வேண்டும்.” நான் அதிர்ச்சி மாறாமல் மெல்ல முணுமுணுத்தேன். “அப்படித்தான் தோன்றுகிறது.”

நிமிர்ந்து புன்னகைத்து "நன்றி சிஸ்டர்" என்றுவிட்டு வெளியேறினேன்.

அம்மா கஸ்தூரியின் பெண். கஸ்தூரி ரகசியமாக இங்கு பெற்றிருக்கவேண்டும். ஏன்? யோகாம்பாள் என்னுடைய பின்னலை வருடியதும் திகைப்புடன் என்னைப் பார்த்ததும் நினைவுக்கு வந்தது. அந்தப் பின்னல் என் பூர்வோத்திரத்தை காட்டிக் கொடுத்துவிடும் என்று பாட்டி அதை வெட்டச் சொன்னாள் என்று இப்போது புரிகிறது. சபாபதியும் என்னைக் கண்டதும் பேயைக் கண்டவர்போல நின்றார்.

என் கால்கள் வெலவெலத்துப் போயிருந்தன. இது நான் சற்றும் எதிர்பாராத செய்தியாக இருந்தது. இருந்தும் உள்ளே உதைத்தது. கஸ்தூரியின் சாவு அம்மாவை ஏன் பேதலிக்கச் செய்யவேண்டும்? கஸ்தூரியுடன் தொடர்பே இல்லாமல் இருந்த அம்மாவை?

நான் நடக்க முடியாமல் லேக்கைச் சுற்றி இருந்த வேலியின் இடைவெளியில் நுழைந்து கரையை ஒட்டிய புல் திட்டில் அமர்ந்தேன். முழங்காலில் முகத்தைப் புதைத்துக் கொண்டேன். உள்ளே இருளாக இருந்தது. எதுவும் விளங்கவில்லை. சபாபதி அம்மாவுடைய சொந்த மாமா. கஸ்தூரியின் ஒரு தங்கை தற்கொலை செய்து கொண்டதாகச் சொன்னார். தற்கொலை குணம் ரத்தத்தில் இருந்திருக்குமா? அதுதான் அம்மாவை அதற்குத் தள்ளிற்றா? படிச்சவ, அவ எதுக்கு தற்கொலை செய்துக்கணும்? படித்தவர்கள் தற்கொலை செய்துகொள்வதில்லையா? புகழ்பெற்ற எழுத்தாளர்கள் அறிவுஜீவிகள் தங்கள் வாழ்வை ஏதோ ஒரு நிராசையின் விளிம்பில், வெறுப்பின் தருணத்தில் முடித்துக் கொண்டிருக்கிறார்கள். நினைக்க நினைக்க பாதை விளங்காத லாபரிந்துக்குள் சிக்கிக் கொண்டதுபோல எனக்குத் திணறிற்று.

யாரோ பக்கத்தில் அமர்ந்திருப்பது போல் இருந்தது. நான் திடுக்கிட்டு தலையை நிமிர்த்தினேன். அந்தச் சிறுவன். அன்று என்னைக் கண்டு ஓடினவன். அப்பா விரட்டி அனுப்பிய

சிறுவன். என்னையே உற்றுப் பார்த்தபடி. அவனது கரிய கண்கள் அகன்று கொண்டு போவதுபோல் இருந்தன. முகம் முழுவதும் கண்களாக. எனக்கு இனம் புரியாமல் பதைத்தது. இவன் ஏன் இப்படிப் பார்க்கிறான்?

"என்னப்பா, என்ன வேணும்?" என்றேன்.

"ஏரியிலே விழுந்தது உங்கம்மாவா?" என்றான்.

"ஆமாம்" என்றேன் வியப்புடன்.

"அவங்களை ஒரு ஆளு தள்ளினதை நா பார்த்தேன்."

தூக்கிவாரிப்போட்டது எனக்கு. என்ன சொல்லிவிடுவானோ என்று திகிலேற்பட்டது.

"என்னப்பா சொல்றே நீ?"

"மெய்யாத்தான் சொல்றேன்." என்றான் மெல்லிய குரலில் இப்பவும் பயந்தவன் போல. "திடீர்னு அன்னிக்கு ஒரு மூடுபனி வந்துச்சு பாரு நடக்கவே முடியல்லே. எப்ப அது விலகும்னு நானும் ஆயாவும் காத்துக்கிட்டிருந்தோம் எங்களுக்கு திண்டுக்கல் போகணும். ஆயாவுக்கு வவுத்திலே கட்டி, ஆஸ்பத்திரிக்கு இட்டுட்டு போகோணும். அன்னிக்கு பஸ்ஸைப் புடிக்கல்லேன்னா இன்னும் ரெண்டு நாளைக்கு டாக்டரைப் பாக்க முடியாது."

நான் பொறுமையுடன் அவன் சாவகாசமாக விளக்கிக் கொண்டு போவதைக் கேட்டபடி நின்றேன் படபடக்கும் இதயத்துடன். என்ன சொல்லப்போகிறான்?

"மழை வேற பிடிக்கும்போல இருக்கு. மூட்டமா இருந்தது ஜனங்க யாரும் ரோட்டுல இல்லே. ஆளு நிக்கிறதுகூட கண்ணுக்குத் தெரியல்லே. நாங்க வெசற நடக்க ஆரம்பிச்சமா, ஒரே குளிரு பல்லு கிடுகிடுங்குது."

"உம் அப்புறம்..."

"அந்தால இருக்குப்பாரு மேட்டுப்பக்கம் அங்கன தண்ணி ரொம்ப ஆழம் ஏரியிலேன்னு ஆயா சொல்லும். அங்க யாரோ

நின்னுகிட்டிருந்தாங்க. ஏரியைப் பாத்தபடி. கூட ஒரு ஆளு நின்னிருந்தாங்க. மொகம் தெரியல்லே. நா சும்மா வேடிக்கை பார்த்தேன் மூடு பனியிலே ஏன் அவுக நிக்கிறாங்கன்னு யோசிச்சபடி. நடக்க வந்தவங்க மஞ்சுலே மாட்டிக்கிட்டிருப்பாங்கன்னு ஆயா சொல்லிச்சு. பாத்துக்கிட்டே இருந்தப்ப தடால்னு சத்தம் கேட்டுச்சு யாரோ ஏரியிலே விழுந்த மாதிரி."

நான் திகைப்புடன் கேட்டுக்கொண்டிருந்தேன் மௌனமாக. சிறுவன் கைகளை ஆட்டி நடித்துக் காண்பித்தான்.

"தடால்னு சத்தம் கேட்டதும்தான் தெரிஞ்சுகிட்டோம் நின்னிருந்த ஆளு விழுந்துட்டாங்கன்னு. ஒரே மூட்டமா, ஒண்ணும் கண்ணுக்குத் தெரியல்லே. ஆயா விசுக்குனு ஒதுங்குனு மறைஞ்சு நிக்கச் சொன்னாக. அந்த ஆளு எங்களைத் தாண்டிகிட்டு வேகவேகமா ஓடினாரு பஸ் ஸ்டாண்டு பக்கம். தண்ணியிலே ஒரு சத்தம்கூட கேக்கல்லே. நின்னுருந்த ஆளைக்காணும் ஆயான்னேன். அந்த ஆளு தள்ளிட்டான்னேன். எலே அது நம்ம பிரமையா இருக்கும் சும்மா கிடன்னாங்க. வம்புலே மாட்டிக்கக் கூடாதுன்னாங்க."

எனக்கு மகா எரிச்சல் வந்தது. அதை அடக்கிக் கொண்டு பேசாமல் அவன் இன்னும் என்ன சொல்ல இருக்கிறானோ என்கிற ஆர்வத்துடன் காத்திருந்தேன்.

"எனக்குத் திக்குதிக்குன்னுச்சு. ஆயாவுக்கு ஆஸ்பத்திரிக்குப் போயாகணும். பஸ்ஸு கிளம்பிடும்னு வேகமா நடந்தோம். அந்த ஆளு பஸ் ஸ்டாண்டிலே நின்னிருந்தாரு. இப்ப மஞ்சு விலகிடுச்சு. தலையிலே நீலக்கலர்லே கம்பிளிக்குல்லாய் எனக்கு நல்லா ஞாபகம் இருக்கு. ஆயாகிட்ட சொன்னா சும்மாக் கிடங்கறாங்க. அந்த ஆளு பஸ்லே ஏறரதை பார்த்தேன், வத்தலக்குண்டுக்குப் போற பஸ்ஸு."

நான் திடுக்கிட்டு நிமிர்ந்தேன். "எந்த ஊரு பஸ்ஸு?"

"வத்தலக்குண்டு."

சமீபத்தில் எங்கு கேட்டோம் இந்த ஊர் பெயரை என்று யோசித்தேன். 'ஓ, சபாபதி சொன்ன ஊர்.'

அந்தச் சிறுவன் தயக்கத்துடன் தலையைக் குனிந்தபடி சொன்னான், "நாங்க திண்டுக்கல்லேந்து திரும்பி வந்தமா, ஏரியைச் சுத்தி போலீஸ் நிக்குது. பொணத்தை எடுத்துப் போட்டிருந்தாங்க. நா வாயே தொறக்கக் கூடாதுன்னு சொல்லிடுச்சு ஆயா. அவங்களுக்குப் போலீஸ்னா ரொம்ப பயம்."

நான் அதிர்ச்சியுடன் உட்கார்ந்திருந்தேன். இந்தச் சிறுவன் சொல்வது உண்மையனால் அம்மா தற்கொலை செய்து கொண்டிருக்கமாட்டாள் என்ற என் நம்பிக்கை பொய்க்கவில்லை என்பது சமாதானமாக இருந்தது. ஆனால் சபாபதியின் மகனுக்கும் அம்மாவின் மறைவுக்கும் எப்படி முடிச்சு போடுவது என்று எனக்குப் புரியவில்லை. அந்த நினைப்பே அபத்தமாக இருந்தது. ஒருமுறை மட்டுமே அம்மா தன் வாழ்நாளில் அவர்களை சந்தித்திருக்கிறாள்.

அந்தச் சிறுவன் கிளம்பினான். எனக்கும் அவனுக்கும் புதிய உறவு ஏற்பட்டதுபோல் நெகிழ்ச்சி ஏற்பட்டது. நான் அவன் தலையை வருடி, "நீ ரொம்ப புத்திசாலி, பெரிய போலீஸ் ஆபிசரா வரலாம். என்ன படிக்கிறே?" என்றேன்.

அவன் வெட்கத்துடன் சிரித்தான். "அஞ்சாம் க்ளாஸ்." நான் எழுந்தேன். வீட்டை நோக்கி நடக்கும்போது உடம்பில் அசாதாரணமான பலவீனம் ஏற்பட்டிருந்தது. நடப்பதே சிரமமாக இருந்தது. வழியில் இருந்த ஒரு பெஞ்சில் அமர்ந்து என் மொபைலில் நான் வைத்திருந்த சபாபதியின் வீட்டு தொலைபேசி எண்ணைத் தட்டினேன். நல்ல வேளை அவரே லைனுக்கு வந்தார்.

"நா மாயா பேசறேன் சார். தொந்தரவு செய்யறதுக்கு மன்னிச்சுக்குங்க. உங்க மகன் பஸ் விபத்திலே இறந்து போனார்னு சொன்னீங்களே, என்ன தேதி அது?" என்றேன். என் குரலில் இருந்த படபடப்பை நினைத்து எனக்குக் கூச்சமாக இருந்தது.

"ஜூலை நாலாம்தேதி."

அம்மா இறந்த நாள்.

"எதுக்கும்மா இப்ப?"

நான் பதில் சொல்லாமல் மொபைலை அணைத்தேன். என்னால் நம்பமுடியவில்லை. யோசிக்க யோசிக்க இது போன்ற ஒரு அபத்த கொலையைப் பற்றி நான் கேள்விபட்டதே இல்லை என்று அயர்ச்சி ஏற்பட்டது.

சபாபதியின் சூன்யம் பிடித்த வீடும் அவர் தலையில் அடித்துக்கொண்டு புலம்பியதும் நினைவுக்கு வந்தது. எனக்கு முராக்காமியின் கதாநாயகன் காஃப்கா தமூராவின் சுழல்பாதை விளக்கமும் எச்சரிக்கையும் சம்பந்தமில்லாமல் நினைவுக்கு வந்தன. பெரிய படிப்பு படித்து அந்தஸ்துடன் வாழ்ந்த அம்மா அப்படிப்பட்ட சுழல்பாதையில் அவளுக்குத் தெரியாமலே கால் வைத்திருக்க வேண்டும்.

“சரித்திர பாரத்தைத் தாங்க முடியல்லே.” அது என்ன என்று எனக்கு விளங்காவிட்டாலும் அம்மா எந்த வகையிலோ அதன் சின்னமாகிப் போனாள்.

அதன் சுமை பல தலைமுறையைத் துரத்துமா? நான் பார்க்காத அந்த இளைஞன் சுமந்த சுமை. அவமானச் சுமையாக இருக்கலாம். அம்மாவுக்கு நிச்சயம் அத்தகைய உணர்வு இருந்திராது. ஜோன் ஜிப்ஸிக்களைப்பற்றிச் சொன்னது கிட்டதட்ட இது போன்றதாக இருக்கலாம். இன்று ஜோனுக்கு மிகச் சிறிய மடல் மின்னஞ்சலில் அனுப்பினேன். ‘எனது அடுத்த ஆய்வுக்கான பொருளைத் தேர்ந்தெடுத்துவிட்டேன். அது ஒரு நாவலாகக் கூட இருக்கக்கூடும். கஸ்தூரி என்ற தேவதாசி என் கதாநாயகியாக இருப்பாள்.’

அதற்குப் பிறகு அப்பாவின் தில்லி தொலைபேசி எண்ணை சுழற்றினேன். “நாளைக்குக் கிளம்பி தில்லி வரேம்பா.” என்றேன் இதுவரைத் தோன்றாத பரிவுடன்.

—— **முற்றும்** ——

www.ingramcontent.com/pod-product-compliance
Lightning Source LLC
LaVergne TN
LVHW060323051026
849517LV00004B/1207
* 9 7 8 9 3 9 5 4 1 6 5 9 7 *